Kimechapishwa mwaka 2016.

Hakimiliki © 2016 *Naomi Mwakanyamale Ng'imba.*

E-mail: nmena450@gmail.com

Blog: Mtazamohalisi.com au Mtazamohalisi.org

ISBN: 978-9987-761-50-0

Wachapaji ni:

Niim Computers & Graphics (T)

E-mail: niimcomputers@yahoo.com

Dar es Salaam - Tanzania

"Endless Love"
"Upendo Usio Kikomo."

Shukurani

Ninayo shukurani kubwa sana mbele za Mungu kwa kuniwekea kipaji hiki ndani yangu. Ninakushukuru Mungu kwa kuniwezesha kuifikia jamii yako kupitia riwaya; kwangu ni heshima na ninaipokea kwa unyenyekevu sana, nikiamini katika kitabu hiki na vingine vingi vinavyokuja, na kwamba wapo maelfu watakaobadilishwa na kusaidiwa. Nakupenda Mungu wangu.

Kwa watoto wangu: Trinity, Trinas na Trisun:

Mungu awajalie kutimiza kusudi lililowaleta hapa duniani. Kuweni na hekima katika maamuzi yote mtakayofanya, huku mkimkabidhi Mungu njia zenu. Hakuna mipaka katika maisha, mipaka ni ile mtakayojiwekea wenyewe. Mungu akiwa upande wenu, 'sky will be the limit.' Msisahau, ninawapenda na kuwaombea kila siku!

Kwa mume wangu mpenzi, Suleman Solomon Jr:

Nazidi kuamini umeletwa kwenye maisha yangu na Mungu kwa kusudi kamili. Umenifanya kuwa na furaha wakati wote, umekuwa kimbilio langu kila ninaposhuka moyo. Uwepo wako maishani mwangu umenifanya niamini kuwa yapo mapenzi ya kweli duniani. Na wewe ndio umekuwa sababu kubwa ya kuandika kitabu hiki cha mapenzi. Kwa kuwa nimejua yapo mapenzi ya kweli duniani. Nakupenda sana Suleman!

Kwa wazazi wangu:

Nakushukuru sana baba yangu mzazi, Mzee Mwakanyamale kwa kuyatoa Maisha yako kuhakikisha watoto wako wote tumepata elimu. Mungu akubariki, akulipe kwa njia zake. Na mama yangu mpendwa Margreth, mama aliyetubeba watoto wake magotini kwa maombi mchana na usiku. Hekima na upendo wake kwetu umenifundisha kuwa mke mwema kwa Suleman na mama mzuri. Nakupenda mama yangu.

Kwa mdogo wangu Jacquiline:

Nakushukuru kwa kuamini mawazo yangu na kunitia moyo kuweka katika maandishi. Mungu azidi kukutumia kuinua wengine kutimiza ndoto zao.

Kwa mtumishi wa Mungu, Pst. Joshua:
Umenifundisha kitu kikubwa sana katika maisha yangu, ambacho kitakuwa msaada daima. Mungu alikuleta kwangu kwa muda na wakati sahihi. Umefanya kazi kubwa sana katika uandishi wa kitabu hiki. Usiku na mchana ukinitia moyo kuwa inawezekana hata pale nilipojisikia kurudi nyuma, ulihakikisha nasimama na kuwa jasiri kutimiza ndoto zangu. Nashukuru sana kwa mchango na ushauri ulionipa mpaka kukamilisha kitabu hiki.

Kwa vijana wote, walioko kwenye mahusiano na wanaotamani kuingia kwenye mahusiano au wanaoogopa kuingia kwenye mahusiano:
Napenda kuwatia moyo kuwa kamwe Mungu hakukusudia ndoa ziwe ndoano. Lipo kusudi kamilifu la kuwepo kwa taasisi hii. Yapo mapenzi ya kweli, nina ushahidi na majaribu ni daraja ya kutuvusha sehemu moja kwenda nyingine. Kumbuka kila unapoingia kwenye mahusiano ujue mwenzi wako ni binadamu kama wewe. Ana madhaifu kama uliyonayo. Lazima kuvumiliana, kuzungumza na kuombeana huku mkimtanguliza Mungu katika kila jambo. Endapo msingi wa mahusiano yenu akiwa ni Mungu, hamtakaa mtetereke.

Kumbuka hakuna mwanadamu amekusudiwa kuwa duni eti kwa kuwa ametoka kwenye mazingira fulani. Kila mtu ana uwezo wa kitu fulani hapa duniani ambacho akikijua na kukitumia, kitamketisha na wakuu. Chukua hatua, acha woga na kulalamika.

Hadithi hii ni yakufikirika kabisa. Haitokani na maisha au kitabu cha mtu fulani. Niombe radhi kwa yeyote itakayomgusa kwa namna moja ama nyingine. Ninawapenda wote!

Sura ya 1

Maisha ni fumbo kubwa sana ambalo hakuna mwanadamu anayeweza kulifumbua! Imebaki kuwa kitendawili kikubwa sana ambacho ni Mungu pekee ndiye mwenye jibu kamili na ajuaye kesho ya mwanadamu itakuwa nini. Wanadamu huwa na mipango mingi na wakati mwingine huonekana ni mipango mizuri tu, lakini mara zote huenda kama apangavyo Mungu. Ndivyo ilivyokuwa hata kwa mrembo Mercy! Mtoto wa kipekee aliyezaliwa kutokana na penzi zito la mwanaume tajiri kutoka mkoa wa Tanga wilayani Lushoto, Boniphace na Gabriela, msichana kutoka Venezuela. Mercy alijikuta kwenye kilio kikubwa kisichokuwa na msaada wowote duniani. Maisha yalimgeuzia mgongo, ilikuwa ni ngumu kuja kutambua kama kweli ni Mercy, binti aliyebeba damu ya mataifa mawili. Alichukua tabia zote, sura na rangi ya mama yake, isipokuwa umbile tu ndilo lililomtambulisha kuwa ni mbatu asilia. Binti huyu aliyekulia nchini Marekani, aliyependelewa na Mungu kwa kila kitu, alijikuta ametupwa kijijini kwa baba yake Mlalo, wilayani Lushoto mkoani Tanga, na kutaabika asijue atakula nini huku akilazimika kujifunza lugha ya Kiswahili na Kisambaa ili aweze kumudu mazingira yake.

Baada ya miaka zaidi ya mitatu aliyokuwa amefungiwa kijijini hapo akitokea nchini Marekani, Mercy alilazimishwa na bibi yake kutoroka kwenda asipopajua huku akiwa mgonjwa na mwenye njaa kali. Basi alilopanda kutoka kijijini lilimshusha kituo kikubwa cha mabasi cha mjini Tanga asijue pakwenda na kumlazimu kulala kituoni hapo kwa siku tatu, mpaka alipoamua kuingia kwenye daladala impeleke kokote kule, huku akiomba Mungu atokee msamaria mwema atakayemuhifadhi kwa muda akifikiria cha kufanya. Kwa kuwa hakuwa na nauli, alishushwa njiani pembeni ya baa na kuamua kuingia ndani ili angalau aombe maji ya kunywa. Macho yake yaligongana moja kwa moja na mama aliyekuwa amekaa kwenye meza peke yake na alionekana kumwangalia Mercy mara kwa mara. Alivuta kiti pembeni ya Mercy. "Hujambo mwali?" "Shikamoo." Mercy alimwamkia yule mama kwa hofu. Na bila kujibu moja kwa moja alimuuliza kama Mercy anatafuta kazi. Mercy kwa furaha alimtazama yule mama na kumshukuru Mungu asijue cha kusema! Yule mama alidakia tena "Changamka mwali mjini hapa na kilemba hicho utoe" "Nina shida sana na kazi mama yangu. Nitafurahi ukinipa kazi." Mercy alijikuta akisema kwa kunyenyekea sana. "Basi umepata. Kwani unachagua kazi?" Aliuliza tena kwa tabasamu huku akimtazama Mercy kwa macho ya kurembua yaliyojazwa wanja mwingi. "Hapana mama, nitafanya kazi yoyote. Si utanilipa?" "Kama ukifanya kazi utalipwa." Alijibu kwa kutabasamu tena. "Una njaa?" "Sana mama." Mercy alijibu haraka bila kujivunga. Chakula kilipoletwa, Mercy nusura achanganyikiwe. Macho yalimtoka kama fisi aliyeona nyama. "Hee! mwali, kwani hujala kuku muda mrefu?" Yule mama aliuliza kwa kejeli. Mercy alianza kuwaza jinsi ambavyo chakula hakikuwahi kuwa shida kwake, tena miongoni mwa vitu vilivyopatikana kwa wingi na kwa urahisi nchini Marekani ni kuku, lakini hapa kuku ni kitu cha anasa na adimu kupata. Mercy aliendelea kuwaza huku akikishambulia kile chakula harakaharaka kwa njaa ya siku nyingi iliyokuwa ikimnyanyasa.

Aliitwa kijana wa teksi na kupewa maelekezo juu ya Mercy. Alitaka apelekwe nyumbani na akabidhiwe kwa Tatu. Alipofika alipokelewa vizuri na msichana aliyekuwa amejipodoa sana na mwenye harufu za manukato ambazo zilikuwa ngeni kwa Mercy. "Naitwa Tatu, ndiyo dada lao humu ndani, wanakuja na kutoka lakini mimi nimo tu." Tatu aliendelea kuongea kwa kujigamba huku Mercy akimsikiliza. Alimuonyesha mazingira yote na kumwambia kila huduma ya mahali pale ni ya kulipia ikiwemo chakula, maji na mpaka kitanda alichopewa pia ni chakulipia. Kwa hiyo ni lazima achangamkie kazi ambayo bado hakuwa ameijua.

Kwa kuwa ilishakuwa usiku na hakuwa na pesa ya kununulia maji, aliamua kujitupa kitandani akiwa mchafu vilevile. Waliingia wasichana wawili wakiwa wanacheka mfululizo. Tatu aliwadaka "Haya dondokeni." Ilikuwa ngumu kwa Mercy kuelewa anamaanisha nini lakini wale wasichana waliingiza mkono mfukoni na kumpa hela Tatu, huku mmoja wao akimwambia, "Salamu haigombi." "Pesa kwanza mengine baadaye." Tatu alijibu kwa kiburi. Mercy alirudi kitandani harakaharaka kuhofia kuulizwa maswali. Kelele ziliendelea usiku kucha kadiri wasichana wengine walivyokuwa wakiingia. Wengine walikuwa wakiimba, wengine kama wanagombana ndipo Mercy alipojua pale hawaishi wachache, ni wasichana wengi tofauti tofauti. Swali lililokuwa limebaki kwa Mercy ni, je, wanafanya nini pale? Kama ni kazi, kazi gani? Mercy alivuta shuka alilopewa mpaka kichwani na kujiambia, 'nitajua nitakapojua.'

Alipoamka alimuomba Tatu chakula na maji ya kuoga kwani njaa ilishaanza kumuuma na harufu mbaya ilianza kutoka mwilini mwake. "Nishakuonyesha sehemu zote zinazouzwa chakula na maji, ni wewe tu na nguvu yako, yaani pesa. Na kuanzia kesho unatakiwa kulipia kitanda unacholalia, kwa hiyo changamkia kazi, usijifungie ndani." Tatu aliondoka na kumuacha Mercy haelewi kazi gani inayofanyika usiku. Ilipofika jioni kila mtu alianza kuvaa vizuri na kujitengeneza na kutoka. Tatu naye alitoka siku ile. "Mnakwenda wapi?" Mercy alianza kudadisi. "Fuata nyuki ule asali." Alijibiwa kwa kifupi na kila mmoja alionekana ana haraka za kujiandaa na kutoka. Kama kawaida yake alikuwa akitetemeka kwa hofu ya kubaki peke yake gizani. Kwani sheria mojawapo ya pale ni taa zote za vyumbani huzimwa na kubaki moja tu ya barazani pindi ifikapo saa tatu usiku na zinaweza kuwashwa ifikapo saa sita usiku, kitu kilichomshangaza Mercy. Walimtambulisha nyumba yao kwa jina la KIJIWENI. Mercy aliamua kufuata kundi la mwisho lililokuwa likitoka. "Unaenda wapi hivyo ulivyo?" Walimgeukia Mercy. "Mliniambia tutaenda wote leo!" Mercy alijibu kwa wasiwasi. "Hivyo ulivyo na gauni kubwa zaidi yako na kitambaa kilichoficha uso?" "Mwacheni naona hataki kujifunza na bado njaa haijamuuma vizuri." Mwengine alidakia. Walitoka huku wakimcheka Mercy ambaye aliwafuata nyuma nyuma huku amejawa hofu. Walipanda kwenye daladala mpaka kwenye baa moja, ambapo waliingia na kukaa kwenye meza. Waliagiza vinywaji vyao wenyewe na kwa kuwa Mercy hakuwa na hela, aliomba maji. Walimwangalia wote kwa mshangao na kucheka. "Mjini hapa, maji hayaombwi!"

Wakati njaa ikiendelea kumnyanyasa Mercy, wenzake waliendelea kula na kunywa mbele ya macho yake bila kumkaribisha. Mara alisogea mwanaume wa kwanza na kumnong'oneza kitu sikioni mmoja wa wale wasichana na kuondoka. Ikawa hivyo hivyo kwa wa pili na watatu. "Wanaenda wapi?" Mercy alimuuliza msichana aliyekuwa amebaki naye mezani. "We subiri, utajua hukuhuko." Mara alifika kaka mmoja mkubwa sana wa umbo na alionekana amelewa sana. "Twende." Huku akimwangalia Mercy aliyekuwa bado haelewi kitu. Mercy alisita kwa muda. "Nenda sasa, unashangaa nini?" Msichana aliyekuwa amebaki naye mezani alimfokea Mercy. "Tena huyo ana hela kama nini, usizubae." Kabla ya kujibu lolole, alitokea yule mama na kumnong'oneza Mercy sikioni. "Si ulisema huchagui

3

kazi? Nenda sasa usiniharibie biashara." Wasiwasi ulimjaa Mercy ambaye kwa muda wote hakujua kuwa alishajiingiza kwenye biashara ya ukahaba.

Angali bado anaugulia maumivu makali sana ya sehemu za siri ambazo hata yeye mwenyewe hakuthubutu kupitisha mkono wake, yule kaka alimvuta mkono mpaka kwenye gari iliyoonekana bado mpya, na kumwambia dereva aliyekuwepo ndani ya gari hilo kwa kifupi tu "twende." Mercy hakuwahi kufikiria kama angethubutu kuja kufanya mapenzi tena katika maisha yake. Aliapa kutoruhusu mwanaume yoyote aguse mwili wake. Alishachukia sana wanaume. Ndani ya gari, yule kaka alianza kumsogelea Mercy na kuanza kumpapasa sehemu tofauti tofauti za mwili wake, huku harufu kali ya pombe ikimtoka na kumfanya Mercy aendelee kusogea kwa shida sana mpaka mwisho kabisa wa mlango wa gari. "Unaitwa nani mrembo?" Mercy hakutaka kujibu kitu. "Umekuja lini mjini? Changamka mrembo, hapa ndipo ulipo mti wa uzima wenzio wananililia." Alinyoosha mkono moja kwa moja mpaka kifuani kwa Mercy na kumshika matiti yake. "Unakifua kizuri sana." Mteja wake alianza kumsifia Mercy aliyeutoa mkono wake kwa hasira sana huku akilia. Ndipo akili ilipomjia Mercy, na kujua kuwa amejiingiza kwenye biashara ya ukahaba na hapakuwa na njia ya kutoka tena. Alizidi kulia kwa hofu, huku akijua wazi endapo asipofanikiwa kumfurahisha mteja wake, basi pale anapoishi pengine yule mama mwenye ile nyumba angemfukuza na hakuwa na pakwenda katika mji huo wa ugenini.

Mteja wake aliendelea kumpapasa pale alipoweza. "Naomba niache, nimekuja humu kimakosa wala sikuwa najua ni kitu gani nafanya." Ni sauti ya Mercy iliyokuwa imejaa kilio kikubwa akijaribu kujitetea nafsi yake kwa mwanaume huyu mkubwa wa umbile. "Unaonekana mgeni kwenye mambo haya, eeeh? Usijali wala hakuna aibu kwenye mapenzi, nitakufundisha tu mpaka utazoea. Hata hivyo, sitachukua chochote kutoka kwako, tena wewe ndio utafaidi mrembo. Nitakupa mapenzi na pesa. Na ukijitahidi huna haja ya kuhangaika kila wakati na wanaume wengine, mimi nitakuwa mteja wako wa kila siku." Aliendelea kumshawishi Mercy aliyeonekana kutokukubaliana na lolote analoshawishiwa. Ilikuwa ni hali ya kusukumana kati yao mpaka yule dereva alipowaambia wamefika, kitu kilichomsababisha Mercy asijue alipo. Alimshika Mercy mkono kwa nguvu na kumvutia ndani, mpaka chumbani na kufunga mlango. Akaweka funguo chini ya godoro, kisha akavua nguo zake zote bila kuchelewa huku Mercy akiendelea kulia kwa uchungu. Aliendelea kuomba ardhi ipasuke immeze huku akijiuliza ni kosa gani alilomtendea Mungu hata afike hapo alipo. 'Nani ataniokoa huku nilipo? Hakuna anayenifahamu na hata kujali ninachojisikia moyoni. Wenyeji wangu wanachojali ni pesa tu. Mungu, hii sio kazi nataka nifanye, naomba uniokoe.' Mercy aliendelea kuomboleza. Yule baba alikuwa mkubwa wa mwili na alionekana mwenye nguvu, hakuna jinsi Mercy mwenye njaa na mgonjwa, angeweza kushindana naye hata kidogo na kumshinda. Alipomaliza tu kuvua nguo zake na kubaki kama alivyozaliwa alianza kumsogelea Mercy kama simba mwenye njaa aliyeona nyama. Wakati wote huo macho na uso wa Mercy aliviinamisha katikati ya mapaja yake huku akitetemeka na kulia sana. Alimnyakua Mercy kutoka sakafuni kama mwewe anavyonyakua kifaranga cha kuku na kumtupia kitandani. "Naomba niende chooni kwanza, kabla hujaanza kunifanya chochote." Mercy alimbembeleza. "Usichelewe, nakungojea tulale, sawa? Nitakupa usiku ambao hutakaa usahau maishani." Mercy alifungua mlango wa chooni, ndani ya kile kile chumba na kujifungia ili angalau atokee dirishani. Lakini dirisha alilokuwa amekutana nalo huko chooni lilikuwa dogo, tena limejengewa nondo na lipo juu sana. Alibaki akiwaza huku mteja wake akiendelea kumuita. Aliamua kupiga magoti na kumuomba Mungu wake ambaye alishamkatia tamaa. Huku akilia kwa uchungu sana alianza kuongea na Mungu wake. *"Mungu najua unanisikia, nimefika mwisho, siwezi kujitetea naomba msaada wako, umeniacha vya kutosha, chakula bikibiki ambacho nilikuwa nasaza kweli leo imekuwa lazima nikivulie nguo? Ona ninavyoteseka na maumivu makali niliyo nayo. Nisaidie hata mara hii moja tu."* Huku akilia kwa uchungu sana, alizidi kujiuliza atalipwa kiasi gani cha kufidia maumivu makali atakayokuwa amemsababishia! Huku akiwa hana imani na anachoomba, Mercy aliendelea kurudiarudia kumsihi Mungu.

'Hivi hawa wanaofanya hii biashara, wanawezaje? Lazima niwaulize wenzangu kama nitaendelea na biashara hii, ni lazima kutafuta ujuzi. Mbona wao wanaonekana wanafurahia tu?' Mercy alizidi kuwaza. 'Hapana hiki sio kitu ninachotaka kufanya katika maisha yangu.' Hilo ni wazo la pili lililomjia Mercy kupingana na wazo lililokuwa limemjia la kutulia kwenye biashara hiyo ya ukahaba. 'Hapana mimi ni mwanasheria sio changudoa.' *'Never settle for Less'* ni usemi ulioanza kujirudia akilini mwake. 'Unawezaje kutoa mwili wako kwa wanaume tofauti tofauti bila kujithamini? Hapana sitafanyia mwili wangu biashara. Lakini ni nani ataniokoa katika mji huu wa ugeni na Mungu ameniacha! Kumbe sio wote wanaofanya hii biashara wanapenda!' Wazo lilimjia Mercy. 'Hawana wazazi kama mimi? Kwa nini wapo hapa?' Mercy alijua wazi, hakuna mzazi angeweza kumkubalia mtoto wake kujihusisha na biashara mbaya kama hii akiwa na uwezo wa kumtunza mtoto wake. Aliendelea kuwaza, huku akilia na kuendelea kumsihi Mungu kwa kurudiarudia.

Baada ya muda kupita alijisemea moyoni, 'Napoteza muda tu hapa kwa kumuomba huyo Mungu asiye na msaada wowote kwangu. Maana kama kweli yupo kwa nini aliruhusu nipitie haya yote? Kufiwa na wazazi, kukataliwa na kila mtu, kupokonywa mali za wazazi wangu, na hata hivyo alikuwa wapi wakati nafanyiwa unyama kama huu? Kweli huyu Mungu amenigeuzia uso kabisa hawezi hata kuona mateso yangu na kunisaidia tena? Kwa mtu yoyote mwenye upendo na uwezo asingeruhusu mtu kama mimi kupitia ninayopitia.' Mercy alipata nguvu mpya, akijua ni lazima apambane mwenyewe kwa kuwa hakuna msaada mwingine wowote isipokuwa yeye kupambana. Alisimama kwa ujasiri na kutoka humo ndani ili awe tayari kwa litakalomkabili. Alifungua mlango kwa hasira huku akirudiarudia, 'Liwalo na liwe.' Hakuamini macho yake baada ya kumkuta yule baba amelala usingizi mzito akiwa anakoroma, tena akiwa uchi vilevile. Alichukua shuka na kumfunika. Akavuta funguo taratibu na kukaa pembeni yake huku akijaribu kufikiria jinsi ya kutoroka. Kwa tahadhari kubwa, alinyata mpaka nje na kukumbana na giza kali lililomfanya aingiwe na hofu kwani hakujua alipo na pia hapakuwa na mlio wowote wa gari. 'Ni afadhali kurudi ndani kuliko kwenda nisipopajua.' Mercy aliendelea kuwaza huku akitetemeka kwa baridi. Alirudi ndani na kungojea kupambazuke. Akajilaza chini sakafuni kuhofia kumwamsha mteja wake. Akiwa pale chini sakafuni akitetemeka kwa hofi na baridi, Mercy alianza kumkumbuka mpenzi wake Richard. Machozi yalianza kumtoka kadiri alivyozidi kukumbuka ahadi zote na mipango waliyokuwa wamekubaliana na Rich, akiwa nchini Marekani. 'Kweli ndoto zangu ndio zimeisha bila kutegemea! Thamani yangu imeisha kabisa.' Rich ndiye aliyemsindikiza Mercy uwanja wa ndege wakati anarudi Tanzania. 'Usichelewe kurudi Mercy, ujue nakusubiri mpenzi wangu.' Hayo ni maneno ya mwisho Rich aliyokuwa akimnong'oneza Mercy masikioni wakati amemkumbatia muda mfupi kabla ya Mercy kupanda ndege. Wapenzi hao walibaki wamekumbatiana mpaka ulipofika muda wa Mercy kuondoka. Yalikuwa majonzi makubwa kwao kuachana, kwani wakati wote walizoea kusafiri pamoja.

6

Lakini wote walijua baada tu ya baba yake Mercy kupata nafuu, Mercy angerudi ili wawe pamoja bila kujua alishafariki. Mwanga wa dirishani ndio uliomwamsha Mercy. Taratibu alinyanyuka pale sakafuni ili amtazame mwenyeji wake, lakini hakuwepo pale kitandani wala bafuni. Taratibu kwa kunyata alielekea nje, ambapo alikutana na mtu getini aliyejitambulisha kama mlinzi, na kumkabidhi bahasha na kumwambia anaweza kwenda. Akiwa amepigwa na butwaa huku ameshikilia ile bahasha yenye pesa ndani, alianza kuangaza macho kujua mahali alipo. "Samahani, hapa ni wapi?" "Hapa ni Sahare." Alijibiwa kwa kifupi. "Samahani tena kaka yangu, nitafikaje Makorola?" "Chukua daladala hapo nje itakufikisha tu."

Alipofika tu kwa wenyeji wake, Tatu alimdaka kwa maneno bila hata ya salamu. "Haya tupe bahasha maana huyo ndio mteja wetu mkubwa humu ndani." Mercy bila ubishi huku akishangaa, aliingiza mkono kwenye kimkoba chake na kumkabidhi bahasha yote kama ilivyo. "Kazi yako naona sio mchezo maana leo Big katoa mshiko mkubwa!" Tatu aliongea huku akihesabu hela zilizopo kwenye bahasha na kumkabidhi Mercy pesa kiasi. "Sasa hapa mchezo ndiyo huu, unaenda ukirudi unaleta pesa tunagawana pasupasu ili tuendelee kulipia umeme, maji na pango, umesikia mwali?" Mercy alitikisa kichwa na kuondoka kuelekea kwenye kitanda chake. Akiwa anajiweka sawa kwenye kitanda hicho kilichokuwa ni sawa na kulalia chaga tupu, msichana mwingine alimfuata. "Jianglie sana dogo, sio kila mwanaume unajichukulia. Big mtu wangu, tena wa siku nyingi na kila mtu anajua na hakuna anayemsogelea. Wewe umekuja tu na kumparamia bwana wangu. Utapaona pachungu hapa." Aliendelea kumpa Mercy maneno ya vitisho bila kupata jibu lolote kutoka kwa Mercy, mpaka alipoamua kuondoka na kumuacha Mercy akimwangalia. Ilikuwa ni ngumu sana kumkuta Mercy akijibizana na mtu yeyote hasa anapokuwa amekasirika. Wengi walisema ni msiri, wengine walisema ana kiburi kikali. Lakini Mercy alikuwa akisema haina maana ya kujibizana hasa wote mkiwa na hasira, ni ngumu kufikia muafaka.

Aliamka jioni toka alipojitupia pale kitandani asubuhi akiwa na maumivu makali sana ya mwili mzima. Alijinyanyua kwa shida sana na kuomba ndoo kwa ajili ya kwenda kununua maji. Alivuta mkoba wake uliokuwa na pesa alizokuwa amelipwa na Big mteja wa usiku uliopita na kuelekea bombani alikoelekezwa. Uzuri hapakuwa mbali sana, kwa hiyo haikumsumbua Mercy kutembea

7

na maumivu aliyokuwa nayo. Akiwa njiani Mercy alianza kujisemesha, 'Sasa ndio maisha yameanza, angalau sasa nina hela na leo nitakula ninachotaka na kununua angalau dawa ya maumivu.' Foleni ilikuwa kubwa sana na wengi wao walikuwa wasichana wa Kijiweni. Aliweka ndoo yake chini na baada ya muda watu wengine waliendelea kufika bombani hapo, na kuweka ndoo zao nyuma yake akiwepo mama mmoja aliyejulikana kama Mama Samaki. Kwa kuwa alifanya biashara zake za kuuza samaki wa kukaanga. Mama huyu alionekana kuwa na haraka na asingeweza kuendelea kusubiri zamu yake ifike. Alianza kuomba achote maji kwanza kwa kuwa alikuwa na haraka ya kuwahi mahali. Wale wasichana walianza kumcheka na kumpa maneno ya kejeli kasoro Mercy aliyeingiwa na huruma kama kawaida yake na kujisemea moyoni, 'ngoja nimpishe, hata hivyo sina haraka. Nina hela ya kunitosha leo, sina sababu ya kwenda tena kujiuza. Napumzika.' Kwa upole Mercy alimwita, "Njoo Mama kwenye zamu yangu mimi nitangoja sina haraka." Ghafla viliinuka vicheko vingine. "Jana kampata Big huyu malaya, kwa hiyo kajaa kweli hapo, hana haja ya kuuza leo." "Na amekuja kwa pupa hapa na patamshinda, sio kila mti unapandwa!" Mwengine alidakia na wote waliendelea kucheka. Mercy aliinamisha kichwa chini kwa aibu baada ya watu wote waliokuwepo pale bombani kumgeukia na kuanza kumwangalia kwa makini. Hakutaka ijulikane kama jana alienda kulala kwa mwanaume na wala hakutaka watu wamtambue yeye kama Changudoa.

Mama Samaki alipomaliza kuchota maji, alimfuata Mercy. "Mungu akubariki mama, na wewe siku moja atakusaidia tu." "Amina mama." Mercy aliendelea kukaa pale bombani kwa shida sana, alihisi kila mtu anamdharau kwa biashara anayofanya na alijua fika sasa pale anapoishi pameshakuwa mahali pa hatari kwake kwa sababu ya kutoka na Big usiku uliopita. Maishani mwake alizoea kutengeneza marafiki kila anapoenda na sio maadui. Baada ya zamu yake kufika na kuchota maji, wakati anataka kulipia hakukuta pesa yoyote kwenye mkoba wake. Kama aliyepigwa na shoti ya umeme alianza kutetemeka kwa kuwa mwenye bomba alikuwa amesimama pembeni akisubiria pesa zake, mbali na maumivu makali aliyokuwa nayo, njaa pia ilikuwa akimuuma sana. Na alihitaji kuoga kwani alishaanza kunuka. Taratibu na maji yake mkononi, Mercy alimfuata yule babu mwenye bomba na kuongea naye kwa sauti ya chini kumuomba amlipe hela yake wakati mwingine. Alijitahidi kunong'ona ili wale wasichana waliokuwa wakingojeana wasisikie. Yule baba alikubali

8

baada ya kukaa kimya kwa muda. "Ahsante sana baba yangu." Viliamka vicheko tena, "Utalijua jiji mwaka huu". Alianza kuondoka taratibu na ndoo yake kichwani huku akichechemea kwa maumivu. Akiwa njiani wale wasichana walimkaribia na kuanza tena maneno mengi ya karaha huku wakimsukuma sukuma na kumcheka, mpaka ndoo yake ilipoanguka na kumwaga maji yote ndipo walipoondoka. Mercy alibaki pale pale akiyaangalia yale maji na machozi yake vikiishia mchangani, huku akitamani kuyazoa asiweze. Baada ya kukaa pale kwa muda mrefu akilia, akarudi KIJIWENI na kukuta wasichana karibu wote walishatoka. Taratibu sana alipanda kitandani kwake asijue cha kufanya tena.

Akiwa bado anawaza, aliingia msichana mmoja mgeni kabisa kwa Mercy. Hakuwa mkubwa sana ila kwa umbile alionekana mkubwa kwake, na alikuwa na asili ya kiarabu. Moja kwa moja alisogea kwenye kitanda cha Mercy. "Karibu Kijiweni. Pole, nimesikia yaliyokupata." Mercy aliendelea kumtazama asijue ni yapi aliyoyasikia. Maana mpaka hapo alipo ameshapatwa na mengi yasiyoelezeka na amesikia wapi? Mercy aliendelea kumsikiliza vizuri ili kujua mwisho wake. "Hawa wasichana wa hapa wamegawanyika makundi makundi. Kuna hawa wakorofi na wana mambo ya kiswahili swahili hata mabwana zao ni wahali ya chini, na kiongozi wao ndiye anayetoka na Big. Na Big kidogo ana hela, ndio maana hawataki mtu mwingine atoke na Big. Hata hela zako ni wao wamekuchukulia." Mercy alikaa vizuri. "Kwanza unaitwa nani?" "Mercy." "Ahhh! Jina lako zuri sana. Njoo uchukue maji kidogo, ujisafishe halafu twende wote kwenye machimbo yetu ya akili acha kutoka na waswahili kama hao." "Ahsante sana." Njaa iliyokuwa ikimuuma Mercy, hapakuwa na jinsi ya kueleza na harufu aliyokuwa nayo ilikuwa haivumiliki, kwa hiyo kwa kupata msaada kama huo hakuwa na sababu ya kubisha. Alimuona kama mkombozi wake kwa wakati ule. "Na wewe unaitwa nani?" Alicheka kidogo, "Watu wananiita Queen Latifa. Lakini wewe niite Latifa tu." Latifa alimpa maji kidogo sana ambayo yaliyomtosha kunawa uso na kwa kuwa nguo yake ya ndani ilikuwa ikitoa harufu kali, ilimlazimu kuifua na kuikausha na gauni alilokuwa amevaa, kisha akaivaa tena na kubadili gauni jingine alilokuwa amepewa na rafiki aliyekuwa amempata wakati yupo kijijini aitwaye Neema, baada ya kuibiwa nguo zake zote mara tu alipofika kijiji. Na kama kawaida yake hakusahau kitambaa chake cha kichwani ambacho alikivuta sana mpaka usoni kama alivyokuwa amefundishwa na bibi yake kuepuka macho ya watu ili wasimloge. Alitoka na kumfuta Latifa chumbani kwake.

"Sasa huko tunapoenda Mercy ni sehemu ya hadhi sana, hivyo ulivyovaa utatuabisha." "Sina nguo zingine Latifa." Walimtazama kwa muda. "Unajua tushachelewa Latifa, hatuwezi kumbadilisha. Achana naye atanunua nguo akilipwa leo." Mmoja wa rafiki wa Latifa alitoa wazo. "Kweli." Latifa alijibu na wote walitoka kuelekea kutafuta usafiri. "Unaonekana mwenyewe siyo mzungumzaji, eeh?" Mercy alitabasamu. Waliondoka pale bila Mercy kujua wanapoelekea huku wakiongozana na wasichana wengine wawili. Ila kweli wao walipendeza na walikuwa wazuri wa sura, walivaa nadhifu na walinukia manukato mazuri sio ya kukera kama ya wale wasichana wa Big. "Mbona nyinyi huwa siwaoni mchana?" Mercy alianza kudodosa. "Sisi tunaenda shule mchana, na usiku tunatafuta ada." Latifa alijibu huku akicheka. "Unajua ile ilikuwa hosteli?" "Imekuwaje sasa?" Mercy aliendelea kuuliza. "Mjini mambo mengi mdogo wangu." Latifa alimjibu tena huku akifungua mlango wa teksi. "Ingia Mercy." Wote walimsalimia dereva teksi kwa jina lake. *"Abuu mambo!"* Wakionyesha wanafahamiana. Latifa alikaa mbele na wengine walikaa nyuma. Walianza kuongea na kucheka mambo yao bila kumjali Abuu. Walimgeukia Mercy na kuanza kumfundisha jinsi ya kufanya kupata mwanaume mwenye pesa nyingi na jinsi ya kumuhudumia vizuri akiwa naye chumbani ili alipwe pesa nyingi zaidi. Mercy aliinama. "Huyu mgeni nini? Ana aibu sana, kazi ataweza kweli?" Abuu aliuliza huku akimtazama Mercy kwa kupitia kioo cha gari cha kati kati. "Ataweza yuko na makamanda lazima kieleweke." Alidakia mwenzake Latifa ambaye Mercy bado hakuwa akimfahamu jina lake.

Walishushwa kwenye hoteli tulivu iliyokuwa pembeni kabisa ya bahari, nzuri sana iliyoonekana ni ya gharama. Baharini ndipo mahali pekee Mercy wakati wote alipapenda na kusema ndipo mahali pekee apatapo majibu ya maswali yake mengi akiwa ametulia. Moyo wa Mercy ulianza kufunguka taratibu kwa matumaini. "Unapaona hapa Mercy! Huku ndipo kwa wasomi kama sisi, waswahili wamakorola hawafiki huku." Alisema Latifa kwa kujigamba huku wakielekea kwenye mlango wa mbele ambapo palikuwa na baa na wanaume kadhaa waliokuwa wakinywa na kuangalia mpira wa miguu kwenye TV na wengine wakicheza pool table. Walishamuonya Mercy jinsi ya kutembea, sio haraka haraka. "Hii ni sehemu fupi sana ya kupita, lakini tutatembea taratibu kuhakikisha wote wanajua kama tumeingia. Hakuna kuoneana wivu, hii ni biashara. Ukipata mteja, usichelewe unachangamka unaondoka, tukimaliza tunatafutana kwa simu ili kama haukubahatisha tuje tukufuate baada ya kazi." Hizo ni mojawapo za sheria zao walizokuwa wamejiwekea marafiki hao watatu na huku wakizidi kumuhusia Mercy kutowatia aibu pindi wateja wao watakapofika kwenye meza yao.

Baada ya muda kidogo muhudumu alifika kwenye meza waliyokuwa wamekaa. "Nimetumwa niwaulize mnakunywa vinywaji gani?" Kwa kuwa njaa ilikuwa ikimuuma Mercy haraka aliagizia Fanta. Wote walimgeukia na kucheka taratibu. "Kwa nini hunywi?" Mwenzake Latifa alimuuliza Mercy kwa mshangao. "Nakunywa soda ya Fanta, au hakuna?" "Kwani wewe mtoto mdogo bwana? Hebu agizia." "Siku ya kwanza jamani mwacheni asije kushindwa kazi bure." Latifa alidakia na wote waliagiza vinywaji vikali isipokuwa Mercy. Vinywaji vilipoletwa tu, Mercy alikwapua chupa yake ya soda haraka na kuanza kuinywa bila kupumzika. "Hee! Mercy jamani mbona unakunywa kwa pupa, tena na chupa! Unaharibu bwana ustaarabu mzima. Sasa wateja wetu wakija na kukuona hivyo ulivyo na unavyo kunywa hiyo soda! Watajua sisi watu wa chini sana na watatulipa pesa ndogo. Hebu jitahidi kuwa mstaarabu kidogo. Halafu mimina hiyo soda kwenye glasi." Latifa aliongea kwa kulalamika na ukali kidogo. "Njaa inaniuma sana Latifa, sijala muda mrefu. Samahani nitajirekebisha." Mercy aliweka ile soda mezani taratibu na kujiegemeza kwenye kiti. Kwa kuwa wao pekee ndio walionekana wenye kumjali na kukubali kumchukua jinsi alivyo, Mercy aliadhimia kutowaudhi kabisa angalau kufanya maisha yake ya pale Kijiweni, yaendelee vizuri na huku akiamini labda na yeye anaweza kuja kurudi shule. 'Leo hata akija mtu wa namna gani nitajitahidi hivyohivyo kama walivyonielekeza mpaka na mimi nizoee. Mbona wao wameweza? Kwa nini mimi nishindwe! Inawezekana hii ndiyo njia yangu pekee ya kujiokoa katika shida zangu.' Mercy aliendelea kuwaza huku akiangalia soda yake ambayo bado ilionekana ipo nyingi kwenye chupa.

Wakati wenzake wakiendelea kunywa vinywaji vyao taratibu na kucheka, walifika vijana wanne kwenye meza yao. Wote walionekana wasafi na wazuri. Walivuta viti na kukaa baada ya salamu. "Mpo tayari kuagiza chakula?" Muhudumu alirudi tena kuwauliza. Wakati meza yao imejaa vicheko lakini bado Mercy alikuwa kimya kabisa huku akiangalia baharini kama kiti chake kilipokuwa kimeelekea, na mmoja wa wale vijana alionekana kuwa busy na simu yake wala hakuwa muongeaji sana, wakati wote aliitikia ni kweli Mkuu, na kurudisha macho yake kwenye simu yake. "Zamu yako Mercy." Ni sauti iliyomshtua Mercy kutoka kwenye mawazo mazito aliyokuwa nayo, akijua ndio muda wake wakwenda kutoa huduma. Alisimama kama mshale. "Heee! Unaenda wapi sasa?" Rafiki yake Latifa aliuliza huku wengine wote wakimshangaa. Kidogo Mercy alitulia huku akijaribu kufikiri ni zamu ya nini. "Sema unataka kula nini, Mercy jamani!" Latifa aliongeza. Mercy alivuta pumzi kwa nguvu kama mtu aliyetuliwa gunia la mahindi begani. "Chochote tu Latifa." Mercy alijibu kwa taratibu huku akiwaza wengine wameagiza nini. Wote walibaki wakimwangalia Mercy na kumcheka isipokuwa yule kaka aliyekuwa busy muda wote na simu yake, alikuwa akimwangalia Mercy kama mtu anayejaribu kumsoma vizuri. "Mercy unaonekana upo mbali eeh? Changamka, sema chochote unachotaka kula. Usiogope, sisi hatuli watu." Mmoja wa wale vijana waliokuwa wakimcheka, alijaribu kumuongelesha Mercy ambaye alionekana kuendelea kubabaika. Alimwangalia Latifa kwa macho ya kutaka msaada, naye kama aliyejua akaamua kuokoa jahazi. "Anapenda chips huyo, atakula na chips." Wakati bado amesimama akiwa hajui akae tena au aendelee kusimama, aliamua kwenda msalani. "Naomba nitoke kidogo." "Wapi tena?" Latifa alidakia. "Nataka niende washroom." Wote walimgeukia tena. "Chooni." Mercy alirudia tena na kugeuka kuelekea chooni huku akiacha bado wanamwangalia, kama wasio muelewa sawasawa.

Akiwa chooni, Mercy alianza kuwaza kama ameharibu biashara au bado! Hofu ilizidi kumwingia zaidi kadiri alipokuwa akiwaza usiku huo utakuwaje kwake. Je ataweza kufanya vile alivyoelekezwa akiwa chumbani na huyo mwanaume atakayemchukua? 'Nitafanyaje na maumivu haya na harufu hii?' Baada ya kuona maji mengi na choo kisafi, Mercy alijaribu kwa mara ya kwanza kujisafisha sehemu zake za siri, ili apunguze harufu aliyohisi itamkera mwanaume yoyote atakayemkaribia lakini alishindwa. Hakuna kitu chochote alichoweza kupitisha sehemu zake za siri asipige kelele. Alianza maji ya vuguvugu aliyokuta yanatoka hukohuko chooni, lakini ilikuwa ni kama kuweka mafuta ya taa kwenye moto. Alijaribu tena toileti pepa ndio alisimama huku machozi yakimtoka. Baada ya jitihada zake kugonga mwamba, Mercy aliamua kurudi kwa kina Latifa kujua litakalomkabili.

Akiwa anatoka chooni huku ameinamisha kichwa chake

akiendelea kukausha machozi yake na kitambaa baada yakujitonesha akiwa chooni, alijikuta akimvaa mtu aliyekuwa akitokea choo cha kiume na kusambaratisha simu ya huyo mtu vipiande vipiande sakafuni. "Mungu wangu! Nimefanya nini tena? Samahani sana, sikuwa nimekuona." Bila ya kumwangalia aliyemgonga, Mercy alikimbilia vile vipiande vya simu sakafuni ili kujaribu kunusuru simu hiyo. Huku hofu ya kulipishwa ikiwa imemjaa, mikono ilianza kutetemeka kila alipookota vipande viwili na kujaribu cha tatu, vingine vilianguka tena. "Oooh noo! Samahani sana." Mercy alirudia tena na tena bila mafanikio. "Usijali Mercy, ajali hutokea!" Mercy alishtuka sana baada ya kusikia jina lake likitajwa. Alipomuangalia alikuwa ni yule kaka mkimya, aliyekuwa busy na simu yake pale mezani, na kwa bahati mbaya hakuwa akimjua jina kwa kuwa hakuwa akiwasikiliza wakati wanajitambulisha. Hofu ilimjaa zaidi akijua wazi amekwisha haribu na Latifa asingeweza kumsamehe, endapo akifanikiwa kujua alichomfanyia mteja wake. "Samahani sana kaka yangu! Naamini itafaa. Ngoja nijaribu kukuwekea tena." "Usijali, hujaumia?" Alimuuliza Mercy kwa sauti iliyotulia sio ya kupaniki kama Mercy. Harufu nzuri ya manukato kutoka kwa yule kaka ilianza kuenea pale walipokuwa wamesimama. Mercy alijua kabisa ni moja ya vitu vya Calvin Klein, kama sio pafyumu basi alijua atakuwa amepaka losheni yake. Alivitambua kwa urahisi kwani ni vitu alivyokuwa akitumia mpenzi wake Rich. Huyo kaka alionekana nadhifu kwa vitu vizuri alivyovaa tena vilionekana vya thamani. Alivaa tisheti nyeupe na cheni yake ndogo iliyoonekana kwa mbali juu ya kola yake alivaa na jinsi nyeusi. Alikuwa na weusi uliotulia, alionekana ameoga tena vizuri. "Haukuumia?" Alirudia tena. "Hapana. Unafikiri hiyo simu itafaa tena kaka yangu? Au ndiyo nimekuharibia kabisa?" "Wala usijali hii simu mimi mwenyewe huwa naiangusha mara kwa mara, ishazoea shurba. Wewe rudi mezani ukale, chakula chako kinapoa." Mercy aliweza kuona viatu vizuri alivyokuwa amevaa yule kaka mtanashati, zilikuwa ni Flat Sneakers zilizokuwa zimeingia nchini Marekani miaka mitatu iliyopita wakati anaondoka. 'Huyu kaka yupo vizuri, na anaonekana ana pesa, na anajali mwili wake.' Mercy aliendelea kuwaza. Aliinama na kumuokotea Mercy kitambaa chake kilichokuwa kibichi kwa maji na machozi. Kabla hajamkabidhi, Mercy alijua wazi yule ndiye atayekuwa mteja wa Latifa, kwani alionekana mwenye pesa zaidi ya wenzake. Hofu iliyokuwa ikimtesa Mercy, iliwezaa kuonekana dhahiri kwenye mikono yake alipokuwa akipokea kitambaa chake. "Naomba usimwambie Latifa tafadhali." Mercy alimsihi yule kaka kwa sauti ya unyonge sana. "Latifa hatanisamehe akijua kama nimekuharibia simu yako." Yule kaka alibaki akimwangalia Mercy kwa kumshangaa. "Tafadhali naomba usimwambie Latifa!" Mercy alirudia tena baada ya ukimya wa yule kaka. "Hakuna cha kumwambia Latifa hapa, hii ni ajali Mercy. Hata mimi mwenyewe sikuwa makini nilikuwa nasoma ujumbe sikukuona. Tumegongana, wala usiogope." Kidogo Mercy alitulia. 'Kama na yeye amehisi ana makosa hatamwambia Latifa.' Mercy alijiambia moyoni huku akivuta pumzi. "Ahsante sana kaka yangu, nakushukuru." "Nenda ukale chakula chako kitapoa, hii simu itakuwa sawa tu wala usiwe na wasiwasi." "Ahsante sana." Mercy alimshukuru tena na kuanza kuelekea walipokuwa wameketi kina Latifa, huku yule kaka akiwa anamfuata nyuma akindelea kuunganisha simu yake. 'Mbona anaonekana kama hawezi kuishi bila hiyo simu? Wakati wote yupo busy na simu yake? Au ameoa, anaogopa mke wake atamtafuta? Hapana. Mbona sijaona pete ya ndoa? Lazima atakuwa ana mchumba tu, tena ana wivu anamtumia ujumbe kila wakati kuhakikisha hayupo na mwanamke mwingine.' Mercy aliendelea kuwaza huku akielekea mezani.

Harufu nzuri ya kuku wa kuchoma ilimkaribisha Mercy mezani. Matumaini ya kuishi yalizidi kuchipua moyoni mwake. "Hee! Ulihamia huko huko? Tena chakula chako mpaka kimepoa! Ulienda msalani tu au kuna kwengine ulienda?" Latifa alimdaka Mercy tena kwa maneno kabla ya kukaa. "Atakuwa alitukimbia, tulishakwambia hatuli watu jamani Mercy, mbona muoga hivyo?" "Hapana sikuwakimbia." Mercy hakujua kama alikaa chooni muda mrefu. Ilikuwa ni zaidi ya miaka mitatu tangu alipoingia nchini kurudi kwenye vyoo vyenye mazingira mazuri hivyo. Alitamani asitoke aendelee kukaa huko huko na kujaribu kuoga. Moyo wake ulizidi kufunguka. Ghafla alikumbuka ana jukumu la kutimiza ili aendelee kudumu kwenye kundi la Latifa ambalo lilikuwa la hali ya juu kwa wakati ule. Alianza kuwaza tena vile vitu walivyomwambia afanye akiingia huko chumbani na mteja wake. Hofu ilianza kumuingia tena kila alipokuwa akisikilizia maumivu aliyokuwa nayo na hawa vijana hawakuonekana kulewa kama Big, ina maana leo lazima kieleweke. Mercy aliendelea kuwaza. 'Nani atanichukua mimi maana wenzangu wote ni wazuri tena wana uzoefu. Haihitaji kuambiwa, hata mtu mjinga atajua sina uzoefu katika mapenzi. Huyo mwanaume ataingiaje na maumivu haya makali na harufu inayotoka huko?' Mercy alizidi kuwaza huku akitetemeka. Baridi ilianza kumwingia Mercy aliyekuwa bado amesimama na watu wote pale mezani walibaki kumshangaa, huku vipiele vya baridi vikiwa vimejaa mwili mzima. Hamu ya kula ilianza kupotea na tumbo lilianza kujaa gesi kwa wasiwasi. "Ungekaa ili ule Mercy. Chakula kinazidi kuwa baridi." Ni sauti iliyomshtua Mercy ambaye muda wote alikuwa bado amesimama wala asijue kama amesimama. Huku akitafuta aliyekuwa akimsemesha, kumbe ni yule kaka aliyemwangushia simu, alirudia tena. "Kaa chini ili ule." "Ahsante." Mercy alianza kukaa huku akijaribu kuwaangalia wote taratibu na kilikuwa kimebaki chakula chake tu mezani. 'Wamekula saa ngapi? Nitakuwa nikila na wote wakinitizima hivi hivi? Sitaweza kula mbele yao.' Mercy alizidi kujiuliza maswali huku hamu ya kula ikizidi kupotea. Taratibu alianza kukifungua kile chakula huku mikono yake ikizidi kutetemeka. 'Hapana labda nirudi kwenye soda, labda itanisaidia kunituliza.' Mercy aliendelea kuwaza. Akiwa anaendea glasi yake kama alivyoshauriwa na Latifa, vidole vyake vilitangulia na kusukuma chupa yake ya soda na kumwagika yote pale mezani. Meza yote ilijaa Fanta Orange. "Samahanini sana jamani ni bahati mbaya." Huku akijaribu kuwahi chupa ili isianguke chini, mkono mwingine ulisukuma sahani iliyokuwa ina chakula chake na kuipindua. Chakula chote kilimwagika chini na kudakwa na paka waliokuwa wakisubiri chini ya meza. "Oooh Noooo!" Mercy alisikika akilalamika zaidi. Kwa hofu kubwa Mercy asijue cha kufanya akiwa amekusanya mikono yake yote mdomoni. Wote walisimama na kuwahi kujiokoa na soda iliyokuwa ikiendelea kuchuruzika mezani. Macho yake yaligongana na Latifa moja kwa moja, alikuwa akimwangalia kama vile ammeze. "Kwani wewe vipi jamani Mercy?" "Nisamehe Latifa, sijui nimeingiwa na nini! Naomba nisamehe. Ni bahati mbaya. Sitarudia tena." "Hutarudia nini na wakati ushamwaga kila kitu? Ona ulivyowalowesha kina kaka wawatu." Latifa aliongea kwa ukali zaidi. "Samahanini jamani, ni bahati mbaya." "Kawaida tu. Ajali zinatokea, huna haja ya kuomba msamaha." Wale kina kaka walijibu. Na yule kaka aliyemgonga akiwa anatokea chooni alinyanyuka wa mwisho akiwa amejaa soda kila mahali, mpaka tisheti yake nyeupe aliyokuwa amevaa iligeuka ya orenji. Alianza kujikung'uta kimya kimya.

Mercy alijua kabisa wenzake wote wamekasirika. "Naomba unisamehe kaka yangu." Mercy aliendelea kuomba msamaha huku machozi yakimtoka kwa hofu. "Usijali Mercy. Jamani ngoja nikamwite muhudumu halafu nitakuwa naelekea chumbani kupumzika, najihisi kuchoka sana na safari. Naomba nyinyi muendelee tu." Yule kaka aliyekuwa amelowa soda aliwaaga. Akiwa anaondoka aligeuka, "Niko! kesho basi kama tulivyopanga!" Mmoja wa wale walio baki aliitikia, "Sawasawa Mkuu." Hapo ndipo Mercy alipojua jina la mmoja wao ni Niko. Aliondoka na muhudumu alifika na kuanza kusafisha meza, huku wote wakiwa wamenyamaza kimya wakimwangalia yule muhudumu. Niko naye aliaga huku akimsogelea Latifa na kumuuliza, "Sasa?" "Mimi nipo powa tu." Latifa alijibu kwa kujiamini na kuondoka pamoja na Niko. Mwingine aliulizia bili kwa yule muhudumu, "Mwenzenu ameshalipa." Muhudumu aliwajibu huku akiendelea kusafisha. Wote walijua ni yule aliyemwagiwa soda mwili mzima na kuondoka, ndiye atakayekuwa amelipa. Walibaki wakina kaka wawili na wasichana watatu. Mercy alianza kumsaidia muhudumu kuokota vyombo na chupa, vilivyokuwa chini ya meza, huku akishuhudia paka wakiendelea kutafuna minofu yake ya kuku bila huruma. Akiwa chini ya meza Mercy alisikia sauti ya kike akimuaga, "baadaye basi Mercy." Aliponyanyuka hakukuta mtu, bali mmoja wa rafiki zake Latifa, akiondoka na kaka wa mwisho. Mercy alibaki akiwaangalia wakiishia huku akiwa amepigwa na butwaa asijue cha kufanya na yeye alikuwa mgeni katika maeneo yale.

Alianza kusikia vizuri ule upepo wa baharini ukimwingia katika kila kiungo chake. Zaidi kwenye tumbo lililokuwa likilia njaa. 'Sina hela, njaa inauma wala sijui nilipo. Nitafanya nini? Na hiki kitambaa kichwani hakuna atakayenifuata tena. Na nimeshamuudhi Latifa, hawatataka kuniona tena. Nitakaa vipi pale Kijiweni na makundi yote yatakuwa yamenichukia? Nitaenda wapi?' Mercy alikuwa ameachwa pale peke yake. Kichwa kilizidi kumuuma na kuanza kutetemeka kwa baridi. Alianza kulia kwa kwikwi huku akitembea tembea pembeni pembeni ya maua pengine angepata joto huku akiwa ameingiza mikono yake ndani ya gauni alilokuwa amevaa. 'Siwezi kuendelea kuteseka hivi, afadhali nife nipumzike. Kifo pekee ndicho kitanitenga na dhiki za dunia hii.' Mercy alishafikia mwisho wake. Aliamua kutafuta mahali pazuri ambapo hakuna mtu atakayeweza kumuona ili ajaribu kufikiria jinsi ya kutoa uhai wake bila kugundulika. Wazo la kutafuta chupa na kujikata kwenye mishipa ya damu ya kiungio cha mkono wake kiganjani, lilimjia ili akae pale damu zitoke mpaka atakapokufa kwani hakuwa na pesa ya kununulia dawa yoyote ya kujiulia. Alibahatisha kuokota kipande kidogo cha chupa ambacho alijua wazi kingemsaidia kutimiza lengo lake. Akiwa anaendelea kutafuta eneo zuri la kujificha ili mtu yoyote asimuone, macho yake yalitua kwenye miti iliyokuwa eneo lile. Ilimkumbusha na ile aliyokuwa ameiona Miami, Florida nchini Marekani. 'Labda kwa kuwa kote ni pwani na aina ya minazi na majani yanayoota ni kama sawa tu isipokuwa kule ni Marekani na hapa ni Tanzania.' Mercy aliendelea kuwaza huku akizidi kutafuta sehemu ya kujificha. Maeneo yale yalimrudisha kwenye enzi zake. Taratibu alikaa chini na kufunga macho na kuanza kusahau shida zake zote huku akivuta taswira na matukio ya zamani ya Miami. Machozi yalianza kumtoka Mercy kadiri alipozidi kukumbuka mara yao ya kwanza walipokutana na Rich wote wakiwa mapumzikoni mjini Miami. Tabasamu lilimjaa usoni. Mercy alikuwa amekwenda na familia ya mama yake mkubwa, pacha wa mama yake waliokuwa wakiishi naye Marekani, mjini Miami kwa ajili ya mapumziko. Wakiwa wanaogelea Lilian mtoto wa mama yake mkubwa ambaye wakati huo alikuwa kama mama yake, aligundua kuwa Rich alikuwa akimwangalia sana Mercy. Lily na Mercy walikuwa kama kumbikumbi, hapakuwa na mtu aliyeweza kuwatenganisha. Walifanya kila kitu pamoja, isipokuwa Lilian alikuwa na asili kubwa ya Kimarekani kwani baba yake alikuwa ni Mmarekani mweupe, kwa hiyo Lilian alichukua asili ya Kimarekani kabisa na Mercy alibeba asili ya Kiafrica kidogo hasa umbile kama bibi Shema, mama ya baba yake. Lilian alikuwa mtundu sana na muongeaji kuliko Mercy. Aliumbwa na moyo wa ujasiri kama mama yake. Wakati wote alihakikisha anapata anachokitaka hasa akikusudia. Wengi walimsifia kwa moyo wa ujasiri na kumwambia atafika mbali.

Alizidi kucheka mwenyewe akiwa gizani huku nuru ya mwezi na nyota vikimmulika usoni. Alikumbuka jinsi Lily alivyokuwa akimsisitizia amchangamkie Richard kwa haraka. "I can smell money on him, Mercy!" Lilian aliendelea kumshawishi Mercy. "Sitaki pesa iwe kigezo cha mahusiano yetu Lilian, nataka mapenzi ya kweli." Mercy alimwambia Lilian ambaye yeye alisisitiza penzi lisilo na pesa mara nyingi hufa mapema. "Sio kweli Lilian. Penzi lililojengwa na pesa wakati wote hufa mapema." Waliendelea kubishana mpaka Rich alipowasogelea na kuwasalimia. "Nitahamia kwako baada ya harusi yako na kama ukizubaa nitamchukua mimi." Lily alimnong'oneza Mercy huku akitoka ndani ya maji na kuwaacha Rich na Mercy peke yao. Rich hakuwa na mambo mengi kama watoto wengi wa matajiri. Alijua kuwa na kiasi katika kila jambo na heshima kama mtoto aliyezaliwa kijijini Tanzania. Alikuwa akitembelea gari dogo zuri ya thamani {sport car aina ya Porsche}. Akitoka kwenye hiyo gari huwezi kujua kama ni yake. Alijaliwa kutumikiwa na pesa wala hakuwa mtumwa wa pesa hata kidogo. Unyenyekevu wake ndio uliompa Mercy ujasiri wa kumkubali ingawa walitofautiana sana kiuwezo. Mercy aliamini kuwa Rich ndiye atakayekuwa mumewe kwani alidhani ndiye mwanaume pekee aliyemfahamu na kumthamini vizuri kuliko mwanaume yeyote duniani. Usemi wa "Never settle for less" Rich aliupenda na kuurudia mara kwa mara hasa akiwa na Mercy aliyejiona duni wakati wote na mwenye kustahili vitu vidogo vidogo. Rich alimwambia ni usemi aliofundishwa na baba yake na ndio uliomfikisha baba yake mbali kimaendeleo katika maisha. Alimuhusia mtoto wake huyo kuweka malengo tena malengo makubwa. Kuhakikisha anapambana mchana na usiku kufikia malengo yake na kamwe 'Never settle for less.' Na Rich alikuwa akimsisitiza sana Mercy mpenzi wake kila alipokuwa akikata tamaa ya kuja kutimiza ndoto zake kila anapopambana na ugumu wowote. Msemo huo ulianza kujirudia tena na tena kichwani mwa Mercy kwani hata baba yake alishamsisitiza kujiwekea malengo makubwa maishani. 'Hapana, Rich alikuwa anasema hivyo kwa kuwa alikuwa ana kila kitu anachokitaka katika maisha yake na ilikuwa rahisi kupanga mambo makubwa kwa kuwa alijaliwa wazazi wenye uwezo na alikuwa akiishi na wazazi wanaompenda na kumjali. Ona mimi sasa hivi mipango yangu yote imevurugika, kinachokuja ndicho ninachochukua. Wazazi wangu wameniacha nikiwa bado nawahitaji sana katika maisha yangu.' Machozi yalianza kumtoka tena Mercy, huku akiendelea kujitia moyo katika uamuzi wake wa kujiua. 'Sina njia nyingine ya kujiokoa, kifo pekee ndio mkombozi wangu.'

"Huku si salama sana, hasa usiku ukiwa peke yako!" Mercy alishtushwa na sauti ya mtu aliyekuwa amesimama nyuma yake. Alisimama haraka akijua labda ni mlinzi amekuja kumkamata lakini harufu ile ile ya Calvin Klein, ilianza kuibua maswali mengi ndani yake huku akijipapasa taratibu akitafuta kitambaa chake mfukoni ili kufuta machozi kabla ya kugeuka. Taratibu alikitupa kile kipande cha chupa alichokuwa ameshikilia mkononi. Huku akijiuliza, 'Ni yeye tena? Mbona kama alisema anaenda kulala kwa kuwa amechoka na safari? Anatafuta nini huku?' Mercy aliendelea kutafuta kitambaa chake bila mafanikio. "Unatafuta hiki kitambaa?" Kabla Mercy kujibu, alikiweka kwenye bega la Mercy ambaye wakati wote alimpa mgongo. Taratibu Mercy alikivuta na mkono wake wa kulia kisha akajipangusa machozi bila kugeuka. "Muhudumu ameniambia alikuona unaelekea huku." Alisogea pembeni ya Mercy bila kumtazama usoni huku akiendelea kusifia hali ya hewa na wote walikaa chini. "Niambie Mercy, umehesabu nyota ngapi?" Mercy alinyanyua macho yake ili aanze kuangalia nyota ambazo hakuwa hata ameziona kabla. "Mwenzio nimepata zaidi ya kumi mpaka sasa." Yule kaka aliendelea na maongezi bila kumwangalia Mercy aliyekuwa kimya wakati wote. Alianza kuhesabu tena huku akinyosha kidole angani. "Umepita na ile pale pembeni ya ile kubwa." Bila kujijua Mercy alijikuta akimsaidia kuhesabu. Walikaa pale kwa muda huku wote wakiendelea kuangalia angani. Baada ya muda kidogo, wote walitulia kimya, na kila mmoja alipotelea kwenye mawazo yake. "Naitwa Benjamin ila wengi wanapendelea kuniita Ben, walinipa jina la babu yangu." Alimgeukia Mercy ambaye wakati wote alikuwa kimya. "Nimefurahi kukufahamu Ben." Ukimya mwingine ulitanda kati yao mpaka waliposhtushwa na mlio wa ngurumo wa tumbo la Mercy. "Samahani." Mercy aliongea kwa sauti ya unyonge sana huku akijitahidi kufinya tumbo lake kidogo kama kulinyamazisha, lakini baada ya muda liliendelea kulia zaidi. Njaa na hofu ya maisha vilimlemea Mercy. Kwa akili zake alikuwa ameshafikia mwisho. Hakuwa na jinsi ya kujisaidia tena. Alibaki kama mtoto aliyebanwa mahali akisubiri msaada.

"Hapa watakuwa wameshafunga jiko, lakini ipo sehemu mjini napafahamu huwa wanatengeneza chakula mpaka usiku sana. Utapenda chips?" "Nitashukuru, njaa inauma sana." Mercy alijibu bila kuvunga huku machozi yakimtoka. Ni kweli njaa ilikuwa ikimuuma na hakuwa hata na nguvu ya kutembea zaidi endapo angetakiwa kurudi Kijiweni. Kwa kuwa Ben alionekana sio wale wanaume wanaolala na kila mwanamke na alishajitoa mapema tangia warembo wakina Latifa wapo! Roho ya Mercy ilianza kutulia, alijua hata akimpa chakula hatamdai kitu na pia kwa hadhi yake asingeweza kulala na mwanamke kama yeye mchafu tena anayenuka. 'Lakini kwa nini alirudi?' Ni swali lililozidi kumkera Mercy lakini kwa wakati huo Mercy aliishiwa ujanja ilikuwa ni lazima ale kwa malipo yoyote yale. Alizidi kujipa moyo, 'labda Mungu ndio amenishushia kunguru wangu kama wa nabii Elia anilishe. Bila shaka Elia na yeye angeuliza maswali mengi angekufa na njaa pangoni.' Hizo ni moja ya habari Mercy alizokuwa akizijua vizuri kutoka kwenye Biblia. Mercy na Rich walikuwa washirika wazuri sana kanisani na walikuwa pamoja kwenye kikundi cha vijana. Wakati ule kila kitu walichofundishwa kilionekana kinawezekana. Hela ilikuwepo, pa kulala hapakusumbua, upendo kila mahali kwa hiyo dini ilikuwa inawezekana. Mercy aliendelea kuwaza huku akilaumu. 'Hivi kwa nini hawakuwahi kunifundisha inakuwaje maisha ya dini bila pesa? Au ndio kuvumilia majaribu? Mbona hawakusema ni majaribu yepi yanayoweza kutukabili? Na kwa nini hawakuniambia kuwa huyo Mungu hajibu watu kila mahali au kuna nchi yupo na nchi nyingine hayupo? Mambo mabaya yote yamenipata kwenye hii nchi. Bila shaka Adamu alilaaniwa kwenye nchi hii. Hii ardhi imelaaniwa.' Uchungu ulizidi kumjaa Mercy na kuzidi kulia bila kujizuia na wala asijue muda wote ule Ben alikuwa akimwangalia.

"Lazima tuondoke sasa hivi Mercy. Hapa wameshafunga jiko, na huko nilipokwambia pia wanaweza kufunga kama tusipowahi. Nikusaidie kusimama?" "Hapana, ahsante mimi nipo sawa tu." Mercy alijibu huku akijaribu kujinyanyua kwa shida sana huku akitetemeka baridi na kuanza kutembea nyuma ya Ben kwa aibu ya mlio wa tumbo lake. "Kuna koti kwenye gari, vumilia tukifika nitakupa ujifunike." "Ahsante." Ukweli Mercy alisikia baridi isiyokuwa ya kawaida. Alishakaa kwenye nchi za baridi lakini baridi hii ilikuwa ya tofauti, ilianzia kwenye mifupa na mwili wote ulikuwa umechoka. Lakini alijifariji akijua ni njaa na uchovu wa muda mrefu. Tumbo lake nalo lilizidi kuunguruma kitu kilichomfanya azidi kupunguza mwendo kwa aibu. "Vipi ndio umeishiwa nguvu nikubebe nini?" "Hata! Nipo tu sawa." "Unajua dawa ya hilo tumbo?" Mercy alitingisha kichwa kuashiria kutofahamu. "Ni chakula. Ukijitahidi kutembea, tukawahi chakula, ukala mapema, tumbo litanyamaza." Alisimama huku akimwangalia Mercy aliyekuwa na yeye amesimama mbali naye kidogo. "Twende basi, gari lipo upande huu." Huku akionyesha kidole. "Sio mbali, tumeshafika." Alitoa rimoti kisha akafungua gari yake. Baada ya kufika kwenye gari alifungua mlango wa mbele wa abiria. "Karibu ukae huku." "Naomba nikae tu nyuma Ben." Mercy alimuomba Ben kuficha ngurumo zilizokuwa zikitoka tumboni na harufu kali aliyokuwa anaisikia ikitoka mwilini mwake. "Kwa nini ukae nyuma, kama balozi bwana! Njoo tu usiogope huwa na mimi silagi watu ." Gari yake ilikuwa nzuri sana na ilionekana safi kama yeye mwenyewe. Mercy alianza kujiangalia vile alivyo na lile gari, akabaki anababaika. Viatu vyake bado vilikuwa na udongo mwekundu wa kijijini Mlalo, Lushoto. "Naweza kuvivua tu na kuvishika mkononi." Mercy alijikuta akiropoka kwa aibu baada ya kuona macho ya Ben yakiangalia miguu yake. "Hakuna sababu ya kufanya hivyo. Ingia tu, upo sawa. Usijali." Ben alimjibu huku akifunga mlango na kuelekea upande wa dereva.

Alianza kubadilisha CD kwenye gari yake. "Unapendelea kusikiliza nini kwenye redio? Au unapendelea nyimbo zipi?" 'Laiti angenijua tu hata kidogo, asingejisumbua kuniuliza.' Mercy alijikejeli moyoni. 'Nasikiliza wapi? Wakati gani?' Mercy alibaki kimya asijue cha kujibu huku baridi ikiendelea kumnyanyasa. "Naona unatetemeka baridi mpaka umepata vipele vya baridi. Kuna koti hapo nyuma ya kiti nilichokalia, unaweza kunyosha mkono ulichukue ili ujifunike? Najua litakuvaa, ila wewe usijali jifunike kama blanketi tu." Ben alimsisitizia Mercy huku akitabasamu. Kijana huyu wa kinyamwezi alijaliwa urefu zaidi ya nchi 6 hivi, hakuwa mnene wala mwembamba, alikuwa na umbile la kawaida tu. Alionekana mtulivu na mambo yake yalionekana sio mabaya kabisa kifedha. Mercy hakuwa mfupi sana, binti mwenye urefu wa kiasi kama nchi 5 lakini alionekana mdogo mdogo kwa kukosa matunzo mazuri hasa lishe. "Nafikiri naweza kufikia." Mercy alijibu huku akifungua mkanda wa gari na kujaribu kugeuka nyuma ili kuona kama angeweza kupata hilo koti na kujifunika kwa kuwa ni kweli baridi ilimtesa. Taratibu alirudisha mkono wake baada ya kugundua kwanza ni koti la suti, zuri, safi na limening'inizwa kwenye dirisha na lipo ndani ya mfuko maalum na pia harufu iliyoanza kutoka mara aliponyanyua mkono, hapakuwa na jinsi Mercy angekubali kuvaa lile koti la Ben hata kama angekuwa anakufa na baridi. Alikumbuka maji machache aliyokuwa amepewa na Latifa hayakutosha kuoga aliishia kufua chupi yake iliyokuwa ikinuka sana, tena bila sabuni, na kuikausha na gauni na bado ilikuwa na unyevunyevu. Hofu ilianza kumwingia tena, alianza kuhisi kama analowesha viti vya gari na kuanza kuhangaika. Huku akihisi harufu inatoka kila mahali. Kichwani ndipo hakutaka hata kuendelea kuwaza maana nywele zake nyingi na ndefu alizokuwa amezifunga mabutu ya muda mrefu bila kuosha sababu ya ukosefu wa maji ya kutosha na kila sabuni aliyojaribu kuoshea akiwa kijijini ilizifanya nywele zake kuzidi kukakamaa. Kwa hiyo hakuwa ameziosha kwa muda mrefu sana. Alianza kujilaumu kwa kuharibu harufu nzuri aliyoikuta kwenye gari la Ben. Kwa aibu alirudi na kujikunyata tena angalau azuie harufu kali. "Vipi hufikii nini?" 'Ina maana hasikii harufu yangu au ndiyo ustaarabu?' Mercy aliwaza. "Mercy!" "Ninafikia lakini naona kama nitakuwa tu sawa bila koti, kwanza sasa hivi najisikia joto." "Jamani Mercy, huwezi hata kudanganya! Ona unavyotetemeka baridi. Wewe vaa tu bwana, si ukipata joto utalivua tu! Kwa nini uteseke na baridi sasa hivi wakati koti lipo?" "Mimi nipo sawa tu." Safari hii Mercy alijitahidi kuongea kwa msisitizo ili aweze kuaminika na Ben.

Sauti ya mlio wa taa ya indiketa zilimfariji sana Mercy, alijua pengine wameshafika kwenye chipsi na ameokoka na maswala ya koti. Ben alisimamisha gari pembeni, akashuka ndani ya gari. Alifungua mlango wa nyuma lilipokuwepo koti na kuzunguka upande aliokuwepo Mercy. Mercy alianza kutetemeka alipojua Ben anaelekea kwenye mlango wake, mapigo ya moyo yalianza kwenda kasi. Alijua akifungua tu mlango amekwisha umbuka kwa harufu kali bila kujua harufu ile ilishaenea kwenye gari zima. Ben alifungua mlango na kutaka kumfungua Mercy mkanda wa gari ili amvalishe lile koti. Ilibidi Mercy ajisalimishe kwa Ben huku akitetemeka. "Ninanuka sana Ben, ndio maana nimehofia kuvaa koti lako. Naogopa nitalitia harufu na kulichafua. Nitakuwa sawa tu, wala usijali." Mercy aliongea kwa sauti ya unyonge iliyojaa hofu na aibu. Muda wote huo Ben alikuwa akimwangalia Mercy. "Kwanza ujue watu hufua nguo chafu na pili hii ni mojawapo ya matumizi ya hili koti. Wewe usihofu, likichafuka litafuliwa tu. Naomba uvae. Sawa Mercy?" Mercy aliitikia kwa kichwa. "GOOD." Ben aliitikia kwa furaha kama vile mtu anayejipongeza kwa kufanya kazi nzuri yenye mafanikio aliyotarajia. Alimfungua Mercy mkanda wa gari na kupitisha koti nyuma ya mgongo wake uliojaa mifupa, taratibu kana kwamba anachukua tahadhari asije akaharibu au kuvunja kitu, huku akiendelea kumwangalia na macho yake makubwa yaliyoonekana yamechoka na kujaa usingizi. 'Nilijua atakuwa na usingizi tu, maana aliaga mapema kwenda kupumzika, lakini mpaka sasa yupo macho.' Mercy aliendelea kuwaza huku akitamani amalize haraka ili aondoke pale asimtese na harufu kali. "Naweza tu kumalizia kuvaa mwenyewe kwenye mikono, ahsante sana." "Usijali." Ben aliendelea kusimama kana kwamba anataka kushuhudia kitu. "Unaumwa Mercy?" Mercy alisita kidogo. "Mwili wako una joto kali na unatetemeka baridi wakati hali ya hewa ni ya joto." "Labda ni kuchoka tu. Japokuwa kichwa kinauma sana. Nikila na kwenda kulala nitakuwa sawa." "Ninazo dawa za maumivu lakini ni vizuri kula kwanza, unaonekana una njaa." "Hapana, naweza tu kunywa sasa hivi." Kusikia dawa ya kupunguza maumivu kwa Mercy ilikuwa ni kama kupokea muujiza wake. Alitamani apewe angalau kwa mara ya kwanza apunguze maumivu makali aliyokuwa nayo. "Zitakuumiza sana tumbo, ngoja ule kwanza. Tunafika sasa hivi kwenye chakula." "Ahsante sana kwa koti angalau linanipunguzia baridi." "Karibu." Ben aliwasha tena gari na kuondoka.

"Hujaniambia unapenda nikuwekee nini kwenye redio?" "Chochote tu, unachopenda wewe. Mimi sitajali." Mercy alijibu kwa unyonge.

"Lakini wewe huwa unapendelea nini?" Ben alihoji zaidi. "Wakati mwingine maisha hayakupi ruksa ya kuchagua au hata nafasi ya kutoa pendekezo lako Ben. Kilichopo mbele yako ndicho hichohicho unachukua." Mercy alimjibu Ben kwa uchungu huku akiendelea kuwaza na kumuacha Ben asijue kipi kinachomsibu mwanadada huyo aliyejawa na machozi. 'Ingekuwa ni kupenda kwangu, sasa hivi ningekuwa namalizia shahada yangu ya sheria katika chuo kikuu cha Yale, Marekani. Ningekuwa na wazazi wangu wote wawili na pengine wadogo zangu, ningekuwa nimebakisha miaka michache tu kufunga ndoa na Rich, tena nikiwa msichana mbichi kabisa sio kama sasa ninaposimama hawaoni utu wangu wanaona msichana aliyeporomoka kimaadili, anayetumia mwili wake kama duka kupata pesa. Yeyote anaruhusiwa kuingia na kuchukua anachotaka kwa bei yake yeye, sio yangu. Uthamani wangu ni pale ninapotimiza kwa usanifu kazi yangu ambayo sina hata ujuzi nayo.' Uchungu ulimzidi Mercy kadiri alivyokuwa akiwaza, machozi yalianza kutoka tena. Kwa mara ya kwanza Mercy alianza kujichukia. 'Lini nimegeuka kuwa mnyama kiasi cha kutoa utu wangu sababu ya pesa?' Mercy alianza kuilaumu nafsi yake.

"Tumefika Mercy, unataka nikuletee nini? Na ninaona kuna watu wengi kweli kwa hiyo inaonekana kuna kusubiri kidogo." Ben aliendelea kumuongelesha Mercy aliyekuwa akitokwa na machozi huku akiegesha gari yake vizuri. Japokuwa kulikuwa na watu wengi, lakini wengi wao walitumia baiskeli kwa hiyo hakupata shida ya sehemu ya kuegesha gari.. Ben alisimamisha gari na kumgeukia Mercy. "Naomba usilie, kichwa kitazidi kukuuma Mercy. Umesikia?" Mercy alitingisha kichwa. "Nikuletee chakula gani?" "Chochote tu nitakula." "Ningependa kuleta chakula ambacho ungependa Mercy, naomba uwe huru uchague." "Chips tu." Mercy alijibu kwa kifupi huku akikausha machozi yake. "Chips basi!? Hutaki kitu kingine?" Mercy alianza kuwaza gharama, na huku mfukoni hakuwa na pesa yoyote. "Ndiyo, chips tu zitanitosha. Ahsante." "Huli mayai wala kuku?" "Naona itakuwa pesa nyingi sana Ben. Nitakula chips kavu tu zitanitosha." Ben alifungua mlango bila kujibu kitu na kelele za watu waliokuwa wakishangilia mpira nje ziliingia ndani ya gari, na baada ya muda alirudi na soda aina ya Anjari inayopatikana kwa wingi mkoani hapo. "Inaonekana tutakakaa hapa kwa muda mrefu kidogo. Ndio wanaweka viazi jikoni." "Naona uniache tu hapa Ben nizisubirie, ili wewe ukapumzike najua umechoka. Umeshanisaidia vya kutosha." "Hamna shida mimi nipo tu sawa. Halafu nikikuacha hapa, utarudi vipi nyumbani Mercy?" "Nyumbani?" Mercy aliuliza taratibu na kwa mshangao. "Ndiyo, namaanisha utarudije nyumbani kwenu? Maana sasa hivi ni usiku sana na kama unavyoona huu mji hauna magari mengi." Mercy alibaki kimya. "Vipi au hauishi na wazazi?" "Hapana, siishi na wazazi." "Unaishi wapi?" "Makorola." "Unaishi na nani?" Hilo swali zuri sana. Maana hata Mercy mwenyewe hakuwa anajua anaishi na kina nani. Wazo lilimjia la Latifa. Ghafla alidakia, "Naishi na kina Latifa." "Wazazi wako wapi? Kama hutajali kuniambia." Ben aliongeza kwa sauti ya udadisi. Mercy alinyamaza kidogo kama mtu aliyekabwa kitu kooni akijaribu kukitoa bila mafanikio mazuri huku machozi yakimlengalenga. "Sina wazazi Ben. Wazazi wangu wote walifariki." "Ooh! Pole sana Mercy." Kwa mara ya kwanza Mercy kupata mtu aliyeonekana kujali na kumuulizia juu ya maisha yake tangu akumbwe na misukosuko. "Ahsante."

Mercy alijishika kipanda uso chake na kunyamaza kwa muda. "Vipi?" "Kichwa kinazidi kuuma Ben." "Pole." Alinyosha mkono wake na kumshika Mercy pembeni ya paji la uso uliofunikwa kitambaa nusu yake. "Ni kweli una joto kali. Kama utakubali turudi wote pale hotelini naweza kukupa dawa." "Wala usijali, nitakuwa sawa tu mara baada ya kula. Najua umechoka Ben, ungehitaji kurudi ili na wewe upumzike." "Haina shida, nitalala tu. Wewe huwezi kunizuia kulala, hata hivyo kesho baada ya kikao changu cha asubuhi sina la kufanya naweza kurudi kulala. Kwa hiyo kama kipingamizi ni mimi usijali, twende ukanywe dawa ulale tuone kesho utaamkaje. Sawa?" Mercy alibaki kimya "Kwanza Latifa na wenzake ni ndugu zako?" Ben aliendelea kudadisi. "Hapana, ndio na mimi nimekutana nao leo, usiku huu." Ben alikunja uso kama kushangaa. "Sijaelewa! Umekutana nao leo?" "Ndiyo. Pale nilipofikia panaitwa Kijiweni na wao wanaishi hapo hapo." Bado Ben alionekana kutoelewa. "Ngoja nikaangalie chakula kwanza tutaongea vizuri kichwa kikitulia." Baada ya muda Ben alirudi na mfuko mkononi. "Si tunaenda wote?" "Wahudumu wa ile hoteli hawawezi kuniruhusu mimi kukaa pale Ben, walinzi watanifukuza pameshakuwa usiku sana. Hapa itakuwa rahisi kwangu kupata daladala kesho asubuhi." "Wewe usijali tupo wote hawatakuwa na shida yeyote." "Una uhakika sio usumbufu kwako Ben? Najisikia vibaya nimekuweka macho mpaka sasa hivi." "Nilikwambia usijali Mercy. Nina muda mwingi tu wa kupumzika kesho." "Sawa, kama haitakuwa usumbufu kwako, maana hata hivyo mimi mwenyewe sipafahamu vizuri ninapoishi mpaka nikipanda daladala ndio naweza kupatambua. Maana daladala zinasimama karibu na hiyo nyumba niliyofikia." "Sasa ulitaka kwenda wapi usiku huu nikikuacha hapa?" Mercy alinyamaza kwa muda akijiuliza swali hilohilo. Alikumbuka mlinzi aliyewahi kumuhifadhi kituo cha mabasi alipofika hapo mjini. "Kuna walinzi wengine wana roho nzuri wanaweza kukuruhusu ulale barazani kwao mpaka asubuhi." Ben alibaki bado na maswali mengi. 'Siamini kama kweli mimi nimegeuka kuwa mtu wa ajabu kuliko ndege. Maana hata ndege ana kiota chake maalumu, lakini mimi Mercy nimegeuka kitu cha ajabu kuliko mnyama asiyekuwa na akili.' Machozi yalianza kumtoka tena Mercy. Alijitahidi kuuficha uso wake ili Ben asimuone akiwa analia. "Kichwa kitazidi kuuma kama unalia Mercy. Na kama unafikiria kulala barazani basi ni afadhali twende wote ukalale kwangu mpaka kesho." Alifunga mlango wa gari na kuanza kuendeshea gari kimya kimya mpaka hotelini. Walifika na kuegesha gari palepale Ben alipolitoa gari mwanzoni. Wakati Mercy anafungua mkanda na kutaka kujaribu kuvua koti ili alirudishe nyuma, Ben alishafika mlangoni kwake. "Naona uvae tu hilo koti mpaka ndani, huna haja ya kulivulia kwenye gari. Ukinywa dawa na homa ikianza kushuka ndio utakuwa wakati mzuri wa kulivua." Wakati huo Ben alikuwa ameshikilia chakula na chupa kubwa mbili za maji. "Nikusaidie kushuka?" "Hapana nipo tu sawa." Mercy aliendelea kujivuta taratibu huku Ben akiwa mwingi wa mawazo, alitembea taratibu pembeni yake mpaka walipokaribia ngazi. "Angalia usijikwae kwenye ngazi. Napenda chumba cha juu, kuepusha kelele." "Hamna shida. Nakushukuru Ben." "Karibu."

Ben aliongoza njia mpaka kwenye chumba cha mwisho kabisa, palikuwa pametandikwa vizuri, pasafi na pananukia harufu ile ile aliyokuwa akinukia Ben. Hapakuwa na dalili ya kuwa na mwanamke mwingine aliyewahi kuingia humo ndani. 'Haelekei kama ni mtu wa kupenda wanawake huyu kaka. Ila alivyokuwa mzuri, lazima wanawake watakuwa wanamsumbua, na hela alizo nazo hawezi kuwaacha.' Mercy aliendelea kuwaza huku akiendelea kuangalia kila mahali kwa makini. "Unaweza kuweka vitu vyako hapo, ngoja nisogeze vya kwangu upande huu, nimetupatupa vitu kila mahali kwa kuwa najua nipo peke yangu." Ben alianza kujitetea. "Wala usihangaike Ben, sina kitu chochote cha kuweka." "Kula kwanza, unywe dawa ndipo ulale." "Nina maumivu makali sana Ben, naomba nisaidie kwanza dawa nitakula baadaye." "Unaonekana tumbo lako lipo tupu Mercy. Ungejikaza ule kwanza ndipo unywe dawa." Alimsogezea mfuko wa chakula. "Tutakula wote Ben?" "Nilishakula mwenzio wakati wewe ulipoenda kujificha chooni." "Sikujificha. Naomba nikanawe mikono." Ingia tu hapo bafuni. Macho yalimtoka Mercy baada ya kukumbana na bafu safi sana na maji ya kutosha. Alitamani kukaa kwa muda na kujaza sinki maji ili akae humo labda atasahau matatizo yake kwa muda. 'Kweli vitu kama hivi vimekuwa vya ajabu kwangu wakati ndio yalikuwa maisha yangu ya kawaida!' Mercy alibaki akilia bafuni kwa kwikwi, kila alipowaza maisha baada ya usiku huo alizidi kuogopa.

Ben akafungua mlango, na kukaa juu ya choo pembeni yake. "Vipi Mercy? Usilie bwana. Usiogope kila kitu kitakuwa sawa tu. Umesikia? Kila kitu kinachotokea katika maisha kina sababu. Jipe muda tu, Mungu atakusaidia." Ben aliongea na Mercy kana kwamba ni mtu anayemfahamu. "Ungejikaza uje kula, ili unywe dawa halafu upumzike." Taratibu Mercy huku akichechemea alirudi mezani akala kidogo tu, alishapoteza hamu ya kula na muda wote huo Ben alikaa pembeni yake akimwangalia asijue cha kufanya, alikuwa amemnunulia chips yai na kuku. "Nimeshiba Ben, ahsante." "Mbona umekula kidogo hivyo?" "Inatosha, nasikia maumivu makali sana, nisaidie dawa." Mercy alikunywa dawa alizopewa na Ben, akarudi tena bafuni kuoga.

Akiwa bafuni kama mtu aliyeona almasi, Mercy alijiambia, 'Maji haya lazima kuyatumia ipasavyo.' Alibahatisha sabuni ya kipande na shampuu ya kiume. Alijua kabisa ni vya Ben, lakini hakujali. Alianza kufua kila kitu chake ili angalau akirudi Kijiweni awe safi. Akatumia shampuu ya Ben kuoshea nywele zake zilizokuwa zikitoa harufu mbaya ya jasho. Mercy alioga tena na tena. Angalau moyo wake ulianza kufunguka na maumivu yalianza kupotea. Maji ya vuguvugu yalimsaidia kupata joto mwilini. 'Kweli uchovu na uchafu ndivyo vilikuwa vikinisumbua.' Aliendelea kujisemesha mwenyewe akiwa bafuni huku akiendelea kujiangalia kwenye kioo. Kwa muda mrefu sana hakupata muda wa kujiangalia kwenye kioo. Aliendelea kushika nywele zake ambazo bado zilikuwa zinachirizika maji. Alianza kuzikausha na taulo mojawapo lilokuwa pale bafuni mpaka alipogundua ipo mashine ya kukaushia nywele{dryer}. Alibakiwa na taulo moja tu lililomtosha kujifunga kifuani mpaka magotini. Moyo wake uliendelea kufunguka kadiri alipokuwa akijiangalia kwenye kioo, na kuanza kuiona sura ya mama yake mzazi tena, pale pale kwenye kile kioo. Alizidi kukumbuka enzi za uhai wa wazazi wake, jinsi baba yake alivyokuwa akimsifia mke wake. Uso wa Mercy ulikuwa umefunguka kabisa, alijawa tumaini jipya baada ya maumivu yote kutoweka na baada ya kuona sura ya mama yake tena kupitia kioo hicho. Alijiambia ana sababu tosha ya kulala mpaka asubuhi. Wakati wote sura ya mama yake mkubwa na yeye mwenyewe ndio ilimfariji na kujiona bado angali akiishi na mama yake mzazi.

"Mbona hutoki? Upo sawa Mercy?" "Nipo sawa, ninamalizia." Mercy alibaki amesimama asijue kitu cha kuvaa baada ya kufua nguo zote mpaka kilemba. 'Ben atanielewaje nikitoka hivi?' Wasiwasi ulimuingia Mercy. 'Asije kunielewa vibaya kama nataka kumshawishi kimapenzi.' Akiwa amebaki na taulo moja tu, Mercy alifungua mlango taratibu kana kwamba anahofia kumwamsha mtu aliyelala. Macho yake yaligongana moja kwa moja na Ben aliyekuwa amekaa kwenye kochi na nguo zake nzuri za kulalia. Alibaki akimwangalia Mercy kwa mshtuko mkubwa sana, wakati Mercy akiendelea kujieleza na kuomba msamaha kwa kutoka vile. Kwa Ben alikuwa ni kama ametokewa na malaika.

Alibaki akimtazama Mercy kama mtu asiyeamini macho yake. Alimtazama nywele na kushuka nazo mpaka mabegani ambapo ziliweza kufunika mabega yake vizuri, rangi nyeusi ya nywele zake zilizojifinyanga kama mtu aliyeweka culikiti au mawimbi madogo madogo sana, zilimfanya Mercy awake kama nyota na kumfanya aonekane tofauti kabisa na alivyoingia bafuni. Alirudi usoni kama mtu aliyehofia kufikisha macho yake chini ya kifua cha Mercy. Alibaki akimtazama Mercy kama bubu aliyetamani kusema kitu na kushindwa. Huku Mercy na yeye akiendelea kujieleza bila kunyamaza. "Ndio maana nimetoka na taulo tu, naomba usinielewe vibaya Ben." Mercy alimalizia na kubaki akimwangalia Ben ambaye ni kama na yeye ndio anashtuka kutoka usingizini bila kujua kinachoendelea. Wakati wote huo Mercy alijua Ben anamshangaa kwa kutoka na taulo moja, bila kujua mshtuko uliompata Ben ni jinsi alivyotoka bafuni tofauti na alivyoingia akiwa na vitambaa na mchovu. "Na sina nguo ya kubadili, ila kesho zitakuwa zimekauka" Ilibidi Mercy arudie kujieleza tena baada ya kuona bado Ben amebaki kama bubu. "Haina shida tunaweza kuomba mataulo mengine mapokezi. Umebadilika sana Mercy kama sio wewe!" Mercy akatabasamu. "Si nilikwambia ni kuchoka tu Ben? Ona nimeoga uchovu umetoka najisikia vizuri." "Vipi kichwa?" "Kimepona kabisa, sina maumivu popote. Nashukuru sana kwa dawa." "Ipo tisheti moja hapa sijawahi kuivaa ni safi, nikupe ulalie?" "Nitashukuru." Ben alimpa Mercy tisheti nyeupe safi. "Ahsante Ben." "Karibu." Mercy alirudi tena bafuni kwenda kuvaa ile tisheti kisha akatoka "Ona ilivyokuvaa." Ben alimtania Mercy. "Ila nashukuru imenihifadhi." Mercy alizidi kupendeza japo alivaa tisheti tu na kumfanya Ben abaki amemkodolea macho. "Nasikia njaa sasa hivi, naweza kula tena? Nitakula hapo nje kwenye baraza ili nisikusumbue." "Wewe kula tu hapo hapo mezani, wala usiwe na wasiwasi na mimi, tena itakuwa vizuri ukishiba utalala vizuri." Ben aliendelea kumwangalia Mercy kwa makini sana.

Sura ya 2

Ben ikabidi kuuliza. "Unatokea wapi tena? Maana umeshanichanganya. Wewe mwarabu, Mzungu au....?" Mercy akaanza kucheka. "Mimi ni msambaa." "Msambaa gani upo hivyo Mercy?" "Kweli Ben, mimi ni msambaa." "Acha hizo bwana, niambie ukweli." Mercy alizidi kucheka. "Ulizaliwa wapi Mercy, maana hata ongea yako yenyewe pia inanichanganya." Safari hii Ben aliuliza kwa udadisi na kwa umakini zaidi. Mercy alivuta pumzi kwanza na kukaa kwenye kiti pembeni ya meza ambayo Ben alimuwekea chakula mwanzoni. "Nilizaliwa Dar nikiwa mtoto wa pekee kwa wazazi wangu. Baba yangu ni mtu wa Lushoto alikutana na mama alipokuwa masomoni Marekani. Mama yangu alikuwa ni mtu wa Venezuela, waliohamia Marekani na familia yake kutafuta maisha. Baada ya masomo ya baba kuisha walirudi Tanzania na mama akiwa tayari mjamzito. Nilipofika darasa la tano tu mjini Dar – es - salaam, mama yangu ali..., Mercy alikwama kidogo. "Mama alifariki kwa ugonjwa wa saratani ya kizazi, akiwa anaandaliwa kupelekwa nje kwa matibabu zaidi. Baba yangu alikuwa mfanyabiashara. Matatizo yalianza baada ya kifo cha mama. Ilimsumbua sana baba, alianza kuwa kama mtu aliyerukwa na akili. Wakati mwingine alikuwa akiniacha nyumbani mwenyewe, na yeye analala ofisini. Hali yake ilizidi kuwa mbaya, ndipo pacha wa mama yangu anayeishi Marekani alinichukua kwa muda ili kumpa baba muda wa kurudia hali yake ya kawaida. Baada ya mwaka, baba alikuja kunitembelea. Alionekana amerudia hali yake ya kawaida lakini aliniambia inabidi niendelee kuishi na familia ya mama mkubwa kwa kuwa yeye ni mtu wa kusafiri safiri asingekuwa na amani kuniacha nyumbani kwa muda mrefu bila uangalizi mzuri na aliniahidi kuja kunitembelea mara kwa mara. Ilibidi kuishi pale sasa kama mtoto wao na ndio maana hata jina langu la mwisho natumia jina la mume wa pacha wa mama mkubwa na hata uraia nilio nao ni wa Marekani. Ilibidi kuanza kuzoea maisha mapya na mageni kwangu, nakujua kuwa pale ndio pameshakuwa nyumbani sasa." Machozi yalianza kumtoka Mercy, aliinama na kunywa soda kidogo.

"Baba alikuwa akifanya biashara gani? Na mlikuwa mkiishi wapi hapa Dar?" "Mbezi ya kimara. Alikuwa akiuza magari na vifaa vyake, lakini zaidi magari. Alisema haikuwa biashara mbaya." "Na mama yako je?" "Nafikiri walikuwa wakisaidiana, maana mara nyingi nakumbuka walikuwa pamoja." Mercy alianza kuvuta kumbukumbu ya maisha ya kifahari aliyoishi akiwa mdogo. Machozi yalianza kumtoka tena. "Pole Mercy." "Nakumbuka mama yangu ndiye aliyekuwa akinipeleka shule lakini jioni baba ndiye alikuwa akija kunichukua na wakati wote tulimkuta mama nyumbani akiandaa chakula cha jioni, sijui mchana alikuwa akifanya nini. Hata hivyo nilikuwa mdogo wakati ule, sikuwa nazingatia lolote ilimradi mambo yalikuwa yakienda sawa, huulizi kitu." Mercy alitabasamu kwa unyonge. "Kiukweli mambo yalikuwa yanaenda sawa Ben. Nakumbuka nyumbani kwetu kwa baba yangu na mama yangu, kweli kulikuwa na amani na furaha wakati wote. Baba na mama walikuwa wakielewana sana na walinilea vizuri kama...." Mercy aliinama huku machozi yakimtoka kila alipokumbuka maisha aliyoishi na wazazi wake na jinsi anavyohangaika sasa. Alinyamaza kimya huku akiendelea kujaribu kuzuia machozi yake lakini alishindwa. Alisimama na kuanza kukusanya mifuko ya chakula na kusafisha meza huku machozi yakiendelea kumtoka. "Wapi wanatupa taka?" "Angalia hapo barazani kuna ndoo ya taka, ni ndogo tu utaiona. Pole sana Mercy." Mercy alitoka nje, kwenye baraza na kuanza kuangalia baharini kujaribu kutulia. Upepo mzuri ulianza kumfanya ajisikie vizuri. Alivuta kiti kilichokuwa pembeni yake na kujiegemeza, akafunga macho yake, akitamani asiondoke pale kurudi Kijiweni ambapo alijua ni kama kurudi uwanja wa vita. Akiwa bado amefunga macho yake, Mercy alijiambia 'furahia leo kadiri uwezavyo, kesho itajishugulikia yenyewe.' Alijitahidi kufunga fahamu zake zote za huzuni na kujaribu kuleta mawazo safi. Alivuta pumzi kwa nguvu mara tatu huku akizishusha taratibu na kuanza kusikia kifua chake chepesi kama aliyetua mzigo.

"Una miaka mingapi Mercy?" Wakati wote Ben alikuwa amesimama mlangoni akimuangalia binti huyo aliyeonekana kunyanyasika na maisha. "Mwezi ujao natimiza miaka 21." Mercy alianza kutabasamu. "Vipi?" "Unajua Ben sasa hivi ningekuwa chuoni namalizia masomo yangu ya sheria, halafu tufunge ndoa na mpenzi wangu Rich. Sikuwahi kufikiria kama ningekuwa hapa nikitafuta wanaume wa kuninunulia chakula. Nilikuwa na ndoto kubwa sana katika maisha yangu. Lakini dunia imenigeukia na inanitafuna kila iitwapo leo" "Nini kilitokea Mercy? Na kwa nini upo hapa?" Mercy alicheka kwa shida sana. "Baada ya baba kuniacha rasmi kwa mama mkubwa Marekani, maisha yalianza kunibadilikia sana Ben. Kutoka kuishi kwenye nyumba iliyojaa amani na upendo, nikitunzwa kama mtoto wa mfalme na kuhamia kwa watu wageni kwangu, tena na wao walikuwa na watoto wao na ugomvi wa mara kwa mara usioisha kati ya wazazi hao na kutokujaliwa kabisa na kujikuza mwenyewe, kulinifanya kuishi kwa shida sana. Niliteseka sana. Mume wa mama mkubwa alikuwa mkorofi, kitu kilichokuwa kikisababisha ugomvi usioisha ndani ya nyumba. Hakuna siku ya amani labda akiwa amesafiri." "Ulikuwa ukimwambia baba?" "Ilikuwa ngumu kumwambia matatizo yangu Ben. Kwa kuwa alikuwa akija mara chache na wakati wote akija alionekana ana mawazo mengi. Sikuwa nataka kumuongezea matatizo mengine. Nanilikuja kugundua hata pesa nyingi alizokuwa akinitumia baba yangu, badala ya kunipa, baba mkubwa alikuwa akizificha pasipo hata mama mkubwa kufahamu." "Pole sana Mercy." Mercy alitulia kwa muda.

"Sitaisahau birthday yangu ya miaka 18, Ben." "Nini kilitokea?" Ben aliendelea kuhoji. "Mambo mawili yalitokea, baba alikuja bila kuniambia na ndiyo ilikuwa mara ya mwisho kuonana naye, na Rich alinipa zawadi nzuri sana." "Zawadi gani?" Mercy alicheka. "Alinipa gari tena jipya kabisa, halikuwahi kuendeshwa na mtu yeyote, mimi ndiye nilikuwa wa kwanza. Sikuamini Ben!" Mercy alitulia tena na kujaribu kuvuta kumbukumbu ya maneno aliyokuwa amehusiwa mara ya mwisho na baba yake. Machozi yalianza kumtoka kimya kimya. "Ninachoshukuru Mungu, nilipata muda mzuri wa kutosha na baba yangu kabla ya yeye kurudi Tanzania ambapo aliniaga kuwa angeenda Japani kikazi." Mercy alifuta machozi. "Moja ya vitu alivyokuwa amenisisitiza baba yangu ni kuwa, utajiri mkubwa ni ule nilionao ndani yangu sio nyumba zake na mali zake. Alinirudia tena na tena. 'Kumbuka Mercy utajiri mkubwa upo ndani yako. Utakapotulia na kujitafuta moyoni ni lazima utakuja kujua uwezo mkubwa Mungu aliouweka ndani yako sio mimi kama baba yako na mali nilizokuwa nazo, hapana.' Aliendelea kunisisitiza. 'Hakuna yoyote anayeweza kukunyang'anya kipawa chako mpaka wewe mwenyewe ushindwe kutumia kwa hofu, au kukubali kukatishwa tamaa na mipaka utakayojiwekea mwenyewe sio mtu baki.' Alinipa mfano wake yeye mwenyewe na mambo aliyokuwa akisoma. Alisema alikuja kugundua alichosomea sio kitu anachopenda kufanya katika maisha yake. Alibadili na kuwa mfanya biashara, kitu kilichowaumiza sana wazazi wake mwanzoni isipokuwa mama yangu ndiye alimuelewa na kumtia moyo. Alinielezea jinsi

alivyopata mwanzo mgumu, lakini aliniambia kwa kuwa alijua kitu gani anataka kufanya, alipambana mpaka alipofanikiwa. Anasema kitu kilichokuwa kikimmaliza, ni kifo cha mama. Alifariki mapema kabla hajafaidi matunda yao, lakini alisema hakuwa na shida na pesa au tatizo la biashara zake hata kidogo. Wakati wote alikuwa akilalamika na kusema, 'Gabriela ameniacha mapema sana'."
"Pole sana Mercy. Lakini kweli baba yako alikuwa na hekima sana. Ulipata bahati ya kuwa na baba kama yeye, japo na yeye alikuacha mapema sana. Lakini ona hazina aliyokuachia." "Na hakunidanganya Ben. Sikurithi kitu chochote kutoka kwake. Mali zake zote baba mkubwa alizichukua na kuuza na kuniacha kama hivi unavyoniona nikitangatanga." "Pole sana Mercy." Yale maneno ya baba yake yalianza kumwingia Mercy kwa upya, kana kwamba ndiyo yamesemwa wakati huo. Ghafla machozi yalikatika. "Ni kweli huu ndio urithi mkubwa alionipa baba yangu." Mercy alibaki na swali, 'nini kipaji changu? Nikishajua, ndipo litafuata swali jingine la jinsi ya kukitumia.' Mercy alizidi kuwaza.

"Nini kilimpata baba?" Ben aliendelea kudadisi. "Alipokuwa nchini Japani kama alivyoniaga. Alivamiwa na majambazi waliompiga sana na kumuumiza kichani vibaya. Alisema watu aliokuwa akifanya nao biashara huko Japani walimzunguka. Alipopelekwa hospitalini aliambiwa alijeruhiwa vibaya kichwani na damu ilikuwa ikivuja kwa ndani. Walifanikiwa kusimamisha halafu wakampa dawa atumie kila siku ili zimsaidie kuyeyusha ile damu iliyokuwa imevilia ndani ya kichwa bila upasuaji. Siku hiyo baba alipoteza pesa nyingi sana. Alirudi Tanzania bila mzigo." "Daah! Pole sana."
"Kama nilivyokwambia, kifo cha mama kilisha mchanganya sana baba, alikuwa akipoteza kumbukumbu mara kwa mara. Bibi ndiye alikuwa mtu wa kumpigia simu kumkumbusha kunywa dawa ambazo wakati mwingine alikuwa akisema amekunywa kumbe walikuja kugundua hakuwa akinywa. Baada ya kuona hali yake inazidi kuwa mbaya, maumivu ya kichwa hayaishi, bibi alimuomba arudi nyumbani kwao Lushoto ili amuuguze mpaka atakapopona kabisa. Wakati baba akiwa njiani kuelekea Lushoto ndipo alipopata ajali mbaya sana, hata alipokimbizwa hospitalini hakukaa siku nyingi akafariki." Machozi yalianza kumtoka tena Mercy. "Walinipigia simu wakati yupo hospitalini, walisema anataka kuniona. Lakini ilichukua siku nyingi kupata nauli. Sikuwa na hela ya kutosha nauli, kama nilivyokwambia baba mkubwa alikuwa akila pesa zangu na ndipo kipindi hicho Mama Mkubwa alipogundua baada ya watu wa huku kusema baba analalamika kwa nini siendi kumuona wakati alishatuma nauli? Ulikuwa ni

ugomvi mkubwa sana. Lakini Rich alinisaidia nauli. Mpaka nilipo fika huku, nilikuta walishazika. Nilimkuta baba mkubwa, kaka yake baba, akinisubiria uwanja wa ndege. Alinitoa uwanja wa ndege mpaka kijijini na kuondoka na mizigo yangu yote isipokuwa ule niliokuwa nimeshika mkononi huku akiniahidi kurudi baada ya siku chache na hata kibegi chenyewe nilichokuwa nimeshika na nguo chache kilikuja kuibiwa siku chache tu pale pale kwa bibi na sijawahi kutoka huko kijijini tena mpaka hivi majuzi." "Daah! Pole sana Mercy." "Asante."

Walirudi ndani kimya kimya na Ben akiwa bado na maswali, lakini aliona inatosha mpaka wakati mwingine kwani Mercy alikuwa bado akilia. Mercy alianza kubabaika juu ya ulalaji kwani kulikuwa na kitanda na kochi lililopo   pembeni. Kama vile aliyekuwa akiyasoma mawazo ya Mercy. "Lala tu hapa kitandani Mercy, mimi nitalala kwenye kochi." Mercy alisita kidogo "Utaumia mgongo Ben. Acha tu mimi ndio nilale kwenye kochi. Mwenzio nimeshazoea kulala mpaka sakafuni." Ben alicheka na kujitupa kwenye kochi. "Lakini sio leo Mercy, wewe ni mgeni wangu." "Ahsante sana." Walitulia kwa muda kila mtu akiwaza lake. "Ben! Umeshalala?" "Bado, vipi?" "Nje kuna upepo mzuri. Ni sawa kutoa nguo zangu zile nilizofua hapo nje zikauke? Nataka kesho asubuhi ziwe tayari niondoke mapema. Sitaki usiku unikute bado na tangatanga, ni muoga sana wa giza" "Sidhani kama wanaruhusu kuanika nguo nje. Ziache tu ndani zitakauka tu usiwe na wasiwasi. Hata hivyo siwezi kukuacha utembee mwenyewe usiku Mercy, nitakurudisha. Naomba unisubiri basi mpaka nitakapo rudi kutoka kwenye kikao ndipo uondoke." "Sawa haina shida. Naomba usizime taa Ben wakati tumelala."   "Usiogope Mercy, mimi nipo hapa pembeni yako hamna kitu kitakufuata. Sawa?" "Sawa. Huwa unaomba Mungu kabla ya kulala?" "Sio kila siku, unataka tusali?" "Kama hutajali." Kwa mara ya kwanza tangia afike nchini Tanzania Mercy alikaa kitandani na kumshukuru Mungu kwa usiku ule ulioonekana umetulia na wenye matumaini ya kulala kwa amani na kumuombea Ben katika shuguli zake za kila siku na kikao chake cha kesho. "Ahsante Mercy." "Mimi ndio nikushukuru Ben. Kwa mara ya kwanza tangia nifike hapa Tanzania, leo ndio nimepata hata mtu baki aliyenijali hivi, na nimepata usiku wa amani. Nashukuru sana." "Karibu." Kimya kingine kilitanda. "Mercy! Unajua na mimi nafanya biashara kama ya baba yako? Isipokuwa mimi nafanya ya vifaa vya magari tu." "Hongera sana Ben." Kwa mara ya kwanza na yeye Ben aliweza kuongea kitu kinachohusu maisha yake. "Kwa hiyo uzidi

kuniombea." "Nitakuombea Ben, na Mungu atazidi kukusaidia."
Kwa Mercy ulikuwa ni usiku wa aina yake, ni kama aliyekuwa
amelala mbinguni, alilala usingizi kama mtoto mdogo.

"Huamki leo?" Sauti ya Ben ndio iliyomuamsha Mercy ambaye
alikuwa kwenye dimbwi la usingizi. "Nimekuletea na chakula,
amka ule." Mercy akiwa bado kwenye mang'amung'amu ya
usingizi alihisi ni ndoto tu na kugeukia upande wa pili. "Mercy?
Unajua imeshakuwa saa saba mchana?" "Ooh! Samahani
nimepitiwa na usingizi Ben. Nilikuwa nimechoka sana." "Haina
shida, hata hivyo tulilala muda mbaya." "Nivumilie kidogo tu,
nijitararishe ili niondoke." "Nenda kaoshe uso kwanza, ule halafu
uniambie vizuri ulifikaje Tanga. Nimekuletea na mswaki na vitu
vingine vimo humu ndani ya mifuko." "Ahsante sana Ben." "Nenda
tu na mifuko yote utafungua huko huko bafuni." Mercy alipokea ile
mifuko huku akiwa na shauku ya kutaka kujua kilichopo ndani. "Ni
nini umeniletea?" "Ukifungua, utajua." "Nashukuru sana Ben."
"Mmh! Hata hujajua ni nini kilichopo ndani, unashukuru!
Usipopenda je?" "Nashukuru hata kwa kunifikiria tu na kuniletea,
haijalishi ni nini kilichopo ndani." "Haya basi karibu na ahsante
kushukuru. Nenda basi chakula kitapowa."

Mercy alianza kusikia maumivu tena wakati akitembea. Taratibu
alijivuta mpaka bafuni na kuamua kuoga kabisa kabla ya kurudi
Kijiweni kwenye shida ya maji. Baada ya kuoga na kukuta nguo
zake bado ni mbichi, aliamua kufungua mifuko aliyokuwa
ameletewa na Ben ili aone kilichomo ndani. Alipigwa na butwaa
baada ya kukuta kigauni cha rangi moja tu, nyeusi, chupi
zimefungwa pamoja kama dazani moja na sendozi. Kulikuwa na
kimfuko kidogo kilichokuwa na mafuta na chanuo na brashi kubwa
la kutoshea nywele zake, shampuu na mafuta ya nywele zake.
'Ben atakuwa amechungulia nguo zangu akaona zilivyochakaa na
mbichi. Alijuaje nahitaji vitu vyote hivi? Au alikuwa akinisikiliza
jana usiku nilivyokuwa najieleza baada ya kutoka bafuni? Ben
anaonekana anajali sana.' Mercy aliendelea kutafakari huku
akijipakaa mafuta kwenye mwili wake uliokuwa ukionyesha wazi
unauhitaji wa mafuta, kwani ngozi yake ilikuwa imekakamaa sana.
Bila kuchelewa huku amejawa huzuni ya kurudi kwenye
ulimwengu wake, alianza kufungasha nguo zake mbichi na kutoka
bafuni. "Nashukuru Ben, nguo zimenienea vizuri." Ben alibaki
akimwaangalia Mercy juu mpaka chini huku akitabasamu. "Kwa
kweli umependeza Mercy. Kumbe na mimi najua kuchagua! Mtu
aliyekuona jana hataweza kuamini kama ni wewe." Mercy alicheka

kwa unyonge akijua anarudia hali yake kama ya jana muda mchache baadaye huku akigugumia maumivu ndani kwa ndani. "Mbona sasa na vifurushi?" "Najiandaa kuondoka Ben, nikimaliza tu kula nitakuwa naondoka. Lakini naomba nikushukuru kwa kila kitu. Najua sio rahisi kupokea mtu usiyemfahamu na kumkarimu kama ulivyonifanyia Ben. Nashukuru nimepata wakati mzuri sana, ni kweli nilikuwa nahitaji usiku kama wa jana baada ya miaka hiyo mitatu ya kupitishwa kwenye mambo mengi tena magumu ambayo sikutegemea. Angalau nimeamka na akili mpya." Mercy alikaa. "Karibu."

"Nafikiria pia kubadili maisha yangu Ben, japo sijui nitafanyaje. Lakini najua lazima kutafuta njia nyingine ya kuishi hapa nchini kabla ya kurudi Marekani. Haya sio maisha nitakayoendelea kuishi siku zote." "Safi sana. Umeota ndoto gani leo? Maana umemka na ari mpya." Mercy alicheka. "Sio ndoto. Ila utulivu nilioupata jana usiku, umenikumbusha mimi ni nani na pia nimekumbuka mausia ya baba yangu. Na kuanza kusamehe watu wengine niliodhani wameyaharibu maisha yangu, kumbe bado maisha yangu ndiyo kwanza yanaanza." "Kina nani?" "Waliochukua mali za baba yangu, walionitelekeza na walionifanyia ukatili. Nimekumbuka baba aliniambia mali zinatafutwa kwa hiyo hata mimi naweza kutafuta, ninachotakiwa ni akili yangu sio mali." "Safi sana. Mzee wako anaonekana alikuwa na hekima sana." "Sana na mcheshi. Natamani ungepata nafasi ya kuonana naye. Richard alimpenda sana baba." "Bado mnawasiliana na Richard?" Ben aliuliza kwa upole. "Rich? Hapana." Mercy alijibu kwa unyonge, huku akivuta mfuko wa chakula. "Sijui hata kama ananikumbuka tena huyo Rich. Huwezi amini Ben, hakuna aliyethubutu hata kunitafuta tangia nifike hapa Tanzania. Hata mmoja wao kujua naendeleaje!? Sijui Richard amepatwa na nini!? Hakuwa hivyo." Roho ilizidi kumuuma Mercy kila alipokuwa akiwawaza watu aliowaacha Marekani ambao alidhani wanamthamini kwa wakati ule.

"Lakini Mama Mkubwa mnawasiliana?" Ben aliendelea kuhoji. "Hapana Ben. Hakuna aliyewahi kunitafuta tena. Nilijaribu kipindi fulani kumtafuta alisema hana jinsi ya kunisaidia tena, kwa kuwa na yeye anapitia wakati mgumu wa maisha. Wanadamu wengi wanakuthamini wakijua watanufaika na wao siku moja. Kwa hela walizokuwa wanapata kutoka kwa baba, nafikiri ndicho kitu pekee kilichowapa moyo wa kuishi na mimi. Baada ya kifo cha baba walijua nitakuwa mzigo kwao, wakaanza kunikwepa. Ikawa kila nikipiga tena simu hawapokei simu zangu." Hamu ya chakula ilimuisha Mercy kila alipokuwa akifikiria ukatili mkubwa waliomtendea watu aliokuwa akiwaita ndugu zake, hata hakutaka kula tena. "Naona mimi niondoke Ben. Naamini nitakuona tena siku moja." Mercy alisimama na kuanza kuchukua mizigo yake. "Unawahi wapi Mercy?" "Sipendi giza Ben, sitaki kuondoka usiku, usiku. Hata hivyo mimi bado ni mgeni kwenye huu mji, sipafahamu vizuri mpaka nipande daladala ndipo naweza kufika." "Kula kwanza Mercy, umeshikashika tu chakula hujala." "Naweza kukifunga, ili niondoke nacho?" "Kwani lazima uondoke leo Mercy? Kwa nini tusikae wote mpaka kesho wakati mimi naondoka ndipo na wewe urudi kwako?" Mercy alibaki amesimama kama mtu aliyepigwa na butwaa asijue cha kujibu. Kubaki pale yeye ilikuwa ni muujiza kuliko kurudi Kijiweni lakini aliogopa kuwa mzigo kwa mtu asiyemfahamu. "Nitakurudisha mapema kesho usiwe na wasiwasi." "Una uhakika sitakuwa mzigo kwako Ben?" "Mzigo gani? Hapana shida kabisa, tena utakuwa unanipa kampani mpaka kesho wakati naondoka." "Unaenda wapi?" Mercy aliuliza. "Naishi Dar, hapa nimekuja kikazi tu. Kama sasa hivi sina kitu cha kufanya, mambo yangu yameenda vizuri na watu niliotaka kuwaona nimewaona, naona nipumzike leo, kesho niondoke mapema tu nikawahi kazi." "Si ulisema unafanya biashara?" "Haswaa. Lakini si unajua ukijiajiri lazima uongeze nidhamu la sivyo mambo yanakuharibikia?" "Ni kweli Ben, hongera sana." "Kwa nini?" Ben aliuliza huku akitabasamu. "Kwa kujiajiri, unapata muda wa kutosha kupanga mambo yako mengine, hutegemei mshahara peke yake. Unakuwa unajua ni kiasi gani unaingiza na kama hakitoshi basi unaongeza juhudi." "Upo sahihi kabisa Mercy. Ahsante bwana, nashukuru Mungu." Mercy bado alibaki amesimama.

"Sasa tutabaki wote mpaka kesho?" "Ningefurahi Ben, kama kwako kweli haitakuwa usumbufu." "Hata kidogo. Kwa nini una wasiwasi Mercy?" "Sio wasiwasi ila nafikiria, labda utataka kufanya mambo yako ukiwa peke yako. Najua mimi kuwepo hapa ukweli nakunyima uhuru wa kufanya mambo fulani fulani." "Hakuna unachonizuia kufanya hata ukiwepo. Hata hivyo nimekwambia nipo mapumzikoni. Nafurahia mafanikio yangu ya leo. Mzigo niliokuwa naufuatilia umeshatoka na hivi tunavyoongea upo njiani kwenda Dar, na leo nimepata tenda nzuri sana ya kupeleka mzigo kama huo huo Kenya, kwa hiyo inabidi kuanza kutoa oda mapema China ili waanze kunitayarishia. Juma hili linaloanza kesho lazima niende huko huko China kusimamia ili kisiharibike kitu." Mercy alibaki akimshangaa Ben. "Samahani najua nakwambia mambo mengine hata yasiyo na maana kwako." "Hapana Ben, ni sawa tu. Lakini sikuwa naelewa mzigo gani unaotoa Tanga kwenda Dar!" "Huwa napenda kutumia bandari ya Tanga kupitishia mizigo ninayokuwa naleta nchini kwa biashara. Ni bandari ndogo lakini haina usumbufu kama ile ya Dar. Unawakumbuka wale vijana nilikuwa nao pale mezani jana?" "Nawakumbuka japo sura zao sikuwa makini kuwaangalia, lakini najua wao wanaweza kunikumbuka kwa maafa niliyowasababishia jana." Wote wawili walianza kucheka. "Hawawezi kukukumbuka bwana, labda uvae kile kitambaa chako tena. Umebadilika sana Mercy. Mercy wa jana na leo ni tofauti." "Najua, Ben. Na huwa navaa vile kwa makusudi. Walifanya nini wale vijana?" Mercy alitaka Ben aendelee. "Sasa kama utamkumbuka Niko, nilisoma naye na wale wengine ni wafanyakazi wenzake pale pale bandarini. Kwa hiyo sipati shida kabisa kutoa mizigo yangu." "Oooh! Safi sana. Una bahati sana Ben." "Kwa nini unasema hivyo?" "Unaonekana una watu wa uhakika wanaokuzunguka katika maisha yako. Na mimi nitahangaika, nikipata tu nauli nitarudi moja kwa moja kwa mpenzi wangu Rich. Najua yeye pekee ndiye mwanaume anayenifaa na ndiye mwanaume tutakayeanzisha naye familia. Naamini siku moja na mimi nitakuwa na kwangu, namaanisha nyumbani kwangu kwa kudumu na watoto Mungu atakao tujalia na Rich mpenzi wangu. Sitakuwa nahangaika tena kama hivi sasa." Mercy aliendelea kutoa sifa za Rich huku akirudisha nguo zake kukauka.

"Mbona unatembea kwa shida Mercy? Unaumwa mguu?" Ben alimuuliza Mercy aliyeonekana kukunja uso kila alipokuwa akipiga hatua. "Hapana nipo tu sawa."   "Nataka nikupeleke sehemu ukapaone ni beach nzuri sana, najua utapapenda." "Kutakuwa na mahali pakutembea?" Mercy aliuliza, akionyesha wasiwasi usoni. "Kama utapenda mwenyewe kutembea baharini. Kwani vipi? Hutaki kutembea?" Mercy alinyamaza, kitu kilichomtia wasiwasi Ben. Wazi alionekana kuna kitu anaficha na kinamsumbua.

Ben alianza kufungua kompyuta yake wakati Mercy anakula. "Naweza kutumia kompyuta yako, ukimaliza? Nataka niangalie Facebook yangu, maana sikufungua muda kweli, tangu nifike Tanzania." "Ni muda gani sasa?" "Miaka mitatu sasa na miezi kadhaa nilikuwa nimefungiwa huko kijijini, na sijatoka huko mpaka majuzi nilipokuja hapa Tanga." "Huku Tanga umekuja kwa nani?" "Ni habari ndefu Ben, lakini kwa kifupi kutafuta maisha kama sio kukimbia maisha." "Kukimbia?" "Nilikuwa naishi na bibi, yeye ndiye aliniambia nikimbie pale kijijini." "Kwa nini?" "Baba mkubwa alitaka niolewe kwa nguvu tena baada ya..." Mercy alisita. "Baada ya nini Mercy?" Mercy hakutaka kumwambia mtu yoyote juu ya maswahibu aliyokuwa ameyapata kabla ya kutoroka kijijini kwao na wakati wote alificha sana maumivu ambayo bado yalikuwa yakimsumbua sana. "Mercy?" Ben alimuita tena lakini Mercy alibaki kimya huku ameinamisha kichwa chini. "Baada ya nini?" "Naomba tusiongelee hilo, tafadhali Ben." Ben alibaki akimtazama akijua kuna kitu kinamsumbua Mercy.

Baada ya chakula Ben alimpa kompyuta Mercy kama alivyoomba. "Usiondoke Ben nataka umuone mpenzi wangu Rich, najua utampenda na wewe. Mzuri, mtulivu, mnyeyekevu na mstaarabu sana labda kama dunia iwe imembadilisha." Mercy aliendelea kumwaga sifa za mpenzi wake huku akiendelea kuingia kwenye ukurasa wake wa Facebook. "Ona alivyo mzuri." Mercy aliendelea kumuonyesha Ben picha zake mbalimbali alizopiga na Rich wakiwa nchi na sehemu mbali mbali duniani. "Jamaa amebahatika kukupata. Mnaonekana mnapendana sana." Ben alimsifia Mercy wakati akiendelea kuangalia picha zao. "Tunapendana sana, nampenda Rich." "Halafu kumbe wewe sio mwembamba hivyo Mercy! Ukiongezeka kidogo unapendeza zaidi." Mercy alicheka huku bado akiendelea kufungua picha zaidi. "Na maisha yanaonekana yalikuwa mazuri sana eeh?" Ben alimuuliza Mercy baada ya kuona utajiri mwingi aliokuwa akionyeshwa na Mercy kwenye picha zao. Nchi na sehemu tofauti tofauti za starehe walizokuwa wakitembelea yeye na Rich, pamoja na jumba la kifahari la akina Rich. "Unajua Ben, mbali na mali nyingi za nyumbani kwa akina Rich, alijawa na utajiri wa mapenzi ya kweli. Hicho pekee ndicho kilinivutia kwake sio mali. Wasichana wengi walikuwa wakimsumbua, lakini alibaki kuwa mwaminifu kwangu." Mercy alizidi kumsifia Rich mpenzi wake huku Ben akishangaa maisha yalivyo kitu cha ajabu na yasivyoweza kutabirika hata kidogo. Ilikuwa ni ngumu kwa Ben kuamini kama kweli Mercy anayemuangalia kwenye zile picha ni Mercy yule yule aliyemkuta jana yake mchafu vile.

"Nataka nimwangalie mtoto wa mama mkubwa Lilian. Yeye ni zaidi ya ndugu yangu na rafiki yangu kipenzi. Au una haraka Ben?" "Haina shida, tuangalie tu. Najua hii ni muhimu sana kwako." Ben alimuona jinsi Mercy alivyojawa furaha baada ya kufungua Facebook, hakutaka kumkatiza na kuamua kumridhisha tu na kuendelea kuangalia naye picha. "Haiwezekani Lily ameshapata mtoto! Muone mtoto wake alivyokuwa mzuri!" Mercy alizidi kufurahia baada ya kujua rafiki na ndugu yake kipenzi alijaliwa mtoto. "Labda ndiyo maana alikuwa kimya, mimi nimebaki kumlaumu. Mungu anisamehe. Lakini mbona hakuna picha za harusi? Hebu Ben tuendelee kuangalia pengine nitamuona baba wa mtoto wake." "Kwani hakuwa na mchumba ulipomuacha?" Ben aliuliza kwa mshangao. "Ni mtundu sana Lily, alikuwa na zaidi ya mchumba mmoja na hakujua yupi ataishia kuwa mumewe, alichoangalia ni pesa wakati wote." Ghafla Mercy alinyamaza, macho yalimtoka, mikono ilianza kutetemeka. "Vipi Mercy?" "Hawa wanaomfurahia huyu mtoto wa Lilian ni wazazi wa Rich." "Ona wanavyomfurahia mjukuu wao wa kwanza. Haiwezekani kama Rich amenisaliti." Mercy alianza kufuta viganja vyake vilivyokuwa vimeanza kujaa jasho. 'My fist born' ni maneno yaliyokuwa yameandikwa kwenye picha nyingine waliyokutana nayo, akiwepo Rich na mtoto yule yule wa Lilian. Mercy alianza kutokwa na machozi huku akiona picha nyingine nyingi za Lilian kuvalishwa pete ya uchumba na Richard. "Pole sana Mercy, naona inatosha kwa leo. Utaangalia wakati mwingine." Ben alichukua kompyuta mikononi mwa Mercy aliyekuwa akilia kwa kwikwi na kuifunga. "Usilie Mercy, wakati mwingine vitu vinatokea japokuwa vinauma lakini Mungu anaviruhusu kwa sababu." "Sababu gani Ben? Kwa nini mimi peke yangu jamani? Miaka mitatu tu Rich ameshindwa kunivumilia na kuzaa na ndugu yangu? Nimekuwa kama nimelaaniwa! Ona sasa yanayonikuta, ona maisha yangu Ben. Sina ndugu wala mtu yoyote katika maisha yangu anayenijali na kunithamini. Ndugu wa mama wamenisaliti na wa baba ndio hawana huruma na mimi hata kidogo." Mercy aliendelea kuongea na kulia kwa hasira sana.

"Sina sababu ya kuishi tena Ben." "Sio kweli Mercy. Hukuzaliwa kwa ajili ya Richard peke yake. Lipo kusudi kubwa tu na zuri Mungu alilokuletea hapa duniani." "Hakuna Ben." "Lipo Mercy, jipe muda. Mambo yote yatapita na tena utasahau." "Sidhani Ben. Katika ulimwengu huu nimebaki peke yangu, sina mtu anayenijali na kunithamini tena. Nitaenda wapi? Naanzia wapi tena maisha? Naogopa Ben, dunia imenigeukia vibaya." "Usiseme hivyo Mercy, mimi nipo hapa na bibi anakujali ndio maana alikutorosha." "Bibi hanijali Ben, hata kidogo." Mercy alishabadilika rangi na kuwa mwekundu mwili mzima, alilowa jasho kwa hasira. Kila alipojaribu kusimama alionekana kulemewa na maumivu. "Vipi Mercy? Mbona kama una maumivu makali?" Mercy alibaki kimya huku akilia. "Niambie, usinifiche." "Nasikia maumivu makali sana Ben." "Nilijua unaumwa. Tangia jana nilikuona unatembea kwa shida wakati unaaga kwenda chooni tukiwa na kina Latifa." Ben alinyoosha mkono kumshika tena Mercy kichwa. "Ona ulivyokuwa na joto kali Mercy. Mbali na kichwa, kuna kitu kingine kina kuuma?" Mercy alitingisha kichwa huku ameangalia chini. "Nini? Niambie tu, usiogope." Mercy alisita kidogo. "Naumwa Ben, nina maumivu makali sana lakini nashindwa cha kufanya na sina mtu wa kumwambia." "Mimi nipo Mercy, nipo tayari kukusikiliza." Ben alishamuonea huruma Mercy, aliona jinsi dunia inavyomkandamiza bila huruma. "Niambie Mercy." Mercy alijaribu kutulia angalau kutoa siri ya tatizo lililokuwa likimsumbua.

"Nilipokuwa kijijini wakati wote nilikuwa namuomba bibi nirudishwe Marekani kwa ajili ya shule. Bibi aliniambia hakuwa na hela na baba mkubwa ambaye ameachiwa mali za baba hawampati kwa simu. Alitumwa mtoto wa shangazi Dar kumtafuta, alipofika kwenye moja ya nyumba zetu ambayo baba alikuwa akiishi, aliambiwa nyumba ilishauzwa na baba mkubwa na hakuna aliyejua anakoishi. Siku moja nikiwa nimetoka kutafuta kuni porini, alikuja dereva pale kijijini, bibi alisema lile gari ni mojawapo ya magari ya marehemu baba yangu. Yule dereva alisema ametumwa na baba mkubwa aje anichukue kunipeleka alipo ili kushugulikia mambo yangu ya safari. Mimi na bibi tulifurahi sana, tukijua Mungu amejibu maombi yetu. Nilifuatana na dereva mpaka hiyo sehemu niliyomkuta baba mkubwa. Ilikuwa nyumba ambayo ipo peke yake pakimya sana. Dereva alinishusha na kuniacha hapo na tayari ilishakuwa usiku. Mercy aliinama na kuanza kulia tena. "Pole Mercy, lakini nini kilitokea?" "Nilibaki na baba mkubwa peke yetu, kulikuwa na nyama choma na vyakula vingi tu kama sherehe. Nilimuuliza unasherehekea nini? Watu wengine wako wapi? Alisema unapotimiza kusudi lako kwenye maisha lazima kujipongeza. Sikuwa nimemuelewa kwa kuwa alikuwa amelewa sana. Alinionyesha bafu na chumba, akaniambia nikaoge kwanza ndipo tuongee. Nilipoingia chumbani baada ya kuoga ili nivae, baba mkubwa aliingia chumbani tena akiwa uchi kabisa." Mercy alishindwa kuendelea kwa muda ni kama kitu kilikuwa kimemkaba kooni akijaribu kujinasua. Machozi yaliendelea kumtoka kama mvua. "Pole sana Mercy." Ben alikuwa akimwangalia Mercy kama mtu anayesoma kitabu chenye majonzi makubwa sana. "Daah! Pole sana."

Baada ya kunywa maji Mercy aliweza kuendelea. "Alinisukumia

kitandani na kuniingilia bila huruma Ben, tena huku akijigamba kifuani kwangu kuwa amefanikiwa kulipa kisasi kwa wazazi wake na wangu waliokuwa wakimdharau sana na kumpa baba yangu kipaumbele wakati yeye ndiye alikuwa mkubwa. Huwezi jua ni maumivu ya namna gani nilipata moyoni na mwilini, Ben. Nilikuwa nikitokwa na damu nyingi sana. Na sikuwa na nguvu ya kujiokoa hata kidogo kwa sababu ya njaa ya siku nyingi. Sikuwa nakula vizuri nilipokuwa kwa bibi. Kuna siku zilikuwa zinapita bila kula kabisa labda kama nilikuwa nimebahatisha matunda ninapoenda porini kutafuta kuni. Kwa hiyo hata mwili wangu ulishadhoofu sana. Sikuwa na nguvu za kushindana naye hata kidogo." Mercy aliendelea kulia kwa kwikwi. "Aliendelea kujigamba huku akicheka na kusema alilokuwa amekusudia limetimia. Cha kumfanya hakuna na popote ninapotaka kwenda niende huku akiendelea kujipenyeza tena na tena katika sehemu zangu za siri bila huruma huku akiniangalia ninavyolia na kunipiga makofi. Hakujali hata kidogo wala kuthamini machozi yangu. Aliniruhusu kulia kwa namna yoyote ninayotaka kwa sauti ya chini au ya juu, kwa kuwa aliniambia hapakuwa na mtu yoyote duniani wa kunisaidia na amewweka walinzi nje nikifanya fujo zaidi atawafungulia mlango na wao wanishugulikie." Ben alitamani amuombe Mercy asiendelee, lakini alishindwa. Machozi yalikuwa yakimtoka na yeye kila alipofikiria ukatili aliofanyiwa Mercy msichana mtaratibu sana.

"Aliendele kusema jinsi yeye ndiye alitakiwa kwenda masomoni nje lakini marehemu baba yao, Mzee Shema, alimkatalia na kumpa baba yangu nafasi ya kwenda masomoni. 'Kila mtu alijua jinsi baba na mama walivyompenda na kumpendelea baba yako kuliko mimi. Boniphace wala hakuwa na akili kunizidi mimi, basi tu walinionea wivu kwa kuwa nilikuwa na uwezo wa masomo na kunywa pombe kidogo. Wote walikuwa wakinidharau tangia nipo mtoto na sikupewa heshima kama mtoto wa kwanza.' Anasema alishaapa kuja kulipiza kisasi kama sio kwa mama yangu basi mimi. Anasema matumaini yake yalianza kupotea pale mama alipofariki na baba aliponipeleka Marekani. Anasema Mungu wake ni mkubwa amehakikisha anamfanikishia alilokuwa amekusudia, tena kiulaini bila shida. Amenipata mimi na mali za baba yangu zote bila shida yoyote." Mercy aliendelea kulia. "Angalau ningekuwa nishalala na Richard kuliko yeye kuwa mwanaume wangu wa kwanza Ben. Kwa nini mimi ndiye mtu wa kulipizwa kisasi? Nimemkosea nini Mungu kupitishwa kwenye majaribu magumu hivi? Mbaya zaidi sasa hivi ndiyo nimeangukia kwenye biashara ya kuuza mwili wangu. Unafikiri mwisho wangu ni nini

Ben kama sio kifo kwa maradhi ya kujamiiana? Nitaugua peke yangu na kufa bila mtu yoyote kujua huku ugenini." Mercy aliendelea kumsimulia Ben mkasa wa Big wote na pale Kijiweni wanavyomchukia. "Sijui nitafanyaje na Latifa naye nilishamuudhi." "Pole sana Mercy. Sasa bibi alisemaje?" "Ndicho kinachoniuma Ben. Japokuwa alijua baba mkubwa alichonifanyia hakutaka hata kuongelea na hata dawa ya maumivu hakunipa wakati aliona nilivyokuwa nikiteseka na maumivu. Alizidi kunipa kazi za kwenda kutafuta kuni msituni, kuchota maji kisimani achilia mbali kazi nyingine za pale pale nyumbani. Na baada ya siku chache, huwezi amini baba mkubwa alirudi na alitaka kuniozesha kwa mwanaume mwingine. Bibi akijua ninaumwa sana, hata kunipigania alishindwa, aliamua kunitorosha usiku usiku bila kujali naenda wapi na mimi siifahamu hii nchi kabisa. Nimehangaika njiani nikiwa sina pesa hata kidogo mpaka nikafikishwa kituo kikubwa cha mabasi hapa Tanga, nimelala kwenye maduka ya hapo kituoni siku tatu mpaka nilipoona hatari ya kubakwa tena inazidi, ndipo nilipoamua kupanda daladala nikashushwa hapo Makorola kwa kuwa sikuwa na nauli, ndipo nikakutana na huyo mama kwenye baa niliyokuwa nimeingia angalau kuomba maji ya kunywa kutuliza njaa ya karibia siku nne na ndiye aliyeniingiza kwenye hii biashara. Nina maumivu makali sana mpaka jana uliponipa dawa ya maumivu ndio kwa mara ya kwanza nimeweza kulala tangia nibakwe. Nanimeanza kusikia harufu inanitoka, naogopa hata kujigusa huko." "Pole sana Mercy, lakini ni lazima kwenda hospitalini." "Hilo ndilo tatizo Ben, naendaje hospitalini? Sina hela na nina hofia watanigusa tena, halafu watanitonesha. Mimi mwenyewe nimejaribu kujisafisha jana nilipowaacha na kina Latifa nilipokuwa chooni, lakini nilishindwa na ndio maana nilichukua muda mrefu chooni bila mafanikio. Naogopa hata mtu asinisogelee huko. Nina maumivu makali sana, siwezi kukueleza Ben ukanielewa." "Tutakuwa wote Mercy, usiogope." Mercy aliendelea kulia. Ben alimsogelea na kumkumbatia. "Pole sana Mercy. Yatakwisha, utakuwa salama, usilie."

Ben alimchukua mpaka hospitalini. "Niwasaidie nini?" Wote walibaki kimya wakiwa mbele ya kiti cha daktari. Mercy alishindwa jinsi ya kuelezea tatizo lake. "Naweza kuwasaidia chochote?" Daktari aliuliza tena huku akifungua faili alilokuwa ameletewa na nesi. "Nina umwa." Alijibu Mercy aliyekuwa akionekana wazi ni mgonjwa, macho yake yalikuwa mekundu sana kwa kulia. "Vipimo vya awali alivyokupima nesi mara tu ulipofika, vinaonyesha una homa kali sana, na shinikizo la damu yako{Pressure} ipo juu kidogo. Una historia ya kuwa na shinikizo la damu?" "Hapana sijawahi kuwa na shinikizo la damu." "Kuna sababu nyingi zinazosababisha shinikizo la damu kuwa juu, lakini kama inasababishwa na {Depression} msongamano wa mawazo, itaisha tu pale utakapotulia. Homa inaweza kusababishwa na mambo mengi sana, mojawapo ni Malaria au kama kuna maambukizi yoyote mwilini{infection}, inaweza kuwa ni kwenye njia ya mkojo, damu au hata kidonda kilichokaa muda mrefu bila matibabu yoyote. Tunaweza kukufanyia vipimo vya damu na mkojo ili kujua tatizo." Daktari aliendelea kuongea huku akiwaangalia wote wawili, kujua uamuzi wao. "Utakuwa tayari kwa vipimo?" Alimgeukia Mercy ambaye naye alimgeukia Ben kama kuomba msaada fulani.

"Huyu ni mke wako?" Daktari alimuuliza Ben ambaye wakati wote alikuwa amemshikilia Mercy mkono. "Hapana." "Ni mchumba?" "Hapana." Daktari alibaki akiwaangalia kama akiwashangaa wote wawili, kwani ni kweli hawakuonekana kama ni ndugu bali watu wenye mahusiano ya kimapenzi. Mercy alivuta mkono wake taratibu kutoka kwenye mikono ya Ben iliyokuwa imemshikilia kama kumfariji, na kurudi kukaa kitini vizuri ili kupunguza maswali kwa daktari. "Mercy alipata matatizo yaliyomletea majeraha makubwa, labda hayo ndio yanamletea homa." Ben aliamua kuokoa jahazi. "Alikuwa anatumia dawa?" "Hapana." "Sasa kwa nini muda wote huo hukumleta hospitalini mpaka apate homa?" Daktari aliuliza kwa ukali kidogo. "Sio kosa lake, mimi nilikuwa kijijini." "Wapi pana majeraha?" Huo ndio ulikuwa mtihani mkubwa sana kwa Mercy, hakutaka mtu yoyote kumgusa kwa maumivu makali aliyokuwa nayo. "Vinauma sana, siwezi kufungua miguu sana." "Ulibakwa!?" Daktari aliuliza kwa mshangao. Mercy alitingisha kichwa huku akilia. "Pole sana. Lakini ni lazima niangalie ili nijue jinsi ya kukusaidia. Kama kunahitajika kusafishwa tu, unaweza kusafishwa sasa hivi na kupewa dawa na kama kumeoza sana inabidi kukatwa sehemu zilizooza na kushonwa vizuri na uanze actibiotic aina ya cloxacillin ili kukausha kidonda. Usiogope utapona haraka tu, ndani ya juma moja utakuwa sawa. Umeelewa binti?" Mercy aliendelea kulia bila kujibu kitu. "Usiogope Mercy, kila kitu kitakuwa sawa." Ben aliendelea kumbembeleza Mercy aliyekuwa akitetemeka kwa hofu. Mercy alipanda kwenye kitanda kama alivyoshauriwa. "Naweza kusubiri nje." Ben aliaga huku akinyanyuka. "Naomba usiondoke Ben tafadhali, naomba tukae wote!" Mercy alimuomba Ben huku akiwa analia sana. "Unaweza kukaa tu hapo hapo, namwangalia tu." Mercy alifungua miguu nakusababisha harufu mbaya kuenea chumba kizima. "Vidonda sio vibaya sana, lakini vimetengeneza usaha ambao akisafishwa hapa leo na kuanza dawa za actibiotic za Cloxacillin, zitamsaidia kukausha vidonda mapema. Hakikisha anakunywa dawa za maumivu kila baada ya masaa nane na umpe maji mengi. Pia kuna matibabu mengine ambayo ni muhimu sana, lazima atumie Dettol ya maji awe anaweka kwenye beseni la maji ya vuguvugu na kukaa humo kwa muda wa dakika tatu mpaka tano kila siku. Atapona tu, msiwe na wasiwasi." "Ahsante sana." Ben alimshukuru daktari. "Ila ni muhimu kupima damu yake ili tujue kama ana maambukizo yoyote ya Ukimwi au magonjwa ya zinaa. Kama vipimo vitaonyesha kwa sasa hana maambukizo yoyote, basi baada ya miezi mitatu ni lazima arudi kupima tena damu." "Na kama amepata maambukizi, mtamsaidiaje?" Ben aliuliza. "Ni vizuri kujua mapema ili aonane na washauri wa afya ambao watamshauri vizuri jinsi ya kuishi bila tatizo, huku akitumia dawa. Ukimwi sio kitu cha kutisha kama utatumia dawa zake na kula vizuri huku ukifuata masharti. Unaweza kukaa miaka mingi tu bila shida na magonjwa ya zinaa pia yana tiba zake. Hamna haja ya kuogopa. Sawa Mercy?" Daktari alimgeukia Mercy kama kumpa moyo. "Kwa hiyo upo tayari kupima, nimuite nesi akuchukue damu kabla ya kukusafisha?" "Ben! Sipo tayari kupima sasa hivi." Mercy alimgeukia Ben huku akilia. "Kwa nini Mercy? Umesikia daktari alivyosema? Kupima mapema ni vizuri." "Sina nafasi nyingine moyoni ya habari mbaya zaidi. Nimechoka Ben. Nitakufa sasa hivi nikijua nimeathirika. Wewe unajua maisha yangu, hata pa kulala sina. Leo tena nijue nimeathirika! Nitafanyaje?" "Usiogope Mercy, tutajua cha kufanya baada ya hapo." Ben alimsogelea Mercy aliyekuwa bado amelala kwenye kitanda kidogo na kumshika mkono tena. "Hapana Ben, naomba nitibiwe tu hivi vidonda, nitarudi tena baada ya miezi mitatu kupima UKIMWI kama bado nitakuwa hai. Acha nishugulikie tatizo moja baada ya jingine tafadhali." "Ni sawa tu anavyosema. Lakini usiache kuja kupima tena. Sawa?" "Ahsante sana dokta." Daktari aliwaandikia dawa za kutumia na kumuita nesi wa kumsafisha. Hapo ndipo palikuwa pagumu hata kwa Ben aliyejitahidi kujikaza kiume, alijikuta akitokwa na machozi kama mtoto mdogo na mwishowe kutoka nje. Mercy alikuwa akilia kupita kiasi huku jasho likimtoka kwa maumivu kadiri nesi alivyokuwa akimsafisha. Harufu mbaya ilizidi kuenea chumba kizima. Ilibidi kuchomwa sindano ya usingizi baada ya hapo.

Ben alimbeba Mercy kumrudisha hotelini na kumuweka kitandani. "Pole sana Ben, nimekusumbua na nimekugharimu pesa nyingi!" "Usiseme hivyo Mercy, hujanisumbua hata kidogo. Tuombe Mungu upone haraka." "Nakushukuru sana kwa msaada wako Ben, sijui ningeishi na haya maumivu mpaka lini!" "Usijali Mercy. Kwa kuwa umepewa dawa unatakiwa kupumzika. Mimi nipo hapa pembeni yako, usiwe na wasiwasi wewe lala tu." "Ahsante sana." Kama kitoto cha paka, Mercy alijikunja pembeni ya Ben huku amemshika mkono nakulala usingizi mpaka Ben alipomuamsha tena kunywa dawa. "Unajisikiaje sasa hivi?" "Afadhali, sina maumivu sana." "Yule nesi alisema usaha ndio ulikuwa ukikusababishia maumivu makali. Utapona haraka." "Muda wakunirudisha Kijiweni umefika?" Mercy aliuliza huku akijaribu kukaa kwa shida sana. "Hapana Mercy! Nataka unywe dawa ya maumivu kabla maumivu makali hayajakurudia tena. Hospitalini walisisitiza niwe nakupa dawa kila baada ya masaa nane." "Nilikuwa naugulia maumivu, hata sikuweza kusikia kitu." "Pole sana. Unafikiri naweza kukurudisha Kijiweni na hali uliyonayo Mercy!? Hapana. Siwezi kufanya hivyo hata kidogo. Lazima nikuache umepata nafuu ndipo nitakuwa na amani ya kuondoka." "Nitakuwa sawa tu Ben, usiwe na wasiwasi. Najua wewe lazima ukafanye kazi. Nitaendelea kutumia dawa kama nilivyoshauriwa. Nitapona tu. Sitaki kukukwamisha katika mambo yako. Uliyonifanyia yanatosha." "Najua jinsi ya kujipanga Mercy, usiwe na wasiwasi kila kitu kitaenda sawa. Wewe ujiangalie afya yako kwanza, mambo mengine niachie mimi." Mercy alikuwa haamini jinsi Ben alivyojitolea kwake, alikuwa akimuangalia huku machozi yakimtoka, asiamini masikio yake. Hakuna aliyemlipia gharama kubwa ya namna hiyo katika maisha yake. Alimuuguza kwa upendo sana, kana kwamba ni mtu anayemuhusu kweli kweli. Hali ya Mercy ilianza kuwa nzuri baada ya siku chache za mateso makali alizopitia akijiuguza, hasa pale alipotakiwa kuosha madonda yake kwa kukaa kwenye beseni ya Dettol. Alikuwa akipiga kelele na kushindwa hata kusimama mpaka Ben alipokuwa akimnyanyua na kumrudisha kitandani.

Hali yake ya furaha ilianza kurejea taratibu na angalau alianza kurejesha mwili kidogo kwa sababu ya kula vizuri na mapumziko ambayo Ben wakati wote alihakikisha anayapata mchana na usiku. "Nilikwambia Mercy, mambo yote yatakuwa sawa, ona sasa hivi unatembea vizuri na kula vizuri." "Ni kweli Ben. Sina neno linaloweza kufikisha shukrani zangu kwako kwa kujitolea muda na pesa zako kuwa na mimi wakati huu. Najua sio rahisi kwa kukutana na mtu tu, na kumkarimu kiasi hiki! Nakuombea Mungu na wewe azidi kukubariki." "Ahsante kushukuru." "Sasa hivi nafikiria jinsi ya kukabiliana na maisha yangu pindi nikitoka tu hapa." "Usijali mambo yote yatakuwa sawa Mercy. Nisubiri nirudi safari tutaongea vizuri." "Kwani ukirudi utanitafuta tena Ben?" "Lazima Mercy! Unafikiri huu ndio utakuwa mwisho wa kuonana?" "Nilifikiri hivyo. Najua na wewe una maisha mengine mbali na haya ya kusaidia watu kama sisi." "Hapana bwana, haya pia ni maisha. Lazima nitakutafuta nikirudi." "Sijui nitakuwa wapi wakati huo Ben! Maisha yangu hayatabiriki." Wote walibaki kimya kwa muda. "Unajua Mercy shida unazopitia sasa hivi ni za muda tu, zitakuja kuisha na wewe siku moja utasimulia." "Sijui Ben. Sioni mwanga katika maisha yangu hata kidogo." "Jipe muda Mercy, mambo yote yatakuwa sawa. Mimi mwenyewe nilipitia maisha magumu sana, huwezi kuamini." "Kweli Ben?" "Sana Mercy, lakini nilipita." "Pole, ilikuwaje?" "Nilipofika kidato cha tatu baba alitutelekeza na kwenda kwa mwanamke mwingine. Maisha yalikuwa magumu sana kwa kuwa mama hakusoma na wala hakuwa na kazi. Wakati wote tulimtegemea baba kwa kipato chake cha kuajiriwa. Alipokata msaada nyumbani, nilimalizia shule kwa shida sana. Ilibidi kukaa mtaani kwa muda kutafuta kazi ili kumsaidia mama na mdogo wangu Joyce. Niliuza kila kitu changu ili kupata pesa ya kujikimu pale nyumbani na kujitupia kwenye biashara mbalimbali. Kwanza niliuza maji kwenye majumba ya watu na kazi ndogo ndogo, mpaka nilipopata pesa kidogo ya kuanzisha biashara ya mkaa." Mercy alikuwa akimwangalia Ben kama asiyeamini.

"Sikupata muda wa kukaa chini na kufikiria yaliyotokea. Ila nilijua nikipoteza muda tu, Joyce angeacha shule, na nilijua akikaa tu mtaani watamzalisha. Na nilijua mama yangu angekufa kwa matatizo ya moyo. Niliona huo ndio ulikuwa wakati wangu mzuri kusimama na kufanya kitu. Hakikuwa kipindi ninachotaka kukumbuka kabisa katika maisha yangu, Mercy. Kilikuwa kipindi kigumu, mateso na kuchekwa sana mtaani. Wenzangu wote waliendelea na shule isipokuwa mimi. Nilikuwa nachekwa na vijana wenzangu, lakini sikuwa na cha kufanya ila kuokoa jahazi." "Pole sana Ben." "Baada ya mateso na mahangaiko ya muda mrefu, Mungu alitubariki nikarudi shule kusomea mambo ya biashara. Lakini sikutaka kuajiriwa tena, niliamua kuendelea na biashara zangu. Kufupisha habari, ndio kama unavyoniona nipo mpaka leo na maisha yanaendelea. Lakini nikiangalia nyuma nafikiria kama nisingesimama kwa haraka na kuchukua hatua nisingekuwa hapa nilipo leo." "Pole sana Ben na hongera. Na mimi nitatafuta pesa nianze biashara." "Hauhitaji mtaji kwanza Mercy, unahitaji wazo. Unatakiwa kujua kitu gani cha kufanya halafu mtaji au hela ndio zikusaidie kutimiza malengo. Kama ukipata pesa bila lengo, utaishiwa kabla ya kufanya kitu chochote na hapo ndipo watu wengi wanakosea." Mercy alimwangalia kama mtu aliyemchanganya kidogo na Ben alijua. "Watu wengi hushindwa kuendelea wakidhani tatizo ni pesa. Wanabaki kulalamika mtaani au kufanya mambo yasiyo mazuri ili kupata pesa za mtu aliyezihangaikia kwa jasho lake, kisha pesa zinapomwishia anabaki maskini au anazeeka mtaani akilalamikia pesa. Na ukimuuliza nikikupa pesa sasa hivi utafanyia nini? Atakwambia nitajenga nyumba, nitanunua gari na kuweka heshima mtaani. Halafu basi ameishia hapo." "Sasa alitakiwa kufanya nini?" "Hayo ni matumizi ya pesa tu Mercy. Lakini zinaingiaje tena mkononi ili kuendelea kuweka heshima mtaani, hilo ndilo jambo la msingi ambalo wengi hawataki kufikiria. Iwe ni sababu ya uvivu wao wenyewe wakufikiri au ni kwa sababu ya kutokujua kitu gani wana uwezo nacho. Wanaendelea kuwa watumwa wa pesa wakati wote, kama ni kuiba wanaiba kama ni kuhongwa anaendelea kuhongwa siku zake zote lakini sio wao wenyewe kutafuta mbinu halali za kufanya ile pesa iendelee kuingia wakati wote. Cha muhimu Mercy unatakiwa kujua kama baba yako alivyokwambia una uwezo gani? Mungu hakutuumba wote na akili moja, kila mtu amemuwekea ujuzi wake tofauti tofauti. Na si kwamba waliofanikiwa wote ni wasomi sana, hapana wapo waliofanikiwa na sio wasomi kabisa kwa viwango vya kibinadamu. Lakini kwa kujijua tu wao ni wakina nani na kuamua kuishi kwa vipaji vyao, wamefanikiwa sana katika dunia hii."

Mercy alibaki akimshangaa Ben kwa hekima aliyonayo. "Sasa kwa mtu kama mimi nikipata wazo, mtaji nitapata wapi? Wakati sina kitu chochote duniani." "Inategemea na wazo ulilo nalo Mercy. Unataka kufanya nini? Hilo ndilo jambo la msingi la kujiuliza kwanza. Halafu Mercy, sio wote wanaanzia na mtaji mkubwa, kuna mwanzo mdogo pia. Kuna walio bahatika kutokea kwenye familia za kitajiri, huanza pakubwa lakini wengi huanzia chini sana na kupanda taratibu. Kwa mfano umeamua kuwa na biashara fulani tena kubwa na mtaji huna kabisa. Wengine huanza kuajiriwa na mtu, anakusanya pesa kidogo kidogo badala ya kuanza kufikiria kuweka heshima mtaani, unajinyima mpaka upate kihela kidogo huku ukimfanyia mtu mwingine kazi yake na yeye anafungua biashara yake mahali kwa muda wake. Ikikua ndipo anaacha kazi ya watu kisha anaendeleza ya kwake. Unanielewa?" "Sana tu." "Mimi niliuza baadhi ya vitu vyangu, nikanunua mkokoteni, nikaanza kuuza maji mtaani na kufanya vibarua kwenye majumba ya watu, mpaka nilipopata mtaji wa gunia la mkaa nikamwekea mama nyumbani. Yeye alikuwa akiuza mkaa mimi nasambaza maji. Na uzuri Sinza kuna shida ya maji, kwa hiyo kwangu mimi ilikuwa ndio biashara yangu kubwa. Mungu alitusaidia tukapata pesa na mimi nikarudi shule. "Pole na hongera Ben." "Ahsante, lakini ujue haitokei kwa siku moja lazima ujipe muda wa kutosha na kuweka juhudi sana ndipo utafanikiwa. Mimi, nikiwa na umri wa miaka 16 niliuza maji na kufanya kazi nyingine nyingi kwenye majumba ya watu kama nilivyokwambia. Usiku kucha nilikuwa nikifanya kazi, mpaka sasa ninauza vifaa vya magari." "Na mimi naanza kutafuta mtaji." "Mercy, narudia tena huhitaji mtaji kwanza unahitaji kujua unataka kufanya nini kwanza, ndipo utafute pesa za kufanyia hiko kitu. Lazima ujue kama ni kurudi kusomea mambo fulani au biashara. Unaweza kuwa mwanasheria bora kuliko mfanyabiashara. Kwa hiyo lazima upate muda wa kufikiria Mercy, usikurupuke." Waliendelea kuongea na kubadilishana mawazo kama marafiki wa muda mrefu. Mercy na Ben walishazoeana sana. Mercy alikuwa mtu wa furaha kila wakati alipokuwa na Ben aliyemjali sana. Alimuona ni kama mtu aliyetumwa na Mungu katika maisha yake na ndivyo ilivyokuwa kwa Ben, aliyeona amepewa jukumu na Mungu la kumtunza Mercy.

"Nimefurahi umepona Mercy. Naomba nikuache nirudi kazini. Lazima nisafiri kesho kutwa kama nilivyokwambia." "Naelewa Ben. Umekuwa mkombozi na faraja yangu kubwa." Mercy alianza kulia. "Umeokoa maisha yangu Ben, ulinipokea wakati kila mtu alikuwa akinikimbia, na nilikuwa nimeshakata tamaa ya maisha. Neno ahsante peke yake halitoshi kutoa shukurani zangu kwako. Lakini ujue ninakushukuru kutoka ndani ya moyo wangu." "Usijali Mercy, mimi naelewa maisha yalivyo." "Sikuwa nimekwambia Ben." "Nini?" "Siku ile uliponikuta peke yangu, ni siku niliyokuwa nimefikia mwisho wangu kabisa, nilitaka kujiua. Nilikuwa nimechoka nafsi na roho. Ungechelewa kidogo ningekuwa nimekufa sasa hivi." "Mercy! Usije kurudia tena, hata kuja kufikiria kujiua katika maisha yako. Tafadhali Mercy. Sawa?" "Sawa." "Hapana Mercy, naomba niahidi hata iweje hutakaa utoe uhai wako. Utavumilia mpaka mwishoni." "Nitavumilia Ben, mpaka nione mwisho wangu." "Ahsante. Ni marufuku kukata tamaa Mercy. Kuna changamoto nyingi sana za maisha bado utakumbana nazo. Lazima ukubali kupambana bila kukata tamaa. Umenielewa?" Ben alisimama na mkumbatia Mercy kwa nguvu sana. "Pole sana." "Ahsante Ben. Sitakusahau." "Nitajitahidi usinisahau Mercy, nitarudi Tanga kwa ajili yako pindi nitakapoweka mambo sawa."

Usiku ule wa kuagana kati ya Ben na Mercy ulikuwa mgumu sana kwao. Ulichanganyika na hisia ambazo kila mmoja wao alishindwa kuelewa walifikaje walipo. Kwa siku chache walizokuwa wamekaa pamoja pale hotelini, walishazoeana sana. Kila mmoja alianza kuwaza maisha bila ya mwenzake, huku Mercy akiamini kabisa kwa kuachana kwao ni furaha na pumziko kwa Ben ambaye alikuwa ni kama amebeba mzigo asiokuwa na uwezo wa kuutua. Huku Ben akiwa na wasiwasi kama atafanikiwa kuja kumuona Mercy tena. 'Kwa uzuri alionao Mercy na shida alizonazo hakuna mwanaume atakayemuacha kama mimi ninavyofanya!' Ben aliendelea kuwaza. Alitamani kumchukua aende naye lakini mazingira yake hayakumruhusu. Aliwaza kamuacha kwa rafiki yake Niko, lakini wivu ulishaanza kumsumbua Ben. 'Simuamini Niko, atamdanganya Mercy ili ampate kimapenzi na kumuacha anateseka.' Ben aliendelea kuwaza bila kupata jibu. Ilikuwa ni lazima asafiri kwenda China kufuatilia mzigo wa pesa nyingi sana. "Kesho unaondoka saa ngapi Ben?" "Nataka niwahi kama saa tatu ili nikamwone na mama ndipo niende kwangu kujiandaa na safari. Kila Jumapili lazima niende kwake, huwa anapenda Jumapili baada ya kutoka kanisani turudi naye nyumbani kwake, nikae naye mpaka jioni. Na hivi nimekosa Jumapili zote nikiwa hapa, najua lazima nikafidie." Walibaki kimya kwa muda.

"Mercy! Unasema unakaa na nani?" "Ile ni kama hostel, wapo wasichana wengi tu wengine wanafunzi wanasoma kama kina Latifa na wengine wameacha shule, wanafanya biashara kama hii." "Kwa hiyo unalipia?" "Ndiyo." "Kiasi gani?" "Sijui, ila nilivyosikia yule mama mwenye ile nyumba anakuwa anawatafutia wanaume ukipata hela mnagawana nusu kwa nusu." "Huyo mama mchawi nini? Kwa nini anafanya hivyo kwa watoto wa wenzake?" Ben aliongea kwa hasira. "Ipo siku yataisha Mercy na utasahau." "Sijui Ben, naingoja hiyo siku kwa hamu sana." "Inakuja Mercy, inaweza kuchukua muda lakini utapumzika na wewe." Mercy alibaki kimya kwani ni kweli hakuwa na tumaini lolote. "Kuna bahasha ipo pale juu ya meza nitaweka na begi uchukue, usibebee vitu vyako kwenye mfuko wa plastiki." "Bahasha ya nini Ben?" "Nimeweka pesa kidogo zitakusadia kwa muda mpaka nitakapo rudi." "Hapana Ben. Uliyonifanyia yanatosha. Siwezi kuchukua na pesa zoko tena." "Utaishije Mercy kama usipochukua?" "Sijui, lakini najua nitaishi tu, Mungu atanisaidia." "Huoni kwamba Mungu ndio amekusaidia?" Mercy alikaa kimya. "Au ulitaka Mungu amtumie mtu mwingine kukusaidia sio mimi?" "Hapana Ben. Najua una majukumu mengine mengi tu maishani mwako, sio mimi peke yangu na umeshatumia pesa nyingi sana kwangu. Naona inatosha." "Mungu ameona na hili ninaliweza ndio maana amekuleta kwangu na sio kwa mtu mwingine. Naomba tu uzichukue, najua zitakuja kukusaidia sana." "Ahsante sana, nashukuru kwa kila kitu Ben." "Karibu Mercy."

Kilio cha Mercy akiwa usingizini, kilimuamsha Ben aliyekuwa amepitiwa na usingizi mzito. "Mercy! Mercy! amka unaota." Jasho jingi na machozi vilikuwa vikimtoka Mercy. "Vipi?" "Samahani nimekumsha Ben, nilikuwa kwenye ndoto mbaya sana. Afadhali umenishtua." "Pole, ulikuwa unaota nini?" "Kuna mtu tena anaonekana ninamfahamu na kumuamini sana. Amenitumbukiza kwenye shimo kubwa, tena kama utani tu. Shimo hilo lilikuwa limejaa matope ya moto, siwezi kutoka kila ninapopiga kelele kuomba msaada nilikuwa nazidi kudidimia. Nimejitahidi kujiokoa nimeshindwa mpaka uliponiamsha." "Pole sana Mercy, lakini ujue ni ndoto tu, sio kweli." "Mmmh! Huwa sioti mara kwa mara lakini hii ndoto imekaa kama ni ya kweli!" "Usiogope bwana, ni ndoto tu." Ben alimshika mkono kumfanya atulie, ndani ya muda mfupi Mercy alipitiwa na usingizi.

Mercy aliamka asubuhi na mapema, alikuwa wa kwanza kuingia bafuni kuoga kisha akavaa gauni lake lilelile alilokuja nalo na kufunga kitambaa chake kichwani, kitu kilichomfurahisha sana Ben. 'Afadhali wanaume wengine wasimuone.' Ben aliendelea kuwaza akiwa bafuni, huku Mercy akiendelea kufungasha vitu vyake vyote na kuweka kwenye begi alilokuwa amepewa na Ben. "Mbona unataka kukimbia?" "Hapana sio kukimbia, nataka nikupe nafasi na wewe ya kujiandaa kabla ya kuondoka." "Nisubiri nitakupeleka nione unapoishi, ndipo na mimi nirudi kujiandaa na kuondoka kabisa." "Ahsante sana Ben. Lakini naona kama umenipa pesa nyingi! Utasafirije kama utaacha pesa zote huku. Ungechukua na wewe kiasi ili zikusaidie ukiwa safarini." "Sijaacha zote bwana! Wewe kaa nazo zitakusaidia wakati unajipanga kuanza maisha mengine." Mercy alichukua ile bahasha iliyokuwa na pesa alizopewa, akaiweka chini kabisa baada ya kuchomoa noti moja tayari kwa kumpa Tatu pindi afikapo Kijiweni.

Kwa kuwa Mercy alikuwa bado ni mgeni wa mji huo wa Tanga, ilimbidi Ben afuate taratibu daladala iliyokuwa ikienda Makorola, mpaka Mercy alipoweza kutambua nyumba. "Tumefika Ben. Naomba uwe mwangalifu ukiwa safarini. Nitakuwa nikikuombea kila siku Mungu akulinde." "Ahsante Mercy na wewe ukae salama, naamini nitakuona tena." "Sijui Ben. Wewe unajua historia yangu, nimegeuka kama ndege asiyekuwa na kiota maalumu. Nakwenda kule maisha yatakaponipeleka. Sasa hivi nipo hapa sijui hata baada ya nusu saa nitakuwa wapi." Mercy aliongea kwa sauti ya chini na ya uchungu sana, huku machozi yakimtoka. "Lakini naamini nitakuona tena Mercy. Nitarudi hapahapa kukutafuta tena." "Tuombeane Ben! Popote ulipo, usisahau kumsihi Mungu anikumbuke na mimi, na kufupisha mateso yangu. Nimechoka Ben. Labda wewe atakusikiliza." "Mungu hajakusahau Mercy, ni mapito tu ya muda mfupi, yataisha."

~~~~~~

Mercy alipokelewa na Tatu kwa maneno mengi. "Hee! sisi tulijua hurudi tena, haya mshiko mama." Mercy alitoa noti aliyokuwa ameweka karibu na kumkabidhi. "Haya mrembo, naona mambo sio mabaya. Karibu tena Kijiweni. Mwendo ndio huo, unaenda kukitembeza unaleta mshiko." Lile neno lilimkera sana Mercy, aliondoka bila hata kumjibu kitu Tatu.

Ben naye alirudi mpaka hotelini na kuanza kukusanya vitu vyake vyote na kuweka kwenye gari lake harakaharaka ili awahi safari. Ndipo alipogundua saa yake ya thamani sana tena yenye historia kubwa haikuwepo. "Hata leo asubuhi ilikuwa juu ya meza wakati naingia kuoga." Ben alikuwa akimuelezea meneja wa hoteli kutaka kujua kama kuna muhudumu yoyote aliyeingia kwenye chumba chake baada ya yeye na Mercy kutoka. "Hapana Mheshimiwa! Hakuna aliyeingia. Tunaweza hata kuangalia kamera." Ben aliomba kuangalia kamera kuthibitisha. "Si unaona kamera inaonyesha nyinyi wawili ndio mmetoka na umerudi peke yako. Kwani huyu msichana unamfahamu?" Wasiwasi ulimuingia Ben. "Simfahamu vizuri." Kumbukumbu zilianza kumjia Ben, alipotoka kuoga alimkuta Mercy na haraka na akiwa ameshafungasha kila kitu na yupo tayari kuondoka. 'Inawezekana Mercy aliiba ndio maana alitaka kuondoka harakaharaka? Au kama alivyokuwa aking'ang'ania kutafuta pesa za mtaji labda ameiba ili akauze apate pesa?' Dalili zote zilionyesha kuwa Mercy ndiye ameondoka na saa ya Ben. "Huyu msichana ni nani?" Meneja wa hoteli alizidi kumdadisi Ben. "Unafahamu anapokaa?" Ben alizidi kukaa kimya. "Nashauri uwahi kumfuata huyu binti kabla hajaiuza kwa hasara." "Kweli kabisa." Ben aliitikia na kutoka mbio kurudi alipomuacha Mercy."

Mercy aliamua kwenda kwa Mama Samaki kununua samaki na kumuomba amuhifadhie zile pesa akihofia kuibiwa tena pale Kijiweni. Alirudi akiwa ameshiba na kujitupa tena kitandani ambapo alipitiwa na usingizi. "Wewe! wewe!" Tatu aliendelea kumtingisha Mercy aliyekuwa amelala. "Nini Tatu?" "Unaitwa na mama, tena utakoma." "Nimefanya nini?" "Nenda utajua huko huko." "Umenishtua kweli Tatu." "Pole, lakini fanya haraka." "Umemuona Latifa?" Mercy alimuuliza Tatu huku akijinyanyua kuelekea alipoitwa. "Hawapo, nilisikia wanaanza mitihani kesho, leo naona hawarudi. Huwa wanafanya kempu ya kusoma kukiwa na mitihani halafu wanarudi baada ya mitihani kuisha." Tatu alijibu huku akielekea alipo mama mwenye nyumba. "Wewe fanya haraka unaitwa." Macho ya Mercy yaligongana na Ben, na kushtuka. "Unashtuka nini?" Yule mama alimdaka Mercy bila salamu. "Unajua ulichokifanya." "Haya leta." "Nilete nini?" Mercy aliuliza kwa mshangao. "Kuna nini Ben?" "Saa uliyochukua pale mezani." Ben alijibu bila kukwepesha macho na kwa uhakika. "Sijatoka na saa yako Ben." "Mercy naomba tafadhali unirudishie. Nitajie pesa yoyote unayotaka nitakupa. Ile saa ni ya thamani sana, hata ukiiuza hapa, huwezi kufikia hata robo ya bei yake. Tafadhali Mercy, naomba ukumbuke wema wote niliokutendea, nirudishie saa yangu." "Unawezaje kunifikiri mimi ni mwizi Ben? Mimi ni maskini lakini sio mwizi hata kidogo. Niamini sijachukua saa yako." Mercy alikuwa kwenye mshtuko kubwa sana. "Kamera za hoteli zinaonyesha ni mimi na wewe ndio tulikuwa pale, sasa nani atakuwa ameondoka nayo, wakati asubuhi hii wakati naingia bafuni kuoga ilikuwa pale juu ya meza?" Ben aliendelea kumsihi Mercy ambaye ni kama alikuwa amekabwa na kitu kooni na kupata ububu wa ghafla. Yule Mama alinyanyuka na kumpiga Mercy vibao viwili vya haraka haraka vya usoni. "Unambembeleza nini mwizi huyu. Hebu kaleteni begi lake." Ben alikuwa kama na yeye haamini kinachotokea. Mercy alianguka chini, na kuficha uso wake. Alianza kulia kwa kwikwi. Huku yule mama akiendelea kumpiga mateke. Ben alimshika. "Naomba usimpige, kama haipo basi. Mungu atanilipa kwa njia nyingine." "Kaka sitaki wezi humu ndani kabisaa, tena silei wezi mimi hata kidogo. Sharti la kwanza tena kubwa la hapa Kijiweni ni usiibe. Hata kama unaenda kulala na tajiri wa namna gani nishawaambia wasichana wangu, chukua kilicho chako ondoka, wizi mwiko. Huyu mgeni humu ndani kaka yangu, unisamehe mimi, ndio maana bado ana tabia zake mbaya mbaya. Na nitamfundisha adabu. Sitaki kuharibiwa biashara." Maneno ya ukali yaliendela kutoka kinywani mwa yule mama, kitu kilichokusanya watu mlangoni.

Begi la Mercy lililetwa, likamiminwa kila kitu chini bila kuiona saa, Ben aliondoka bila kuaga. "Mama lakini sisi tulimuona ametoka labda alienda kuificha." Mmoja wa wasichana waliokuwa wakiishi pale Kijiweni aliingilia mazungumzo yao, huku Mercy akiendelea kulia. Yule Mama alienda kuchukua mkanda ndani na kuanza kumpiga Mercy bila huruma. "Kama yeye amesamehe mimi sikuachi, silei wezi." Muda wote huo Mercy alikuwa akilia huku ameficha uso wake katikati ya mapaja yake. Watu wengine walianza kumzomea na wengine kumcheka. "Nakupeleka polisi kama hutaki kusema ulipoificha hiyo saa." Mercy alipandishwa kwenye gari kuelekea kituo cha polisi. Wakiwa njiani yule mama alianza kumsihi Mercy ampe yeye ile saa ili aiuze kwa bei nzuri kwa kuwa yeye ni mwenyeji pale mjini halafu wange gawana pesa watakazopata. "Sijaiba mama. Naomba uniamini." "Sasa kwa kuwa wewe ni jeuri nakupeleka Mabawa polisi na utafia Jela."

Mercy alifikishwa kituo cha polisi kilichopo Mabawa huku amejawa maumivu makali kwa kupigwa. Yule mama aliandikisha kesi na Mercy alitupiwa rumande, akisubiria mdhamini na kama asingepata mdhamini siku inayofuata angepelekwa jela ya Maweni ambapo angesubiri kupelekwa mahakamani asomewe shitaka lake. 'Sikutegemea kama Ben angeweza kuniingiza matatizo kiasi hiki. Nani atanitoa humo? Sina baba wala mama. Sina rafiki sina ndugu.' Mercy aliendelea kulia. Watuhumiwa wengine walikuja kutolewa kwa dhamana na wengine walibaki na Mercy mpaka asubuhi. Polisi alichungulia kwenye chumba chao na kutaka watoke kwani gari ya magereza lilikuwa limeshafika kuwachukuwa na kuwapeleka jela ya Maweni. Hizo zilikuwa habari mbaya sana kwa Mercy aliyekuwa akiomba usiku kucha, Mungu amfanyie muujiza atoke. Alijua wazi huo ndio mwisho wake. Alimlaumu sana Ben, kwa kukatisha mpango wake ya kujiua. 'Asingetokea usiku ule, sasa hivi ningekuwa nimekufa, nimepumzika. Ona alivyonisababishia matatizo. Amenifanya nisijiue na ameniingiza jela.' Mercy aliendelea kumlaumu Ben, zaidi na zaidi.

Akiwa kwenye gari hilo akilia sana huku akishindwa kuamini kama kweli ndoto zake za kutetea watuhumiwa wasiokuwa na hatia, ziligeuka na kumfanya yeye ndiye atafute msaada wa mtu wa kumtetea. Alibaki akiwaza jinsi dunia inavyoendelea kumtafuna kila kukicha. Alidhani Ben angekuwa rafiki na ndugu yake wa kwanza baada ya kusalitiwa na kila mtu! Lakini yeye ndiye aligeuka mbaya kuliko watu wote waliokwisha kumtenda mabaya. Alianza kukumbuka ndoto aliyokuwa ameota usiku uliopita akiwa na Ben. 'Ni kweli nimezama kwenye matope ya moto.' Mercy aliendelea kulia. "Wala usilie dogo, haya mambo ya kawaida tu, mbona utatoka siku yako ikifika. Wewe omba tu siku yako ya mahakama ifike mapema, utatoka tu. Ila unaweza ukawekwa jela na mahakamani usipelekwe." Msichana mmoja mwenye muonekano wa kiume alianza kumfariji Mercy baada ya kukaa pembeni yake kwa muda mrefu na kumuona Mercy aliyekuwa amegeukia dirishani akilia kwa uchungu sana. "Hii mwenzio ni safari yangu ya tatu, nimeshapazoea. Huko ni kuchapa tu mzigo, usiwe na neno nitakulinda." Kidogo matumaini ya kuishi kwa amani yalianza kumrudia Mercy, baada ya kupata mwenyeji. "Lakini sina hatia dada yangu!" Mercy alianza kujitetea kana kwamba yupo mahakamani. "Unafikiri wote wanaoenda huko wana hatia dogo? Wengine wanasingiziwa tu! Tena ukiwa fukara ndio kabisa hakuna anayekujali."

Maisha ya jela hayakuwa magumu sana kwa Mercy, kwani kazi nyingi alisaidiwa na yule rafiki aliyempata kwenye gari. Hata hivyo hakuwa na sehemu ya kwenda hata kama angekuwa nje. 'Kila mlango umefungwa na ndugu zangu wote wamenisaliti. Nimebaki peke yangu kwenye hii dunia. Inawezekana Mungu ameniweka hapa kwa muda nijipange vizuri. Labda pale Kijiweni wangenidhuru zaidi.' Mercy aliendelea kujifariji kila alipokuwa akizidi kuzoea maisha ya jela. Wafungwa wengi walimpenda kwa moyo wake wa kupenda kusaidia watu na kufariji kila mtu. Aligeuka kama mtumishi wa kila mtu mwenye uhitaji. Wakati wote aliwaweka wenzake mbele ili kuwasaidia. Alianza kupafurahia jela, baada ya kuanza kujulikana mpaka kwa maafande ambao walianza kumpa kazi rahisi na upendeleo mdogo mdogo. Japokuwa mambo hayakuwa mabaya sana kama alivyotegemea jela, wakati wote Mercy alimkumbuka Ben na kushangaa jinsi alivyomsaliti. 'Nilimuamini sana Ben kuliko mtu yoyote katika maisha yangu. Anawezaje kunigeuka baada ya shida zote alizopata juu yangu?' Mercy alikumbuka jinsi Ben alivyokuwa akimuuguza kwa upendo na kutokulala mchana wala usiku kuhakikisha anakunywa dawa kwa muda unaotakiwa. Alikumbuka vile alivyokuwa akimbemba kumtoa kwenye beseni lenye dawa ya kutibu madonda yaliyokuwa yakinuka na kumpandisha kitandani huku akimshikilia mkono alale na maneno mengi mazuri ya kumfariji. Mercy alizidi kuchanganyikiwa asimuelewe Ben. 'Lakini ni sawa tu, kama hata baba yangu mwenyewe alishindwa kunilea baada ya kifo cha mama na kuamua kwenda kuniacha kwa watu wengine, Ben atashindwaje?' Mercy alizidi kukumbuka kila mtu katika maisha yake jinsi alivyomudu kumgeuzia yeye mgongo na kujiona hana bahati. 'Kwa nini sijawahi kuthaminiwa na mtu yeyote? Nina tatizo gani? Sio kosa la Ben kunigeuka, kwanza alinikuta kwenye baa kama changudoa! Ataniheshimuje? Alijua kabisa mimi sio mtu wa kuthaminiwa, kama hata baba yangu mkubwa aliweza kunibaka, na hata mchumba niliyemwambia ananipenda aliona jinsi alivyo nisaliti, lazima tu na yeye anidharau. Kwa nini nilimuamini sana Ben na kumwambia mambo yangu yote? Nisingemwambia labda angeniheshimu.' Mercy aliendelea kujilaumu na kutokula vizuri, siku hadi siku bila kujua anajitengenezea sumu kali iliyokuwa ikimtafuna yeye mwenyewe mchana na usiku. Mwili na afya yake vilidhoofu sana. Ngozi yake ilijawa na upele mwingi kwa sababu ya mbu na kutokula vizuri. 'Najua siku moja nitatoka. Lakini hata nikitoka nitaenda wapi?' Hilo ndilo lilikuwa swali kubwa kwa Mercy ambalo lilimkosesha usingizi. Japokuwa alikuwa na hasira na Ben, kila wakati aliendelea kumsihi Mungu amlinde Ben akiwa safarini. *"Naomba Mungu umlinde asipatwe na majanga kama aliyoyapata baba yangu. Msamehe Ben, na yeye ni binadamu. Naomba umfanikishe na umrudishe kwa mama yake salama!"* Ni maombi ya Mercy kila wakati alipokuwa peke yake.

Baada ya kutimiza miezi miwili jela, kama wanavyohesabu wao mchana ni siku moja na usiku ni siku ya pili. Jina la Mercy lilitajwa kutakiwa mahakamani. "Sasa ni nini kinafuata baada ya hapo?" Mercy alianza kuwauliza wenzake wakiwa njiani kuelekea mahakamani. "Kama mshitaki wako hatatokea mahakamani basi utaachiwa huru au kama atatokea bila ushahidi wa kuonyesha kosa lako, pia unaweza kuachiwa. Lakini siku hizi mambo yameharibika sana, unaweza kusingiziwa kesi, na aliyekushitaki akahonga pale mahakamani ukashindwa kesi yako ndipo sasa utahukumiwa muda wako wa kukaa sasa jela kama mfungwa. Omba Mungu upate Hakimu mzuri." Mama mmoja aliyekuwa amekaa na Mercy wakiwa njiani kwenda mahakamani alijitahidi kumuelezea Mercy aliyekuwa akianza kusikia baridi huku akigugumia maumivu ya kichwa.

Kesi ya Mercy ilitajwa na alipandishwa kizimbani kusubiri upande wa mshitaki wake ambapo hakuna aliyetokea. 'Hata nikiachiwa huru sasa hivi nitaenda wapi na hali yangu hii ilivyo. Afadhali kule jela nina marafiki naweza kuugulia kule' Mercy aliendelea kuwaza. Hakimu alimruhusu Mercy aondoke. "Umesikia binti? Upo huru unaweza kwenda." Hakimu alirudia rudia baada ya kumuona Mercy akiwa bado amesimama kizimbani huku amejawa na mawazo. "Mtoeni nje ya mahakama tuendelee na kesi nyingine." Kila mtu alibaki kumshangaa Mercy aliyekuwa ametangaziwa uhuru lakini kwake alionekana ni kama ametangaziwa habari mbaya. Alitoka nje ya mahakama na kukaa chini ya mti akiwaza. 'Kumbe afadhali nilivyokuwa kule jela. Nimerudi kwenye maisha ya kutangatanga tena. Nitaenda wapi sasa? Ngozi na afya yangu mbaya sana wala sitazamiki. Hakuna atakayeweza kunipokea, hata kama nikikubali kazi ya uchangudoa tena. Nitafanya nini?' Alikaa chini ya mti akiwaza, ndipo wazo la kurudi kwa Mama Samaki aliyekuwa amemuachia fedha zake ili akaombe hifadhi kwa muda lilimjia. 'Hata kama ametumia pesa zote, lakini angalau atanihifadhi kwa muda.'

Alifika nyumbani kwa Mama Samaki akiwa anatetemeka baridi na kichwa kikimuuma sana. Ilikuwa nyumba kubwa yenye wapangaji wengi. Mercy alijaribu kumuulizia mama aliyemkuta akifagia uwanja, aliongea kwa lafudhi ya watu wa Tanga. "*Kenda baharini, kufuata samaki, lakini hii ndo mida yake hii, mngoje kibarazani*" Mercy alijisogeza mpaka barazani kwa shida huku akiomba Mungu, Mama Samaki akubali kumuhifadhi kwa muda angalau mpaka apone. Akiwa amejawa na mawazo mengi, hali ya kizunguzungu ilimjia. Alianza kuona giza asijue cha kufanya, alibaki amefunga macho mpaka aliposikia sauti ya Mama Samaki, akiwa analalamikia siku yake haikuwa nzuri. "Sijapata kitu leo." Kwa shida Mercy alifungua macho na kumsalimia. "Marahaba mama, karibu." "Nakuomba tuongee mama yangu." "Hebu twende ndani mama, njaa inaniuma. Tuongee wakati tunakunywa chai." Alimkaribisha chumbani kwake na kukaa kwenye stuli ndogo pembeni ya kiti alichokuwa amekalia Mama Samaki. "Vipi?" "Nasikia kizunguzungu sana." "Pole. Au njaa?" Muda wote Mama Samaki hakuwa amemtambua Mercy kabisa. "Kwanza unaitwa nani?" "Mercy." "Nani?" "Mercy!" "Mercy yupi? Maana kuna dada wa pale Kijiweni na yeye anaitwa Mercy lakini walimfunga baada ya kuniachia bahasha yake hapa. Wanavyosema alikuwa mwizi kweli. Anaenda kulala na mabwana wa watu anawaibia. Nahisi hata hizi pesa alizoniachia ni za wizi. Nimeogopa hata kuzitumia. Sitaki laana kwenye maisha yangu." "Ni mimi, Mama." "Haaaaaaa! Si unajua mwanangu watu wanaongea?" Mama Samaki alianza kubabaika baada ya kubaini alikuwa akimpa Mercy taarifa zilizokuwa zimeenea mtaani juu yake. Kwa mtu yoyote aliyewahi kumuona Mercy kabla ya kwenda jela, ilikuwa ngumu sana kumtambua tena. Aliharibika ngozi kwa vipiele na mwili wake uliisha kabisa na kubaki mifupa mitupu. Mercy alimueleza maisha yake kwa kifupi na mkasa wote ulio mpelekea kuwekwa jela. Machozi yalikuwa yakimtoka Mama Samaki. "Pole sana kwa matatizo mwanangu. Wako watu wanatanguliza pesa kuliko utu. Hapa umefika, ujisikie upo nyumbani. Kula basi, upumzike." "Ahsante, lakini sisikii kula kabisa, naumwa sana kichwa." "Itabidi tuwahi hospitali, hiyo itakuwa malaria na hivi umekaa jela! Mbu watakuwa wamekutafuna sana." Mama Samaki alifunga chumba chake kilichokuwa na kitanda kidogo, viti viwili, meza ndogo{stuli}, pamoja na kabati ambalo upande mmoja aliweka vyombo na upande mwingine aliweka nguo, kisha wakaelekea hospitali. Walianza kutembea kuelekea kituoni, ili wapande daladala itakayowafikisha hospitalini. "Nikushike mkono?" Kabla hajajibu kitu chochote, Mercy alianguka na kupoteza fahamu. Akiwa katika hali ya kuchanganyikiwa, alisimama msamaria mwema mwenye gari na kumkimbiza Mercy kwenye hospitali ya mkoa Bombo, ambapo alianzishiwa matibabu.

"Niko wapi?" "Hospitalini Mercy, ulianguka na kupoteza fahamu. Vipimo vinaonyesha huna damu ya kutosha na una malaria kali sana. Pressure pia ipo juu." Mama Samaki aliendelea kumuelezea Mercy. "Nimechoka sana mama." "Pumzika tu, wamesema baada ya hiyo dripu ya pili ya maji utajisikia vizuri." Mercy aliamshwa tena na sauti ya mwanaume aliyekuwa akilia kama mtoto mdogo. "Kuna nini mama?" "Yule dada aliyekuwa amelazwa, kitanda cha mwisho kule alikuwa mkewe huyu kaka, lakini amefariki wakati umelala. Anasema wana watoto wawili wadogo." Mercy alianza kulia kwa uchungu sana. "Vipi Mercy?" "Kwa nini Mungu ana upendeleo? Nakitafuta kifo mimi sikioni! Kwa nini anachukua watu kama hao wanaohitajika hapa duniani, na kuniacha mtu kama mimi ambaye sina hata thamani yoyote hapa duniani?" "Usiseme hivyo Mercy." "Kweli mama, hebu ona nani angepata hasara kama ningekufa hata leo? Hakuna anayenihitaji kama huyo dada mwenye familia inayomuhitaji?" Mercy aliendelea kuomboleza siku nzima.

Baada ya siku tatu Mercy aliruhusiwa kurudi nyumbani na kuendelea kutumia dawa za kuongeza damu na kutibu malaria. Alitoka hospitalini akiwa bado hajapata nguvu hata kidogo. Mama Samaki ndiye aliyemuhudumia kama mtoto wake, kitu kilichowaleta karibu kuliko walivyotegemea. Mercy alimtegemea Mama Samaki kwa kila kitu ikiwa ni pamoja na kwenda chooni, kuoga na kula ambako ndio lilikuwa tatizo kubwa kwa Mercy aliyekuwa amepoteza hamu ya kula kabisa. "Nimechoka na maisha mama yangu. Nimehangaika vya kutosha, ona ninavyokusumbua. Mungu anataka nini kwangu? Natamani kufa mama, na mimi nipumzike." "Usikate tamaa Mercy, Mungu hajakuacha!" Hayo ni maneno ya Mama Samaki kila wakati kwa Mercy ambaye hakuwahi kuacha kulia na kulalamika.

Muda mwingi walikaa pamoja wakiongea mambo mengi na kujuana vizuri. Jina la Mama Samaki lilianza kupotea taratibu kwa wapangaji wenzake na kuanza kuitwa Mama Mercy, kitu kilichomfariji sana Mama Samaki na kuibua maswali kwa Mercy. "Watoto wako wako wapi mama?" Mercy alianza kuuliza maswali usiku mmoja wakiwa wamelala. "Sikubahatika kizazi. Nilikuwa nikiishi na mwanaume mmoja tuliyependana naye sana. Tena tulitoka kijiji kimoja, lakini familia zetu hazikuwa zikielewana kabisa. Walinikataza kuolewa naye wakidai kwao ni wachawi, lakini tulitoroka kijijini kwetu, wilayani Muheza, hapahapa Tanga na kuhamia hapa mjini, na kuanza maisha yetu ya chini mpaka tulipojenga na biashara zetu zilipokuwa ndipo matatizo yalipoanza." "Matatizo gani?" "Pale alipowaambia wazazi wake anataka kubariki ndoa yetu. Walimkatalia na kumletea binti mwingine kwa kuwa mimi nilishakaa naye kwa miaka karibu kumi bila kupata mtoto." "Si alikataa kumuoa!?" Mercy aliuliza kwa mshangao. "Huwezi amini mwanangu, alioa. Tena hivi tunavyoongea amezaa naye watoto." "Pole mama." "Ndio maisha mwanangu. Wengine walisema mama yake ndiye aliniloga nisizae kwa kuwa walikuwa na ugomvi na mama yangu. Lakini mimi naona si kweli, sikujaliwa tu watoto." "Pole sana mama yangu. Lakini nimepata wazo zuri." "Wazo gani?" "Kwa nini tusiuze na chips hapa nje badala ya samaki peke yake?" "Mtaji mama!" "Umesahau tuna zile hela, nilizokwambia alinipa Ben?" "Kweli tutumie hizi hela kwa biashara?" "Ndiyo! Kuliko kuziweka ni heri kuzalisha." "Umechoka sana Mercy, mwili wako hauna nguvu, nitafanyaje biashara peke yangu?" "Nimeshapona, usiwe na wasiwasi nitakusaidia mama yangu." "Utaangukia motoni bure! Tuanze matatizo mengine. Hivi umejiona hivyo ulivyo Mercy?"

"Mama nimeshapata nguvu, usiwe na wasiwasi bwana." "Mwili wenyewe umebaki mifupa mitupu! Labda ubadilike, uanze kula, lakini hivyo ulivyo hutaweza kufanya chochote." "Basi tutafute mtu mwingine atakayetusadia." Usiku ule ulikuwa mrefu kwao. Walianza kupangilia pesa walizokuwa nazo zikiwemo na zile ambazo Mercy alipewa na Ben. Biashara ya kuuza chips na samaki pale pale nje ya nyumba yao ikaanza.

Hali ya Mercy kiafya ilikuwa ikirejea taratibu sana, kwa sababu ya kutokula vizuri na kukosa muda mwingi wa kulala kwa mawazo yasiyoisha juu ya maisha yake. Wateja wao wakubwa walikuwa wasichana wa pale Kijiweni waliokuwa wakimcheka Mercy kila wanapokuja kununua chakula na kumwita majina mabaya likiwemo la mwizi kitu kilichokuwa kikimnyima sana raha. Lakini mama yake na wapangaji wengine waliokuwa wakiishi nao, walimfariji Mercy waliyetokea kumpenda sana kwa heshima na unyenyekevu wake japokuwa hakuwa muongeaji sana lakini kila aliposikia shida ya mtu alimlalamikia mama yake wasaidie. "Sasa mwanangu hatuwezi kumsaidia kila mtu. Kila anayekulilia shida na wewe unalia. Lazima uelewe Mercy, maisha ni magumu kwa kila mtu." "Basi tumsaidie Mama Hasnati ndio wa mwisho mama, angalau tumpe hela na yeye aanze biashara." "Tutawapa wangapi Mercy? Kila mtu unataka kumsaidia wewe! Lazima tuweke mipaka, shida haziishi." "Hatuwezi kuendelea kuweka pesa benki mama, wakati kuna watu wenye shida." "Basi tutakufa maskini kama ndio hivyo Mercy! Hatutaendelea kama hela zote tunazopata tunagawa." Huo pekee ndio ulikuwa ugomvi wa Mama Samaki na Mercy. Na ikitokea anashindwa kumsaidia mtu, Mercy hubaki mnyonge kupita kiasi.

"Una nyota kali Mercy!" Kama kawaida yao wakiwa usiku wanalala, lazima wapate muda wa maongezi kabla ya kuomba pamoja. "Kwa nini mama?" "Tangia uje kwenye maisha yangu mambo yanaenda vizuri. Kila biashara ninayofanya inafanikiwa. Huoni mambo yalivyonibadilikia?" "Mimi ndiye natakiwa niseme hivyo mama yangu. Ona sasa hivi angalau nina mahali pa kuishi, nina mtu anayenipenda, sihangaiki hangaiki tena. Unajua mama nilishakata tamaa ya kuishi kabisa? Nashukuru sana kwa kunipokea." "Na mimi namshukuru Mungu. Kwa mimi leo kuitwa mama! Kwangu ni muujiza." Walimuomba Mungu kwa pamoja kama kawaida yao na kulala.

Siku zote walikuwa wakifanya kazi pamoja mpaka saa nne usiku huku Mercy akisaidia kazi ndogo ndogo. Isipokuwa siku za

Jumapili, ilikuwa siku yao ya mapumziko. Mama Samaki alimcha Mungu sana. Siku ya Jumapili ni siku aliyokuwa akishinda kanisani kuanzia maombi ya asubuhi mpaka ibada ya mwisho ya jioni. Huku akisaidia kazi mbalimbali pale kanisani ikiwepo.

Sura ya 3

Siku moja wakiwa wameshafunga biashara yao, Mama Mercy akiwa anaingiza vyombo vingine ndani, baada ya kijana aliyekuwa akiwasaidia biashara kuondoka, Mercy aliachwa nje peke yake akimalizia kuosha vyombo vingine. Alihisi mtu amesimama nyuma yake. Bila kugeuka alisema, "Tumeshafunga biashara na chakula kimeisha." Huku akiendelea na kuosha vyombo. Alishtuka baada ya kusikia jina lake likitajwa na sauti ambayo haikuwa ngeni lakini hakuwa mama yake. "Mercy!" Ulikuwa ni mshtuko mkubwa kwa Mercy alipogeuka kuangalia anayemwita. Alibaki ametoa macho huku vyombo vikiendelea kudondoka mkononi mwake. Mercy alianza kutetemeka huku akiwaza kwa sauti iliyoweza kusikika waziwazi. "Anataka nini kwangu? Au amerudi kufufua kesi yake?" Mercy alianza kutokwa na machozi huku amefunga macho. *"Mungu naomba unitetee, nakuomba Mungu wangu. Nimechoka kuhangaika, unajua kiasi gani nimechoka. Nisaidie Mungu nimefika mwisho, sina nguvu ya kupambana tena na haya maisha. God Please."* Ni kweli Mercy alikuwa amechoka. Sio moyo tu bali hata mwili wake ulikuwa umedhoofu sana, ilikuwa ngumu hata kumtazama mara mbili kama hukumfahamu matendo yake mema. Nguo alizokuwa amenunuliwa na mama yake, zote zilikuwa kubwa kuliko yeye. Kitambaa alichokuwa amefunga kichwani kilionekana kama amebeba mzigo mzito ambao wakati wowote ungeanguka.

Kwa sauti ya kutetemeka aliweza kusikika tena. "Hata kama hunifahamu vizuri Ben, naomba uniamini, mimi sio mwizi na wala siye niliyekuibia saa yako. Tafadhali usinirudishe tena jela. Niambie inagharimu kiasi gani naahidi nitajitahidi kukulipa hata kama ni kidogo kidogo kuliko kurudi tena jela. Tafadhali Ben naomba unihurumie." "Nilienda kukuangalia pale ulipokuwa unaishi Mercy, msichana mmoja amenielekeza hapa. Nilitaka kukuona sio kwa mabaya kama mara ya mwisho nilipokutafuta, nimekuja kukuomba msamaha." Mercy alishtuka sana. "Nimekukosea Mercy, naomba unisamehe. Hakika nimekosa tena sana, naomba msamaha." Machozi yalikuwa yakimtoka Ben baada ya kuona maafa aliyoyasababisha kwa Mercy aliyekuwa na hali mbaya kuliko aliyomkuta nayo mara ya kwanza. Mercy alibaki kama mtu aliyepigwa na shoti ya umeme akiwa haamini anachosikia. Akiwa bado anatafakari ni kitu gani kinaendelea, Mercy alimsikia Ben kwa mbali akiendelea kuongea. "Natamani ningekuwa na kitu cha kujitetea, lakini sina. Nilikosa utu, nilikusaliti sana wakati wewe uliniamini. Najisikia vibaya sana kwa ukatili niliokufanyia. Naomba msamaha." Mercy alibaki amesimama kama sanamu. "Ile Saa kumbe niliiweka kwenye begi ya kompyuta yangu bila kujua. Nilipofika kwangu niliiona. Ningerudi tu wakati nilipoiona lakini tayari nilikuwa na tiketi ya kufuatilia mizigo yangu China na ndege ilikuwa inaondoka jioni hiyohiyo, ndio maana imechukua muda mrefu kurudi kuja kukuona na sikujua kama wangekupeleka jela. Nilienda pale Kijiweni ili kumtafuta yule mama ili na yeye nimwambie, lakini hakuwepo. Nitarudi tena kesho angalau nisafishe jina lako kama itasaidia." Mama yake Mercy aliwakuta bado wamesimama na Ben akiendelea kuongea, bila kujibiwa kitu. "Vipi hapo, kwema?" Kama aliyepata ruhusa au mwanya wa kuondoka haraka haraka Mercy aliingia ndani bila kujibu kitu wala kumuaga mtu yoyote.

"Vipi mama, mbona unalia? Yule ni nani? Mbona umemuacha nje bila kumkaribisha ndani?" Mercy aliendelea kulia kwa kwikwi kwa muda bila ya kujibu kitu. "Vipi Mercy? Amekwambia nini?" "Yule ni Ben, mama." "Hee! Ben?" "Ndiyo mama, yule ni Ben." "Ben yuleyule aliyekuweka jela?" "Ndiyo." "Sasa anataka nini? Au anataka kufufua kesi yake?" "Hapana mama, amekuja kuomba msamaha anasema aliiona saa yake." "Mhh! Lakini kweli yeye mwanaume. Kurudi mpaka hapa kwa ajili ya msamaha! Si kitu rahisi kwa dunia hii na kijana kama yule anayenukia pesa vile! Si kitu cha kawaida Mercy. Si angenyamaza tu nani angejua? Maskini kijana wa watu, anaonekana ni muungwa yaweza kuwa alighafilika." Kinyume na matarajio ya Mercy, mama yake alianza kuona upande mwingine wa Ben ambao Mercy hakutaka kuusikia hata kidogo. "Umemwambiaje sasa?" "Ningemwambia nini sasa mama jamani? Nilinyamaza tu sikuwa na kitu chochote cha kumjibu." "Hee! Wewe Mercy? Yaani kijana wa watu aje mpaka huku Tanga, kukuomba msamaha halafu unyamaze kimya?" "Inasaidia nini mama, hata nikijibu kitu?" "Hukufanya vizuri mwanangu, hata ungemwambia unachofikiria." "Sidhani hata kama anajali ninachofikiria. Kwanza ameshaondoka, afadhali aniache kabisa, sitaki hata kumuona tena katika maisha yangu."

Palikucha ilikuwa siku ya Jumamosi. Kama kawaida ya Mama

Samaki kuamka asubuhi na kuwahi baharini kununua samaki na Mercy alibaki kufanya usafi. Akiwa amekaa chini baada ya kufagia uwanja Ben alirudi tena na kukaa pembeni yake. Mercy alishindwa hata kuinua macho yake kumtazama Ben aliyemuona msaliti na mtu mwenye dharau kwa watu wasio na uwezo. "Pole sana Mercy kwa matatizo niliyokusababishia." Mercy aliendelea kuwa kimya. "Unakula vizuri lakini? Hapa unakaa kwa nani?" "Nakuomba uniache na mimi nipumzike angalau kidogo tu kwenye maisha yangu na uondoke usiwahi kurudi tena. Umeshapata saa yako, huhitaji tena kitu kutoka kwangu Ben." Mercy alianza kulia tena. Maneno ya Mercy yalikuwa kama wembe butu unaojaribu kuchana moyo wa Ben. Alijuta na kujichukia sana. Alibaki akiwa ameinamisha kichwa chini huku nayeye akitokwa na machozi. "Nisamehe Mercy, nimekosa." Mercy aliendelea kulia kwa uchungu sana. "Mbona mmekaa nje? We Mercy! Mbona humkaribishi mgeni ndani?" Wote walibaki kimya wakiendelea kulia. "Karibu ndani baba." "Mama naenda kuchota maji." Mercy alisimama na kumuacha Ben bado amekaa chini. "Hapana Mercy, usitafute matatizo. Ona ulivyochoka, maji utayabebea wapi bwana? Mwili wenyewe hauna nguvu." Mercy aliondoka na kuzunguka nyuma ya nyumba yao baada ya kukataliwa ndoo. "Tuingie ndani Baba." Mama Samaki alimkaribisha Ben baada ya kujikuta wamebaki peke yao. "Ahsante sana." Ben na Mama Samaki waliingia ndani. "Mimi ndiye mama yake Mercy, karibu sana." "Ahsante mama. Naitwa Ben, najua utakuwa umeshanisikia." Mama Samaki alitingisha kichwa. "Najua nimefanya kosa ambalo hakuna mwanadamu anayeweza kunielewa, na ninajutia sana kosa langu. Naomba na wewe unisamehe na unisaidie kuongea na Mercy. Natamani ningekuwa na sababu ya kujitetea, lakini sina mama yangu. Nimemfanyia Mercy unyama usioweza kutamkika." "Kukosea kupo baba. Kwanza nakusifu kwa kurudi tena na kuomba msamaha. Huo kweli ni uungwana. Mpe muda baba, si unajua mwenzako anapitia mambo mengi magumu tena mfululizo? Ni ngumu sana kwa binti kama yeye na mambo anayopitia katika maisha yake. Hata hivyo namsifu, anajikaza kweli. Wasichana wa pale Kijiweni wanamtukana kweli mpaka sasa. Anaishi kwa shida hapa mtaani, hana sifa nzuri hata kidogo. Wanamwita majina yote unayoyajua mabaya hapa duniani tena waziwazi bila ya huruma wala aibu. Kwa hiyo bado anaishi na uchungu wa kusingiziwa huo wizi kila siku." "Nitakwenda kuongea nao nikitoka hapa." "Labda inaweza kusaidia." Kimya kilipita kidogo kati yao.

"Mercy aliugua? Au ni sababu ya kukaa jela? Mbona amekonda sana?" Ben aliendelea kumdadisi Mama Samaki. "Ooh baba! Aliumwa huyu nusura ya kufa. Kila siku alikuwa ananiomba nimuombee kifo. Wakati wote alikuwa akisema 'mama kwa nini mimi naendelea kuishi wakati hakuna mtu ananihitaji hapa duniani? Kwa nini Mungu asinichukue mimi na kuwaacha watu wengine wanaohitajika?' Kilikuwa kipindi kigumu sana kwake, hivi hata hamu ya kula haijarudi. Kula yake ni ya shida sana, tunavutana vutana kweli wakati wa kula. Na si mzungumzaji hata kidogo, zaidi ya salamu na kusikiliza kila mwenye shida na ndipo utakapo msikia akikulilia usaidie watu. Asione mtu ana shida, hapo ndipo atakubembeleza mumsaidie huyo mtu na hapo ndipo utamsikia akiongea na si vinginevyo." "Aliugua nini?" "Aliishiwa damu, malaria na shinikizo la damu{pressure} inamsumbua sana, hivi ananafuu kubwa. Ungemuona siku chache zilizopita! Usingeweza kumtambua hata kidogo. Hata huko jela kwenyewe kulimmaliza sana. Hali yake ilikuwa mbaya kweli. Mimi mwenyewe kuna wakati nilikata tamaa nilijua tutampoteza." "Daah! Yote hayo nilisababisha mimi mama yangu. Isingekuwa hayo mambo ya saa asingewekwa gerezani. Nimechukia sana kumuongezea Mercy matatizo. Sifurahii kuwa mimi ndiye nimekuwa sababu ya kumpeleka Mercy jela. Aliniamini sana Mercy, najuta mama. Najua ni ngumu kuja kunielewa na kuniamini tena! Nimevunja imani yake kwangu, hatakaa aniamini tena." "Usikate tamaa baba, mpe muda, atatulia tu. Najua hata Mercy mwenyewe, imemgusa moyo wake kwa kitendo cha ujasiri ulichofanya Ben. Sio wote wanaweza kufanya ulichofanya. Kwa hadhi yako, kuja kumuomba radhi yeye! Sio rahisi kwa binadamu wengi. Ni kumpa muda tu, naamini Mungu atamfungua, atarejesha furaha yake tena." "Nakushukuru sana mama kwa kumpokea Mercy." "Mimi ndio ninamshukuru Mungu kwa kumleta katika maisha yangu. Amekuwa baraka sana kwangu." "Nijaribu kuja tena jioni? Labda atakubali kuongea na mimi." "Kwani unarudi lini Dar?" "Hili ndilo limenileta, natamani nilimalize ndipo niondoke." "Basi hebu mpe siku ya leo, kesho uje mchana tukitoka kanisani." "Mnaabudu wapi?" "Sahare, sio mbali na hapa tunatembea tu." "Ibada inaanza saa ngapi? Nataka nije twende wote." "Hilo naona litakuwa wazo zuri sana. Njoo mapema tu ili tunywe wote chai ndipo twende kanisani." "Ahsante sana mama, kwa hiyo kama saa mbili?" "Fanya mbili na nusu baba. Jumapili tunachelewa kuamka kidogo." Ben aliaga na kuondoka.

Usiku kabla ya kumuomba Mungu na kulala mama yake Mercy

alianza kuongea na Mercy. "Mercy mwanangu maisha yana mambo mengi sana. Milima na mabonde, na ili uweze kuishi vizuri, lazima uhakikishe unapofika kwenye milima uwe na nguvu ya kupanda na kwenye mabonde hekima na akili safi ya kuyakabili mashimo yako. Unaporuka mashimo yako leo, lazima siku moja ujue utakutana nayo tena, na utakapokutana nayo tena utatumbukia wewe mwenyewe, kwa kuwa huna uzoefu wa kukabiliana nayo. Na huwa hayaishi mwanangu. Huwa yanakuja kwa mitindo tofauti tofauti. Unanisikia Mercy?" Mercy alitingisha kichwa. "Ukitaka kwenda mbele, tena kwa haraka lazima ujifunze kusafisha nyuma kwanza. Hakikisha huna unalobakiza kila unapopanda kitandani kulala. Hiyo ndiyo siri pekee ya kukabili kesho yako vizuri. Na pia haijalishi ni nini kinakutatiza au kimekusimamia lazima kumwomba Mungu akupe hekima na nguvu ya kusonga mbele, tena ni kwa faida yako wala si mwingine." Mama Samaki aliendelea kuongea bila Mercy kujibu lolote.

"Wakati nipo na mume wangu nilihangaika sana watoto, kwa waganga wa kila namna mpaka mwenzangu alipoamua kuoa. Niliumia sana nilishindwa kuvumilia mpaka nilipoamua kuondoka. Nilikaribia kuchanganyikiwa baada ya kutoka kwake. Niliondoka kwake mikono mitupu yaani nilianza moja. Huku nikimwachia mali zote tulizozitafuta pamoja, na nilikataa kurudi nyumbani kwa aibu. Maana nilikataa wanaume wengi kwa ajili yake na kama nilivyokwambia nyumbani walinikatalia nisiolewe naye, lakini sisi tulitoroka. Niliteseka sana kwa uchungu mpaka nilipoamua kusamehe na kuendelea na maisha yangu." Machozi yalianza kumtoka Mercy. "Mungu analipa mama, usipokata tamaa. Japokuwa sikuwa na mali lakini amani yangu ilirejeshwa, ona sasa Mungu amenipa na wewe. Mtoto wa bure ambaye sikumzaa mimi. Unanielewa vizuri Mercy? Samehe mama kwa ajili yako wala si kwa ajili ya waliokutendea mabaya, sawa?" Kidogo Mercy alianza kufunguka na kutulia. "Nimeelewa mama." "Nikuombe kitu Mercy?" "Nini mama?" Mercy aliinuka kitandani alipokuwa amelala na kumwangalia mama yake. "Kesho Ben atakapokuja mpe nafasi umsikilize." Machozi yaliendelea kumtoka Mercy. "Msikilize tu, wala usiache kumsikiliza halafu baadaye utaamua, lakini usiache kumsikiliza. Ametoka mbali kwa ajili yako mwanangu, sio vizuri kutokumpa nafasi. Wote tunakosea Mercy na wote tunahitaji kusamehewa." "Lakini mama, Ben ameniumiza sana. Sikutegemea kama angeweza kunifanyia aliyonifanyia. Sijawahi kumwamini mtu katika maisha yangu kama nilivyomwamini yeye.

Halafu alinigeuka bila huruma wala aibu na kunidhalilisha mbele za watu. Nawezaje hata kuja kumuangalia tena mama yangu?" Mercy aliongea kwa uchungu sana. "Sio kama nimemkasirikia lakini namwogopa mama, sitaki hata kukaa naye sehemu moja." "Basi kesho usisahau kumwambia hayo yote mtakapokuwa mnaongea, itakusaidia." "Siwezi mama, siwezi kuja kukaa na Ben tena tukaongea." "Najua utaweza Mercy, umeshinda mambo mengi sana tena magumu, najua hili hutashindwa kulimaliza. Sawa?" "Sijui mama yangu, naona nimefika mwisho wangu. Nimeamini watu wengi na wote wameishia kunigeuka, Ben sio wa kwanza."

Kweli asubuhi Ben alifika kama walivyokubaliana na Mama Samaki. Mama Samaki aliandaa chai ya rangi na maandazi, kwenye meza yake ndogo na wote walikuwa kimya wakila na kumwangalia Mercy akiendelea kupoozesha chai yake muda wote bila kula kitu. "Mbona huli Mercy?" "Nilikwambia kula kwa Mercy ni shida kweli, akiamka hali mpaka mchana tena atagusagusa tu halafu utasikia 'nimeshiba mama.' Hapo tena ndio basi hata uongee vipi. Atakaa na hicho chakula mpaka utamuonea huruma umwambie aache." Mama Samaki ilibidi ajibu baada ya Mercy kukaa kimya. "Lazima kuna kitu una hamu nacho, unataka nini Mercy?" Ben aliendelea kumuuliza Mercy bila kujali kama atajibiwa au hapana. Katika vitu ambavyo Mercy hakutaka, ni kuongea na Ben wala kuwa naye karibu. 'Anajifanya ananijali, kumbe ananidanganya. Alifanya hivyo hivyo mara ya kwanza akaishia kuniweka jela kwa kosa la wizi. Sijui sasa hivi atafanya nini!' Mercy aliendelea kuwaza moyoni huku machozi yakimtoka. "Mama, natangulia kanisani." Mercy alimuaga mama yake kwa unyonge huku akinyanyuka bila kula kitu chochote. "Usituache bwana, hata Ben anataka twende naye kanisani." "Uliniambia sio mbali mama eeh?" Ben aliuliza huku akifuta mikono yake baada ya kunawa. "Mbali kwa wewe mgeni, sisi tumeshazoea tunatembea tu." "Kwa nini tusitumie gari kwenda kuliko kutembea?" "Haina shida baba, eti Mercy unasemaje?" "Mimi nataka kutembea mama. Nitawakuta kanisani." Mercy alijibu huku akitoa vyombo mezani. "Haiwezekani Mercy, wote tunaenda sehemu moja lazima tuongozane." Hasira zilimpanda Mercy hakutaka kulazimishwa kabisa, hasa katika kutumia vitu vya Ben. 'Huwezi kujua litakalofuata baada ya wema wake.' Mercy alijisemea moyoni huku machozi yakiendelea kumtoka tena. Lakini hakutaka kumuudhi kabisa mama yake, ambaye wakati wote alikuwa mtu mwema sana kwake.

"Twende sasa, ibada imeshaanza." Mama Samaki alimsihi Mercy aliyekuwa ameshatoka nje akilia. Yeye na Ben walikaa mbele Mercy alikaa kiti cha nyuma mpaka kanisani. Mercy alijitahidi kukaa nao mbali kabisa walipofika kanisani na baada ya ibada kuisha Ben alimuomba Mama Samaki kama wanaweza kwenda mahali kula chakula cha mchana pamoja. "Tena ndio vizuri hatupiki leo Mercy, si ndio mama?" Mama Samaki alionekana kufurahia kutoka na kwenda kula na Ben lakini sio Mercy aliyekwisha kukinahiwa sana na misaada ya Ben, aliapa kutopokea tena misaada yake. Alibaki akiangalia chini huku macho yake yakiwa mekundu sana kwa kulia. "Mama, naomba nirudi nyumbani nikapumzike. Nyinyi endeleeni tu." "Hatuwezi kukuacha Mercy, twende tu wala hatutachelewa kurudi, si ndio baba?" Kabla ya Ben kujibu kitu Mercy aligeuka nakuelekea lilipokuwa gari la Ben. Ben aliwasha gari na kumgeukia Mercy aliyekuwa amekaa nyuma ya kiti chake kama anayejificha. "Mercy! Kuna kitu chochote unahamu nacho unataka kula leo?" Mercy alitingisha kichwa kwa kukataa bila kumwangalia usoni Ben huku akiendelea kuangalia chini. "Basi, kuna mahali jamaa zangu huwa wananipeleka kula nikiwa hapa, kunauzwa vyakula vingi tena vizuri sana, twendeni mkaone. Labda Mercy utapata unachopenda." "Popote tu baba, hakuna shida."

Waliendelea kuongea wao wawili, huku Mercy akiendelea kutafakari neno msamaha. 'Mama haelewi niliyopitia. Hajui sasa hivi ningekuwa nakaribia kumaliza shule yangu na mimi ni mwanasheria tena wa kuheshimika sio kudharauliwa na watu kama Ben. Anafikiri kusamehe ni kitu rahisi kiasi hicho? Ndugu wamenitenga hakuna hata wa kunisomesha, nimeishia kuuza chips. Nitaendelea kukandamizwa mpaka lini?' Mercy alianza kulia tena. 'Baba mkubwa angalau angeuza hata nyumba moja ya baba yangu, anirudishe kwa mama mkubwa Marekani ningepata msaada wa kusomeshwa hata na serikali. Hakuna anayenijali, ninadharaulika kiasi cha kuitwa mwizi!' Aliendelea kulia taratibu huku uso wake ameuelekeza chini ili asiwashtue waliokaa mbele yake bila kujua mawazo, akili na macho ya Ben vyote vilikuwa kwake. Alikuwa akimwangalia Mercy kwenye kioo cha katikati ya gari. Roho ilimuuma Ben asijue cha kufanya. "Tumefika Mercy. Twende tukale." Ben alimgeukia tena Mercy aliyekuwa bado ameegemeza kichwa chake magotini akilia kimya kimya. "Mama alishashuka. Twende Mercy, unaweza kupata kitu unachokipenda." Ben alirudia tena kwa upole. "Tangulia tu, nitakuja." Mercy alitaka kutulia kwanza. Baada ya muda mrefu,

Ben alimfuata tena Mercy kwenye gari, na bado alikuwa akilia. "Usilie Mercy kichwa kitauma. Mama anakuita." Kwa heshima ya mama yake, Mercy alishuka kwa shingo upande akiwa hana hamu ya kula kabisa. "Vipi mama unajisikiaje?" Mama Samaki alinyoosha mkono na kumgusa Mercy aliyekuwa amejikunyata. "Nipo tu sawa." "Unaona sababu ya kulia sana Mercy, kichwa kimekuwa cha moto. Usilie bwana kila kitu kitakuwa sawa." Mercy aliinama chini bila ya kumjibu kitu.

"Muhudumu anakuuliza unakunywa nini?" Mercy alimgeukia muhudumu aliyekuwa akimsubiria jibu lake wakati wote. "Samahani sikukuona, naomba maji ya baridi tu." Jua lilikuwa kali sana. Ilikuwa haki ya Mercy kunywa maji na ukizingatia kilio alichokuwa akilia wakati wote! Kweli alihitajika maji. Muhudumu alileta vinywaji na kuanza kuuliza chakula. Alibakia Mercy tu kusema anachotaka kula, huku muhudumu akiendelea kumtajia vyakula vingine wateja wanavyopendelea. "Mercy! utakula nini?" Ben aliendelea kuuliza bila kuchoka. "Najisikia baridi, naomba mimi nikawasubiri kwenye gari, sitakula kitu. Maji yatanitosha." Mercy aliaga na kuondoka bila kusubiri ruhusa ya mtu yeyote. "Tangu augue hajarudisha hamu ya kula kabisa. Nafikiria kesho niende kumnunulia dawa za kuongeza hamu ya kula." Mama Samaki alivunja ukimya uliokuwa umetanda kati yao baada ya Mercy kuwaacha. "Itakuwa vizuri." Ben alijibu kwa unyonge sana. "Nitafanyaje mama?" "Labda urudi tu kazini, halafu uje kurudi wakati mwingine. Labda atakuwa ametulia." "Siwezi mama yangu. Siwezi kuondoka na kumuacha hivyo alivyo. Ulijaribu kuongea naye jana?" "Niliongea naye kidogo, lakini ninavyomuona wewe ndiye ulimuumiza sana sio jela. Anaonekana alikuamini sana Ben." "Najuta mama, najuta sana. Sijui nilipatwa na nini mama yangu. Lakini naomba uniamini mama, sivyo nilivyo. Nilighafilika tu." "Huwa inatokea Ben, kujikwaa usipotarajia!" Walirudi kwenye gari wote wakiwa kama wagonjwa. "Unajisikiaje Mercy?" Ben alimgeukia Mercy mara tu walipopanda kwenye gari. "Nimekubebea chakula ili ule baadaye, ni kizuri sana najua utakipenda." Ben aliendelea kumuongelesha Mercy bila kujibiwa kitu chochote. Mapenzi makubwa aliyomuonyesha Mercy akiwa naye hotelini ndio yaliutesa moyo wa Mercy. Ilikuwa ngumu sana kwa Mercy kumuelewa Ben, kutoka kwenye mapenzi mazito vile na kumwita mwizi! Ndio kitu pekee kilichokuwa kikimuumiza Mercy. Sio jela hata kidogo kwani Mercy alishaanza kumpenda na kumwamini sana Ben bila yeye mwenyewe Mercy kujua. Hapakuwa na maongezi tena ndani ya gari kila mtu alikuwa kimya.

"Mama naomba nitoke na Mercy nitamrudisha baadaye." Ben alivunja ukimya wakati akiegesha gari yake mbele ya nyumba waliyokuwa wakiishi Mercy na wapangaji wengine ambao wote walikuwa wamekaa barazani sababu ya joto kali lililopo ndani wakati wa mchana. "Haina shida kabisa. Nitakuona baadaye Mercy, sawa?" "Na mimi nashuka nataka nikapumzike mama." Mama Samaki alimwangalia Mercy kwa muda kama kumkumbusha kitu fulani, akafunga mlango akatoka. Ben alizima gari. "Sitakuchelewesha Mercy, nakuahidi tutawahi kurudi. Naomba tukaongee kidogo." "Sina kitu cha kuongea na wewe Ben. Kama unataka kuomba msamaha nimeshakusamehe." "Mimi nina jambo nataka nikakwambie Mercy. Naomba unisikilize, please!" "Unataka kuniambia nini Ben ambacho hapa huwezi kuniambia? Unataka kunipeleka wapi tena? Kumbuka yaliyonipata sababu ya kuwa karibu na wewe. Huhitaji kuendelea kuomba msamaha Ben, ni kweli yameisha na nimekusamehe. Naomba uniache na maisha yangu na wewe uendelee na maisha yako." "Mercy Please!" "Nini Ben? Hunihitaji kwa lolote, kwa nini unaning'ang'ania? Una kila kitu unachotaka katika maisha yako. Naomba uondoke na usirudi tena." Mercy alianza kulia tena. "Naomba unihurumie na mimi, Ben. Huoni haya niliyo nayo kwenye maisha yangu yanatosha? Naomba usiniongezee matatizo mengine tafadhali. Unaonekana kabisa huniamini na mali zako. Kwa nini unataka ukaribu na mimi tena, halafu unitie matatizoni? Unaonekana wewe una vitu vingi sana vya thamani, watu maskini kama sisi hatuwezi kuwa karibu na wewe Ben." Mercy alifungua mlango na kutoka. "Mercy! Mercy!" Ben alitoka nje ya gari haraka kumkimbilia Mercy. "Nini Ben?" Muda wote huo, wapangaji wote na Mama Samaki walikuwa wamekaa nje wakiwaangalia. "Naomba nafasi moja ya mwisho katika maisha yako Mercy." Ben alipiga magoti huku akitokwa machozi. "Nikiharibu tena, nakuahidi hutakaa unione tena. Tafadhali, najua sistahili muda wako lakini naomba unisikilize. Nimekuja Tanga kwa ajili yako tu Mercy, tafadhali naomba unisikilize." Ben aliendelea kumsihi Mercy bila kujali jinsi anavyojidhalilisha mbele za watu wote waliokuwa wakiwatazama na wengine wapita njia waliokuwa wamesimama kushuhudia mkasa huo wa kijana mzuri kama Ben, mwenye gari zuri tena anaonekana ana pesa akimlilia msichana kama Mercy! Kwanza Mercy alionekana mchovu kama mgonjwa anayeweza kuanguka wakati wowote, kitambaa kichwani wakati wote, hakuna chochote cha kumfanya kijana kama Ben kuendelea kumbembeleza. Mercy alirudi kwenye gari bila kuongea kitu chochote na kuacha kila mtu amepigwa na butwaa. "Naogopa Ben. Naogopa kuwa karibu na wewe na mali zako. Nahofia kupata matatizo tena. Kwa nini tusiongelee hapahapa yaishe?" Kidogo Mercy alianza kutulia. "Sitarudia ujinga niliokufanyia Mercy, najua nilikosea kutanguliza mali mbele na kusahau utu wako. Nakuahidi Mercy, hutapata matatizo tena. Naomba tukaongelee hotelini." Walirudi hoteli ileile na chumba kile kile walichokuwepo mwanzoni. Mercy alikaa kwenye kochi, huku ameegemesha kichwa chake kwenye magoti akiendelea kulia. Ben alimsogelea Mercy na kupiga magoti tena mbele yake na kumkumbatia huku akiongea naye kwa sauti ya upole masikioni mwake kitu kilichomfanya Mercy aanze kutulia na kujisikia vizuri. "Nimekosa Mercy naomba unisamehe. Nilikuwa natamani nisirudi tena, angalau kuficha aibu yangu lakini nimeshindwa! Siwezi kulala wala siwezi kufanya kazi, kila nikikumbuka mabaya niliyokutendea. Naomba unisamehe Mercy, sitarudia tena. Nipe nafasi ya mwisho, naahidi sitakuumiza tena. Sikujua kama utaishia jela. Nisamehe Mercy."

Mikono ya Ben, ndio kitu pekee Mercy hakujua kama ndio alikuwa akiihitaji na kuikosa wakati wote walipoachana. Taratibu hasira zilianza kupungua kwa Mercy na kubakia hukumu moyoni mwake. Alijiangalia vile alivyo na kujilinganisha na Ben ambaye alikuwa huru kutokurudi kwakwe tena, lakini alirudi, tena akiomboleza kwa magoti. Mercy alijilaumu kumfikisha Ben kwenye msamaha wa machozi. Taratibu Mercy akijifuta machozi na kumgeukia Ben. "Yameisha Ben, nisamehe na mimi. Nilikuwa nimekasirika sana. Uliniumiza Ben. Sikutegemea baada ya kukaa wote vizuri na kwa amani, ungenigeuka vibaya kiasi kile! Uliwezaje kunifikiria mwizi?" "Natamani ningekuwa na sababu yoyote Mercy angalau kuficha aibu yangu, lakini sina. Nimekukosea, naomba unisamehe." "Naomba kuona hiyo saa. Unajua wala siikumbuki?" "Niliiuza kwa hasira nikamtafuta ombaomba nikampa pesa yote nilipokuwa China." "Kwa nini Ben!?" "Nilikuwa ni kama nimevaa hukumu yangu mwenyewe. Nilishindwa kuendelea kuwa nayo tena. Japokuwa ilikuwa na historia kubwa sana. Sikuona umuhimu wake tena. Nilijiona nimethamini mali kuliko utu. Nisingejisamehe Mercy kama ungenifukuza moja kwa moja." "Pole Ben, nilikasirika sana." Mercy alikuwa ameshatulia kabisa. "Nashukuru kunisamehe Mercy na kunipa nafasi nyingine kwenye maisha yako." Ben alirudi na kukaa pembeni ya Mercy.

"Nimefurahi umerudi salama Ben." "Ulikuwa unaniombea?" "Japokuwa uliniudhi, lakini nilikuwa nakuombea kila siku Mungu akulinde, usipatwe na matatizo yoyote safarini." "Nilijua tu!" "Ulijuaje?" "Tulikaa muda mfupi Mercy, lakini nimeshakufahamu kwa asilimia kubwa sana. Najua moyo wako ulivyojaa upendo." Mercy alitabasamu bila kujibu kitu. "Na kweli nimefanikiwa vizuri sana. Inabidi kumshukuru Mungu." Mercy alikaa kimya kwa muda. "Naomba unirudishe nyumbani Ben." Mercy bado alikuwa na hofu ya kuendelea kukaa pale. "Mbona mapema?" Mercy alisita kidogo. "Nilikuahidi, hutapata matatizo tena Mercy. Usiogope bwana." Mercy alibaki kimya tu. "Unafikiri nitakuona tena?" Ben alimuuliza Mercy kwa wasiwasi sana, kuhofia jibu la hapana. "Sijui Ben. Wewe ni shahidi wa maisha yangu, hayatabiriki. Leo nipo hapa, kesho nipo kusipojulikana. Nimekuwa kama mawimbi ya bahari, natupwa na maisha wala sijui niendapo." Machozi yalianza kumtoka tena Mercy. "Pole sana Mercy." Walikaa kimya kwa muda. "Upo tayari kurudi shule?" "Mmhh!" Mercy aliwaza kidogo. "Sidhani kama itakuwa sasa Ben. Maisha yangu yamepinduliwa pinduliwa sana. Akili yangu imevurugika mno. Nashindwa, sijui nianzie wapi na niishie wapi tena. Mimi mwenyewe nimeshasahau kitu gani nataka maishani. Lazima nitulie kwanza nijipange upya. Nahitaji muda wa kupumzika kwanza, akili itulie." "Ni kweli kabisa upo sahihi. Unahitaji nguvu mpya ya kuendelea. Unahitaji msaada wowote kwa sasa?" "Hapana nipo tu sawa Ben, nashukuru." Kimya tena kilitanda.

"Ben! Nakushukuru." "Kwa nini?" "Kuja kote huku kwa ajili ya kuomba msamaha tu, tena kwa mtu duni kama mimi! Najua sio rahisi. *it takes a man to admit his mistakes.*' Sio kila mtu anaweza kufanya ulichofanya. Ulikuwa huru kutokurudi lakini umerudi. Ahsante." "Wewe sio duni Mercy, ni mapito tu ya muda unayopitia. Ipo siku utarudi kwenye hali yako nzuri." "Sijui Ben, sioni mwanga hata kidogo kwenye maisha yangu. Kila ninapofikiria nimeona nuru na kujaribu kuikaribia, kunageuka giza nene na kurudishwa chini kabisa." Ben alizidi kusononeka moyoni na kumuhurumia sana binti huyo. "Pole sana Mercy." Ben alimshika mkono Mercy, kitu kilichokuwa kikimfurahisha sana. Kwake ilikuwa ni faraja kubwa, ilimfanya ajisikie hayupo peke yake. "Kila kitu kitakuwa sawa Mercy. Walikutesa sana jela?" "Jela haikuwa shida sana, lakini kila nilipokuwa nikikukumbuka nilikuwa nakosa raha Ben. Nilihisi umenidharau sana kwa kuwa ulinikuta najiuza halafu kila mtu niliyekuwa nakutajia maishani mwangu alinisaliti. Ni kweli uliniumiza Ben." Mercy alianza kulia tena. "Hapana Mercy, naomba usifikirie hivyo hata siku moja. Sijawahi kukudharau hata kidogo. Nakuthamini sana. Nisingekuwa hapa leo kama ningekuwa sikuthamini. Nilighafilika tu, nakuahidi haitatokea tena." "Nimefurahi kukuona tena Ben." "Na mimi nimefurahi kukuona Mercy." Walikumbatiana tena kwa furaha kwa muda mrefu sana huku Mercy akiwa ameficha uso wake kifuani kwa Ben. "Nikuombe kitu Mercy?" "Niambie tu Ben." "Hata kama hujisikii kula naomba uwe unajilazimisha kula. Kama ukiwa na hamu ya kula kitu chochote naomba uwe unaniambia. Sawa?" "Nitajitahidi Ben." "Basi naomba ukale chakula nilichokuwa nimekubebea." Mercy alianza kucheka. Kwa muda mrefu sana wa majonzi, angalau Mercy alianza kucheka tena. "Unacheka nini sasa?" "Ulivyokuwa king'ang'anizi!" Ben alicheka na yeye. "Yaani ukitaka kitu Ben, lazima upate!" "Wewe Mercy wewe! ulinitoa jasho. Nusura kukata tamaa." "Uliniudhi je!" "Haya bwana, yamepita. Nimefurahi nimefanikiwa kurudisha tabasamu lako usoni." Mercy alizidi kucheka.

"Naruhusiwa kurudi tena kuja kukutembelea?" Ben aliuliza tena wakati akiegesha gari yake mbele ya nyumba ya kina Mercy, wakiwa wamejawa furaha sio kama walivyokuwa wameondoka. "Nitafurahi kukuona tena Ben." Simu ya Ben ilianza kuita, sauti ya kike upande wa pili iliweza kusikika waziwazi. "Naomba nikupigie baadaye." Ben alijibu kwa kifupi na kukata simu bila kusubiri jibu la upande wa pili. Ben alibadilika kidogo mara tu baada ya kukata simu. "Mbona umekosa raha Ben?" "Nipo sawa. Huyu ndiye alikuwa msichana ambaye tulikuwa tufunge naye ndoa miaka michache iliyopita. Anaitwa Bety." "Hongera sana Ben, Bety amepata mume mzuri." "Ahsante Mercy." Wote walikaa kimya kama waliopatwa na bumbuwazi kwa muda huku Mercy akijaribu kuiingiza kwa shida habari mpya ya mchumba wa Ben moyoni mwake. "Nitakuona kesho basi." Ben alivunja ukimya. "Kesho?" "Ndiyo, au una mipango mingine?" "Hapana, nilifikiri unarudi Dar kesho." "Hatujapata muda wa maongezi kabisa Mercy. Ulifikiri nakudanganya nilivyokwambia nimekuja Tanga kwa ajili yako?" "Hapana, nilijua tumeshapata muda wa kuongea unatosha." "Afya yako hainifurahishi Mercy, lakini tutaongea vizuri kesho. Naomba uende ukale halafu upumzike. Nitakuona kesho" "Usiku mwema Ben." "Na wewe, usisahau kula." Mercy alicheka akafungua mlango na kutoka.

"Sasa unacheka nini mama jamani?" "Nimeona uso wako umebadilika kabisa, bila shaka mambo yameenda vizuri huko."

Mercy alianza kucheka na yeye. "Si nilikwambia kusamehe dawa! Na utaanza kunenepa sasa hivi." "Kwanza nasikia njaa, chakula changu alichoniletea Ben kiko wapi?" "Hee! mara, ushashikwa na njaa?" Mercy alikimaliza kile chakula chote bila kutegemea. "Siamini kama ni wewe Mercy! Kwa mwendo huo utaongezeka haraka sana." Ulikuwa usiku uliojaa furaha kwa Mercy kupita kiasi. "Mama! Amesema atarudi tena kesho." "Tena?" "Kumbe!" "Kazi itamshinda kijana wa watu. Si alisema kilichomleta ni kuomba msamaha na kashasamehewa, kinachombakiza tena nini?" "Kwa hiyo unamfukuza?" "Mimi tena Mercy? Ulivyokuwa unamfukuza kijana wa watu mbele ya umati, leo unamtaka abaki?" Wote walianza kucheka. "Nilikuwa nimekasirika mama." "Na angeondoka, sijui ungefanyaje Mercy!" "Nilijua Ben hawezi kuondoka." "Unavyojiamini!" "Ni hasira tu mama, lakini najua Ben ananijali sana." Kwa mara ya kwanza tangu apelekwe jela, Mercy alilala vizuri sana.

"Hapa kwetu kuna muujiza leo baba." "Kwa nini?" "Mercy amelala mpaka sasa hivi! Ni ajabu." Mama Samaki alimuwahi Ben, mara tu baada ya salamu. "Asijekuwa anaumwa mama, umemuangalia homa?" Ben alipatwa na wasiwasi kidogo. "Ni mzima! Sijawahi kumuona amelala muda mrefu hivi, na jana amekula vizuri kweli, labda ndio maana amelala." "Afadhali, anahitaji kurudisha afya yake, amekonda sana. Nilikuwa nafikiria awe anapata muda mwingi wa kupumzika na kula vizuri. Kama utalemewa na kazi, nilikuwa nafikiria tutafute mtu wa kukusaidia kazi ili yeye apumzike kabisa angalau arudishe mwili kwanza." "Mercy mbishi baba. Huwezi kumwambia akae tu asifanye kazi akakubali. Hata hivyo hakuna kazi nyingi za kutafuta mfanyakazi hapa." "Basi mama, mimi nitaongea naye leo." Mama Samaki aliingia ndani kumuamsha Mercy. "Ben yupo nje anakusubiri." "Kwani saa ngapi?" "Nne na nusu." "Nimelala sana leo, nilikuwa nimechoka." "Nilikuwa naitamani hii siku Mercy, huwezi amini?" "Siku gani mama?" "Nitakayokuona unacheka hivi na kulala usingizi mpaka asubuhi, sio kunywa maji na kwenda chooni usiku kucha." Mercy alianza kucheka. "Mmmh! Mama ulikuwa unaota bwana! Mbona mimi nilikuwa nalala?" "Nakula Je?" "Sasa kula si nilikuwa mgonjwa!" "Kwa hiyo jana, Ben amekupa dawa?" Wote walianza kucheka. "Unapenda kubembelezwa Mercy mwanangu!" "Wala mama." "Umemfanya kaka wa watu alie na kupiga magoti mbele ya watu, sio vizuri." "Hamna bwana mama, Ben aliniudhi." "Ndio uwahi kujitayarisha, anakusubiri."

Mercy alitoka nje baada ya kujiandaa na kumkuta Ben akimsubiri nje akiwa na uso wa furaha. "Nataka tutoke wote Mercy, nitakurudisha baadaye. Unafikiri itakuwa sawa kwa mama?" "Hamna shida baba, nyinyi nendeni tu." Wote waligeuka wasijue mama yake Mercy alikuwa nyuma yao akiwaangalia. "Una uhakika mama utakuwa sawa bila msaada wa kazi wa Mercy?" "Nyinyi nendeni tu, mimi ndio furaha yangu kumuona Mercy akiwa na raha hivyo! Kwanza yupo kijana anayetusaidia kazi hapa, wala sitamuhitaji Mercy." "Ahsante mama, nitajitahidi tusichelewe." "Haina shida baba wala usiwe na wasiwasi." Mercy alimgeukia Ben. "Tunaenda wapi?" "Kupata kifungua kinywa kwanza, halafu tutajua baada ya hapo." Ben aliendesha mpaka mbele ya baa moja. "Hapa wana mchemsho mzuri kweli, najua utafurahia. Ila nikuombe kitu Mercy." "Ndiyo." "Unaweza kutoa kitambaa chako kichwani?" "Kwa nini Ben? Nimeshazoea kitambaa na kimeshafanyika sehemu ya maisha yangu ya kila siku, hata hivyo nywele mbaya sijapata brashi zuri la kuchania na vile vitu ulivyoniletea wakati ule vya kuoshea nywele sikuvipata tena baada ya kutoka jela. Latifa alimpa mama vitu vyangu baadhi tena kwenye mfuko wa plastiki, alisema ndivyo alivyokuwa amepewa na Tatu." "Pole Mercy. Lakini sipendi kukuona na kitambaa kichwani. Napenda kukuona na nywele zako." "Sijachana nywele Ben, siwezi kutoa kitambaa." "Vuta hiyo Dash board utaona brashi, angalia kama itakufaa." Macho yalimtoka Mercy alipokutana na picha yake, huku akijaribu kufikiria Ben ameipata wapi! "Nilikupiga picha siku ile ya kwanza ukiwa umelala. Ulilala vizuri kama malaika nikakupiga picha bila kukwambia. Samahani." Ben alijaribu kumwuelezea Mercy aliyekuwa bado ameduwaa akiendelea kuangalia picha yake ndani ya gari ya Ben. "Hapa nimefanana sana sura na mama yangu." "Basi na yeye alikuwa mzuri sana." "Sasa hii picha ya nini Ben?" Ben alibaki kimya. "Nipe mimi basi." "Sasa wewe ya nini Mercy? Kama unataka kujiona si ujiangalie kwenye kioo tu badala ya kuchukua picha yangu." Ben alimjibu huku akiwa anashuka kwenye gari. Mercy alichana nywele na kumfuata Ben. "Ona ulivyopendeza sasa. Ukiwa na mimi naomba usifunge kitambaa ila nikiondoka tu ufunge." Mercy alicheka. "Naomba ukazane kula chakula, umebaki mifupa mitupu Mercy." "Nitajitahidi kula, sasa hivi ninafuraha, nitanenepa." Wakiwa mezani, Ben alibaki kumwangalia Mercy kama mtu anayetafakari kitu kwa makini sana na kumfanya Mercy aanze kuhangaika.

"Bety anafanyakazi gani?" Mercy aliamua kumtoa Ben kwenye

mawazo. "Anamalizia masomo yake ya IT, nchini India." "Kwa hiyo akirudi ndio mtaoana?" "Sikuwa najua kama wewe ni muongeji hivyo Mercy. Daah! Kweli wewe mwanasheria. Maswali hayaishi!" Muhudumu alirudi na supu kama Ben alivyoagiza na kuweka mezani. "Karibuni." "Unampenda Bety?" "Mercy! Naomba tule, halafu tuongee mambo yetu tu, sio ya Bety. Ningejua nisingekwambia kuhusu Bety." "Nataka kukufahamu vizuri Ben jamani. Mbona mimi nimekwambia kila kitu kuhusu mimi na Rich?" Ben alinyamaza kimya kama anawaza kitu. "Naomba tuongee hayo mambo wakati mwingine Mercy. Tuna muda kidogo sana mimi na wewe. Unajua nataka kurudi Dar leo? Sitaki tupoteze muda mfupi tulio nao, kuongelea mambo mengine mbali na sisi. Naomba tuongee yanayotuhusu sisi tu. Ni sawa?" "Sawa." Mercy alitulia kidogo. "Ben! Mama hajambo?" Mercy aliendelea na maswali yake tena. "Mzima kabisa japo sijamuona muda mrefu." "Kwa nini hukwenda kumuona na wakati mnakaa karibu?" "Nilikwambia nilisafiri, na niliporudi nilikuwa busy sana halafu nikaja huku moja kwa moja kukutafuta. Nilijisikia vibaya sana kwa ukatili niliokufanyia japokuwa sikujua kama ungeishia jela. Roho ilikuwa ikiniuma na dhamira ilikuwa ikinisuta kwa kukuita mwizi mbele za watu. Nilikuwa siwezi kungoja zaidi." "Yamekwisha hayo Ben. Kwanza huwezi jua kwa nini nilikaa jela. Sikuteseka sana, walikuwa wakinipa kazi rahisi sana na nilipata marafiki wengi kweli, kuliko nilivyotegemea. Ipo siku nitarudi kwenda kuwatembelea rafiki zangu." "Wewe mtu wa ajabu Mercy! Mpaka jela unatengeneza marafiki?" Mercy alicheka. "Wengi sana, mpaka maafande walikuwa wananipenda. Nilikuwa sitaki kutoka, nilihofia kurudi tena mtaani kuanza kutangatanga." "Kweli Mercy?" "Kweli Ben. Hata hivyo ningeenda wapi wakati ule? Huwezi jua labda Mungu alikuwa ananificha kule kwa muda labda pale Kijiweni wangenidhuru! Halafu kumeniongezea shauku ya kuwa mwanasheria ili nitetee haki za wanyonge! Lazima nitasomea sheria." Mercy aliendelea kumsimulia Ben habari za jela na kumuacha Ben akimwangalia na kushindwa kumuelewa.

"Nimefurahi Mercy umekula vizuri. Uendelee hivyo hivyo!" "Nimeipenda hii supu halafu naomba nilipie mimi Ben, tafadhali." Ben alianza kucheka "Unanicheka Ben? Ninahela mwenzio." "Umepeta wapi hela?" "Unakumbuka hela ulizokuwa umeniachia mara ya mwisho?" "Kidogo vile! Unazo mpaka leo?" "Hazikuwa chache hivyo, siku ile ile kabla hujarudi kuniulizia saa yako, nilienda kumuomba mama aniwekee kabla hata hatujafahamiana vizuri na mama. Niliogopa kuibiwa pale Kijiweni. Sasa baada ya kutoka jela, nikamshauri mama badala ya kuziweka, tufungue ile biashara. Ndio tunazizungusha mpaka leo." "Una akili Mercy, hongera." "Ahsante, kwa hiyo umekubali nilipe?" "Sasa hivi tu. Lakini wakati mwingine mimi nitalipia." "Sawa, lakini pia nilitaka nikupe kidogo tu ya kuongeza mafuta kwenye gari wakati unarudi Dar." "Utafilisi biashara Mercy kama utakuwa unagawa pesa hivyo." "Hapana Ben, hizi ni kidogo tu, tena ni zangu. Mama huwa ananipa kila akiwa anapeleka faida benki, huwa anabakisha kidogo za matumizi yetu. Kwa hiyo hizi ni zangu naomba upokee kama shukrani yangu kwako. Isingekuwa wewe tusingekuwa na ile biashara." Ben alibaki akimtafakari Mercy huku akitabasamu. "Unanishangaza Mercy! Wasichana au binadamu wengi hawapo hivyo. Watu wengi hupenda kupokea kuliko kutoa. Ahsante sana." "Ni kidogo tu Ben, sio nyingi." "Hata kama ni shilingi moja bado ni pesa Mercy." Ben alianza kucheka tena. "Nini sasa!?" "Leo nina bahati sana. Sijapewa hela muda mrefu kweli. Kila ninayemfahamu anataka pesa kutoka kwangu sio kunipa." Wote walianza kucheka.

"Tunaenda wapi tena?" "Nataka tukanunue simu." "Simu yako imeharibika?" "Hapana, si yako! Wewe huna simu na simu ni muhimu." "Kwangu si muhimu Ben. Kwanza ya nini? Nitampigia nani? Tusipoteze hela bure. Mimi sihitaji simu, sina mtu wa kuongea naye." "Mimi je?" Ben aliuliza kwa mshangao. "Kwani hutaki tuwasiliane?" "Sasa wewe tu ndio mpaka tununue simu Ben jamani?" "Mimi sina maana?" "Hapana Ben, una maana sana kwangu, ila namaanisha hatuna maongezi ya kutufanya tupoteze hela kwa ajili ya kununua simu yangu tu. Hata hivyo tunaweza kutumia simu ya mama kama inatokea tunataka kuwasiliana." Ben alibaki kimya kwa muda. "Kama wewe huoni umuhimu wa kuwasiliana na mimi, mimi ninaona kuna umuhimu." "Samahani Ben, sikuwa na maana mbaya. Najua una majukumu mengi, sitaki kukutia gharama nyingine zisizo na maana yoyote. Kwanza itaongeza gharama zaidi ya kuweka pesa kwenye hiyo simu kila wakati, kwa hiyo nilijua simu ya mama ingetutosha." "Wewe usijali, hilo lipo ndani ya uwezo wangu na mimi mwenyewe nitakuwa naweka pesa sio wewe." Baada ya mabishano ya muda mrefu wakiwa dukani juu ya simu ambayo Mercy alilalamika kuwa ni ya gharama sana na Ben alisisitiza ndiyo itakayomfaa Mercy kwa kuwa ilikuwa na mambo mengi ambayo angehitaji, Ben aliinunua hiyo simu na kumkabidhi Mercy. "Acha uoga wa maisha Mercy!" "Ahsante sana Ben." "Umeipenda lakini?" "Nimeipenda sana. Ina vitu vingi sana kama ulivyosema" "Karibu." "Tunaenda wapi tena?"

"Hotelini. Kuna mizigo yako nilikununulia nilipokuwa safarini."
"Kweli Ben?" Ben alicheka. "Sikujua kama ungekuwa
unanikumbuka tena. Ulijuaje kama utaniona tena? Kama
ningekuwa jela au nimekufa?" "Nilijua nitakuona tena Mercy."
Ukimya ulizuka katikati yao.

"Ben!" "Naam." "Kwa nini hukunipa siku ya kwanza ulipokuja?"
"Nilitaka nisamehewe kwanza, ndipo nitoe zawadi sio kutanguliza
zawadi kama rushwa ya kusamehewa. Imenisaidia pia
kukufahamu zaidi Mercy." "Ahsante." "Halafu sikukwambia, nilipitia
pale kwa yule mama nikaomba kuongea na wasichana wote wa
pale Kijiweni." "Kwa nini tena?" "Nilitaka niwaombe msamaha na
wao kwa kukusingizia wizi." Machozi yalianza kumtoka tena
Mercy, mara baada ya kukumbuka siku aliyodhalilishwa na jinsi
alivyo na jina baya pale mtaani. "Nashukuru kusafisha jina langu
Ben. Maana nilikuwa nina sifa mbaya sana mtaani. Kila mtu
alikuwa akiniita mwizi." "Natamani nirudishe ile siku nyuma Mercy,
ile niifute isiwepo tena hapa duniani. Lakini siwezi. Nimejichukia
sana. Sikuwahi hata kufikiri kama naweza kukutendea ubaya wa
kiasi hicho." "Yamepita Ben, tumshukuru Mungu hata leo tupo
pamoja. Mengi yangeweza kutokea wakati nipo jela. Lakini
nimetoka nikiwa nimejifunza mengi." "Unisamehe sana Mercy.
Sijui nilipatwa na nini? Naomba uniamini, hivyo sivyo nilivyo
kabisa. Na sijawahi kumtendea mtu yoyote kitu kibaya kama
hicho." "Hamna shida Ben. Nimefurahi umerudi kuja kuniona."
Mercy akafikiria kidogo. "Unajua Ben! Kila nikikufikiria
unanishangaza! Sidhani kama mimi mwenyewe ningeweza kurudi
tena na kuomba msamaha. Kwa kweli nimejifunza kutoka kwako.
Sio kitu kidogo kwangu hata kidogo. Sikumbuki kuombwa
msamaha hivyo maishani mwangu."

Walifika hotelini kila mtu akiwaza lake. "Ben umeishi na Bety
miaka mingapi?" "Unaenda wa tano huu. Kwa nini?" "Nilitaka tu
kujua." Ben alisimama na kuingia chooni huku akionyesha wazi
kutofurahia maongezi juu ya Bety. Wakati wote alipotajiwa Bety
alionekana kupooza ghafla na kuingiwa na mawazo, kitu
kilichomshangaza Mercy. Alirudi akakaa kwenye kiti huku
akiangalia simu yake bila kumsemesha kabisa Mercy.
"Nimekuudhi Ben?" "Hapana, hamna cha kuniudhi kabisa ila
ningependa tuongelee mambo yetu zaidi kuliko Bety. Sawa
Mercy?" "Sawa." Baada ya kuweka vocha kwenye simu ya Mercy
na kujipigia kwa ajili ya kupata namba yake, Ben alitoa begi
kubwa alilokuwa amemletea Mercy. "Utafungua ukifika nyumbani.

Naomba ukiwa na shida yoyote, wakati wowote usiache kunipigia kama hatutakuwa wote. Sawa Mercy?" "Sawa, nitafanya hivyo Ben, ahsante. Utarudi tena kuja kuniona?" "Sijajua, kwani unataka nirudi?" "Ningefurahi kukuona tena." "Nitaangalia kazi zinaendaje, tutawasiliana basi." Ben alionekana kukosa raha kabisa, kitu kilichomfanya na Mercy kukosa raha pia, asijue cha kufanya. "Mimi nipo tayari kuondoka, naweza kukurudisha nyumbani baada ya kununua dawa yako ya ngozi na vyakula vya nyumbani." "Najua nimekuudhi Ben, nisamehe. Lakini sikujua kama maswali yangu yangekuwa kero. Nisingependa tuachane hivyo ulivyo." "Hapana kabisa wala hamna kitu kilichoniudhi Mercy." "Natamani kukufahamu zaidi Ben, kama wewe unavyonifahamu mimi." "Na mimi sina shida na hilo, ni mambo mengine tu binafsi kidogo yananikera." "Mambo gani?" "Wewe usijali Mercy, twende tu ila ujue sio wewe." "Ni nani? Naomba uniambie Ben. Sipendi uondoke huna raha wakati mimi nina furaha." Ben alinyamaza kwa muda. "Huwezi kuelewa Mercy mambo mengine yatakushangaza tu, tuache tutakuja kuongea wakati mwingine. Naomba nikwambie wakati mwingine Mercy, sio sasa." Waliingia kwenye gari huku kila mtu akiwa kimya. Mercy akiendelea kudhani Ben anamdharau na hamwamini kwa kutomwambia mambo yake na Ben alijihisi atadharauliwa na Mercy pindi atakapojua ukweli wote juu yake na Bety.

"Vipi Mercy, mbona kimya? Unawaza nini?" "Hakuna kitu." Ben alihisi kumuudhi Mercy aliyekuwa amepooza ghafla. "Bety amekuja nyumbani bila kuniambia, aliponikosa ameenda kwa mama Sinza. Na nilishamkataza kwenda kwa mama kwa kuwa anamsumbua." Mercy alishtuka kidogo. 'Inawezekanaje amkatalie mchumba wake kwenda nyumbani kwa mama yake?' Mercy aliendelea kuwaza. "Wapi ni nyumbani kwa kina Bety?" "Mwanza." "Ndio maana umekasirika?" "Sijakasirika Mercy. Ila huwa sipendi awe anakwenda kumsumbua mama yangu. Mama ni mgonjwa anahitaji muda mwingi wa kupumzika na Bety akiwa kwa mama huwa hatulii. Anachelewa kurudi nyumbani na kumfanya mama akae macho usiku kucha kwa kumsubiri." "Pole Ben! Najua nimechangia huo usumbufu kwa namna fulani. Maana kama isingekuwa mimi, sasa hivi ungekuwa na mpenzi wako Dar." Ben aliumia sana kusikia hivyo. "Hapana Mercy, usifikirie hivyo hata kidogo. Mimi ndiye nimetaka kuja huku, sio wewe. Wewe hauhusiki kabisa. Sawa Mercy? Mercy alibaki na maswali mengi lakini aliogopa kuuliza zaidi, alibaki kimya huku akionekana mwingi wa mawazo.

"Naomba jipe muda wa kupumzika na kula vizuri Mercy, ili urudishe afya yako mapema. Kazi nyingi mama amesema hahitaji msaada wako akizidiwa ataniomba mimi msaada, sio wewe. Kwa sasa naomba uangalie afya yako tu, mambo mengine niachie mimi." Ben aliendelea kumsisitiza Mercy juu ya afya yake mbele ya mama yake pia. "Unaelewa Mercy lakini mwenzio anachokwambia? Na kukazana kula, ona mwenzio alivyonunua vyakula vingi kwa ajili yako!" "Nimeelewa mama, nitajitahidi." Muda wote huo Mercy alikuwa ametulia sana. "Tutawasiliana Mercy." "Safari njema Ben." Ben aliondoka na kumwacha Mercy na maswali mengi. Baada ya muda kidogo Ben alimpigia simu Mercy. Wakiwa bado wamesimama nje baada ya kumsindikiza Ben. Simu ya Mercy aliyokuwa ameiweka mfukoni ilianza kuita.

"Ben!" "Samahani Mercy najua hujaelewa, lakini ni habari ndefu nakuahidi tutapata muda mzuri wa kuongea kila kitu. Nilikuja Tanga kwa ajili yako, sikutaka tuchanganye habari nyingine zitakazotuchukulia muda wetu. Nakuahidi kila kitu kitakuwa sawa, usiwe na wasiwasi. Sawa?""Nimekuelewa Ben, naomba uwe mwangalifu njiani na unijulishe utakapofika."

~~~~~~~~~~~~~~~~~~~~~~~~~~~~~~~~~~~~

"Hee mwenzetu una simu?" "Tena simu yenyewe sio ya kawaida ni simu zile za kitajiri." "Mercy lazima ana kimzizi sio bure jamani! Yupo kimya hapa lakini anaweza kumliza mtu mzima! Kaka wa watu jana nusura kuchanganyikiwa." "Ulikuwa umemkataa?" Kila mtu aliishika ile simu aione, na kila mtu alisema lake katika nyumba ile waliyokuwa wakiishi kina Mercy. Kitendo cha Mercy aliyekuwa akionekana msichana wa kawaida sana kwao tena mdhoofu, aliyeshinda na kitambaa kichwani wakati wote, waliyemjua kama yatima, na kuishi na mama duni kama Mama Samaki halafu ghafla kutembelewa na mwanaume kama Ben! Aliyeonekana mwenye pesa nyingi, kijana wa kileo, mzuri wa sura ambaye angeweza kumpata mwanamke yeyote anayemtaka, kuja kujiliza tena kwa magoti kwa msichana kama Mercy! Ilikuwa ngumu kwa mtu yeyote kuingia akilini. "Ndio mume nini?" "Jamani kaka wa watu ana mchumba wake. Tena mchumba wake akimaliza tu shule wanaoana. Mimi ni kama dada yake. Tena sasa hivi anamuwahi mpenzi wake amekuja kumtembelea." "Mmmh!" Watu wote walianza kucheka bila kunyamaza. "Sasa mnacheka nini? Kwa nini hamniamini?" "Kilichomtoa Dar mpaka huku nini?" "Jamani! Si kuniomba msamaha." Wote waliendelea kucheka kwa pamoja. "Msamaha wa mabegi na simu?" "Bwana mama hebu waambie Ben alivyo mtu mzuri." Mercy alimuomba mama yake kumtetea kwa kundi hilo ambalo halikumuamini Mercy hata kidogo, walijua kuna kitu tu cha ziada. "Mwacheni mwanangu jamani, amekuja kuombwa msamaha." Wote walizidi kucheka. "Mercy! Mercy!" Mama James alimwita tena Mercy aliyekuwa akikimbilia ndani, ni mmoja wa wapangaji wenzao. "Nini bwana?" "Mimi nilijua wewe bubu!" "Bwana Mama Jimmy niache." "Msamaha huo sio wa mchezo, mpaka sauti imetoka! Kweli mapenzi dawa." Ilikuwa ni siku iliyojaa mazungumzo juu ya Mercy na Ben.

Mercy alikimbilia kufungua begi kubwa alilopewa na Ben. Macho yake yalikutana na bahasha yenye ujumbe mfupi tu ndani iliyoonekana na mwandiko wa Ben. *"Because you are special!"* Machozi yalianza kumtoka kwa furaha. Vitu vyote vilivyojazwa kwenye lile begi havikuleta maana isipokuwa ule ujumbe Ben aliokuwa ameandika kwa mkono wake. Mercy alibaki akirudia rudia yale maneno manne huku akiwaza. 'Kwa nini anasema mimi ni special?' Alianza kuwaza shida alizokuwa akipitia katika maisha yake. 'Au labda Mungu anataka kunifundisha jambo na Ben amejua hilo? Kwa nini Mungu ameruhusu haya yote katika maisha yangu na bado nipo hai? Au Ben ndiye ananiona Special? Kwa nini arudi tena kunitafuta wakati ana mchumba wake?' Maswali hayo yaliendelea kubaki kichwani mwa Mercy bila jibu. "Begi lina nini? Mbona huangalii vitu vingine umeshikilia kikaratasi tu?" Mama Samaki aliingia na kumkuta Mercy kwenye dimbwi la mawazo na karatasi mkononi. "Hii Barua inatosha kujaza sanduku zima, mama yangu." "Basi mimi naomba nipate fahari ya macho." "Angalia tu hakuna hata siri." Mama Samaki aliendelea kupekua ndani ya lile begi ambalo lilimuacha mdomo wazi. Vitu vyote vilionekana vya gharama. "Mungu amekuangazia mwanangu! Ila na wewe kwa kuwa roho yako nyeupe Mercy! Ona nguo zote hizi. Viatu, pochi, mafuta na vingine hata sivijui, kweli huyu kijana anakujali." "Hiyo ni ya kukaushia nywele na vitu vya kuoshea nywele, mama yangu." "Ona Mungu anavyokubariki Mercy!" "Nashukuru Mungu mama. Nani angejua Ben aliyeniokota kwenye uchangudoa, angenithamini hivi?" "Halafu chakula chote alichonunua, bado ameniachia pesa kwa ajili ya kukununulia kitu chochote unachotaka. Hasa ameomba kama utapata maziwa ya kunywa kila siku. Kweli Ben amejitoa kwako Mercy!" "Namshukuru Mungu mama." "Mbona hujafurahia hizi nguo?" "Nimezipenda sana mama, ila nimeshikwa kama na bumbuwazi." Mercy alianza kujaribu vitu vyake vyote huku akiendelea kutafakari ujumbe wa

Ben. Nguo nyingine zilionekana kubwa sana. "Ukikazana kula kidogo tu zitakufaa zote hizo." Mama Samaki aliendelea kuongeza huku akimwangalia Mercy kwa macho ya furaha na kumshukuru Mungu kwa kumleta Mercy katika maisha yake.

"Mama! Labda hizi nyingine kubwa nimpe Stumai." "Umeanza Mercy! Mwenzio anunue nguo halafu wewe uanze kugawa!" "Simpi zote mama jamani. Nitampa hizi kubwa tu." "Hapana Mercy, huwezi kugawa kitu ulichopewa. Wewe kazana kula mpaka zikuenee." Mama Samaki alianza kusema kwa sauti. "Mungu amenikumbuka na mimi. Ukiambiwa na mimi leo naitwa mama!" "Nakupenda sana mama yangu na ninakushukuru kwa kila kitu. Nilipokuja mara ya kwanza sikujua kama ungenikubali. Ulinipokea nikiwa na hali mbaya kweli, usingenipokea labda sasa hivi ningekuwa nimeshakufa!" "Mungu alikuleta kwangu kwa makusudi Mercy. Alijua mahitaji yetu wote." "Mungu alinileta kwako kwa kuwa alijua una moyo mzuri, mama yangu. Sio wote wasio na watoto ni wakarimu hivi." Waliendelea kuongea kwa muda huku wote wakimshukuru Mungu. "Inabidi tuongee Mercy." "Ngoja nimshukuru Ben kwanza mama, huyu mtu amekuwa kama malaika aliyetumwa na Mungu katika maisha yangu." Mercy alichukua simu yake na kuanza kumuandikia Ben ujumbe wa shukrani.

"Thank you so much Ben for being there, when no one else was. I'll always be greatful. Love you".

~~~~~~~~~~~~~~~~~~~~~~~~~~~~~~~~~

"Biashara imekuwa kubwa sasa, inabidi tuhame hapa. Nimepata sehemu pale kituoni ni pakubwa, lakini panahitaji matengenezo kidogo. Nina uhakika tukifanyia pale biashara tutapata faida sana." "Sasa pesa za matengenezo tutapata wapi mama?" "Tukaongee na mwenye nyumba tuone atatuambia nini." Kesho yake Mercy na mama yake walienda kumtafuta mwenye nyumba ili wazungumzie jinsi wanavyoweza kupangisha ile sehemu lakini walikatishwa tamaa baada ya mwenye nyumba kuwaambia hakuwa na pesa ya matengenezo na ndio maana alipafunga. Walirudi nyumbani wakiwa wote hawana raha kwa kuwa pesa walizo nazo na wao zisingetosha kukarabati na kuanzisha biashara.

"Mbona unaongea kwa unyonge Mercy?" "Nilikuwa nimelala Ben." Mercy alijaribu kufisha ukweli kwa Ben aliyekuwa amempigia simu kumsalimia mida ya jioni. "Una uhakika ni hilo tu?" "Ni hilo tu, usiwe na wasiwasi. Sisi wote ni wazima." "Ulikuwa unafanya nini leo?" Mercy alijikuta akimuelezea Ben kila kitu kuhusu lile eneo. "Ndio maana umekosa raha?" "Ni eneo zuri Ben, tungefanyia pale biashara tungepata faida kubwa zaidi. Lakini naelewa kila jambo lina wakati wake. Inawezekana huu sio wakati wake, inabidi tungojee kidogo." "Nikija tutaongea vizuri. Unakula vizuri lakini?" "Nakula na mama ananisisitizia kulala mchana kama ulivyomwambia. Kwa hiyo napata muda wa kutosha wa kupumzika." "Naomba wewe uangalie afya yako tu. Mengine uniachie mimi. Sawa Mercy?" "Sawa. Unaendeleaje na wewe?" Simu ya Mercy ilipata matumizi zaidi ya alivyotegemea, kwani Ben alikuwa akipiga simu asubuhi, mchana na usiku kumjulia hali yake na ujumbe wa hapa na pale kuhakikisha Mercy yupo sawa na afya yake ipo sawa. Ilikuwa ngumu kwa Ben kuendelea kuishi Dar bila Mercy. Simu alizokuwa akipiga mara kwa mara kwa Mercy aliona bado hazitoshi. Baada ya muda aliamua kurudi tena Tanga baada ya kuweka mambo yake sawa. Njia nzima akiwa anatokea Dar alitamani kufika tu Tanga na kumuona Mercy msichana aliyemchanganya akili asijue cha kufanya katikati ya mahusiano ya utata aliyokuwa nayo na Bety.

Kwa kipindi kifupi alichokuwa amemuacha Mercy, alishabadilika sana. Kwani kazi kubwa ya Mercy ilikuwa ni kula na kulala bila kugusa kitu chochote kama Ben alivyomuomba mama yake ili kurejesha afya yake mapema. Naye mama yake alimtunza Mercy kama mzazi. Uji, maziwa, mayai, maini, mtori, mboga za majani, kila alichosikia Mama Samaki kinaongeza damu na kunenepesha alimpikia Mercy. "Lazima ukazane Mercy, mwenzio anahangaika sana urudishe mwili. Kila mara ananipigia simu kutaka kujua unaendeleaje." "Ila mama huwa sipendezi nikinenepa sana." "Nani amekudanganya? Una umbile zuri sana mwanangu, hivyo ndio unavutia." Ilikuwa kila baada ya masaa matatu mama yake alikuwa akimpa kitu ale. Wote wawili walinawiri na kupendeza na kila mtu alikuwa akiwasifia Mercy na mama yake. Ben alichanganyikiwa baada ya kumuona Mercy alivyobadilika na kuzidi kuwa mzuri zaidi ya alivyomuona kwenye picha akiwa na Rich. "Nakushukuru sana mama kwa kumtunza Mercy. Afya yake inaridhisha sana." "Wewe ndio tukushukuru baba kwa kutujali, Mercy ni jukumu langu na mimi." Ben alikwenda kuongea na mwenye nyumba ile waliyokuwa wakitaka kufanyia biashara. Aliingia mkataba na mwenye nyumba na kuanza kuikarabati. Aliwekeza pesa zake kwenye ile nyumba na kupabadilisha sana. Na yote hayo ni kwa ajili ya kumridhisha Mercy. Ule mgahawa ulivuma na kugeuka kuwa gumzo katika lile eneo. Vyakula, vinywaji, Tv, mashine za juisi na huduma nzuri, ziliwavutia watu mbalimbali kufika na kula katika mgahawa ule wa Mercy na Mama yake. Walizidi kumshukuru Ben kwa kutimiza ndoto yao.

Safari za Tanga zilianza kuwa nyingi kwa Ben. Kila alipokuwa akimfikiria Mercy na watu waliokuwa wakifika katika lile eneo la mgahawa alianza kuwa na wasiwasi wa kuporwa Mercy katika mji wa Tanga. Alitamani kumkataza Mercy asiwe anaenda pale, lakini alimuhofia mama yake Mercy. "Sasa huyu Ben atakuwa anafanya kazi kweli?" "Kwa nini mama?" "Hajulikani kama anaishi Dar au Tanga. Anaondoka Jumatatu anarudi Alhamisi. Mnaongea kuanzia asubuhi mkiamka mpaka usiku mkiwa mnalala! Kitu gani hicho mnachoongea hammalizi Mercy mwanangu? Muache mtoto wa watu apumzike na afanye kazi!" "Mimi mwenyewe huwa namwambia apumzike, lakini anasema anapumzika vizuri akiwa huku." "Unavyomshangilia akija kama hujamuona mwaka mzima! Wakati ni siku mbili au tatu tu. Hata mimi ningekuwa narudi kila mara." "Nakuwa na hamu naye mama." "Kweli Mercy? Kila saa mnaongea na kuangaliana kwenye simu. Haya, akija hapa na wewe kazi hazifanyiki kutwa mpo wote kama kumbikumbi. Bado hutosheki mwanangu?" Wote walikuwa wakicheka sana. Ilikuwa ngumu kwa Ben na Mercy kukaa hata masaa mawili bila kuwasiliana. Wakati wote Ben alitaka kusikia sauti ya Mercy na kujua yuko wapi, na nani na anafanya nini.

~~~~~~~~~~~~~~~~~~~~~~~~~~~~~~~~~~~~~

Baada ya muda, Mercy aliamua kumtafuta Latifa kwa simu ili kumshukuru. Wakati wote alijua bila Latifa asingeweza kumpata Ben na bila yeye asingepata vitu vyake baada ya kutoka jela. "Alikuwa mwema sana kwangu Latifa, tangu siku ya kwanza tu tulipoonana. Sitaki aje afikirie ninamkimbia baada ya kufanikiwa" Mercy aliendelea kumsifia Latifa kwa mama yake. "Kweli ni vizuri umtafute ili umshukuru." Mercy alimpigia simu Latifa. "Mzima Mercy?" "Mzima kabisa." "Umepotea kweli, mpaka nikajua umehama mkoa. Maana hata mizigo yako ulimtuma Mama Samaki." "Nipo Latifa, ila nilikuwa sijatulia, mambo yalikuwa mengi." "Upo wapi sasa hivi?" "Naishi na Mama Samaki." "Haiwezekani Mercy. Nakuja kesho kukuchukua tutoke wote." "Hapana Latifa, siku hizi sifanyi tena ile biashara." "Hee! Kwa nini?" "Nimeamua tu kubadili maisha yangu." "Basi nitakuja kukuchukua japo tukapate kinywaji pamoja." "Naomba iwe Jumapili mchana." "Kwa nini?" "Nina kazi nafanya." "Unauza samaki na wewe?" Latifa alimuuliza Mercy kwa kejeli huku akicheka. "Tutaongea ukija."

Baada ya kutoka kanisani, Mercy aliyekuwa amerudia hali yake ya zamani kabisa kabla ya matatizo akiwa nchini Marekani tena alijiachia zaidi na kunenepa kidogo na umbile lake la Kibantu kuonekana bayana ili kumridhisha mama yake na Ben waliosema hawaoni ubaya wa yeye kuongezeka kidogo tofauti na Rich aliyemtaka awe mwembamba wakati wote, alijitahidi kuvaa vizuri na kupendeza ili angalau kumshawishi Latifa kuwa kuna maisha mengine mazuri mbali na uchangudoa. Alivaa gauni la heshima, lililomkaa vizuri sana kwenye umbile lake. Latifa alifika kumchukua Mercy na teksi na kubaki akimkodolea macho Mercy njia nzima akimuuliza maswali. "Haiwezekani wewe mtoto ndio mzuri hivyo? Kwani wewe Mzungu au Mwarabu? Lakini hapana. Mwarabu gani una umbile zuri hivyo. Lazima umepata bwana milionea!" "Wala dada yangu, sio bwana, nafanya biashara Latifa." "Biashara gani upo hivyo? Ndio samaki tu au umepata kijiwe kingine hatuambiani?" "Hapana, nimeamua kubadilisha maisha yangu kwa pesa nilizokuwa nimepewa na mwanaume nikazianzishia biashara." "Haiwezekani!!" Ilikuwa ngumu kwa Latifa kumuamini Mercy. "Tuingie humu nikakutambulishe kwa marafiki zangu." Japokuwa Mercy aliogopa kuingia baa, lakini alishindwa kumkatalia Latifa. Waliongozana moja kwa moja mpaka kwenye meza iliyokuwa ina wale rafiki zake wa kike na wanaume wengine. Maongezi na macho yote yalimgeukia Mercy ambaye hakuonekana kufurahia kuwa mahali pale. "Huyu mtoto amejiumba mwenyewe au ndio mambo ya Mungu ya upendeleo?" Hayo yalikuwa maneno ya kijana mwengine aliyeonekana mkubwa kidogo kama umri wa miaka 45 hivi, mwenye asili ya kiarabu aliyekuwa akimtazama Mercy muda wote na kumfanya Mercy akose raha. "Jamani mimi nawaacha." "Mbona mapema bwana! Tukae mpaka usiku tutakurudisha. Hakuna jambo baya hapa linaloendelea, hawa ni washikaji tu. Huwa tunakutana kula na kunywa basi. Au unamuwahi shemeji?" "Hapana Latifa, tutaonana siku nyingine, naomba niondoke." "Basi nitakuja kukuchukua twende mziki siku ya wapendanao, itakuwa ni siku ya Jumamosi." "Sitaweza Latifa. Jumamosi ndio siku biashara inachanganya siwezi kutoka." Latifa aliendelea kumbembeleza Mercy akisaidiwa na rafiki zake wote. Baada ya kuzidiwa nguvu aliona atoe mzizi wa fitina na kukubali ili atoke pale. "Naweza kukurudisha Mercy." Yule kijana aliyekuwa akimwangalia sana Mercy alimuomba Mercy wakati anataka kutoka. "Ahsante kaka yangu, nyinyi endeleeni tu, mimi nitachukua usafiri hapo nje." Mercy aliondoka na kuchukua teksi nje kama alivyosema, na kuwaacha wanaendelea kula na kunywa.

Mercy aliendelea na maisha yake kama kawaida na mawasiliano yasiyoisha na Ben mchana na usiku na kusahau kabisa ahadi alizokuwa amewekeana na Latifa. Siku ya Valentine Ben alimuarifu Mercy kuwa angekuwa busy sana kazini na pia mama yake alimtaka afike nyumbani kwa mazungumzo maalumu kwa kuwa hakumuona kwa muda mrefu sana. Ni kweli Ben alipotea Dar. Siku zote za mwisho wa juma zilikuwa zikimkuta Tanga akiwa na Mercy. "Nitakumisi Ben!" Mercy alisikitika sana kumkosa Ben siku hiyo. Kwani walishazoea kuwa naye hotelini kila mwisho wa Juma. "Usijali nitakupigia kesho asubuhi kabla ya kwenda kanisani na usiku tutaongea sana." "Nitakuwa nasubiria simu yako kwa hamu."

Mercy akiwa kazini Latifa alimtafuta tena kumkumbushia makubaliano yao ya kwenda mziki. "Sidhani Latifa, naona sitaweza kwenda." "Kwa nini bwana? Usiniangushe mdogo wangu tafadhali! Nakuomba twende japo leo tu. Kila mtu anakusubiria kwa hamu akuone." "Kina nani tena? Mimi nilikwambia sifanyi tena ile biashara." "Sio biashara, ni washikaji tu bwana! Tafadhali Mercy, kumbuka tulipotoka mimi na wewe." "Haya basi uje unifuate, lakini kuanzia saa nne usiku, ili angalau nifanye fanye kazi kidogo." "Sawa." Mercy alimuomba ruhusa mama yake ambaye alimruhusu kwa shingo upande kwa kumuhofia Ben. Alijua wazi Ben asingefurahia Mercy kutoka na Latifa. "Ben anafahamu kuwa leo unatoka na kina Latifa lakini?" "Sikumwambia, maana Ben yupo busy leo hata simu hajapiga tangia tulipoongea asubuhi wakati tunaamka." "Nashauri ungemwandikia hata ujumbe angalau ajue kama leo utaenda mziki. Namjua Ben alivyo. Hata kwenda Saluni kwenyewe hataki uende. Hataki uende popote bila yeye. Yupo radhi aache kazi Dar aje akupeleke kokote unakotaka kwenda kuliko wewe uchukue teksi. Leo aje ajue umeenda mziki, tena na Latifa aliyekuwa anakupeleka kwa wanaume! Unatafuta matatizo Mercy mwanangu." "Hana shida mama. Unajua alikataa nisiende Saluni kwa kuwa nilimwambia yule kaka anayenitengeneza nywele na kucha, aliniioshea na maji ya moto sana nikaungua." Mama Samaki alianza kucheka. "Sasa unacheka nini mama jamani?" "Kweli wewe hujamjua Ben. Unamwambia kuna wanaume wanakuosha nywele na kukusugua miguu na sio wanawake!"

"Sasa?" "Ndio maana amekukataza mwenzio! Ben ana wivu sana Mercy. Hivyo ni kwa kuwa umemkatalia kuhamia Dar sasa hivi, nakumuomba upumzike kidogo ndio maana anahangaika hivi. Dar hapakaliki, Tanga habanduki kutwa yuko hapa kama sio yeye basi awe anakusikia kwenye simu. Wewe unafikiri Ben mjinga?" "Mama jamani, Ben hawezi kunionea wivu, kwani mimi mpenzi wake? Ben ana mchumba wake bwana!" "Kama sio wivu na hapa mgahawani anachokukataza usionane na wateja ukae tu ofisini ni nini?" "Jamani mama si hata wewe alikwambia! Nifanye kazi za stoo kwa kuwa wateja wengine wakorofi, wanaweza kunidhuru." Mama Samaki alizidi kumcheka Mercy anayeonekana kutomuelewi Ben hata kidogo. "Bwana mama usimuelewe Ben vinginevyo!" "Haya Mercy mwanangu, lakini mimi nashauri umwandikie hata ujumbe usiende bila kumwambia. Sitaki matatizo na Ben." "Sitaki kumsumbua! Wewe unamjua atakuja sasa hivi nikimwambia natoka." "Kumbe mwenyewe unamjua, eeh?" Mercy alianza kucheka "Hata hivyo hawezi kujua mama jamani, si leo tu. Sitatoka tena na Latifa. Nataka tu nikalipe fadhila kwa Latifa tuachane naye. Wewe usiwe na wasiwasi mama yangu, mambo yote yataenda sawa."

Mercy alichukua teksi kwenda kununua nguo za mziki mida ya mchana na kurudi tena kazini. Usiku aliwahi kutoka na kumwacha mama yake bado akiendelea na kazi. Aliingia kuoga harakaharaka ili asimchelewe Latifa aliyemwambia atafika hapo baada ya muda mfupi ili waende kula kwanza kabla ya kwenda mziki. Mercy alivaa kweli nguo ya usiku na ya Valentine kweli kweli! Alipata gauni lenye rangi nyekundu na nyeusi kiasi lililomfanya awake kama nyota. Lilikuwa wazi kabisa juu na lilimuacha mgongo wake wazi mpaka juu kidogo ya kiuno chake. Kamba nyembamba sana zilizopita mgongoni ndizo pekee zilizokuwa zimeshikilia kitambaa kilichofunika matiti yake. Gauni fupi mbele na ndefu nyuma na kumshika vizuri kuonyesha umbile lake la Kibantu. Alizibana nywele zake ndefu upande mmoja na kuruhusu uso wake mzuri kuonekana na nusu ya mwili wake ulikuwa wazi. Kwa kuwa hakuwa na Ben aliyekuwa akimkataza vipodozi! Mercy alijikoleza vizuri lipstick nyekundu na kuweka rangi nyekundu kwenye kucha zake. Ukweli Mercy alivutia sana na hakuna mtu ambaye angemwangalia na kuridhika kutoa macho yake kwa mrembo huyo, japokuwa hakuwa na tofauti na msichana yoyote anayekusudia kuwinda wanaume. Akiwa anamalizia kuvaa viatu virefu alivyokuwa ameletewa na Ben, huku amejawa furaha, ni kama aliyekuwa akikumbushia enzi zake na mpenzi wake Rich walipokuwa wakienda Club/ mziki nchini Marekani, hata aina ya kivazi alichovaa hakikutofautiana sana na vivazi ambavyo mpenzi wake Rich alikuwa akimnunulia maalumu kwa ajili ya kuendea mziki. Mercy na Rich walikuwa ni vijana wa kujirusha sana na wote walizipenda starehe. Mercy alisikia mtu akigonga mlango. Akiwa amejawa na furaha ya kutoka kwa mara ya kwanza nchini Tanzania kwa hiyari yake, tena kwa pesa zake, Mercy alijiweka sawa na kukimbilia mlangoni kumfungulia Latifa mlango. Alifungua mlango huku macho yake yakiwa kwenye kipochi chake kidogo cha usiku, alichokuwa akikishindilia vipodozi vya kujipaka tena huko aendapo, endapo hata kimoja wapo kitapungua usoni mwake.

"Latifa! Tena leo mimi ndio nitalipia chakula na mziki. Sitaki ulipie kitu chochote, leo mimi ndio nakutoa!" Mercy aliendelea kuongea huku macho na akili zake zimezama kwenye pochi ndogo, iliyokuwa ikigoma kufunga kwa kujazwa vipodozi. Harufu ya pafyum ya Calvin Klein iliyokuwa ikimwingia puani sawia ilimfanya akaribie kuanguka kwa mshtuko. Mwili wote ulianza kutetemeka kwa hofu. Jasho lilianza kutoka na midomo ilianza kucheza kama mtu aliyekuwa kwenye baridi kali sana, huku macho yamemtoka asijue cha kusema. Vipodozi vilianza kuanguka asijue cha kufanya kama aokote au aseme karibu. Mercy alianza kufikicha macho akihisi anaota. "Samahani nimekuja bila taarifa. Kama ningejua una safari zako nyingine na kina Latifa nisingejisumbua kuacha mambo yangu mengi ya muhimu na kuja huku kote kukufuata wewe." "Hapana Ben sio lazima mimi nikatoka nao, naweza tu tukabaki wote." "Nimechoka sana, naenda kupumzika." Ben aligeuka na kuanza kuondoka. "Naomba usiondoke Ben. Sikujua kama utakuja leo." "Ulinieleza kama una mpango wa kutoka Mercy? Au hukuona umuhimu? Nilikwambia ratiba yangu yote asubuhi wakati tunaongea. Kwa nini hukuniambia unatoka? Tena na Latifa aliyekuwa akikupeleka kukuuza kwa wanaume!?" Mercy alibaki anatetemeka. Ben aliendelea kuondoka. "Naomba usiondoke Ben. Sikuwa naenda kwa wanaume nilikuwa nitoke na Latifa tu." "Hivyo ulivyovaa Mercy? Huoni uko uchi kabisa?" Mercy alibaki akitetemeka. "Unajua nilijua unayachukia yale maisha ya uchangudoa Mercy. Nilitaka urudi shule, ulikataa ukasema unataka upumzike kwanza. Sikuelewa kama hivi ndivyo jinsi unavyotaka kupumzika na kutokurudi shule." "Hapana Ben." "Unataka nini Mercy katika maisha, mbona sikuelewi?" "Hapana Ben usinifikirie vibaya." "Unajua nini Mercy? Haya ni maisha yako, una uhuru wa kufanya vile unavyotaka wewe. Sitaki mimi niwe sababu ya kukuzuia kufanya mambo yako. Nenda mziki, nenda ukale na kina Latifa hainihusu tena. Nimefika mwisho wangu. Fanya unavyotaka na mimi niendelee na maisha yangu. Tutaonana wakati mwingine kama Mungu atatujalia uzima." "Hapana Ben sitatoka tena, tafadhali usiondoke. Naomba unisikilize." Mercy alianza kumfuata Ben aliyekuwa ameshatoka nje na kuyatupa maua aliyokuwa amemletea Mercy. "Unajua Mercy nimekuwa na kazi nyingi sana leo, na nimechoka sana. Nimekuja kwa sababu nilitaka kukuona unaendeleaje, sasa nimeshayaona maendeleo yako! Inatosha ngoja mimi niondoke, endelea na ratiba zako sitaki kuchanganywa." Ben aliyekuwa amekasirika sana aliingia kwenye gari lake na kuondoka, na kumwacha Mercy akiwa kwenye hali ya kuchanganyikiwa.

Latifa alimkuta Mercy akiwa amejitupa kitandani huku akilia kama aliyefiwa. Haikuwa rahisi Latifa kumuelewa Mercy hata kidogo. Ila alimuomba amwache na asimtafute tena katika maisha yake. Mercy alitoa pesa kidogo na kumpa Latifa aliyezipokea bila hata wasiwasi. Mercy aliendelea kulia bila kunyamaza huku akifikiria maisha yake bila Ben, mtu pekee anayemjali na kumpenda kwa dhati. Mwanadamu aliyemtoa kwenye dimbwi la matatizo makubwa sana na kumfanya aonekane anafaa katika jamii. Aliendelea kulia mpaka mama yake aliporudi nyumbani. "Kuna nini Mercy?" "Ben ameondoka kwa hasira, hataki kunisikia tena kwenye maisha yake, amesema amefika mwisho." "Ben! Alikuja?" "Amenikuta wakati nataka kutoka." "Na ulikuwa umevaa nguo hizo hizo Mercy mwanangu na upepo huu wa usiku! Au ulikuwa umejifunika kitenge?" Mercy aliendelea kulia bila kujibu kitu. "Si nilikwambia Mercy umwambie kabla hujatoka na Latifa? Nilijua asingefurahi utoke usiku huu tena na akina Latifa! Na tena kama amekukuta na hizo nguo mwanangu! Hata mimi ningekasirika. Umefanya vibaya Mercy. Huyu kaka anakuhangaikia sana. Si usiku wala mchana, akikusikia tu kwenye simu huna raha ataendesha gari mpaka hapa kuja kukuona. Ukiumwa kitu chochote hata kichwa anakuja kukuuguza yeye mwenyewe. Ona maisha aliyokupa, ona anavyokujali, usiku wote huu anaendesha kote huku kuja kukuona tu wewe mwanangu! Lazima awe amekasirika." "Nitafanyaje mama?" "Mpigie simu." "Alikuwa hapokei na sasa hivi simu yake haipatikaniki. Atakuwa amerudi Dar mama, hatanitafuta tena. Maisha yangu yatakuwaje bila Ben? Siwezi mama kuishi hata siku moja bila Ben, yeye tu ndiye ndugu niliyenaye hapa duniani. Nitakufa mama yangu bila Ben." Mercy aliendelea kulia usiku kucha bila kulala. "Utaumwa Mercy, ungelala kidogo halafu baadaye umtafute tena. Mimi ninavyomjua Ben, lazima atakubali kukusikiliza." "Hawezi mama, Ben amenikasirikia sana. Amesema hataki nimchanganye ana watu wengine wanamtegemea. Ben hana shida na mimi mama, mimi ndiye nina shida na yeye. Kwa nini arudi tena kwangu wakati ana kila kitu katika maisha? Familia ya kueleweka, mchumba msomi, marafiki......" Mercy aliendelea kulia zaidi na zaidi kila alipokuwa akitafuta umuhimu wake kwenye maisha ya Ben na kukosa.

~~~~~~~~~~~~~~~~~~~~~~~~~~~~~~~~~~~~~~

Ben naye alitoka pale akiwa amekasirika sana, na kujichukia kwa kumuamini Mercy ambaye naye sasa anaonekana hana tofauti kubwa sana na mchumba aliyenaye. Aliendelea kujiuliza na kujilaumu zaidi na zaidi. 'Nakosea wapi? Mbona kila ninavyojitahidi kuwapenda na kuwapa kila kitu bado wanaendelea kunisaliti?' Ben alitaka kurudi nyumbani kwake Dar huku akiwa amechanganyikiwa sana. Lakini alipofika karibu na kiwanda cha Saruji Tanga alijigundua amechoka sana na kutokana na kuchanganyikiwa aliamua kurudi hotelini na kulala mpaka kesho yake. Akiwa hotelini alifuta kabisa namba ya simu ya Mercy. Alizuia simu za Mercy ili zisiweze kuingia tena kwenye simu yake, bila kujua namba ya Mercy imekaa akilini mwake na vidole vyake havikuwa vikihitaji msaada wa akili kubonyeza namba ya Mercy kwenye simu yake. Ben alishampenda sana Mercy bila kujua na bila kutegemea alijikuta Mercy ndiye mtu pekee aliyekuwa akimjulia yeye na kumuelewa vizuri kuliko mtu yeyote aliyewahi kuishi naye. Ndiye mtu wa mwisho na wa kwanza kuongea naye kila siku. Mercy ndiye aliyekuwa akimkumbusha kula na kumpumzika. Walishazoeana kupita kawaida kila wakati wapo wote kama si Tanga basi kwenye simu. Alipokuwa na shida yoyote sauti ya Mercy ndiyo ilikuwa ikimliwaza. Ben aliendelea kujutia kumkaribisha Mercy haraka haraka kwenye maisha yake akiamini labda yeye angekuwa na tofauti, hasa baada ya kuapa kutopenda tena maishani mwake. 'Kwa nini nina mkosi wa mapenzi kiasi hiki? Kila ninayempenda ananisaliti mpaka baba yangu mzazi! Nina balaa gani?'

Hakujua kama Mercy angelijali kuondoka kwake kwani moyoni alishakata tamaa ya kuwa na Mercy ambaye hakuwahi kujua anampenda kiasi kile. Alijua kabisa Mercy alikuwa akimtumia tu ili atengeneze maisha yake na kwa kuwa ameshapata kila kitu anachohitaji kwa Ben asingemuhitaji tena. 'Sasa hivi ana pesa ya kumtosha kuishi au hata kama angependa kurudi Marekani kwa mpenzi wake anaweza kwani hakuna kinachomzuia. Ana mama ambaye anampenda na uzuri alionao Mercy! Atapata mwanaume yoyote anayemtaka sio mimi ambaye sijawahi hata kumwambia chochote juu ya mapenzi.' Kila alipofunga macho alipata picha ya Mercy akifurahia mapenzi ya mwanaume mwingine. Hayo ndio mawazo yaliyokuwa yakimsumbua Ben usiku kucha na kumkosesha usingizi.

~~~~~~

Wapangaji wote walishajua kinachoendelea. Wengine walimshauri Mama Samaki ampigie simu Ben angalau aje aongee na Mercy ambaye kila mtu alimuhurumia kwa kulia huku wakihofia anaweza kujidhuru. Mama Samaki alimpigia Ben simu mara kwa mara bila mafanikio. Ilipofika mchana Mercy alikuwa amekaukiwa kabisa. Walimlazimisha dawa za usingizi ili angalau alale kidogo. Mama Samaki aliamua kumuandikia ujumbe mfupi Ben, ili akutane nao atakapo fungua simu yake. *"Ben mwanangu, najua umekasirika sana, sina jinsi ya kumtetea Mercy kwani hata mimi nilikosea kumruhusu kutoka bila ruhusa yako. Naomba utusamehe na uongee na Mercy kidogo. Hali yake sio nzuri tangu ulipomuacha. Tafadhali baba nakuomba urudi. "* Ben alishtuka na ilishakuwa jioni. Aliingia bafuni kuoga huku bado amejawa na mawazo. Aliamua kuwasha simu yake ili awasiliane na mama yake, amuombe radhi kwa kutokufika kwake kama alivyomuomba na kumuahidi kwenda kesho yake. Ndipo alipokutana na ujumbe wa Mama Samaki, uliomfanya kubadili mawazo kabisa. Haraka haraka Ben aliingia kwenye gari na kuelekea nyumbani kwa kina Mercy ambako jioni ile wapangaji waliokuwa wamezoea kukaa nje na kupiga gumzo na kucheka, paligeuka huzuni na kila mtu alisema lake. "Masikini Mercy, asije kujiua!" "Kwani hawa ni wapenzi?" "Mercy alisema ni marafiki tu wa kawaida." "Huyo Ben angejua tabia ya Mercy wala asingemfikiria vibaya. Mercy amezidi upole bwana, yule kaka hatarudi tena!" "Yeye kazubaa wenzie watamchangamkia, kaka mwenyewe alivyo na pesa na mzuri vile, hawezi kurudi tena." Kila mtu alisema lake.

Ben alisimamisha gari yake mbele ya nyumba ya kina Mercy asijue lililomsibu mwenzie. Huku akiendelea kujiuliza maswali kutokana na ujumbe wa Mama Samaki. 'Hali yake mbaya! Kivipi? Asijekuwa amejaribu kujiua. Sitakaa nijisamehe tena.' Kila mtu alikuwa akimtazama Ben kwa makini tangu alipokuwa akishuka kwenye gari bila kukwepesha macho. "Habari za jioni jamani?"

"Hapa sio kwema baba, heri umekuja." Alidakia Mama Jimmy ambaye alikuwa akimwita Mercy mkwe wake. "Karibu ndani Ben." Mama Samaki alimkaribisha. "Samahani nilizima simu tangu jana nilikuwa nimechoka sana mama. Hivi ndio nimemka na kukuta ujumbe wako." "Hamna shida baba, bora umekuja." "Mercy yuko wapi?" "Amepitiwa na usingizi sasa hivi, baada ya kupewa dawa ya usingizi na Baba Jimmy. Alikuwa akilia tangu jana ulipomuacha hapa." "Poleni mama kwa usumbufu." "Sio usumbufu baba, ni mwanangu huyu. Hata hivyo na mimi nilikosea kumruhusu bila hata kuongea na wewe. Tusamehe baba." "Haina shida, na mimi mwenyewe nilikuwa nimechoka sana jana." Ben aliingia chumbani kwao, akamsogelea Mercy na kumshika kichwani. "Kichwa chake ni cha moto sana mama, umempa dawa?" "Amelia sana na amekataa kula kitu chochote, mpaka Baba Jimmy alipomlazimishia hizo dawa za usingizi alale kidogo lakini nazo anashtukashtuka sana."

"Nisamehe Ben, usiniache!" Mercy alianza kulia tena pale tu aliposhtuka na kumkuta Ben amekaa pembeni yake. "Usilie Mercy mimi nipo, wala siondoki. Mama! Naweza kuondoka naye nitamrudisha?" "Wala haina shida, ilimradi atulie tu." Ben alimchukua Mercy mpaka hotelini. "Sikuwa naenda kutafuta wanaume Ben, naomba uniamini." "Naomba ule kwanza Mercy, ulale, halafu ukiamka tutaongea. Sawa?" "Kichwa kinaniuma sana Ben." "Kwa sababu ya kulia sana." "Sina maisha mengine bila wewe Ben, na sikukusudia kukuudhi. Naomba unisamehe." "Tutaongea baadaye, pumzika kwanza." Maneno hayo machache tu ya Mercy yalimfariji sana Ben. Hakujua kama bado Mercy angekuwa anamuhitaji kwa kiasi kile.

Asubuhi Ben alitoka na kumuacha Mercy hotelini akiwa bado amelala ili kutafuta nyumba itakayowotosha wote watatu kwa kipindi watakachokuwa Tanga. Alibahatika kupata nyumba kubwa na nzuri ya vyumba vitatu maeneo ya Sahare. Alirudi hotelini na kumkuta Mercy bado akiwa amelala. Alikaa pembeni yake kwa muda akimwangalia na kujaribu kumshikashika kichwa chake taratibu mpaka aliposhtuka. "Vipi kichwa?" "Kimetulia najisikia vizuri." "Ilikuwaje Mercy mpaka mmerudiana urafiki na Latifa? Tena bila kuniambia!" "Nisamehe Ben. Lakini nilitaka kulipa fadhila. Latifa ndio aliyenisaidia kupata vitu vyangu vya muhimu sana nilivyokuwa nimeviacha pale Kijiweni baada ya kutoka jela, ikiwemo hati yangu ya kusafiria. Nilimpigia simu kutaka kumshukuru kwa kuwa sikuwahi kuonana naye tangu siku ile ya kwanza tulipokutana mimi na wewe. Vile vitu nilimtuma mama avifuate kwake. Sasa nilitaka kumshukuru kwa hilo na kwa kunichukua siku ile ya kwanza kabisa mpaka tukakutana na wewe. Isingekuwa yeye, nisingekuwa hapa na wala nisingekuwa na wewe Ben. Nilipokutana naye nilishindwa kuongea naye kwa kuwa kulikuwa na watu wengi, akaniomba nitoke naye siku ya wapendanao. Siku ile nilimkubalia kwa haraka haraka ili nitoke pale tulipokuwa. Mazingira niliyoyakuta pale, mimi mwenyewe sikuyafurahia." "Wapi?" Mercy alisita kidogo, hakutaka Ben ajue alikwenda Bar. "Alikuja kunichukua Ben, bila kuniambia wapi tunakwenda. Ila nilishamwambia niliacha biashara ya kujiuza akaniambia nisiwe na wasiwasi." "Wapi mlikwenda Mercy?" Mercy alianza kutetemeka midomo. "Mercy?" "Alinipeleka Bar." "Kwa nini hukuniambia siku ile ile ulipoenda?" "Lakini Ben, wala sikukaa muda mrefu nilitoka." "Kwa hiyo hukuona umuhimu wa kuniambia wakati nakupigia simu kila wakati?" "Nisamehe Ben, nimekosea!" Ben alibaki kimya kwa muda.

"Hata habari ya kutoka nilisahau kabisa mpaka jana aliponipigia baada ya kuongea na wewe, kunikumbushia huku akinisihi sana nisimuangushe na kwa kuwa ulisema utakuwa na mambo mengi sikutaka kukusumbua tena. Nikaamua nitoke naye tu. Nisamehe Ben, yale sio maisha, nataka kuishi na wewe sio mtu baki kwangu. Wewe ni mtu muhimu sana kwangu, sina maisha mbali na wewe Ben. Usiniache tafadhali." Mercy aliendelea kumsihi Ben huku akilia asijue yale maneno yana maana kubwa sana kwa Ben. Ni kitu ambacho Ben hakutegemea kuja kuwahi kusikia kutoka kwa mwanamke mrembo kama Mercy na baada ya kuapa kuto penda tena maishani baada ya kutendwa na Bety. Ben anajikuta anazidi kuzama kwa Mercy kimapenzi. Lakini anahofia kumtamkia. Mojawapo ya sababu za Ben kuamua kujikaza kiume kuzuia hisia zake kwa mrembo huyo aliyekuwa akimtamani kila amwangaliapo, ni kuhofia kutotimiza ndoto za Mercy. Ben alijiapia kuhakikisha ndoto za Mercy zote ikiwepo kumrudisha shule kwa gharama yoyote ili aje kuwa mwanasheria ni lazima yeye ndiye anazitimiza. Kwa hiyo alijua mapenzi watakayoyaanzisha mapema, yatamfanya Mercy ashindwe kumudu shule yake, na huku bado amefungwa na mahusiano ya utata ya mchumba wake Bety anayejulikana kila mahali na ambaye alishamlipia mpaka mahari. Ben anaamua kuweka kando hisia zake za mapenzi na kuishi na Mercy kama mtu wakaribu tu, anayemsaidia.

"Naomba unisamehe Ben, ni kweli nimekosea. Naahidi sitarudia tena." Mercy alimshtua Ben aliyekuwa ameshazama kwenye mawazo. "Na mimi natakiwa nikuombe msamaha Mercy. Nilikuelewa vibaya sana na kukukasirikia bila kukupa nafasi ya kujieleza. Nilikuwa nimechoka sana jana. Nilifanya kazi siku nzima bila kula wala kupumzika, nilitaka kumaliza kazi zote ili tuje tukae wote angalau juma zima tuwe pamoja. Sasa nilipokuja nikakukuta unatoka kwenda mziki bila kuniambia, tena na Latifa! Iliniumiza sana, nilijua umeamua kurudia maisha yale ya zamani." "Mimi ndio nimekosea Ben wala sio wewe. Unajua hata mama aliniambia nikwambie lakini sikutaka kukusumbua." "Sipendi kukuona na Latifa, sio mtu atakayekuongoza vizuri katika maisha yako. Ameshakusaidia inatosha huwezi kuzunguka naye kwenye mabaa na kwenye miziki tena ukiwa uchi kwa ajili ya kumshukuru. Hapana Mercy! Naomba isirudie tena tafadhali, jana iwe mwisho." "Nimemuomba asinitafute tena na ninakuahidi sitafanya kitu kingine bila kukwambia Ben. Naomba nisamehe." "Tuyaache hayo yamepita." "Ahsante kwa kunipa nafasi nyingine kwenye maisha yako Ben." "Hata wewe ni baraka kwangu Mercy, na mimi nakuhitaji sana tu katika maisha yangu. Naomba uwe makini sana na maisha, kosa moja tu linaweza kuharibu muelekeo wako mzima wa maisha." "Sawa Ben." Wote walipotelea kwenye mawazo kila mmoja akitafakari maneno ya mwenzake. Mercy hakuwahi kuamini kama Ben angemuhitaji kwenye maisha yake hata siku moja. "Ben! Ahsante kwa maua" "Niliyatupa maua yenyewe kwa hasira." "Nilifanikiwa kuokota moja. Mengine sikuyapata sababu ilikuwa usiku na yalikuwa yameshasambaa kwa upepo. Lakini nimefurahi sana kupata maua kwenye Valentine hii tena kutoka kwako." "Kama ningejua ungeyafurahia hivyo nisingeyatupa." "Hamna neno, ilimradi niliyaona, inatosha." "Karibu." Mercy alitamani angalau Ben amkumbatie kidogo tu, lakini ilikuwa ni mara chache sana Ben alipothubutu kumkumbatia Mercy, tena ilikuwa kama ni lazima sana. Alijitahidi sana kutokuchochea hisia zozote za mapenzi kati yao, japo hakuna wakati alioacha kumtamani mrembo huyo.

"Nataka nikupe habari njema." Ben aliamua kubadili mazungumzo. "Nimepata nyumba nzuri, kubwa ya kututosha wote. Wewe, mama na mimi. Naamini mtaipenda." "Unahamia Tanga Ben ili tuishi wote?" "Hapana Mercy. Sifurahii sana mazingira mnayoishi sasa na mama. Hakuna siri, kila mtu anajua maisha yenu yakoje, halafu sipendi jinsi mnavyokaa chumba kimoja, kitanda kimoja halafu kidogo mnabanana. Sijisikii vizuri." "Ahsante kwa kutufikiria Ben, lakini kwangu naona sio tatizo sana, nimeshazoea. Ila nitafurahi tukiwa tunaishi wote na mama kama familia"

Ben na Mercy walikaa hapo hotelini siku hiyo wakipanga mipango yao mbalimbali ikiwemo Mercy kurudi shule haraka asiendelee kukaa tu nyumbani na kufanya biashara na mikakati ya kuhamia nyumba mpya na kuishi pamoja kama familia iliendelea. Upande wa Mercy alithamini sana nafasi yake kwa Ben. Japokuwa alimpenda sana Ben na kutamani kama angepewa na Mungu nafasi ya Bety kwenye maisha ya Ben, lakini alijitahidi kuridhika kwa mahusiano waliyokuwa nayo. Alimuheshimu sana Ben, akijua ipo siku Ben ataoa na yeye kamwe hawezi kuwa mpenzi wake. Kwa historia yake ya kukutwa anajiuza, kubakwa na Ben kumkuta ameozeana, alijua kamwe Ben hatawahi kumpenda kimapenzi. Lakini hakutaka kumpoteza Ben maishani mwake hata iweje. Hata hivyo, alishakinaiwa na maswala ya mapenzi. Aliona wanaume ni wakatili sana, kila alipokuwa akikumbuka unyama aliofanyiwa na baba yake mkubwa na Rich, hakutamani mwanaume tena labda aje kupata mwanaume kama Ben. Ben kwake alikuwa kama Mungu wa pili. Alimpenda na kumthamini sana. Kwa upande wa Ben alimpenda sana Mercy karibu kuchanganyikiwa. Alimfikiria kwa kila hali na kwa kila jambo. Kabla Mercy hajalia shida Ben alishajua nini Mercy anataka na kumpa haraka. Alimmiliki na kumuonea wivu kama mkewe. Hakuacha kumpa masharti kila leo ya kumfanya Mercy asithubutu hata kumfikiria mwanadamu mwingine yoyote ila yeye Ben. Alimfungia hotelini hapo na wakati anaposhindwa kuwepo Tanga anahakikisha hatoki nyumbani labda kazini tena alihakikisha anafanya kazi za stoo tu, ili asionane na mteja yoyote na kila baada ya muda yupo naye kwenye simu na wakati wote Mercy hakuwahi kulalamika hata mara moja ila kumtii. Alijua jinsi ya kuishi na Ben bila shida.

Siku inayofuata Ben na Mercy aliyekuwa amejawa na furaha na shukurani kwa Mungu kwa kumpa familia baada ya muda mrefu wa upweke, walimfuata mama yao na kwenda kumuonyesha nyumba watakayohamia baada ya Mercy kuridhika nayo. "Mama! Sasa hivi tutakuwa tunaishi wote na Ben, nyumba moja kama familia." Mercy aliendelea kurudia rudia huku akimuonyesha mama yake chumba walichoamua kumpa chenye bafu na choo. "Mbona mama ni kama hujafurahia hapa?" "Nimefurahi lakini kuna jambo itabidi tuongee wote watatu. Nilitaka kuwaambia muda lakini mazingira yalikuwa hayaruhusu." "Ben anataka tuhamie leo. Kwa nini tusiongee tukishahamia?" "Naona tuzungumze kwanza kabla hatujahamia." Wote watatu walikaa nje ya hiyo nyumba huku Mercy akiwa na wasiwasi. "Kuna nini mama mbona unaniogopesha?" "Usiwe na wasiwasi Mercy ni jambo zuri tu." "Ni nini?" "Mercy! Mpe mama nafasi, mbona una wasiwasi?" "Wala sio jambo la kutisha, nilitaka kuwaambia na mimi nimepata mzee mwenzangu." "Mzee mwenzako? Ndio nini?" Mercy akiwa amejawa na wasiwasi hakuwa amemuelewa mama yake hata kidogo. "Nataka kuolewa! Tena amesema kabla ya Pasaka tuwe tumemaliza mipango yetu ya harusi." "Unaolewa mama?" "Ndiyo Mercy!" "Na nani? Kwa hiyo utaondoka na ndio maana hutaki kukaa hapa? Itakuwaje sasa kuhusu mimi?" Mercy alizidi kuchanganyikiwa. "Huyo bwana ana uwezo mkubwa sana na ana nyumba kubwa. Anawafahamu nyinyi wote na hana shida tunaweza kukaa wote Mercy, hata Ben akija kututembelea anakaribishwa. Na yeye ana watoto pia, mkewe alifariki zamani sana. Kwa hiyo nimebahatisha." "Hongera mama." Ben alisimama na kumshika mkono huku Mercy akibaki kimya akiwaza juu ya maisha yake. "Mbona Mercy mwanangu hujajibu kitu umenyamaza kimya?" "Naona mama ungempa muda kidogo Mercy ili afikirie, najua na yeye amefurahia sana tu." "Samahani mwanangu najua nimewakatili kutokuja kuishi hapa na nyinyi lakini na mimi ndio kitu nilikuwa nakitamani kweli kuwa na mwenzangu." "Ni kitu kizuri sana mama, hongera." Muda wote huo Mercy alikuwa kimya akiwaza maisha yake baada ya mama yake kuolewa.

Walimrudisha mama nyumbani, Ben na Mercy walirudi hotelini tena. Mercy alikuwa mnyonge sana. "Vipi Mercy?" "Sijui nina balaa gani Ben! Kila ninapotaka kutulia jambo linatokea. Lini na mimi nitakuwa na kwangu ambapo sitahangaika tena? Mama akiolewa hawezi kunikumbuka tena atakuwa busy na mume wake na watoto wao, sio mimi dada mkubwa wa miaka 21. Kumbuka Ben, huyu mama, mimi sio mtoto wake! Tumeishi naye muda mfupi sana, hata upendo wa kweli haujajengeka katikati yetu." "Mama hawezi kuacha kukupenda akishaolewa Mercy. Nimemuona anavyokupenda na kukuthamini. Ni kweli maisha yenu yatabadilika kwa namna fulani kwa kuwa atakuwa ameongezeka mtu mwingine kwenye maisha yake tena anayemuhitaji sana. Lakini ninavyomuona mama, hawezi kukupuuza ataendelea kukupenda. Acha wivu Mercy." "Sio wivu Ben. Sina mtu mwingine maishani mwangu isipokuwa yeye, naogopa kumpoteza." "Na mimi Je?" Mercy alisita. "Mercy! Na mimi sio mtu wa muhimu katika maisha yako?" "Usinielewe vibaya Ben! Naomba tuwe tu wazi. Wewe una familia ya kueleweka na mchumba juu. Watu wote hao wanakupenda na kukuhitaji. Una kila kitu unachotaka hapa duniani. Una uwezo wa kuchagua uishi wapi na nani sio kwa upande wangu. Mama ndiye nilijua atakuwa familia yangu ya kudumu. Karibuni tu na wewe utakuja kuoa na kuanzisha familia yako. Na ninajua ninakuona sasa hivi kwa kuwa bado hujaanza majukumu ya familia yako na Bety. Ukija kuoa itakuwa ngumu kuonana. Lakini mama nilijua nitakuwa naye kwa muda mrefu." Ben alibaki kimya kama mtu aliyemwagiwa maji ya baridi. "Mama akiolewa sasa hivi na wewe ukioa, nabaki na nani Ben? Ndio maana nakosa raha. Najua nakuwa mbinafsi, natakiwa kuwafurahia mnapofikia hatua kama hizo, lakini na mimi ni binadamu naingiwa na hofu. Sijawahi kutulia maishani mwangu Ben. Tangu mdogo nina tangatanga. Mara nimezaliwa nina wazazi na maisha yanayoeleweka, ghafla nakabidhiwa kwenye familia ambayo sikuwa nikiijua wala sikuichagua. Kama haitoshi nikaja kufungiwa kijijini mpaka leo ninatangatanga. Hata mtu akiniuliza nyumbani ni wapi nashindwa kujibu Ben, nabaki kubabaika" Mercy alianza kulia. "Nimechoka Ben, na mimi natamani kutulia sehemu moja." Mercy aliendelea kulia.

"Siwezi kukuacha uhangaike tena Mercy, tupo wote sasa hivi. Kwanza nafikiria nikupe nauli na pesa za kuanzia maisha, urudi Marekani ukamalizie shule." "Hapana, sitaki kurudi huko tena." "Kwa nini Mercy? Nilidhani ndio kitu ulikuwa unatamani." "Nikuache Ben? Nimeshazoea kuwa na wewe huku, hata hivyo Marekani narudi kwa nani? Watu wote niliokuwa nawafahamu kule ndio tuliwaona Facebook wamenigeuka. Mama Mkubwa ndio hataki hata kupokea simu zangu. Sidhani kama wanataka kuniona tena. Hata hivyo nimeshakuwa mkubwa sasa, nitategemea watu mpaka lini? Nafikiri ni wakati muafaka na mimi kutafuta kwangu siwezi kuhamia na mama huko kwenye familia yake mpya, haitakuwa sawa kwake anahitaji muda wa kujenga familia yake." "Basi tuhamie kwangu." Mercy alisita tena. "Mercy?" "Siwezi Ben. Hatuwezi kuishi wote." Ulikuwa mshtuko mkubwa kwa Ben. Alihisi kukataliwa na Mercy kwa hali ya juu. "Kwa nini?" "Uliniambia Bety anamalizia shule yake. Vipi akirudi anikute kwenye nyumba yenu? Itakuaje asiponipokea kama wewe? Sitaki niwe mtu wa kuhangaika hangaika kila wakati Ben. Ni heri nianze kujijenga kuanzia sasa niwe na kwangu na tuendelee kuwasiliana tu kwa karibu. Hata kama haitakuwa kama hivi, nitakuelewa ni majukumu ya kifamilia na pia huwezi kujua Ben, labda naweza na mimi kupata mwanaume tukapendana na kuamua kuoana!" Yale maneno yalikuwa kama kisu moyoni kwa Ben. Kila alipomfikiria Mercy mikononi kwa mwanaume mwingine isipokuwa yeye! Alitamani awe amekufa, ili macho yake yasishuhudie hayo. Ben alimpenda sana Mercy na alishampigia mahesabu mengi sana bila ya Mercy mwenyewe kujua. "Utaenda kuishi na mimi Mercy sio Bety. Tutaenda kuishi nyumbani kwetu mimi na wewe, ambapo hakuna mtu atakayeweza kukufukuza labda uamue kuondoka mwenyewe. Huna haja ya kuogopa." "Itakuwaje mambo yakija kubadilika baadaye?" "Mambo gani tena Mercy?" "Watu wanabadilika Ben, vipi ukija kuniona mzigo katika maisha yako?" "Hujawahi na wala hutakuwa mzigo kwangu, nakuahidi Mercy. Baada ya harusi tu ya mama, tutaondoka wote. Sawa?" Mercy aliyekuwa bado akilia alitingisha kichwa. "Usilie bwana Mercy, ujue haupo peke yako tena, tupo pamoja katika kila jambo. Siwezi kukuacha ukapata shida tena maishani. Ninakufikiria kuliko unavyofikiri." Ben alimsogelea Mercy aliyekuwa bado akilia, akamkumbatia. "Ahsante Ben, nilishaingiwa na wasiwasi." "Nilikwambia usiogope Mercy, siwezi kuruhusu kitu kibaya kikupate tena. Niombee tu uzima." "Nakuombea kila siku Ben." Mikononi mwa Ben, hakuna kinachoharibika kwa Mercy hata awe na tatizo kubwa namna gani.

"Unataka twende wote hapo mapokezi? kuna kitu nataka niweke sawa." "Hamna shida." Ben na Mercy walielekea moja kwa moja mpaka mapokezi ambapo Ben alisimama kwenye meza akiwa anaongea na muhudumu, huku Mercy amekaa kwenye kochi la pembeni akimsubiri Ben. Moja kwa moja macho yake yaligongana na yule mwanaume aliyekuwa na Latifa siku walipotoka na Latifa kwenda kumshukuru. "Habari Mercy!" Ben aligeuka na kumwangalia mtu aliyemsalimu Mercy kwa kumfahamu. "Nzuri!" "Tulikungojea sana siku ile ya mziki lakini hukutokea." "Nilipata dharura." "Nimefurahi kukuona tena Mercy." "Ahsante." "Kuna bendi itakuja Jumamosi hii, itapiga hapa hapa, utakuwepo?" "Sidhani." "Kwa nini Mercy? Uje tufurahi pamoja, au kuna jamaa amekuficha?" Mercy alibaki na kigugumizi, asijue cha kujibu kwani alijua wazi Ben anawasikiliza. "Nina mambo mengi ya kufanya siku hizi sitaweza kuja." "Naomba upokee simu zangu basi." "Nakuwa busy ndio maana nashindwa kupokea simu." "Naomba nikuone jioni, nina kitu nataka tuongee. Sio kibaya, maana Latifa ashanipa sifa zako." Ben alipomaliza kuongea na muhudumu aliondoka bila kuaga. "Naomba nikutafute wakati mwingine sio sasa." Mercy alimjibu yule kaka na kunyanyuka kumfuata Ben aliyekuwa ameshapotelea vyumbani. "Huyu kaka simfahamu hata jina lake Ben. Unakumbuka nilikwambia nilimkuta Latifa na watu? Huyu kaka ni mmoja wao." Mercy aliendelea kujielezea bila kunyamaza, huku Ben akionekana yupo busy kwenye kompyuta yake. "Haina shida Mercy." Alijibu kwa ufupi tu bila kumtazama Mercy. Hodi ya mlangoni ilivunja ukimya uliokuwa umetanda kwenye chumba chao. 'Yaani ana mpaka simu ya Mercy?' Ben aliendelea kuwaza huku akiendelea kufa na wivu. Mercy aliyekuwa amekaa kitandani huku amejawa hofu ya kuachwa na Ben kwani alikumbuka wazi jinsi Ben alivyotaka kumuacha alipomkuta anataka kutoka na Latifa akijua anaenda kwa wanaume, aliamua kufungua mlango. "Nimetumwa na bosi nilete hivi vitu kwa Mercy." Ben alibaki kumuangalia yule muhudumu aliyekuwa ameshikilia sinia la matunda yaliyokuwa yamepambwa vizuri, na chupa ya wine. Mercy aliyapokea, asijue cha kufanya. Ben alirudisha macho yake kwenye kompyuta na kunyamaza kimya. "Simfahamu hata jina lake." Mercy alianza tena kujitetea. "Na wala mimi sihitaji haya matunda, kwanza sinywi pombe Ben." "Kama hutaki, kwa nini ulipokea?" Haraka haraka Mercy aliviweka vitu vyote chini. "Nitamrudishia, Ben." "Sijakwambia urudishe, wewe upo huru kufanya unachotaka Mercy. Haya ni maisha yako." Mercy alijua wazi Ben hakufurahia, alibaki anayaangalia yale matunda asijue cha kufanya.

Ben aliendelea na kompyuta na Mercy aliamua kulala angalau labda akiamka hali ya Ben itakuwa nzuri. Simu na ujumbe mfupi wa maneno wa mara kwa mara ulimfanya Mercy ashindwe kulala na kumfanya Ben amwangalie anavyohaha na simu yake. Alitamani azime sauti au azime kabisa simu lakini alimuhofia Ben atahisi anaficha kitu. Vyote hivyo vilitoka kwa mtu mmoja akijieleza kwa Mercy ni jinsi gani anavyompenda na amekusudia kumuoa sio kumchezea. "Ona Ben huyu mtu hata jina simfahamu, naomba uniamini." Mara muhudumu alirudi tena na chakula cha mchana. "Nimetumwa na bosi nilete chakula cha mchana." "Bosi wako nani jamani?" Mercy aliuliza kwa ukali. "Dullah!" "Dullah?" "Ndiyo, Dullah. Yule mlikuwa mnaongea naye pale chini." Muhudumu aliendelea kumuelewesha Mercy. "Yuko wapi?" "Ametoka atarudi usiku." "Naomba urudishe hivyo vitu vyote na hayo matunda na wine. Naomba usilete kitu chochote tena hapa." Muhudumu alikusanya kila kitu na kutoka nje na kamuacha Mercy akiwa hajui cha kufanya tena. Alizima simu na kukaa kwenye meza aliyokuwa anatumia Ben. "Jioni nitaongea na huyo Dullah, najua atanielewa tu." "Unajua ni dharau kubwa sana anayojaribu kunionyesha?" "Kwa nini Ben?" "Dullah ni mmiliki wa hii hoteli na anajua kabisa mimi nipo na wewe hapa, anawezaje kukuletea vitu chumbani kwangu? Mimi sio mteja wake wa siku chache hapa. Mara zote ninapofika Tanga nashukia kwenye hoteli yake, na ananifahamu vizuri tu. Akijua kabisa nipo na wewe, halafu anafanya uhuni wa namna hii." Mercy alibaki kimya asijue cha kujibu. "Halafu nimewawekea vyumba rafiki zangu wanakuja kupaona Tanga mwishoni mwa Juma hili. Wengi hawajawahi kufika Tanga. Sasa nimewasifia hapa ni pazuri nimewachukulia vyumba halafu anafanya mambo ya ajabu!" "Nitaongea naye akirudi. Naomba usikasirike Ben tafadhali. Kosa ni langu, bado anafikiri mimi ninajiuza. Labda anajua hapa nipo kazini nikitoka nikutane naye. Naomba tusikoseshwe raha na mtu wa nje, tafadhali Ben. Sipendi nikikuona upo hivyo, nakosa sana raha." Kidogo Ben alitulia.

"Naomba nikuombe kitu, Ben." Mercy alivunja ukimya tena "Unataka nini Mercy?" "Nafikiria mimi unirudishe tu nyumbani. Hapa sio sawa mimi kuendelea kukaa." "Kwa nini?" "Ninakutia tu aibu Ben. Sio sawa kwa heshima uliyonayo kuendelea kuonekana na mtu kama mimi. Mimi sina sifa nzuri hapa. Najua wataendelea kusumbua tu wakijua nipo kazini. Halafu wale rafiki zako wa bandari wananifahamu mimi kama changudoa, wakikutana na hao marafiki zako wanaokuja wataambizana, itakuwa aibu kwako. Naona ni heri mimi niondoke tu hapa halafu tuwe tunakutana nyumbani." "Unajua nipo hapa Tanga kwa ajili yako Mercy?" "Naelewa Ben." "Na pia sipendi uwe unajidharau kiasi hicho, wewe sio changu na hujawahi kuwa changu Mercy. Na sijali wao watasema nini juu yako. Mimi nakufahamu vizuri, huna haja ya kuondoka kwa sababu ya kuhofia watu wengine watakufikirije. Labda kama hutaki kukaa hapa kuhofia kuonekana upo na mimi." "Hapana Ben, sina ninachojificha kwa mtu yeyote. Nilikuwa nahofia kukuharibia jina lako." "Wewe usijali maneno ya watu, mimi nimeridhika na wewe inatosha." Mercy alikubali kwa shingo upande kwa kuwa hakutaka kumuudhi tena Ben aliyekuwa akimpenda na kumjali vile alivyo. Hakupenda kuendelea kuonekana pale hotelini na Ben. Alijua watu wataendelea kumfikiria anajiuza wakati ukweli aliishi na Ben pale kama kaka yake tu.

"Kuna jua zuri nje. Ningependa kwenda kuogelea. Sijaogelea tangu nilipofika Tanzania." Mercy aliamua kubadilisha maongezi. "Unataka nikupeleke?" "Kama hutajali." "Hamna shida, tunaweza kwenda wote tu. Una nguo sasa za kuogelea?" "Nilinunua siku nilipoenda kununua ile nguo ya Valentine japokuwa sikuzipenda sana lakini zitafaa." "Nikupishe ubadilishe nguo?" "Nitabadilishia bafuni tu, nisikusumbue." Baada ya muda, Mercy alitoka na chupi na sidiria ya kuogelea huku ameshikilia taulo mkononi. Ben alipigwa na butwaa baada ya kumuona Mercy akiwa vile. "Nipo tayari tunaweza kwenda." Ben alibaki akimtazama Mercy jinsi alivyovaa, ilikuwa ni sawa na kuwa uchi. Chupi aliyovaa ilifunika mbele na katikati ya matako yake makubwa na kuacha sehemu kubwa ipo nje, na sidiria ilifanikiwa kufunika matiti yote na kushikiliwa na kamba nyuma ya mgongo na shingoni. Haikuwa jambo la kushangaza kwa Mercy jinsi alivyovaa kutokana na mazingira aliyokuwa amekulia, maadamu alifunika matiti yake basi alikuwa salama lakini sio kwa nchi ya Tanzania tena Tanga. Ben asingeruhusu hata iweje mwanaume mwingine kutupia jicho lake kwenye mwili wa Mercy, tena akiwa uchi.

"Au tutaogelea wote?" Mercy alimshtua Ben aliyekuwa bado ameduwaa. "Hapana sitaogelea. Lakini hivyo ulivyovaa Mercy ndio utaogelea?" "Najua hizi nguo sio nzuri sana, na mimi mwenyewe sikuzipenda kitambaa chake, lakini sikupata nyingine. Napenda sana kuogelea Ben, si nilishakwambia?" Ndipo Ben alipokumbuka anaongea na mtu wa namna gani. Hata usiku aliomkuta Mercy nusu uchi, kwake haikuwa mbaya kama Ben na Mama Samaki walivyokuwa wakidhani. "Jifunge kwanza taulo." Kwa mshangao mkubwa Mercy alizungusha taulo lake kiunoni tu na kuacha sehemu ya juu wazi. Harakaharaka kama anayenusuru nafsi yake, Ben aliingia tena bafuni na kuchukua taulo jingine na kumfunika mabegani. "Kuna nini Ben?" "Kwa hapa Tanzania tena Tanga, msichana hawezi kutoka hivyo." "Vipi?" Huku bado akiwa haelewi Mercy alianza kujiangalia kama kujichunguza. "Kama ulivyovaa sidiria na chupi tu." "Hapana Ben, hizi ni nguo za kuogelea. Si nilikwambia hata mimi sikuzipenda? Hazijakaa kama nguo za kuogelea, lakini ni zakuogelea. Jaribu kuangalia vizuri" Mercy alianza kujifungua yale mataulo huku akimsogelea Ben na kumgeuzia mgongo ili kumuonyesha vizuri vikaratasi vilivyokuwa vikining'inia nyuma ya sidiria na chupi. Ben alijua kweli kazi anayo. "Jifunike tu Mercy" Mercy alianza kukosa raha. "Kwani kuna nini Ben?" "Unajua Mercy kwa hivyo ulivyovaa sasa, na kwa mila na desturi zetu za huku Tanzania, hapo upo uchi kabisa." Mercy alianza kuvuta yale mataulo vizuri, na kuyafunga tena na tena. "Samahani sana Ben!" Mercy alibadilika na kupooza uso ghafla. "Samahani, naenda kuvaa nguo." Harakaharaka huku mataulo yakimdondoka, Mercy alirudi bafuni na kuvaa nguo na kutoka. Kama aliyekuwa amekata kauli na kupewa dawa ya usingizi, Mercy alirudi kitandani kimya kimya na kupitiwa na usingizi mpaka aliposhtuliwa tena na Ben. "Twende tukale."

Wakiwa mezani wanakula Ben alijaribu kumuelewesha Mercy mambo mengi na sifa nyingi watu wanazotegemea kuziona kwa msichana wa kitanzania japokuwa alikiri maadili yameporomoka, na kwamba wasichana wachache tu wanaojiheshimu na kutunza miili yao. "Samahani sana Ben. Sikufahamu jambo hilo. Sikukusudia kukuvunjia heshima. Sitavaa vile tena. Naomba usinielewe vibaya" "Nafahamu Mercy wala usijali." Vicheko vilitawala mezani kwao tena, huku Mercy naye akimuelezea Ben mila na desturi za alivyokuzwa ambazo Ben alimwambia ndivyo wasichana wengi wa huku nao wanavyojitahidi kuiga. Maongezi yao yaliendelea mpaka alipotokea tena muhudumu na chupa ya wine na kukatisha mazungumzo yao. "Bosi amenituma nilete hii wine na amesema atalipia chakula chenu na vinywaji, kwa hiyo Ben asilipe." Ben alicheka. "Yupo wapi bosi wako?" Mercy aliuliza kwa hasira kidogo. "Amekaa meza ya mwisho kabisa karibu na baharini."

Giza lilikwisha ingia, ilikuwa ngumu kutambua watu waliokuwa wamekaa mezani. Mercy alianza kuzungukia meza moja hadi nyingine kumtafuta Dullah. Dullah alikuwa amekaa na vijana wengine na kina Latifa. Hasira zilianza kumuishia Mercy baada ya kugongana uso kwa uso na Dullah aliyeanza kutabasamu kana kwamba ameona almasi, kitu kilichofanya kila mtu aliyekuwa amekaa kwenye meza ya Dullah, kumgeukie Mercy. Mercy alibaki na chupa yake ya wine mkononi, huku Dullah akiendelea kumwangalia kwa macho yake ya utulivu sana. Alisimama na kumsogelea. "Vipi Mercy?" Alimuuliza taratibu baada ya kuona machozi yanamtoka. "Hebu tusogee pembeni." Dullah alimshika bega huku akisogea sehemu isiyokuwa na kelele. "Mbona unalia? Kuna nini?" Aliuliza kiustaarabu sana tofauti na Mercy alivyokuwa amempania kumpa onyo kali kukaa mbali na yeye. "Niambie Mercy, nini kimekuudhi? Au ni hiyo zawadi niliyokuletea? "Hapana, nimekuja kukushukuru." "Unanidanganya bwana! Kwa nini sasa unalia?" "Tunaweza kuongea kidogo?" "Twende kwa upande wa baharini sasa hivi kumetulia na hakuna watu, tunaweza kupata muda mzuri wa mazungumzo." Tofauti na jinsi Mercy alivyomfikiria, Dullah alionekana muungwana sana.

Mercy alikaa na Dullah na kuanza kumuelezea maisha yake kwa ufupi. "Pole sana Mercy, kwa matatizo uliyopitia. Ni kweli unahitaji muda wa kujipanga upya. Unisamehe sana, sikuwa na kusudi la kukuharibia au kukuudhi. Ni kweli natafuta mwanamke aliyetulia nataka kuoa, tena haraka. Nilipokuona nilivutiwa na utulivu wako, nilijua utanifaa. Nakukuletea vitu ukiwa na Ben, nilitaka kukuonyesha ninakujali wala sitakuhukumu kwa unachokifanya sasa na nipo tayari kukupokea ulivyo kama ungeniahidi kubadilika. Nilijua upo kazini." "Kwani huna mke?" "Nilishaoa na nina watoto wawili, lakini nimeachana na mke wangu. Ni habari ndefu lakini kosa lilikuwa langu. Nilikuwa muhuni sana, mwenzangu alishindwa kuvumilia." Mercy alimgeukia kwa mshangao. "Ni heri niseme ukweli Mercy. Kwa nini nikudanganye? Mke wangu wa zamani tulianza naye chini sana, alinivumilia mpaka nilipopata mali zote hizi. Sijui ni nini kilinipata, nilikuja kuwa kama nimechanganyikiwa na wanawake." "Sasa kama umeamua kutulia, kwa nini usimrudie?" Dullah alicheka kwa unyonge kidogo. "Nimeshachelewa Mercy! Yule mwanamke alikuwa mzuri sana. Alishaolewa Mombasa na ameshazaa na huyo bwana watoto wengine." "Pole Dullah." "Ahsante, lakini napitia wakati mgumu sana. Ni ngumu kwa hivi nilivyo kumpata mwanamke anayenipenda kwa dhati na sio mali zangu. Umri umeenda nataka kutulia sasa na mimi niwe narudi nyumbani kwa mke wangu." "Pole sana." "Unampenda Ben? Namaanisha akitokea anakutaka kimapenzi, upo tayari?" Mercy alishikwa na kigugumizi cha ghafla, hakutegemea swali kama hilo. "Hawezi kabisa. Ben ni mchumba wa mtu na anajiheshimu sana." Dullah alianza kucheka. "Mercy wewe kweli ni mtoto na haujajua maisha." "Kwa nini Dullah?" "Jinsi Ben alivyo unafikiri kwa nini anashinda huku Tanga na ana maisha yake Dar?" Mercy alifikiria kidogo kama mtu anayejaribu kuelewa jambo. "Lakini hapana Dullah! Kwa mazingira Ben aliyonikuta nayo nafikiri alinionea tu huruma na anataka kunisaidia." Dullah alibaki akimwangalia Mercy huku akitabasamu. "Ulishajiuliza wapo watu wangapi, wenye shida kama zako, ambao Ben ameshakutana nao katika maisha yake? Na kwa nini amekuchagua wewe ndiye anakuhangaikia hivyo mchana na usiku au unafikiri wenye shida kama zako ni wewe peke yako duniani Mercy?" Dullah alimfanya Mercy kuanza kutafakari zaidi juu ya Ben kwa namna ya tofauti alivyokuwa akimfikiria. "Sijui Dullah! Ila ninachojua ninampenda sana, na ni mtu ambaye sitaki kumpoteza maishani mwangu. Nimejikuta ni mtu pekee niliyebaki naye maishani. Alinijali na kunipenda wakati wa shida sana na nikiwa nimepoteza tumaini. Siku ananikuta Ben ndiyo ilikuwa siku niliyotaka kujiua. Nilikuwa nimechoka sana kimawazo na mwili. Na nina uhakika hakuna mwanaume angenipenda kwa wakati ule ila Ben. Nilikuwa nimejifunga kitambaa kichwani mpaka usoni, mchafu, nanuka, mgonjwa na nilikuwa nina njaa sana. Lakini yule kaka ananithamini mpaka leo." "Nitamuomba Ben msamaha, sikukusudia kumvunjia heshima. Ni mteja wangu wa muda mrefu sana hapa. Hata wafanyakazi wangu wote wanampenda, sio msumbufu na anajiheshimu sana. Mnisamehe sana, nilijua jamaa amekuchukua kwa muda tu, na mimi nilikutaka kwa ndoa kweli kweli sio kukuchezea Mercy." "Hamna shida Dullah, mimi nimekuelewa." Waliagana na Mercy alirudi kwa Ben.

"Umenitia wasiwasi sana Mercy! Nimezunguka karibu nichanganyikiwe. Sikujua ulienda wapi, maana uliondoka bila kuniaga." "Pole Ben, nilienda kuongea na Dullah." "Mmekubaliana nini?" "Ameomba msamaha, ameahidi hatasumbua tena. Alijua nipo kwenye biashara kama nilivyokuwa nimekwambia. Kwa hiyo kutuma vile vitu alisema alitaka kunionyesha ananijali na kunithamini vile nilivyo kwa kuwa alitaka kunioa sio kunichezea. Lakini nimemueleza ukweli juu yako na mimi. Amejisikia vibaya sana na ameahidi kuongea na wewe ili akuombe msamaha." "Afadhali kama ameelewa, nilitaka kuhama hoteli. Na inabidi nibadilishe namba yako ya simu." "Kwa nini Ben?" "Ili wasikusumbue tena. Maana inaonekana kila mtu anayo sasa." "Naona haina sababu Ben, nishaongea nao wote na wameelewa. Hata hivyo tutabadilisha mara ngapi?" Ben alikunja uso. "Sitegemei kama utaendelea kugawa namba yako tena Mercy. Au?" Ben aliongea kwa ukali kidogo kuhakikisha Mercy anakubaliana naye na kutokuthubutu kugawa namba yake tena na kwa yeyote. "Sitaigawa tena Ben." Mercy alianza kuamini Ben ana wivu sana juu yake. Kitu kilichomchanganya zaidi. Japokuwa hakumtamkia kitu chochote cha mapenzi lakini Ben alishindwa kuzuia hisia zake pale mtu anapoonyesha kumtaka. Alishamnunulia vitu vyote vya saluni ili asiwe anatoka kwenda kutengeneza nywele wala kucha zake mahali popote. Hakutaka Mercy awe na rafiki yoyote yule awe wa kike au wa kiume. Hakupenda awe anatoka bila kuwa naye na hata ikitokea anapata dharura, ilimlazimu kumfuata Tanga na kumsindikiza. Kila alipokuwa na Mercy, alimiliki simu yake na kumfungia hotelini mchana na usiku. 'Labda tunamuhisi tu vibaya! Ben hawezi kunipenda kimapenzi hata iweje. Labda hataki wanaume wasinidanganye ili nitulie na kurudi shuleni. Ben anapenda sana shule.' Mercy aliendelea kuwaza mwenyewe. Furaha kati yao ilirudi. Walikaa hotelini hapo kwa juma zima.

Usiku wa kuamkia Jumamosi Ben na Mercy walichelewa sana kulala kwa sababu ya kuangalia filamu mpaka alfajiri. Baada ya kupata kifungua kinywa wote wawili walirudi kulala, na Mercy alijikuta amelala siku nzima mpaka jioni. Alikuta ujumbe mfupi pembeni yake. *"Nipo chini na wageni wameshafika. Nimekuwekea nguo kabatini ukimaliza kujitayarisha ushuke uje kula. Ben."* Chini kulikuwa na bahasha kubwa nzuri. Mercy alifungua na kukuta kadi yenye maneno mazuri ya kumtakia maisha mema yenye furaha na amani. Lakini mwisho aliandika kwa mkono wake, *"because you'r so special."* Ben. Maneno hayo mafupi kutoka kwa Ben, wakati wote yalibadili mawazo ya Mercy na kujisikia mtu muhimu sana hasa kwa wakati kama huo aliokuwa akihofia kukutana na rafiki zake Ben. Mercy aliingia kuoga na kukimbilia kutoa nguo aliyokuwa ameandaliwa na Ben. Ukweli Mercy alipendeza. Ilikuwa gauni ndefu ya jioni yenye rangi moja tu nyeusi, iliyokuwa imemkaa Mercy vizuri na kumfanya awake sana. Alitengeneza nywele zake vizuri na kufanya uso wake uonekane. Alifurahia sana nguo aliyokuwa ameletewa na Ben japokuwa ilikuwa ndefu ilibidi kuishikilia kila alipopiga hatua. Hakupaka vipodozi kabisa usoni kuhofia kumuudhi Ben aliyekwisha kumwambia hapendi awe anajipaka vipodozi usoni, kwa hiyo alipaka mafuta ya maji maalumu kwa midomoni na kufanya midomo yake ya pinki kuonekana kama imewekwa lipustiki. Baada ya kuridhika, Mercy alitoka na kuanza kushuka ngazi zinazotazamana na sehemu Ben alipomwambia walipo huku akiwa na hofu ya kumkuta Niko ambaye alijua angemtambua na kuwaambia rafiki zao wengine juu ya sifa yake mbaya na kumdhalilisha Ben. Kwa hofu hiyo alishambembeleza sana Ben usiku uliopita asikutane na marafiki zake lakini Ben alimwambia kuna umuhimu wa yeye kuwaona rafiki zake.

Taratibu ili asianguke huku amejawa hofu, Mercy alishuka ngazi, huku ameshikilia upande wa gauni lake na kujikwaa kwenye upande mwingine wa gauni hilo hilo na kujikuta akipiga kelele na kulitaja jina la Ben. "Ben!" Umati mzima wa watu waliokuwa wamekaa sehemu ya bustanini wakingojea Bendi iliyokuwa imefika siku hiyo kutumbuiza, walimgeukia na kumwangalia Mercy. Watu wote walibaki wameduwaa, wakimtazama Mercy alivyo pendeza sana isipokuwa Ben alisimama na kumkimbilia. "Pole Mercy." "Ahsante. Nilikanyaga gauni bahati mbaya nilitaka kuanguka." "Pole sana. Hukuumia?" "Hapana, nipo sawa." "Pole, ngoja nikushike mkono ushuke ngazi. Sikujua kama hili gauni litakuwa refu kiasi hiki." "Halina shida, nimelipenda hivi lilivyo, ahsante." "Umependeza sana Mercy." "Nakushukuru Ben kwa kunitunza vizuri." Ben alitabasamu. Macho ya watu wote yaliendelea kuwasindikiza mpaka mezani kwao ambapo walijaa watu wengi waliobaki wakimshangaa, kitu kilichomnyima raha Mercy. Ben alimvutia kiti, akakaa pembeni ya Ben. "Samahanini kwa usumbufu nilitaka kuanguka, ndio maana nilipiga kelele!" Mercy alijaribu kuvunja ukimya uliokuwa umetawala pale mezani kwa rafiki zake Ben, wote wa kike na wa kiume walikuwa bado wameduwaa kumwangalia msichana huyo mrembo anayeita jina la Ben mjini Tanga. "Usijali Mercy." Ilibidi Ben yeye ndiye ajibu, baada ya rafiki zake wote kubaki kimya wakiendelea kumkodolea macho Mercy bila hata ya kusema kitu.

"Ndio maana jamaa habanduki Tanga!" Baada ya muda kidogo mmoja wao alivunja ukimya tena. "Sasa naelewa! Maana kila nikimuuliza Ben, kwani bandari ya Dar imefungwa? Jamaa ananizungusha, mara Niko yupo Tanga ananisaidia sana, mara Dar usumbufu kumbe sababu yake ni hii." Kila mtu alianza kumtania Ben na kila mtu aliongea lake. "Hamna bwana, bandari ya Tanga nzuri." "Hata sisi tumeona Mkuu! Bandari ya Tanga, si mchezo au unasemaje Niko?" "Haswaa!" Waliendelea kuongea na kucheka marafiki hao bila utambulisho wowote kutoka kwa Ben. "Ben bwana mkimya mkimya lakini mambo yake sio utani." "Umemuona Mkuu? Mkuu Simba mwenda pole." Ben aliendelea kucheka. "Hivi nyinyi kwa nini hamkui jamani?" Ben aliuliza huku akizidi kucheka. "Mkuu lakini tuna swali?" "Nini tena Charles?" "Sasa huyu tena nani? Mara ya mwisho kulikuwa na vikao vya harusi yako na Bety, sasa hivi tena huyu. Mbona unatuchanganya Mkuu! Harusi ipo au haipo?" Ukimya ulitanda ghafla na vicheko vilikoma. "Naitwa Michael au Mike, huyu ndio mke wangu kipenzi tunategemea mtoto kama unavyomuona hapa, mimi ni rafiki yake Ben tangia shule ya msingi." Mike aliamua kujitambulisha kwa Mercy na kuvunja ukimya. "Acha hizo Mike bwana, hata sisi marafiki zake Ben." Vicheko vilianza tena wote walikuwa ni marafiki za Ben waliosoma pamoja, wengine walikutana katika shule ya Secondary ya Tambaza na wengine walianzia shule ya msingi. Wengi wao walikuja na wasichana wao isipokuwa Mike aliyemtambulisha kama mkewe. Wote walionekana na hali nzuri kimaisha. "Nimefurahi kuwafahamu." Mercy aliitikia baada ya utambulisho huo wa upande mmoja kuisha. Wakati wote Niko alionekana kumtazama Mercy kwa makini sana. "Niko vipi kaka, mbona umekata kauli ghafla?" wote walimgeukia Niko. "Mimi nipo tu jamani. Namshangaa Mika, kabadilika sana tangu aende masomoni na kurudi, amekuwa kama sio yeye!" Utani uliendelea mpaka bendi ilipoanza kutumbuiza na kuwafanya wanyamaze ili kusikiliza nyimbo zilizokuwa zikitumbuiza.

"Unapenda kucheza?" Mika aliyekuwa amekaa pembeni ya Mercy alimtoa Mercy kwenye mawazo. Mercy alikuwa mpenzi sana wa mziki na alijua kucheza lakini alimuogopa Ben. "Hapana Mika." Mercy alimjibu taratibu kwa kumnong'oneza Mika masikioni sababu ya sauti ya mziki ilikuwa kubwa sana. "Twende tukacheze bwana, ili uchangamke naona umejikunyata. Unasikia baridi?" "Kidogo tu, lakini nitakuwa sawa." Mercy alimjibu tena huku akificha mikono yake katikati ya mapaja yake kukimbia upepo wa bahari. "Twende ukatoe baridi." Mika aliendelea kusisitiza, huku Ben akiwasikiliza kila kitu wanachoongea. "Ben! Mika anataka nikacheze naye mziki, niende?" Mercy aliinama na kumnong'oneza Ben. "Kama unapenda kwenda, nenda." Kila mtu alikuwa akijiiba kuwaangalia Ben na Mercy wakati wote, kwa hiyo walijua kinachoendelea na Ben alikubali kwa kuwa alijua marafiki zake wote wanawatazama. Mercy alisita baada ya kupewa ruhusa isiyo ya moja kwa moja, alijirudisha vizuri kitini huku akiendelea kuangalia na kusikiliza bendi. Baada ya muda kidogo, Mika alirudia tena. "Twende bwana. Kama hujui nitakufundisha. Usiogope." Mika aliendelea kumng'ang'ania Mercy, asijue hofu yake ni juu ya Ben. Mercy alicheka kidogo na Mika alisimama na kuvuta kiti cha Mercy kumuashiria asimame wakacheze.

Walipofika tu sehemu ya watu wanapocheza, wimbo ulibadilika na kuanza kupigwa wimbo wa taratibu sana kwa lugha ya kiswahili. "Ni sawa tukicheza wote huu mziki?" Mika aliuliza kwa heshima sana. "Hakuna shida." Taratibu sana Mika alipitisha mkono wake kiunoni kwa Mercy na kumvuta taratibu karibu sana naye kama mtu aliyetaka kujua mapigo ya moyo ya mwanadada huyo yakoje, huku akiushika mkono wake wa kulia viganjani mwake na kuvuta mikono yao pembeni kidogo, mwa bega lake. Na Mercy naye aliweka mkono wake wa kushoto juu ya bega la Mika. Wakaanza kucheza taratibu huku Mika akiendeleza maongezi. "Sijasikia utambulisho, wako pale." "Naitwa Mercy!" "Jina zuri sana kama wewe. Unakaa hapa hapa Tanga?" "Kwa sasa, sijui baadaye maisha yatanipeleka wapi." Baada ya Mika kujitambulisha vizuri kwa Mercy, alifurahi kujua Mika na yeye ametokea nchini Marekani katika mji wa Dallas. Mika alirudi baada ya shule yake kuisha, ila ndoto zake kubwa na yeye ni kuwa mfanyabiashara. Maongezi baina yao na vicheko vilitawala kwani walijikuta wakiongea lugha wanayoweza kuelewana vizuri na utani unaoendana na wanapotoka. "Kumbe unajua kucheza hivyo?"

"Napenda sana mziki." "Nitakuwa nakuja kukuchukua wakati mwingine twende wote mziki." Mercy alijidai kama hakusikia. Alijua kabisa ni kitu ambacho asingethubutu kufanya tena, kama anamtaka Ben kwenye maisha yake. Alikubali kulipa gharama yoyote ile, ilimradi abaki na Ben. Ben hakuwa mtu wa starehe hata kidogo ukimlinganisha na Mercy mtoto aliyependa kujirusha kupita kiasi. Zaidi ya kupenda kuangalia filamu hakuna kitu kingine Mercy alichomuona Ben akifanya, kwa hiyo alijua walikuwa na tofauti kubwa sana za kimaisha.

Kila mtu aliwakodolea macho Mika na Mercy, kwani walicheza kwa kupatana vizuri na Mercy alionekana kujawa na furaha mikononi kwa Mika. Kwa Ben ilikuwa kama Mika amepitisha kisu cha moto moyoni mwake. Lilikuwa ni kosa ambalo Ben asingeweza kumsamehe Mika hata kidogo kwa kumkumbatia Mercy kwa karibu kiasi kile tena kimahaba mbele ya macho yake na wengine, huku akimpapasa kiunoni! Ilikuwa ni kama kumdhalilisha Ben. Waliporudi mezani waliendelea kuongea wao wawili na kusahau kabisa kama kuna watu wengine pale mezani na kwa bahati mbaya kwa kuwa mziki ulikuwa mkubwa ilibidi kuinamiana ili angalau waangaliane midomo na kuelewana. Ben alishindwa tena kuficha wivu wake mbele ya rafiki zake, alionekana wazi kutokufurahia kitendo cha Mika kummiliki Mercy wakati yeye ndiye alimleta kwao. Watu wote waliendelea kula na kunywa kwa wasiwasi, isipokuwa wao walioonekana kufurahia maongezi yao kuliko chakula.

"Muda umeenda jamani, sisi tunataka tukapumzike." Kwa kuwa Mike alimuelewa Ben vizuri kuliko mtu yeyote pale, aliamua aondoe mzizi wa fitina kumtoa Mika kwa Mercy. Aliamua kuaga ili angalau kumshtua Mika, na wengine waliendelea kuaga taratibu lakini Mika na Mercy bado kwao ilikuwa kama ndio kumepambazuka, walikuwa wakicheka sana. Marafiki hao wote walilala kwenye hiyo hiyo hoteli ambayo Ben aliwatafutia isipokuwa Mika alifikia kwa rafiki yake mpendwa Niko, ambaye hakuwa ameonana naye tangu atue nchini Tanzania. "Mika mimi naondoka!" Ilibidi Niko na yeye ajaribu kuokoa jahazi baada ya kuona jitihada za ndugu yake Mike, kugonga mwamba. "Mika na Niko walikuwa kama mapacha shuleni, halafu wote walikuwa watundu sana, kila wakati waliadhibiwa." Mmoja wao alidakia tena baada ya kuona bado Mika amemng'ang'ania Mercy. "Usiwaamini hao Mercy! Mimi na Niko ndio tulikuwa mfano wa kuigwa shuleni." "Acha hizo Mika, unamdanganya Mercy!" Kidogo ile hali ya wasiwasi pale mezani kwao ilipotea na vicheko vilirudi tena. "Jamani mimi na Mika tunaondoka." Ilibidi Niko asimame na kuongea kwa nguvu kumsisitizia Mika. "Tutaonana kesho Mercy naondoka na Niko, sawa?" Kila mtu alimgeukia Mika, kama kumshangaa. "Wewe vipi Mika? Kesho unataka kumuona Mercy tu!?" "Jamani Mercy si ndio mgeni? Nyinyi wote tupo wote siku zote." "Acha hizo Mika! Hata sisi tunataka kumuona Mercy kesho, kama Mkuu ataturuhusu lakini!" Ben alitabasamu lakini kila mtu aligundua Ben hakufurahia hata kidogo.

"Nimepata wakati mzuri sana Ben, kuliko nilivyotarajia. Ahsante." Mercy alimshukuru Ben wakati akijitupa kitandani ili alale. "Karibu." Ben alijibu kwa kifupi tu. "Umebahatika Ben, una marafiki wazuri sana." Mercy aliyekuwa amejawa na furaha, aliendeleza maongezi bila kujua Ben alikuwa amekasirika sana. "Umewajuaje wakati umepata muda na mmoja wao tu?" Mercy alitulia kidogo kama kuvuta kumbukumbu. "Ni kweli. Mika mzungumzaji sana, amenikumbusha mbali." Mercy alianza kumsimulia Ben, mazungumzo yote waliyokuwa yakiendelea kati yake na Mika, bila kujua anazidi kuwasha moto ndani ya moyo wa Ben. "Amesema amekuja kuangalia kama biashara huku italipa na kama haitalipa anafikiria kurudi Dallas kutafuta kazi. Na kwa kuwa mambo aliyosomea yanalipa sana huko Marekani anasema hatapata shida kupata ajira." Wakati wote Mercy anaongea, Ben alikuwa kimya kabisa akimsikiliza. "Huwezi amini Ben!" "Nini?" "Ameniambia Krismasi ya mwaka huu atakuwa Dallas kama ningependa niende naye na pia kama nitaamua kurudi shule kule kule anaweza kubaki na mimi mpaka nimalize masomo yangu." "Safi sana! Na kweli Mika anaweza kukusaidia. Kwani ametoka kwenye familia yenye pesa sana. Kwa hiyo hutapata shida yeyote." Ben alikuwa amekasirika sana lakini hakutaka kumuonyesha Mercy. Hakujua kama Mika anaweza kumzunguka kwa kiasi hicho. "Naona una bahati sana Mercy." "Kwa nini Ben?" "Mara Dullah mwenye mali zote hizi anataka kutangaza ndoa, haya na Mika naye ambaye ni msomi tena ana pesa anataka kukurudisha Marekani na kukusomesha! Kwa kweli una bahati."

Mercy alicheka, na kuwaza kidogo. "Unajua Ben! Hao wote wanampenda Mercy wanao muona amependeza kwa mavazi ya thamani na kucheka kila wakati. Bila kujua nyuma ya hiyo furaha na uzuri wa Mercy, uko mkono wa mtu asiyelala, anayejinyima muda na pesa zake kumfanya Mercy awe mwenye furaha na kuonekana mzuri anayefaa. Hawajui mtu huyo huyo wakati wote

Mercy akiwa mgonjwa anahakikisha afya yake inaimarika sio kwa kutuma dawa, bali kwa kuwa pembeni yake kuhakikisha Mercy ana pona na hana hofu ya kesho. Hawajui mikono ya huyo mtu ndio faraja pekee ya Mercy. Kila anapomshika na kumwambia, 'Usiogope Mercy. Tupo pamoja, kila kitu kitakuwa sawa.' Ndio nguvu pekee ya Mercy sio mali wala ahadi wanazoziweka sasa. Amezibeba shida za Mercy kama shida zake." Machozi yalianza kumtoka Mercy. "Hawamjui Mercy wa kweli hata kidogo. Mercy aliyejaa misiba na huzuni. Mercy aliyekuwa anatembea huku ameoza, na kunuka, hatizamiki kwa kukonda na udongo mwekundu mwili mzima na kilemba kichafu kichwani na asiye na malazi kama mnyama wa porini. Hawakuwahi kuonana na Mercy wa ukweli. Na nina uhakika kabisa, hakuna hata mmoja wao angemsogelea Mercy wa wakati ule ila Ben, aliyemuokota akitaka kujiua kwa kukata tamaa. Na kwa bahati mbaya wote hawajui Mercy hana maisha bila Ben!" Mercy alifuta machozi yake akajifunika shuka na kupitiwa na usingizi. Alimuacha Ben haamini masikio yake. Hakujua kama Mercy anaona na kuthamini mambo anayomfanyia kwa kiasi kile.

Katika maisha yake Ben aliishi maisha ya kujinyima sana ili kuokoa jahazi aliloliacha baba yake likizama. Hakuwa kama vijana wengine. Alifanya kazi kwa bidii kuhakikisha familia yake inaishi vizuri tangia alipokuwa na miaka 16. Hakuwahi kujua starehe yeyote. Na baada ya mafanikio yake aliangukia tena kwenye mikono ya mrembo Bety aliyemlaza macho kwa mahitaji yake yasiyoisha pamoja na ada kubwa aliyokuwa akimlipia nchini India bila shukrani hata siku moja. Alitoa malalamiko katika kila jambo alilofanyiwa na Ben, hata ufanyaji mapenzi wa Ben, Bety alimuonyesha wazi kabisa hakuridhika nao na wapo wanaume bora zaidi yake duniani. Wakati wote alimdharau na hakuwa akimsikiliza hata kidogo. 'Ahsante Mungu kwa kunikumbuka na mimi!' Ben alijikuta akisema waziwazi huku akitokwa na machozi ya furaha, baada ya kuona juhudi zake zimeonekana mbele ya macho ya Mungu na kumletea Mercy. 'Sikumbuki hata kushukuriwa na baba yangu mzazi hata kwa kumsomesha Joyce anayejivuna naye sasa hivi.' Ben aliendelea kuwaza huku akimtazama Mercy aliyekwisha lala mpaka na yeye alipopitiwa na usingizi.

Ndoto mbaya ilimuamsha tena Mercy katikati ya usiku. "Vipi Mercy?" "Nimeota ndoto mbaya sana Ben." "Pole. Nini tena?" "Bibi yangu yupo kwenye shida sana. Analia hana msaada ananiita jina langu. Lazima nirudi kijijini nikamuone." "Ni muhimu sana kwenda, lakini usiogope Mercy, inaweza kuwa ni ndoto tu." Bado Mercy alionekana mwenye wasiwasi. "Ungependa twende wote?" "Hapana Ben. Mazingira ya kule kijijini kwetu, hayakufai wewe." "Mbona wewe umeweza kuishi Mercy, kwa nini mimi nishindwe? Kwanza sio vizuri urudi peke yako kama vile unaishi mwenyewe huku mjini! Nisubiri nirudi Dar, halafu nitakuja kukusindikiza." "Kweli Ben upo tayari twende wote mpaka kijijini kwetu?" "Hamna shida, tutaenda wote tu. Ningefurahi kumuona bibi." Ilikuwa furaha kubwa sana kwa Mercy, kurudi kijijini kwao tena na Ben! Kwake aliona kama muujiza. "Ahsante sana Ben." "Ulale Mercy kesho tuna siku ndefu sana, Niko amesema kesho atatupeleka kwenye mapango ya Amboni tukaangalie, ni moja ya vivutio hapa Tanga." Mercy alibaki kama mwenye mawazo. "Mbona kama umekosa raha ghafla." "Mimi naomba nisiende na nyinyi Ben. Naomba nirudi tu nyumbani. Naweza kuchukua hata teksi hapo nje ili nisikusumbue na wageni halafu utakuja kunichukua wageni wakiondoka, tafadhali Ben." "Kwa nini tena?" Mercy alisita tena. "Kwa nini hutaki kuwa na mimi kesho? Eti Mercy!" "Sio kuwa sitaki kuwa na wewe Ben. Lakini naona kama huna raha na mimi nikiwa katikati ya marafiki zako!" "Hapana Mercy, kwa nini umefikiria hivyo?" "Ulishindwa hata kunitambulisha jina langu kwao jana. Na walipokuuliza juu yangu na Bety ulishindwa hata kusema kitu chochote. Sio kwamba nalalamika. Hapana, lakini najua ipo sababu ya kutonitambulisha kwao jana. Najua sio rahisi watu kukuona na mtu kama mimi halafu wote wanajua una mchumba wa maana tena msomi. Ni kuwachanganya tu rafiki zako. Sidhani kama ni sawa kuendelea kuonekana na mtu kama mimi Ben. Ni heri nirudi tu nyumbani." Ben alibaki na mshangao asimuelewe Mercy kwa uzuri wa hali ya juu alionao na bado kujihesabu duni? Ilikuwa ngumu kumuingia akilini. "Hapana Mercy, umenielewa vibaya. Sikuwa na nia mbaya yoyote, wala sikuonei haya. Kwa nini nikuonee haya Mercy jamani? Kumbuka mimi ndiye nilitaka tubaki wote ili uonane nao! Wale jamaa wote walikuwa kwenye kamati yangu ya harusi na nilipoahirisha sikuwaambia ukweli sababu ya kuarisha harusi yetu, niliwaambia tu Bety anaenda masomoni ila Mike anajua ukweli wote. Na ndio maana walipouliza juu ya Bety nilinyamaza kimya na ndiyo maana Mike alivunja ukimya." "Ukweli gani juu yako wewe na Bety?" Ben alisita kidogo kitu kilichomtia wasiwasi Mercy. "Ni habari ndefu kidogo na inaniumiza sana Mercy, tukianza kuongelea hapa nitashindwa hata kulala. Naomba endelea kunivumilia ipo siku tutaongea kila kitu. Ila ujue sikuonei aibu hata kidogo na naomba ujue najivunia sana unapokuwa na mimi. Hakuna kitu ninamshukuru Mungu kama kukuleta wewe kwenye maisha yangu. Sawa Mercy?" "Kweli Ben?" "Sikudanganyi Mercy. Kwa nini unafikiri nipo hapa? Ni kwa ajili ya kukuthamini sana. Na kesho nitatoa utambulisho mzuri wa kueleweka. Unisamehe sikujua kama itakuumiza hivyo!" "Hamna shida Ben, lakini sitaki uone nalazimishia mambo." "Hapana Mercy, ni kweli nilikosea jana. Kesho kila kitu kitakuwa sawa." Ilimuumiza sana Ben, kuona Mercy anajiona duni mbele yake. 'Natamani angejua umuhimu wake katika maisha yangu. Natamani nimwambie kila kitu, lakini sitaki kuzidi kumuharibia maisha yake kwa mapenzi. Hata hivyo muda uliobaki wa kuthibitisha kila kitu kwenye maisha yangu ni mchache sana, ni heri nivumilie. Nikijua hatima ya maisha yangu labda nitamwambia Mercy kila kitu na kumuahidi kumsubiri amalize shule ndio awe mke wangu.' Ben aliendelea kuwaza huku akimtazama Mercy aliyekwisha potelea usingizini baada ya maneno mazuri aliyoyapata kutoka kwa Ben. 'Nakupenda sana Mercy, kuliko kitu chochote hapa duniani.' Ben aliendelea kunong'ona kwenye mawazo yake huku akishikashika mkono wa Mercy.

Wakiwa wamekusanyika wote wakipata kifungua kinywa ili watoke kuelekea mapango ya Amboni, Ben aliwakatisha maongezi. "Jamani jana sikumaliza utambulisho wangu, naomba mniwie radhi. Huyu ni Mercy, mtu wa karibu na muhimu sana katika maisha yangu na ndio sababu kubwa ya mimi kuwa hapa Tanga najua Mike anajua." "Kabisa Mkuu!" Mike alijibu kuwathibitishia wote kuwa yeye anamfahamu Mercy. "Mimi bwana ninachompendea Ben ni muwazi." Rafiki yake mwingine Ben alidakia. "Mbona unanikatisha Charles, acha nimalizie bwana! Kuhusu vikao vya harusi yangu na Bety kama nilivyowaambia Bety yupo masomoni, akirudi tutawaita tena tuwape muongozo wetu mpya." "Hapo umesomeka Mkuu." Rafiki yake mwingine aliongeza. "Kwa hiyo Mercy ruksa Mkuu?" Charles alimchokoza tena Ben kwa swali. "Nitakuua Charles, tena hata kugusa hairuhusiwi! Tena huyu ndio *weka mbali kabisa na watoto*!" Wote walianza kucheka. "Lini umekuwa mwislamu Ben? Sijasikia ukisilimu." "Hayakuhusu Niko." "Haya bwana yetu macho!" Vicheko na utani viliendelea mpaka walipokuwa kwenye ziara yao. Wote walionekana kuwa na wakati mzuri sana. Walirudi jioni wote wakiwa wamechoka kwa mizunguko ya mji wa Tanga. Wengi walipafurahia na kusema sio kama walivyokuwa wakisikia kuhusu mji huo.

Asubuhi yake baada ya kifungua kinywa, wakiwa wanakaribia kuondoka Mika alimuita Ben kwa mazungumzo. "Mike amenishauri nikuombe tufanye wote biashara. Ninazo pesa za kutosha naweza kukupa ukaongezea kwenye mtaji wako, tukawa wote kwenye biashara yako." Ben aliyekuwa amejawa na hasira na Mika alicheka kidogo kwa dharau na kumwangalia Mika kwa muda kidogo kama anayejaribu kumsoma. "Acheni masihara na dharau jamani! Nani amewaambia nauza hisa? Sijawahi na sitawahi kushirikiana na mtu kwenye biashara zangu. Huhitaji mtu wa pili kukufanikishia mipango yako na wala huhitaji kujenga juu ya msingi wa mwenzako Mika. Wewe unayo pesa, anza kivyako utatoka tu. Ukikwama uliza utasaidiwa." Ben alimjibu Mika bila kukwepesha macho na bila kutaka maongezi ya ziada. Ben alinyanyuka na kuondoka. Ben alishamchukia sana Mika ingawa walikuwa marafiki wa kutokea zamani. Mtu yeyote aliyeonekana kumtaka Mercy, Ben alimuhesabu ni kama adui anayewinda roho yake.

"Vipi Jamaa amesemaje? Mike alimuuliza Mika mara baada ya kikao chake na Ben." "Jamaa amekataa." "Nilijua tu hawezi kukukubali tena." "Kwa nini?" "Wewe kwa nini hukushangaa kila mtu alikuwa anakuangalia jana na kila mtu aliaga ghafla wakati bado kulikuwa mapema, tena kwa kurudia rudia?" "Sikuwaelewa kabisa, kwani vipi?" "Umekera kila mtu jana. Jamaa kaleta mwanamke wake halafu wewe unaanza kumparamia msichana wake na kumtawala usiku wote." "Daaah! Kweli!" Mika ni kama ndio anarudiwa na fahamu zake. "Tena ulifanya kosa la mwaka kila mtu alikuwa hakuelewi Mika. Umeenda kumshikilia Mercy kiuno na kumkumbatia huku unampapasa papasa utafikiri mpenzi wako bwana! Unafikiri yeye mjinga? Unaleta uzungu Bongo? Acha kabisa Mika. Mimi namjua jamaa sio mtu wa wanawake kabisa, lakini pale kwa Mercy hachekei mtu. Umeharibu sana Mika." "Daah! yule mtoto alinichanganya kweli Mike ndugu yangu! Halafu kwa kuwa mlishasema anaoa, mimi nikajua yule msichana sio wake ni rafiki tu." "Rafiki gani anajikwaa hasemi mama! Anasema Ben? Kucheza kwenyewe alimuomba ruhusa, wewe hukuona?" "Hivii eeh?! Pale akili yangu ilikuwa haifanyi kazi kabisa Mike ndugu yangu. Yule mtoto, alinichanganya kabisa." "Nakushauri mwache kabisa Mercy, tena kaa naye mbali kabisa. Nilikwambia Ben alivyofanikiwa, jamaa ana pesa kama hana akili nzuri. Sisi wote na wake zetu hatumfikii jamaa alivyotoka ghafla. Usimuone mkimya vile, mambo yake sio utani. Usifikiri ni Ben yule uliyemuacha mchovu! Jamaa mambo yake safi kweli kweli. Lakini alikuwa akiniambia wakati wote katika maisha yake alijua kuna pengo lakini hakuwa anajua nini kinachokosekana, mpaka alipokuja Mercy katika maisha yake. Anasema Mercy ndiye mtu pekee aliyekamilishia na kuleta maana kwenye maisha yake. Anamthamini huyo mtoto kuliko kitu chochote hapa duniani. Kutwa jamaa yuko Tanga kwa huyu mwanamke, hata mama yake mwenyewe analalamika hamuoni Ben siku hizi. Wewe si unamjua Ben kwa mama yake?" "Eeh." "Basi siku hizi hata kwa mama yake haendi tena, yupo huku Tanga. Akisema ataua, ujue ataua kweli! Achana naye kabisa, hata namba ya simu ya Mercy uliyochukua jana futa kabisa, na hata kama ipo akilini usithubutu kumpigia hata siku moja, utauona ubaya wa Ben." "Sasa huyo mchumba wake Bety?" Mika aliuliza kwa mshangao. "Bety habari nyingine, wewe achana naye."

Ben na Mercy walipata muda mzuri sana wa pamoja na asubuhi yake Ben alimrudisha Mercy nyumbani, na kumwambia Mama yake mipango yao ya kwenda Lushoto kijijini kwa kina Mercy pindi atakaporudi kutoka safari yake. "Kama hutakawia kurudi Ben mwanangu, tunaweza kwenda wote na mimi nikamuone bibi kabla ya harusi yangu." Mercy alishtuka sana. "Kwani unasafiri tena Ben?" "Ndiyo Mercy." "Kwa nini hukuniambia kama unasafiri?" "Nilijua nikikwambia tutaharibu wiki nzima tuliyokaa wote kwa furaha. Ingekuwa ni kilio na maswali." Mercy alishabadilika, wakati wote safari za Ben zilimkumbusha kifo cha baba yake na kuogopa kumpoteza kama alivyompoteza baba yake. "Nakuahidi safari hii sitakaa sana Mercy. Na hii ndiyo safari yangu ya mwisho, nikirudi tutakaa sana. Naenda kukutana na watu ambao walisema watakuwa wananikusanyia mzigo huko, bila ya mimi kwenda." "Unarudi lini sasa?" Mercy alishaanza kulia. "Sitakaa sana nikimaliza tu narudi." "Mwache mwenzako akafanye kazi Mercy! Basi hapo tena ndio hatakula wala kulala mpaka urudi. Usipopiga simu tu siku hiyo ni kilio na maswali. 'Mama unafikiri Ben amenisahau? Au amepatwa na tatizo? Unafikiri atarudi tena kuniangalia? Sijui Ben amekula mama? Unafikiri yupo salama? Mama amka tumuombee Ben.' Yaani huwa tunapata shida baba ukiwa safarini! Panakuwa hakuna amani si kazini wala nyumbani. Usiku kucha yupo macho anasubiri simu yako." Mercy alishaanza kulia. "Poleni mama. Lakini huwa namwambia Mercy asiwe na wasiwasi, huko ninapoenda mimi ni salama na nilishatengeneza marafiki wengi. Kwa hiyo hakuna jambo linaloweza kunidhuru." Mercy bado aliendelea kulia. "Mimi nitakuwa salama Mercy, na nitarudi twende kwa bibi. Sawa?" "Wewe nenda baba, huyu atakuwa sawa tu, lasivyo hutaondoka hapa. Huwa analia hivi hivi mpaka urudi. Hivi tu ni leo ndio umemuona. Huna utakalomwambia Mercy akakuelewa sasa hivi juu ya safari yako, mimi namjua." "Sipendi mama ninapoondoka kumuacha Mercy kwenye hali hii." "Atatulia tu wewe usiwe na wasiwasi na atakupigia simu akuage kabla hujaondoka."

~~~~~~~~~~~~~~~~~~~~~~~~~~~~~~~~~~

Maandalizi ya harusi ya Mama Samaki yalipamba moto, na kwa kuwa alikuwa akiolewa na mwanaume mwenye pesa maandalizi hayakusumbua hata kidogo. Harusi ilipangwa kwenye hoteli ya kifahari pale pale mjini Tanga, hata wale waliokuwa hawamsemeshi na kumdharau Mama Samaki waligeuka vipenzi wakubwa sana. "Mama mlishapima UKIMWI lakini?" "Hatujapima bwana, lakini usiwe na wasiwasi Mercy, huyu baba hana ugonjwa." "Kwani mkewe alikufa na nini?" "Anasema alikufa sababu ya mawazo ya kifo cha mtoto wao wa pekee wa kiume, ambaye walimtafuta siku nyingi sana." "Lakini mama mngepima tu." "Mercy wewe muoga, usiogope bwana, mwanaume mwenyewe mtu wa dini kweli." "Sio uoga mama. Kupima ni muhimu sana. Jaribu kumshauri kupima kabla ya ndoa, naona itakuwa salama." Mercy alimsisitiza mama yake wakati wanalala.

Kwa hofu kubwa Mama Samaki alijaribu kumshauri mwenzake aliyekataa kabisa na kumwambia hakuna sababu ya kupima kwa kuwa yeye anamwamini sana na wote ni wacha Mungu. "Hata hivyo nina majukumu mengi sana kazini, nenda kapime kwa wakati wako na mimi nitaenda kwa wakati wangu halafu nitakuletea majibu yangu kama unaona ni muhimu sana." Mama Samaki hakutaka kulazimisha kwa hofu asije kumuudhi mumewe mtarajiwa, akamwacha. "Amesemaje kuhusu kupima?" Mercy aliendelea kumbana mama yake. "Anasema ananiamini sana na kama ni muhimu sana kwangu anaweza kwenda kupima akaniletea majibu. Halafu Mercy unajua na yeye ni mzee wa kanisa? Hawezi kuwa ameathirika." "Kama ni mzima kwa nini anakataa kupima na wewe? Kwani inachukua muda gani kupima? Kwa nini yeye atakapopata huo muda wa kwenda asikupigie simu ukamfuata kwenye hospitali aliyopo mkapima wote? Ni vizuri mpime mkiwa pamoja mama." Mama Samaki alibadilika ghafla baada ya kuona Mercy anambana kwenye kona tena na ukweli mtupu. "Mercy naomba hilo jambo uliache kabisa. Hujui ni kiasi gani nimetamani na mimi kuwa na mwenzangu. Nilikuwa namwomba Mungu na mimi niwe na familia yangu, sasa Mungu amenijibu na wewe unataka kunikatisha tamaa. Tangu mwanzo nilipowaambia nimepata mwanaume anataka kunioa, naona hukufurahia kabisa. Kwa nini hutaki kufurahia mafanikio yangu? Ona mimi nilivyokusaidia wewe mpaka umekuwa na Ben. Kwa nini wewe unashindwa kuwa upande wangu hata kidogo? Hebu jaribu kuwa na utu bwana, sio kila wakati unajiangalia wewe nafsi yako. Unataka watu wote tuwe tunakuangalia wewe tu, hujui na sisi tuna maisha yetu?" Mama samaki aliongea kwa hasira sana, kitu kilichomuumiza Mercy. "Hapana mama, sina nia mbaya. Sitaki uje uteseke kwa kitu ambacho unachoweza kuepuka." "Ni maisha yangu Mercy, naomba niache na mimi niwe na furaha hata kama ni ya muda mfupi. Unataka niendelee kukaa na wewe mpaka lini? Au unafurahia hivi Ben alivyonigeuza kuwa mtumwa wako?" "Mama! Naona unaenda mbali bila sababu, Ben anakupenda na kukuheshimu sana." "Unafikiri mimi mjinga? Naona sana ambavyo haridhiki na jinsi ninavyoishi na wewe? Ananiona kama sikusaidii vizuri mpaka nguo anaenda kukufulia Dar." "Hapana Mama, ni kwa sababu kule ana mashine ya kufulia. Sio kwa sababu haukuwa unafua vizuri. Alitaka kukupunguzia kazi." "Mbona hachukui na za kwangu?" Mercy alishindwa kuongea tena, alijua mama yake amekasirika sana. "Kila wakati simu kunipa maelekezo kitu gani nikufanyie. Kutwa amekufungia hotelini hataki uje unisaidie kazi mgahawani. Anafikiri nakutesa? Ukiumwa tu hata kichwa anaona mimi siwezi kukuuguza vizuri, anakuja yeye mwenyewe. Niache na mimi niwe na kwangu na kupata watoto wangu wa kiukweli ukweli, sio wa kusimangiwa." Mama yake aligeukia upande mwingine na kulala. Usiku huo hawakumuomba Mungu kama kawaida yao na ulikuwa usiku mrefu sana kwa Mercy. Hakuwahi kumuona mama yake kwenye hali ile tangia amfahamu. Alishazoea furaha kati yao wakati wote. Alitamani kama Ben angekuwepo karibu ampigie simu waongee kidogo.

Siku ziliendelea kwenda bila mazungumzo yoyote kati yao hata salamu za Mercy, mama yake aliacha kuitikia. Mercy aliamua kumwandikia barua ya kuomba msamaha, nakuahidi kutokurudia tena kuongelea hilo swala lakini bado hakusamehewa. Mama yake alihama chumba kabisa na kumuacha peke yake. Maneno mengi ya kumsimanga Mercy aliyebaki mpweke yaliendelea kwenye nyumba wanayoishi huku akimsikia mama yake akimsema wazi wazi kila anapopita kuwa hana shukurani kabisa na wakati wote anajiangalia yeye. Wote walimgeuka Mercy na kusahau wema wake kabisa. Walimcheka wazi wazi na kumpa maneno ya kejeli. Wengine walisema ameachwa na Ben aliyeacha kumpigia simu kwa muda mrefu sana bila kujua simu ya Ben aliisahau uwanja wa ndege punde alipomaliza kuongea na Mercy aliyemchanganya akili kwa sababu ya kulia wakati wa kuagana na karibia Ben aachwe na ndege kwa kumbembeleza. Wengine walisema Ben amemchoshwa na tabia zake za ubinafsi. Hofu ilianza kumwingia Mercy alipoona kweli Ben harudi na wala hapigi simu. Muda huo wa Ben kuwa safarini ulikuwa mgumu sana kwa Mercy. Maisha yalimgeukia yakawa machungu. 'Kweli sina maisha bila Ben.' Mercy aliendelea kujiambia kila mara. Aliogopa kurudi nyumbani, alishinda kazini bila kula na wakati mwingine alilala huko huko kazini kupunguza kero za nyumbani kwao. Mama yake ambaye alikuwa msaada mkubwa kazini alishaacha kwenda kazini. Mercy alibaki kumsihi Mungu mchana na usiku mrudishie Ben katika maisha yake. Swali la maisha yatakuaje bila Ben, lilizidi kumtesa sana Mercy.

Kama kawaida yake Ben alifika Tanga bila taarifa, na kuelekea moja kwa moja nyumbani kwa kina Mercy. "Habari zenu?" "Kama unavyotuona!" "Mercy yupo?" "Hayupo." "Naomba kumuona mama." "Mama amewekwa ndani mpaka siku ya harusi, haruhusiwi kuonana na mtu yeyote." "Mercy yuko wapi saa hizi?" "Labda kazini." "Kazini mpaka saa tano usiku?" "Hatujui." Wakati wote huo Ben alikuwa akiongea na Mama Jimmy, aliyejulikana kama rafiki kipenzi wa mama yake Mercy. Kutokana na majibu aliyokuwa anapewa na mpaka muda huo Mercy hakuwepo nyumbani! Ben alihisi kuna kitu hakipo sawa. Alikwenda mpaka kazini ambapo alimkuta Mercy peke yake akisafisha.

"Mercy! Pole na kazi." Kwa Mercy alikuwa ni kama ameona mkombozi wake. Alitupa fagio chini, akamkimbilia na kumkumbatia Ben. Alianza kulia kwa muda mrefu sana bila kumuachia Ben. Ben alibaki amemkumbatia. Aliweza kuhisi uchungu kwenye kilio chake, alijua lazima kuna tatizo. "Pole Mercy. Pole sana." Ben aliendelea kumkumbatia huku akimbembeleza mpaka alipotulia. "Mbona upo peke yako?" "Mama alishaacha kufika kazini na wafanyakazi wengine hawafiki kazini, nakuwa peke yangu." Ben alishtuka sana. "Daah! Pole sana." "Ahsante. Nimefurahi kukuona Ben. Nilikuwa naogopa, nilijua umenisahau." "Siwezi kukusahau hata iweje Mercy. Kwanza nilisahau simu uwanja wa ndege wa Dar, na mambo hayakwenda kama nilivyopanga ilibidi niwe nazunguka miji tofauti tofauti kuhakikisha nakusanya mzigo wa kutosha kwa haraka ili nikuwahi wewe. Nimefika tu uwanja wa ndege leo, nikaenda kuchukua gari itakayotufaa kwenda kijijini, nikaja huku kwako moja kwa moja. Pole kwa upweke." Mercy alimkumbatia tena, huku machozi yakimtoka. "Ahsante kwa kuja Ben. Pole kwa safari na kazi." Ben alikasirika sana kwa kitendo cha Mercy kuachwa peke yake kazini. Alimsaidia kazi na kufunga. Wote walielekea hotelini. Mercy aliingia kuoga halafu akakaa pembeni ya Ben. Alionekana mnyonge na hana furaha kitu kilichomuumiza sana Ben. Alimsogeza karibu na kumshika mkono.

"Unaonekana una mawazo Mercy na nimeona pale ofisini pametandikwa chini. Ulikuwa unalala pale pale mgahawani?" Mercy alianza kulia tena kwa uchungu sana. "Nini kimetokea?" "Nimemuudhi mama, Ben! Hataki kuongea na mimi na chumba alihama na kuna mfanyakazi ameniambia yeye ndiye amewaambia wasiwe wanakuja kazini wawe wanatoa udhuru wanione nitafanyaje." Ben alikunja uso. "Kwa nini afanye hivyo? Na nilishamuomba asiwe anakupa wewe kazi na kama kuna upungufu wa wafanyakazi tuongeze, tena kwa gharama zangu?" "Niliingiwa na hofu ya yeye kuolewa bila kupima afya zao. Nilimshauri wakapime kwanza UKIMWI kabla ya ndoa." Alimuelezea Ben kila kitu. "Naomba uniamini Ben, sikuwa na nia mbaya nilitaka awe salama. Lakini wapangaji wote wananisema vibaya sana na mama ananisema sina shukurani. Wanasema sitaki mama aolewe ili niendelee kumtumikisha kama mfanyakazi wangu kwa kuwa wewe hutaki mimi nifanye kazi." "Ulijaribu kumuelewesha mama lakini?" "Nimejaribu nimeshindwa Ben. Nilipoona hataki hata kunisalimia nilimwombwa mtu anisaidie kumwandikia barua ya kiswahili ambayo aliitembeza kwa kila mtu pale ndani na kuanza kunicheka na kuniita mnafiki na muongo. Hata hivyo amesema hatarudi tena kazini kwa kuwa mumewe ni tajiri sana, anamtaka awe anakaa nyumbani sio kuuza mgahawa." "Nani alimwambia mimi nataka wewe uuze mgahawa? Nimewasaidia pale kwa ajili yake yeye wala sio wewe! Tena ilikuwa kama shukurani yangu kwake kwa kukupokea wewe wakati ambao sikuwepo. Nataka urudi shule Mercy, haikuwa nia yangu hata kidogo uanze biashara kabla ya shule. Ile ilikuwa sehemu ya wewe kupoteza mawazo na kukurudisha kwenye maisha ya kawaida. Haya sio maisha niliyokuwa nayataka wewe uishi hata kidogo. Unaweza kuishi bila kufanya kazi yoyote maishani na ukawa sawa tu. Sijashindwa kukutunza hata kidogo Mercy." Ben alikuwa amekasirika sana kuona msichana anayemuhangakia vile anateswa tena na pesa yake mwenyewe

aliyoiweka kwa shukurani. "Wapangaji wote wamenichukia Ben."
"Usijali Mercy, kila kitu kitakuwa sawa na wala sioni kosa lako
kabisa. Tena alitakiwa kukushukuru. Kupima kabla ya mahusiano
ya kimapenzi ni muhimu sana. Wengi wanajutia sana makosa
kama hayo. Naomba namba za simu za wafanyakazi wote." Ben
aliwatumia ujumbe wote wakutane asubuhi pale kwenye
mgahawa. "Naomba kesho upumzike mimi nitaenda kazini."

Ben aliamka na hasira sana. Alikasirika kusafiri na kumwacha
Mercy akiwa ananyanyaswa tena bila hatia. Kwa mara ya kwanza
Ben alimchukia sana Mama Samaki na kumuona ni mtu asiye na
utu hata kidogo. Alikutana na wafanyakazi wote na kuwaarifu
kuwa anafunga mgahawa na kumlipa kila mtu pesa yake.
Akaenda kuongea na mwenye nyumba kumuarifu kwamba
anafunga mgahawa kwa muda mpaka Niko aliyemkabidhi ile
sehemu mbele ya mwenye nyumba, atakapopata mtu mwingine,
anayetaka kupaendeleza kwa kuwa bado Ben alikuwa anamdai
mwenye nyumba pesa nyingi na bado muda wa mkataba wake
ulikuwa haujaisha.

Alirudi hotelini na kumkuta Mercy akimsubiri. "Vipi Ben?"
"Nimefunga ile sehemu." "Kwa nini?" "Kama mama hapataki basi.
Huwezi kukaa unauza mgahawa hapa Tanga Mercy." Mercy
alimshukuru sana Ben, kwani ni kweli alishalemewa.
"Unakumbuka nilikwambia baada ya harusi yake tunarudi wote
kwetu?" "Nakumbukuka Ben, au umebadili mawazo?" "Siwezi
kubadilika Mercy. Naingoja hiyo siku tutakayo kuwa kwetu, kwa
hamu sana. Sio haya maisha ya kuishi mbalimbali." "Kweli Ben?"
"Kweli Mercy. Nakuona umechoka sana. Nataka upumzike
kwanza baada ya harusi, ndio twende tukamuone bibi halafu
ndipo twende kwetu." "Na wewe kazi?" "Mimi nina muda wa
kupumzika, sina haraka ya kurudi Dar na kazi zangu nyingi
naweza kufanya popote sio lazima niwepo ofisini. Nataka tukae
wote kwanza, nilikuwa na hamu sana na wewe Mercy. Nilikuwa
nafanya kazi mchana na usiku ili nimalize kazi haraka nije
kukuona." "Pole Ben. Mimi nilijua umenisahau" Ben alicheka.
"Nawezaje kukusahau Mercy? Tatizo lako hauamini kama na mimi
nakuhitaji." Mercy alitabasamu. "Nimefurahi umerudi salama."
Mercy alimsogelea Ben na kumkumbatia. Hakuwahi hata kudhani
kama Ben na yeye hawezi kuishi bila yeye. Tena ilikuwa afadhali
Mercy aliyeweza kuishi na Ben akijua ni mchumba wa mtu, kuliko
Ben ambaye hakuruhusu mtu wa jinsia yeyote amsogelee Mercy.
Akihofia wasije kumbadilisha tabia. Wakati mwingine alipokuwa

akimuacha Mercy, alitamani awe anageuka nguo amvae kila anapoenda asithubutu hata kulala bila kuhisi uwepo wake.

Siku ya harusi, Ben na Mercy walibaki kama watu baki bila hata kujaliwa na mtu yeyote. "Umeona Ben, nimemsalimia mama hajanijibu kitu!" "Usijali Mercy, tumefanya kwa sehemu yetu mengine tumuachie Mungu." "Nampenda sana mama. Amenitoa mbali! Nisingependa tuachane kwa namna hii." "Pole Mercy, lakini ujue sio kosa lako, huna haja yakujilaumu." Ilikuwa ni harusi kubwa na iliyofana sana. Ni kweli aliolewa na mwanaume mwenye pesa. Vyakula na vinywaji vilikuwa vingi sana, japo Mercy na Ben hawakugusa kitu hata kimoja, walibaki wakisononeka. Kesho yake, Ben alimsindikiza Mercy kuchukua vitu vyake vyote alivyokuwa ameacha kwa Mama Samaki. Alikuta mizigo yake yote iko nje, kitu kilicho muhuzunisha sana Ben lakini hakutaka kumuonyesha Mercy aliyeonekana kumueleweshwa kwa nini viko pale. "Unajua Ben, mama atakuwa alijua nitarudi kuja kuchukua vitu vyangu bila ya yeye kuwepo. Ndio maana ameamua kuniwekea hapa nje ili nikirudi nisipate shida." Ben alibaki kimya huku akimsaidia kukusanya vitu vyake vilivyokuwa vimezagaa kila mahali na vingine watoto walikuwa wakichezea. Kwa kuwa Mercy hakujua kusoma wala kuandika Kiswahili, alimuomba Ben kumsaidia kuandika barua ya shukurani kwa mama yake huku akimueleza nikiasi gani anampenda na kumthamini na kuicha pale pale kwa wapangaji kwa kuwa hakuwa ameonyeshwa nyumba aliyohamia mama yake.

"Roho inaniuma Ben, nilimzoea sana mama. Nilijua nimeshapata mama mwingine. Unafikiri atakuja kunisamehe?" "Hukufanya kosa Mercy, huhitaji kusamehewa. Mpe muda atakuja kufikiria alichokufanyia atagundua amekosea." "Najihisi nina mkosi Ben! Kwa nini mimi tangu kuzaliwa mpaka leo sijawahi kupata mtu wa kudumu naye maishani? Kama sio misiba basi nitasalitiwa." Mercy aliendelea kumlalamikia Ben wakiwa njiani kuelekea kijijini kwao. "Pole Mercy. Lakini nakuahidi, imefika mwisho. Sasa hivi tunaenda kwetu. Hakuna mtu atakayekufukuza labda uamue kuondoka mwenyewe. Na mimi nipo na wewe, nakuahidi sitakuacha hata iweje." Mercy aliogopa kujibu kitu chochote, alibaki kimya akijua wazi kwa Ben hapawezi kuwa kwake hata siku moja, kwani yeye nimpitaji tu kwenye maisha ya Ben. Alijua yaliyompata kwa Mama Samaki ndio yatakayo kuja kumpata kwa Ben pindi atakapoowa. Alitamani sana kuanza maisha yake hata kwenye chumba kimoja tu lakini Ben alishamkataza kauli ya vyangu na vyako. Alitaka kumuona Mercy anakuwa huru na kila kitu chake na vitu vya Ben vyote akiviita vyetu kitu kilichomshinda Mercy.

"Nimefurahi sana tunarudi wote kwa bibi." "Na mimi nimefurahi kwenda kupaona nyumbani." "Lakini ujue hakuna umeme walikata muda mrefu sana na maji ni ya kufuata mtoni." "Wala usijali, maadamu tupo pamoja kila kitu kitaenda sawa." "Mbona haulizi njia, unaendesha kama unapafahamu?" "Napafahamu sana huku, labda njia ya kwenda mpaka kijijini kwenu tu ndio nitahitaji msaada." "Kwani ulishawahi kufika huku?" "Mara nyingi tu. Bety na Joyce walikuwa wakisoma shule ile ya masista Kifungilo." "Oooh! Ndipo ulipompatia Bety huku?" "Alikuwa dada wa shule wa mdogo wangu." "Sasa mlikutanaje?" Mercy alizidi kudadisi, akijua wazi Ben hataki kuongelea maswala ya Bety na hakujua ni kwa nini lakini aliendelea kumdodosa taratibu. "Kwao ni Mwanza kama nilivyokwisha kukwambia. Kwa hiyo alikuwa akifikia nyumbani kwetu ili kupanda ndege kuelekea kwao Mwanza na hivyo hivyo shule zinapofungua." "Hongera Ben! Kumbe mnaonekana ni wapenzi wa muda mrefu sana na ndio maana umebaki kuwa mwaminifu sana kwake wakati wote." Ben alinyamaza kimya bila kujibu kitu huku Mercy akiendelea kunyanyasika na wivu. Ni kweli alimpenda Ben na alitamani Ben angekuwa mpenzi wake. Lakini Ben alimudu kuficha hisia zake kabisa. Mbali na kumkumbatia tena ikiwa muhimu sana hakuwahi hata kumbusu shavuni kitu alichokuwa akikitamani sana Mercy.

Walifika kijijini kwa kina Mercy mapema sana. Mercy alimkaribisha Ben sebuleni ambako kulijaa vumbi jekundu kila mahali. Bibi Shema alikuwa amelala chumbani, akiwa na hali mbaya sana kiafya. Alikuwa akitoa harufu mbaya. Alilia sana alipomuona Mercy. Aliachwa bila msaada, kwani hata mtoto wa shangazi yake aliyemuacha naye pale kijijini alitoroka. "Nani sasa anakusaidia?" "Neema, tena kidogo maana na yeye ameachiwa watoto watatu wote wanamtegemea. Si unajua mama yake alifariki?" "Jamani Ney rafiki yangu! Sikuwa najua bibi, ila nilimuacha mama yake mgonjwa sana." "Anateseka kweli mwenzio na maisha magumu ya hapa kijijini. Tena ameniletea maji, lakini nimeshindwa kusimama, naumwa mgongo sana, nahisi nina Malaria." "Umekunywa dawa?" "Nizipate wapi Mercy? Pesa sina." "Pole bibi." Alianza kumsafisha bibi yake. "Nije kukusaidia Mercy?" Ben aliuliza baada ya kumuona Mercy anachukua muda mrefu chumbani bila kutoka. "Hapana subiri nitakuita."

Baada ya kumsafisha na kubadili nguo na matandiko vilivyokuwa vimejaa kinyesi na mikojo na kuona hali ya bibi yake ni nzuri anaweza kutazamika, Mercy alimruhusu Ben kuingia. "Umeniletea na mume kabisa?" "Umeanza bibi jamani! Huyu sio mume wangu, ni mchumba wa mtu mwingine. Lakini kwangu ni mtu muhimu sana, amekuwa kama ndugu sasa. Ananipenda na kunithamini sana. Ananitunza kwa kila hali. Bila yeye, sasa hivi ningekuwa nimeshakufa." Bibi Shema alianza kulia tena. "Nisamehe Mercy, nilikutupa wakati unanihitaji. Nisamehe mama. Nisamehe mjukuu wangu." "Wala huna haja ya kulia bibi yangu, ona umepata mjukuu mwingine. Usingeniondoa hapa nisingempata Ben. Inabidi ufurahi sio kulia wakati unaumwa." Muda wote huo Ben alikuwa kama amepigwa na butwaa baada ya utambulisho wa Mercy kuwa yeye ni mchumba wa mtu. "Karibu baba, ahsante sana kwa kumleta Mercy nyumbani." "Ahsante sana Bibi. Mimi mwenyewe nimefurahi nimefika na nimekuona japo unaonekana mgonjwa sana." "Uzee tu ndio unanisumbua." "Umekula bibi?" "Nipate wapi chakula Mercy? Mali zote nimeuza kwa kulipa madeni ya baba yako mkubwa isipokuwa hii nyumba aliyoijenga baba yako, aliniomba nisiuze kwa ajili yako. Angalau na wewe upate kwenu." "Pole. Ben alikununulia vyakula vingi sana. Ngoja nikupikie uji haraka haraka unywe halafu twende hospitali." Mercy alipika haraka haraka na kumlisha bibi yake, kisha wakampeleka hospitali ambapo alianzishiwa dawa za Malaria na kupewa dawa za maumivu. Wakiwa hospitalini Ben alimwambia Mercy wapitie TANESCO kurudisha umeme, lakini Mercy aliingiwa na hofu ya deni kuwa kubwa.

"Ben! Nakushukuru sana, lakini naona uache tu itakusumbua na itakuharibia bajeti yako. Deni ni kubwa sana. Aliyekuwa anapewa pesa za kwenda kulipia umeme alikuwa halipii umeme, mpaka deni lilipokuwa kubwa sana ndipo wakakata, kwa kuwa bibi alishindwa pesa zilikuwa nyingi." "Usijali Mercy, nilishaongea na bibi, tunazo hela za kulipia." Ben alishuka kwenda kuongea na watu wa umeme na kuwapa pesa za ziada ili warudishe umeme siku ileile. Walipofika na baada ya kuhakikisha bibi yake amekula na kulala, Mercy na Ben walitoka kwenda mtoni kumfulia Bibi Shema nguo zake zote zilizokuwa zimejaa mikojo na kinyesi na kuanza kuchota maji kwa kutumia gari la Ben. Walipomaliza walirudi nyumbani kusafisha nyumba pamoja. Wakati wote Ben alikuwa akimshangaa Mercy, jinsi anavyochapa kazi kama mtoto wa kijijini tena bila kinyaa wala kulalamika. "Unajua umefanana sana maumbile na bibi yako Mercy." "Yeye ndiye ameniharibu.

Mama yangu alikuwa na umbile zuri sana, mwembamba juu mpaka chini sio mimi nanenepa chini tu." Ben alianza kucheka. "Tena unatakiwa umshukuru. Unapendeza ukiwa hivyo sio unakuwa umekonda huna hata nyama. Na yeye ndiye amekupa moyo mzuri?" Mercy alizidi kucheka. "Itabidi uniache hapa kijijini nitakufuata bibi atakapopona na kupata mtu wa uhakika wa kumwangalia. Siwezi kumuacha na hali hiyo tena akiwa peke yake." "Tutakaa wote Mercy, sitakuacha hapa kijijini peke yako. Hata hivyo sina kinachoniwahisha Dar." Mercy aliendelea kumshangaa Ben kwa jinsi alivyojitoa kwake. "Nakushukuru Ben, sina jinsi nyingine ya kukushukuru ila ujue ni kweli nathamini yote unayonifanyia. Ahsante sana." "Usihesabu Mercy, vyote ni vyetu na tupo pamoja. Tatizo lako ni langu!" "Sasa kwa nini hutaki matatizo yako yakawa yangu, Ben?" "Kwa kuwa unanifanya nisiwe na matatizo Mercy. Kabla hujaja kwenye maisha yangu ni kweli nilikuwa na matatizo mengi tu na mengine nitakwambia tukifika Dar. Kuna kitu nataka nifanye kwanza ndipo nitapata ujasiri wa kukwambia kila kitu. Nakuomba nipe muda. Kila kitu kinachoonekana ni fumbo kwako sasa hivi kitapata jibu. Lakini naomba uniamini sina matatizo kabisa. Tena tangu uje kwenye maisha yangu umekuwa kama umeniletea baraka. Ninapata oda kubwa kubwa, kipato kimeongezeka zaidi bila kutarajia. Kwa hiyo sina shida. Shida yangu nikukuona wewe ukiwa na shida. Hiyo ndiyo shida yangu!" Mercy alicheka. "Haya bwana!" "Kweli Mercy, sikutanii. Nachukia sana kukuona unasononeka au una shida yoyote. Natamani kujua kila shida yako na kujaribu kukusaidia." Mercy aliendelea kucheka. "Unataka kujua shida yangu Ben?" Mercy na Ben waliendelea na maongezi yao bila kujua bibi yao aliyekuwa chumbani wakidhani amelala, kumbe alikuwa akiwasikiliza muda wote na kuwacheka. Ben aliendelea kufuta vumbi na Mercy alideki sehemu Ben alizofuta vumbi. "Niambie una shida gani Mercy." "Sijui tena maisha mengine hapa duniani bila wewe Ben! Umeshanizoea vibaya. Na hiyo ndio shida kubwa ninayopata unapokuwa mbali na mimi." Ben alicheka. "Kwani hujui Mercy?" "Nini?" "Hutakiwi kuwa na maisha mengine bila mimi?" Wote waliendelea kucheka kama wapenzi wa muda mrefu na kumuacha Bibi Shema akiendelea kuwacheka kimyakimya.

Neema alifurahi sana alipomuona Mercy rafiki yake aliyemfundisha maisha ya hapo kijijini. Ikiwemo kufua, kuchota maji kwa kichwa, kutafuta kuni na lugha ya kiswahili na kisambaa na yeye ndiye aliyekuwa akimpa nguo alipofika hapo kijijini baada ya kuibiwa nguo zake zote. "Umependeza sana Mercy.

Umenenepa vizuri. Namuona bibi Shema mtupu hapo na kitambaa tena hufungi?" "Ben hapendi niwe nafunga kitambaa, anapenda kuniona hivi nilivyo." "Kwani ndio mumeo?" Neema alinong'ona ili Ben asisikie wakati kumbe akili na macho ya Ben havikuwahi kutoka kwa Mercy anapokuwa naye karibu. "Umeanza na wewe Ney." "Nini? Si uniambie ukweli?" "Hapana bwana. Ben sio mpenzi wangu aliniokota tu wakati nina shida sana, ndio ananisaidia. Lakini ana mchumba wake tena anampenda na ni mwaminifu sana kwa mpenzi wake. Hataki hata mwanamke mwingine amsogelee." "Neema alianza kucheka." "Sasa nini Ney?" "Mhh! Mnavyopendana hivyo! Haiwezekani besti, unanificha." "Ni kawaida tu Ney, huyu kaka ana roho nzuri sana." "Una bahati Mercy. Mwenzio nateseka sana hapa kijijini na hawa watoto baada ya kifo cha mama. Sijui nitafanyaje?" Ney alimueleza matatizo yake yote anayopitia pale kijijini. "Natamani kukusaidia Ney, lakini mimi mwenyewe bado sijapata sehemu ya kudumu ya kuishi. Tangu niondoke hapa kijijini natangatanga tu. Nitakapotulia nitakuja kukuchukua."

Kama kawaida ya Mercy kila mtu akimuona ana tatizo analibeba linakuwa lake. Wakiwa wote watatu wanakula usiku, Ben, Bibi na Mercy. Alionekana wazi amekosa raha. "Mbona chakula unakigeuza geuza hauli Mercy, vipi?" Bibi yake alimuuliza Mercy aliyeonekana kukosa raha na mawazo mengi. "Ney anaonekana ana shida sana bibi. Natamani kumsaidia lakini sina uwezo." "Lazima kukubali Mercy, huwezi kumsaidia kila mtu. Nakujua moyo wako ulivyo, lakini wakati mwingine uwe unakubaliana na hali halisi." "Naelewa bibi." "Hata hivyo najua usingependa kumsikia baba yako mkubwa tena katika maisha yako, lakini hivi jana mlipokuwa mmetoka hapa, niliambiwa amekamatwa yupo rumande anatakiwa dhamana la sivyo watampeleka jela. Na nimeambiwa anaumwa kweli, kama anayetaka kufa. Lakini nimemwacha tu kwa kuwa sina uwezo. Pesa anazotakiwa ni nyingi na ameshanifilisi vya kutosha. Nimebakiza hivyo vitenge ulivyonifulia, kila kitu nimeuza kwa sababu yake. Naona labda kukaa huko jela kutamfundisha kidogo kama hatakufa." "Hapana bibi, sio kwamba sitaki kumsikia tena. Yeye bado ni baba yangu mkubwa ila ujue ameniharibia sana maisha yangu na kuua ndoto zangu zote. Amechukua kitu cha thamani sana kwangu, ambacho hata nifanyaje siwezi kukipata tena na atabaki katika historia ya maisha yangu milele. Lakini nilisha msamehe bibi." Mercy aliongea kwa uchungu sana kitu kilichomnyima raha Ben. Mercy alikumbuka jinsi alivyokuwa amejitunza kwa ajili ya mume wake.

Alijua kama mumewe angemkuta bado bikra, hiyo pekee ndiyo ingekuwa zawadi tosha ya kumpa siku ya fungate yao. Lakini baba yake mkubwa alimkatili vibaya sana.

Katika vitu ambavyo Ben hakuvitaka katika maisha yake ni kumuona Mercy ana tatizo asiloweza kulitatua. Walienda kulala kama kawaida huku wote wakiwa na mawazo. Asubuhi Mercy akiwa anapika alimfuata jikoni. "Nilikuwa nafikiria usiku labda ile sehemu tuliyofunga Tanga tumpe Neema." "Kweli Ben?" "Kama utaona nisawa." "Utakuwa umemsaidia sana Ney na watoto. Nakushukuru sana Ben. Mungu azidi kukubariki." Ben alicheka. "Na wewe akubariki Mercy." Mercy alifurahia sana msaada wa Ben kwa Neema rafiki yake kipenzi ambaye ni kama ndugu sasa. "Na kuhusu baba mkubwa, naona tukamtolee dhamana." "Usijisumbue Ben. Wakati tumelala na bibi amenitajia pesa anayotakiwa kulipiwa ni kubwa sana." "Kiasi gani?" Mercy alisita. "Tuache tu Ben. Umeshatusaidia kiasi cha kutosha. Acha hayo mambo mengine yatajitatua yenyewe najua una majukumu mengi katika maisha yako, sitaki kugeuka kuwa mzigo mzito zaidi ya hivi nilivyo." "Nilikwambia Mercy usihesabu na wewe sio mzigo kwangu. Vyote ni vyetu. Unafikiri kwa nini nahangaika kutafuta pesa huku na huku?" Mercy alibaki kimya asijue anamaanisha nini. Kwani ni kweli Ben ana majukumu mengi mbali na Mercy. "Nahangaika kwa ajili yetu wote mimi na wewe Mercy. Sitaki upate shida yoyote." Ukweli Mercy hakuwa amemuelewa Ben hata kidogo, zaidi ya kumchanganya tu. "Ni pesa nyingi sana Ben." "Kiasi gani mbona hutaki kutaja?" "Wamesema wanataka milioni moja ndio wamtoe na ili kuhakikisha hatoroki tena mpaka kesi yake ya kuuza mashamba ya watu iishe." Ben alishangaa kiasi cha pesa kilichokuwa kikimuogopesha Mercy na kushindwa kumuelewa kabisa Mercy. 'Ina maana Mercy hajanifahamu vizuri mpaka sasa?' Ben alijiuliza moyoni. "Hiyo tutaweza Mercy, usiogope. Mwambie bibi twende naye polisi tukamtoe."

Jioni ile Baba mkubwa aliporudishwa nyumbani na Ben na bibi Shema, Mercy alikuwa jikoni muda wote akipika. Hakutaka kutoka kwenda kumuona kabisa. Siku zilizidi kwenda bila hata Mercy kumuona baba yake mkubwa. "Baba mkubwa anakuulizia Mercy, nenda tu ukamsalimie. Unajua leo ni siku ya tatu unamkwepa?" "Sioni kama ni lazima Ben. Yeye ametoka inatosha na ninafikiria kesho tuondoke maana bibi amepona na tumeshapata mtu wa kumsaidia kazi. Hatuna sababu ya kuendelea kukaa hapa." Mercy alikaa jikoni mpaka usiku sana na kuingia chumbani kwa bibi yake kulala bila kula wala kumuona baba yake mkubwa. "Kesho tunaondoka bibi." "Nashukuru sana Mercy kuja kuokoa maisha yangu na mwanangu! Japokuwa anamambo ya ajabu sana lakini ni wangu, sina pa kumpeleka." "Na mimi nashukuru bibi kwa kukaa na mimi kipindi kile cha matatizo yangu. Nakupenda bibi yangu, nitakuwa nakupigia simu mara kwa mara. Usiache kunywa dawa. Ben amesema atakuwa anakutumia nyingine." "Ulimpata wapi huyu kijana? Utafikiri Mungu ameshuka kwako kwa kupitia huyu mtoto wa watu!" "Ni kweli bibi, wala sio uongo. Ben amekuwa msaada sana katika maisha yangu." Mercy alimuelezea bibi yake kila kitu kuhusu Ben na jinsi alivyomtoa kwenye hali ya kutaka kujiua akiwa na madonda sehemu za siri na Mama Samaki aliyemtunza vizuri kama mtoto wake. Wote walibaki wakilia.

"Naomba unisamehe Mercy, kweli nilikufanyia ukatili." "Nimekusamehe bibi na nina mshukuru Mungu kunipa Ben katika maisha yangu. Lakini naogopa bibi." "Nini tena?" "Ben anakaribia kuoa hivi karibuni. Mkewe atanipokea kama Ben?" "Usiishi kesho Mercy kabla leo haijaisha. Mungu aliyemtuma Ben leo, atajua cha kufanya kesho. Umenisikia?" "Nimeelewa bibi." Waliongea wawili hao kwa muda mrefu huku bibi yake akimuhusia Mercy mambo mengi ya maisha na kumtaka arudi shuleni pindi atakapopata nafasi. "Baba yako alinisisitizia sana usome Mercy, jitahidi mama urudi shule." "Nitasoma bibi. Hata Ben anataka sana nisome. Amesema nikifika tu Dar atanipeleka shule." "Anakurudisha Marekani kwa mama yako mkubwa?" "Nilikataa bibi." "Hee! Kwa nini? Si ndio kitu ulikuwa unalilia siku zote?" Mercy alibaki kimya. "Mercy, hapa Tanzania hutapaweza mama! Muombe tu akurudishe huko huko ulipokulia. Kwanza shule nzuri na maisha ya huko sio kama huku. Nimemuona ni kijana mwenye uwezo hatashindwa kukupa nauli. Unanisikia lakini?" Mercy alibaki kimya. "Lazima urudi Marekani uende shule Mercy." Bado Mercy alibaki kimya. "We Mercy! Unanisikia?" "Nampenda sana Ben, bibi! Sitaweza kuishi tena mbali na Ben." Mercy alijibu kwa sauti ya unyonge sana huku machozi yakimtoka. "Kweli wewe uko kama mama yako Mercy, mjukuu wangu. Nakuonea huruma kweli. Mama yako alikuwa kama wewe mpaka watu walikuwa wanasema tumemloga mtoto wa watu. Kuna kipindi mambo ya baba yako yalikuwa sio mazuri baada ya kuacha kazi. Tukamshauri arudi kwao halafu Bonny atamfuata akiweka mambo yake sawa. Gabriela alikataa katakata. Alikuwa radhi kumsubiria hapa kijijini kuliko kwenda mbali naye." Mercy aliendelea kulia. "Nitafanyaje bibi? Kila nikijitahidi siwezi. Natamani kuondoka nimsahau kabisa Ben, lakini nashindwa. Nisipokuwa naye hata siku moja tu naona kabisa maisha yangu yanavyokuwa mabaya. Marekani ni mbali sana na huku bibi yangu. Nitafanyaje?" "Mungu atawasaidia." Bibi Shema aliishiwa maneno kabisa, alijua kama kweli Mercy ana mapenzi kama aliyokuwa nayo mama yake kwa mwanaye Boniphace! Hakuna atakachosema tena akamuelewa.

Asubuhi wakati wanajiandaa kuondoka baba mkubwa alitoka ndani na kupiga magoti kwa Mercy na mama yake. "Naomba mwanangu unisamehe kwa ukatili niliokufanyia wewe binafsi na kuuza mali za baba yako zote." Kama aliyetonesha kidonda cha Mercy, alianza kulia kwa uchungu sana. "Mama nimekukosea mambo mengi sana na pamoja na kukudhalilisha, nisamehe mama yangu. Na mtoto wa Pendo pia ni wangu." "Haiwezekani Samweli! Mpaka umezaa na mtoto wa dada yako? Wewe unajua Pendo alivyokuwa muhuni, na wewe umeenda kujiingiza huko huko. Ndio maana hali yako iko hivyo, hata mtoto mwenyewe ni mgonjwa mgonjwa sana. Utamwambia nini dada yako Samweli? Aibu gani umenitia mwanangu. Kweli umekosa wanawake mpaka ukaamua kutembea na watoto wa ndugu zako, tena wa damu!?" Bibi Shema alianza kulia. "Heri ningekupeleka jela ulipomjeruhi Mercy labda ningekuokoa nafsi yako. "Nisamehe mama, pombe zilinipeleka pabaya." Wote waliendelea kulia. Ben alimnyanyua na kumkumbatia Mercy aliyekuwa amejikunyata sakafuni huku ameficha uso wake magotini kwake akilia sana. "Pole sana Mercy. Yameisha" Hayakuwa yameisha kwa bibi Shema. Yeye kwake ulikuwa ndio mwanzo wa msiba mkubwa. Samweli alionekana wazi ameathirika na alijua atakufa tu. Wasiwasi ulibaki juu ya Pendo aliyekuwa hajulikani alipo, Mercy ambaye alimbaka na kitoto alichokiacha Pendo kilikuwa kigonjwa sana.

Ben alishaongea na Niko amtafutie chumba Neema ili akae yeye na watoto. Alimpa Neema pesa za kuanzisha biashara. Njia nzima Mercy alimsihi Neema kutulia na kuwa mwangalifu sana na wanaume. Mercy alimuhofia sana Neema rafiki yake, aliyekatisha masomo yake sababu ya kupata mimba akiwa kidato cha pili na umbile alilonalo halikutofautiana sana na lake, alijua wazi wanaume wengi wangemsumbua kwani alishajua udhaifu mkubwa wa wanaume wengi wa Kitanzania waliokuwa wakimsumbua yeye mchana na usiku, na kumlaza macho Ben barabarani kuhakikisha hakuna anayemsogelea. Usafiri pekee aliokuwa akiruhusiwa Mercy kupanda aendapo popote ni gari la Ben tu, sio hata teksi. "Siwezi kurudia kosa Mercy, usiwe na wasiwasi." Waliwashusha Segera ili wachukue mabasi yaendayo Tanga mjini, na safari yao ya kurudi Dar ilianza.

"Ben! Hii Barua ni yako nimekuandikia jana usiku." "Talaka yangu nini?" "Hapana bwana Ben. Utaisoma ukifika, haina haraka." Ben aliipokea na kuiweka kwenye mfuko wa shati. "Ahsante sana." Mercy alikuwa amechoka sana kwa kazi nyingi za kijijini, alisukuma kiti nyuma na kulala na kumuacha Ben akiendelea kumshukuru Mungu kwa kumpa Mercy kama zawadi. Alikuwa akiendesha gari kwa makini sana akijiambia anarudi nyumbani kwake kama shujaa aliyetoka vitani na ushindi. Mercy alishtushwa na mlio wa honi ya gari ya Ben. "Hapa ni wapi Ben?" "Tumefika kwetu Mercy." Ben alibonyeza rimoti, geti lilianza kufunguka taratibu na mlinzi aliyekuwa ndani alitoka kuhakikisha kama kweli ni mwenye nyumba wake Ben au la! Macho yaliendelea kumtoka Mercy kadiri geti lilivyokuwa likizidi kufunguka na kuona ndani jinsi palivyo. "Ben hapa ndio kwako!?" "Palikuwa kwangu kabla hujaja kwenye maisha yangu Mercy, lakini sasa hivi patakuwa kwetu wote. Karibu sana." Mercy aliendelea kumwangalia Ben na ile nyumba yake bila kumaliza. "Shikamoo Mzee Jumaa." Ben alitoka kwenye gari na kurudi getini kumsalimia mlinzi huku akimwacha Mercy akiendelea kushangaa mandhari ya nje iliyozunguka jumba la Ben la kifahari. 'Inawezekanaje kijana mdogo hivi awe na nyumba ya kifahari kama hii na kubaki mpole na mnyenyekevu hivi?' Palikuwa pasafi sana, kila kitu kilichoonekana nje kilionekana kupangiliwa mpaka maua na taa kubwa zilizokuwa zimezunguka bustanini ziliwekwa kwa mtindo maridadi. 'Ben anaonekana ana pesa nyingi sana.' Mercy alizidi kuwaza. Japokuwa Mercy aliishi Marekani lakini hakuwahi kuishi kwenye jumba kama lile. "Mercy huyu ni Mzee wetu, anaitwa Mzee Jumaa, na huyu ni Mercy, mzee." "Hongera Baba, umefanikiwa kumleta!" Wote walicheka na kumuacha Mercy aliyekuwa bado kwenye mshtuko kubaki na maswali mengi juu ya mazungumzo ya Ben na mlinzi wake. "Karibu mama, karibu sana hapa ndio nyumbani." "Ahsante Babu." "Karibu ndani Mercy, najua umechoka utahitaji kupumzika. Kesho utaangalia mazingira nje vizuri."

Mercy alikaribishwa na marumaru nzuri na safi za aina yake zilizomfanya aanze kubabaika. 'Sijui nivue viatu au niache?' Viatu vya Mercy vilijaa vumbi jekundu la Lushoto. Ndani kila kitu kilionekana cha thamani. Ndani ya nyumba kulikuwa na nafasi kubwa sana kwa kuwa haikujazwa vitu vingi. Aliendelea kuzungusha macho bila kumaliza na viatu vyake mkononi. "Lete nikupokee viatu." Ben alishuka chini baada ya kupandisha mizigo ya Mercy juu gorofani. "Hamna shida, vitakuchafua Ben." "Usijali tutavisafisha kesho." Heshima ya Mercy ilianza kupanda zaidi baada ya kugundua mwanaume aliyekuwa akimlaza wakati mwingine kwenye kochi hotelini, wakati yeye anatumia kitanda chake na kumpa kazi ya kufuta vumbi kijijini kwao, sio kama alivyomdhania. Utajiri alio nao haukuendana na tabia yake hata kidogo. Mercy aliendelea kubabaika asijue ashike nini au aseme nini. "Twende nikuonyeshe chumba chako." Ben alitangulia na kuanza kupandisha ngazi huku Mercy akibaki ameduwaa. "Mbona husemi kitu Mercy? Au hutaki chumba cha juu?" "Hapana, popote tu." Mercy alianza kumfuata taratibu huku akiendelea kuwaza. 'Huyu ananitania nini? Sitaki kukaa juu wakati hata pa kuishi sina?' Macho yalimtoka Mercy baada ya kukutana na chumba kikubwa, kisafi na kila kitu kilichopo humo ndani kilikuwa cha kuvutia macho. Kulikuwa na chumba kingine ndani cha kuwekea nguo na viatu, unaweza kuita Closet na kabati ndogo. Ben alipangilia hiyo Closet vizuri sana. Nguo, viatu na vitu vidogovidogo vya Mercy. "Hiki chumba kilikuwa cha nani Ben?" "Si chako! Kwa nini?" "Nimeona vitu vizuri sana humu ndani ndio maana nimeuliza." "Nilikuwa nakununulia kila ninapoona vitu nilivyovipenda na kukupangia kabisa sikutaka ukija uanze kuhangaika." Mercy alibaki ameduwaa asijue aseme nini. "Unanitisha Mercy, mbona husemi kitu! Kama hujaridhika niambie tu usisite." "Hapana Ben bado nashangaa." "Nini?" "Nyumba yako, na... Hakika ni pazuri. Hongera sana Ben." Ben alicheka, hakutegemea kwa mtoto matawi kama Mercy aliyeishi na mtoto wa kitajiri Rich tena aliyezunguka nchi mbalimbali, angepakubali nyumbani kwake. "Ahsante Mercy, nimefurahi kama umeridhika. Uliniogopesha nilidhani hujaridhika napo. Na usipaite kwangu bwana. Hapa sasa hivi ni petu wote, mimi na wewe!" "Nimeishiwa maneno Ben." "Kwa nini tena?" "Kunitoa mtaaani, nikiwa nina shida sana tena wala hukuwa ukinifahamu na kunikaribisha kwako! Kwangu sio kitu kidogo." Machozi yalianza kumtoka Mercy. "Na mimi namshukuru Mungu kukupata Mercy, umekuwa faraja na baraka kubwa sana katika maisha yangu, wewe hujui tu! Mungu angeweza kukuweka kwenye maisha ya mtu yeyote lakini amenipendelea mimi." "Mungu alishaniweka kwenye maisha ya watu wengi sana, lakini walishindwa kunisaidia. Wewe peke yako ndio umenipokea. Nakushukuru sana Ben." "Wala usijali Mercy, wakati mwingine Mungu hutumia watu tusiowajua kutusaidia." "Ni kweli." "Ukihitaji kitu nipo chini chumbani kwangu uje unigongee. Si unapakumbuka?" Mercy hakujua hata kama alishapewa utambulisho wa ile nyumba wakati yupo chini, hakusikia jambo hata moja. Kila kitu pale kwa Ben aliona cha ajabu. "Nitakuwa sawa tu mpaka kesho." Ben alitaka kutoka ili amwache Mercy apumzike. "Ben! Ahsante sana kwa nguo, viatu na... sijui niseme nini Ben! kila kitu, nakushukuru sana tena sana." Ben alicheka "Ahsante kushukuru Mercy. Karibu" Ben alipoondoka tu Mercy aliingia bafuni, alishangaa kukuta ni bafu kubwa na zuri lenye maji ya moto na baridi, alikuta kila kitu ambacho angehitaji cha nywele na mwili wake. Kweli Ben alishaandaa pale mahali kwa ajili yake. Akiwa bafuni, Mercy alianza kuwaza. 'Hapo napo nitakaa mpaka lini? Mbona sijaona picha zake na mpenzi wake ukutani? Hivi amemwambia Bety kama nitakuwa naishi hapo? Akija Bety na kunifukuza je? Nitaenda wapi?' Wasiwasi ulianza kumuingia Mercy. Kwa kuwa alikuwa amechoka alijitupa kitandani mpaka asubuhi.

Asubuhi alipoamka alishuka kumtafuta Ben, alimkuta akiwa jikoni kwake akiandaa kifungua kinywa. "Uchovu umeisha?" "Nashukuru nimekuwa na usiku mzuri sana. Kuna mtu anakusaidia kazi humu ndani?" "Najikuta sihitaji msaada. Kazi zangu nyingi nafanya mwenyewe kwa kuwa natumia muda mwingi kukaa nyumbani." "Basi nitakuwa nakusaidia kazi nyingine ili usiwe unachoka sana." "Nitashukuru Mercy." Walikaa pamoja na kupata kifungua kinywa. "Twende nikuonyeshe sehemu ya kuogelea, nimejenga maalumu kwa ajili yako Mercy." "Kweli Ben?" Ben alicheka. "Nilipogundua unapenda kuogelea nikatoa bustani ya nyuma na kutengeneza iwe sehemu ya kuogelea." "Si itakuwa imekugharimu sana?" "Lakini kwa kuwa ni kitu unachokipenda na kwa kuwa kitadumu kwa muda mrefu, siyo mbaya." "Ahsante sana Ben kwa kunifikiria." Ben alicheka. Ilikuwa sehemu kubwa na nzuri sana. "Hapa huna shida ya maji?" "Hapana, nilichimba kisima. Kwa hiyo maji hayatatusumbua." Kidogo Mercy alifikiria. "Nikuulize swali, Ben?" "Ehe!" "Bety anajua kama nipo hapa? Namaanisha mmekubaliana na Bety mimi kukaa hapa na nyinyi?" Mercy aliweza kuona uso wa Ben ulivyobadilika ghafla, na kumuogopesha. "Kwani yeye anahusikaje na wewe Mercy? Sihitaji kuomba ruhusa kwa yeyote kuishi na wewe." "Samahani Ben, nauliza tu kutaka kujua. Nahofia akija kurudi mchumba wako asinifurahie na kutaka niondoke. Usinielewe vibaya hata kidogo, nashukuru sana kwa yote unayonifanyia lakini sitaki nipafurahie hapa sasa hivi, wakati sijajua mwenzako anafikiria nini juu yangu."

Macho ya Ben yalishakuwa mekundu na mishipa ya pembeni ya macho yake ilisha simama. "Wewe usiwe na wasiwasi, nimekwambia hapa ni petu wote, mimi na wewe. Hakuna atakayekutoa humu ndani Mercy, hata nikifa leo kila kitu nimeweka kwa maandishi, tena vipo mpaka kwa mwanasheria wangu labda uamue kutoka mwenyewe." Mercy alishtuka kidogo lakini kwa kuwa Ben alionekana kubadilika, aliogopa kuendeleza yale mazungumzo. "Nimefurahia sana hii sehemu ya kuogelea. Naweza kuogelea sasa hivi?" Mercy alibadili mazungumzo haraka haraka. "Kabadili tu nguo kwenye chumba cha hapo pembeni uje uogelee." Kulikuwa na bafu dogo pembeni ya ile bwawa. Mercy aliingia na kukuta nguo nzuri sana za kuogelea zimening'inizwa na mataulo masafi yamepangwa kama hotelini. Mercy alibaki ameduwaa.

"Ben wewe ni msafi sana jamani. Unawezaje kazi zote peke yako? Mpaka maua?" "Si nilikupa wasifu wangu? Nilifanya sana kazi kwenye majumba ya watu ndipo nilipopata uzoefu. Ila yupo mama huwa anakuja mara moja kwa juma kunisaidia vitu vichache." "Oooh! Nyumba ni safi sana na kila mahali panapendeza. Hongera." "Asante." Mercy aliendeleza mazungumzo akiwa kwenye nguo zake za kuogelea. "Ahsante kwa hizi nguo za kuogelea Ben. Nimezipenda sana." Ben alikuwa akimwangalia kwa shida sana. Kwani kweli Mercy alikuwa kama yupo uchi kabisa. "Karibu." Siku hiyo Mercy alishinda kwenye maji mpaka jioni. Ben alikuwa akileta chakula wanakula na Mercy anarudi kwenye maji wakati Ben akiendelea na kazi zake kwenye kompyuta na kupiga simu kuwasiliana na watu mbali mbali. Huku akirudia rudia barua aliyoandikiwa na Mercy aliyompa wakiwa njiani na kuendelea kumwangalia akiogelea. "Ben unajua najua kuimba?" Ben alianza kucheka. "Kweli, tulikuwa tukiimba sana na Rich." "Naomba uniimbie basi na mimi." "Unapenda nyimbo gani?" "Yoyote utakayoichagua tu, nitapenda kukusikia ukiimba." "Kuna wimbo wa HERO aliimba Mariah Carey, Rich alikuwa akiupenda sana nikiuimba." "Na mimi niimbie basi." Mercy aliumba ule wimbo mpaka machozi yalikuwa yakimtoka kwani kweli uliendana sana na yeye na maisha yake. Ilikuwa ni kama anajitia moyo mwenyewe. Mercy alimaliza na kumuacha Ben akiwa ametokwa na macho asiamini sauti aliyokuwa akiisikia kama kweli ni Mercy na usiku ulikuwa umeshaingia. "Siamini masikio yangu Mercy, kweli Mungu amekupendelea. Amekupa vitu vyote vizuri." "Umependa?" Mercy aliuliza huku akifuta machozi nakutoka ndani ya maji alipokuwa amening'iniza miguu yake na kujikausha. "Una sauti nzuri sana na nimependa maneno yake pia." Mercy alianza kucheka. "Hata mimi ninapenda maneno yake zaidi, huwa napata nguvu mpya ya kuishi kila ninapoukumbuka huu wimbo." Mercy aliingia ndani kwenda kuoga na kuvaa nguo za kulalia alizokuwa amewekewa na Ben na kumkuta Ben sebuleni bado anasoma barua yake kana kwamba anataka kuikariri kichwani.

Ben! Hakuna neno litakalotosha kuwakilisha shukurani zangu kwako daima. Nakushukuru kwa kuziba pengo kubwa sana maishani mwangu. Umeniacha mkamilifu bila kupungukiwa na kitu chochote moyoni na mwilini. Wakati wote nilikuwa nikimlilia Mungu na kumlaumu ameniacha. Lakini nimeamini kuwa wewe ndiye uliyetumwa kwenye maisha yangu kuondoa huzuni zangu. Umekuwa kama mwangaza uliomulika maisha yangu yaliyokuwa yamejawa na giza tele. Hakuna mwanadamu atakayeweza kuchukua nafasi yako kwenye moyo wangu daima. Sina cha kukulipa Ben, bali naahidi kukupenda daima, na kuwa na wewe wakati wote katika shida na raha. Nakupenda sana Ben.

Mercy B.

Ben na Mercy waliishi kwa furaha sana, bila Ben kumtamkia Mercy chochote juu ya mapenzi, lakini wakati wote Mercy alikuwa akimuimbia Ben nyimbo mbali mbali za mapenzi. Ben alijawa na furaha kila wakati. Aliishi na kumtunza Mercy kama mke wake. Walifanya kila kitu pamoja na kuongozana kama kumbikumbi kila mahali ikiwepo kumbi za sinema na Ben alipenda kumpeleka Mercy baharini nyakati za jioni kutembea. Isipokuwa Ben anapokuwa akienda kumuona mama yake siku za Jumapili alimuacha Mercy nyumbani. Alimuomba ampe muda atakuja kwenda kumtambulisha kwao siku moja. Hiyo haikumsumbua Mercy hata kidogo. Alibaki na furaha wakati wote. Mercy hakuwahi kumtaja wala kuulizia hali ya baba yake mkubwa hata siku moja isipokuwa Ben ndiye wakati wote aliwasiliana na Bibi Shema kijijini na kutuma pesa za matibabu.

"Mercy! Bado una wazo la kupima UKIMWI kama daktari alivyoshauri? Nilitaka kukuomba unisindikize twende wote na mimi nikapime." "Ukapime UKIMWI Ben?" "Ndiyo, ni muda mrefu sana natamani nijijue afya yangu lakini sikuwa na sababu ya kwenda mpaka nilipopata sababu." "Kwa kuwa muda wa kuoa umekaribia?" Mercy alianza maswali yake tena. "Ndoa sio sababu pekee ya kutaka kupima Mercy. Ni vizuri kujua afya yako lakini nilikata tamaa ya maisha yangu kabisa sikuona haja ya kupima.

Lakini sasa hivi ninatumaini jipya, nataka nijijue afya yangu." Bado Ben alizidi kumchanganya Mercy. "Wewe huwezi kuwa umeathirika bwana! Umetulia sana hata rafiki zako wanakusifia." "Sio wote walioathirika ni kwa sasabu yakuwa wahuni Mercy. Unaweza kuletewa maambukizi hata na huyohuyo mpenzi wako mmoja." "Naelewa Ben lakini sio wewe. Maana wewe unajiheshimu sana na Bety ana....., yaani ametu....." Kigugumizi kilimshika Mercy ghafla asijue aseme nini kuhusu Bety asiyemfahamu hata kidogo. Kumbukumbu zilianza kumjia Mercy, kila alipokuwa akimtaja Bety kwa Ben jinsi anavyopooza na kubadilika. 'Inawezekana Bety alimsaliti Ben? Haiwezekani. Hata kama mwanamke ni mjinga kiasi gani asingethubutu kumwacha mwanaume kama Ben na kuhangaika na wanaume wengine. Ana sifa zote ambazo mwanamke angezihitaji kwa mwanaume. Au ndio maana waliahirisha kufunga ndoa?' Mercy aliendelea kujiuliza huku Ben naye akiwa ameshapotelea kwenye mawazo yake. Kama aliyefunguliwa macho Mercy akaanza kuunganisha matukio akajua lazima kuna mapito mabaya Ben na yeye amepitia kwenye maisha yake. Alimuonea huruma sana. "Tutaenda wote Ben hiyo siku utakapokuwa tayari. Lakini mimi sina haja ya kupima, nimeshajijua." "Ulishapima?" "Ben jamani! Hukumuona baba mkubwa alivyo? Nitakuwa nimeponea wapi? Na umesikia hata mtoto aliyemzaa na Pendo ameshaanza kuumwa, lazima nimeathirika tu." "Huwezi kujua maambukizi aliyapata wakati gani. Usikate tamaa Mercy. Inawezekana wakati ule hakuwa na maambukizi yoyote." "Sijui Ben. Sioni umuhimu wa mimi kupima. Nitakusindikiza tu, ukapime." "Ni vizuri wote tujue afya zetu Mercy. Hata mimi naogopa sana lakini najua hiyo ndiyo njia pekee ya sisi kuwa huru na kuanza maisha yetu mapya tukiwa na ujasiri. Twende tu Mercy, naamnini mambo yatakuwa sawa." "Sawa Ben!" Mercy alikubali kwa shingo upande alijua wazi yeye kwenda kupima ni kama kwenda kuchukua hati yake ya kifo.

"Unajua Mercy Ijumaa ijayo ni birthday yangu? Natamani twende kupima siku hiyo kwa kuwa ndio siku itakuwa ya kufungua ukurasa mpya wa maisha yangu." "Tutafanya nini siku hiyo Ben? Maana ya kwangu nilisheherekea jela. Nataka ya kwako isinipite." "Aaaah! Kweli Mercy, nakumbuka uliniambia. Pole sana. Basi hii tutasherehekea wote. Ulitaka tufanye nini?" "Kwani ulikuwa ukifanya nini zamani kwenye birthday zako?" "Nimekwambia ni siku ambayo nataka kuanza ukurasa mpya wa maisha yangu kama Mungu akinipa uzima. Nakukaribisha tuanze wote pamoja." Mercy alifurahi sana. Alianza kujisikia kweli ni mtu maalumu kwa

Ben. 'Labda kuna kitu ameona ndani yangu alichokipenda kuliko kwa Bety na wanawake wengine.' Maneno ya Ben yalianza kuleta maana mpya kwenye moyo wa Mercy na kujisikia kweli ni mtu maalum{special} kama Ben alivyokuwa akimuandikia.

Tangia Mercy aje kwenye maisha ya Ben na Ben kujiridhisha kuwa ndiye mwanamke atakayemfaa maishani, kila kitu kilileta maana mpya. Siku hiyo ya birthday yake aliisubiri kwa hamu ili apime afya yake na endapo angejikuta hana maambukizi ya UKIMWI ndipo angetoa dukuduku lake kwa Mercy aliyekuwa akimuona ni kama zawadi maalumu aliyoletewa na Mungu kumfuta machozi. Wazo lakumsubiria mpaka amalize shule alishalitupilia mbali baada ya kulemewa na tamaa. Wakati mwingine alitamani angalau amkumbatie na kummpiga mabusu hata kwa dakika moja tu kujiridhisha lakini alihofia kumwambukiza UKIMWI. Kuishi na msichana kama Mercy nyumba moja kwa mwanaume yoyote ilikuwa nikujijaribu nafsi yake mwenyewe. Ben alijaribu kutafuta kasoro za Mercy, alikosa. Alikuwa mtiifu sana kwake kuliko Bety. Alimuheshimu na kumfariji Ben wakati wote. Alitamani kumuona Ben akiwa na furaha kila wakati, kinyume na Bety aliyekuwa hamjali kabisa isipokuwa kuangalia maslahi yake tu. Bety aliishi kama malkia na Ben akimtumikia mchana na usiku bila shukurani hata kidogo. 'Mercy atasoma akiwa mke wangu, siwezi kumtoa humu ndani na kumpeleka katikati ya ulimwengu uliojaa wanaume wengine nikiwa bado sijamuoa.' Ben aliendelea kumfungia Mercy mchana na usiku na kuhakikisha hatoki mle ndani bila yeye.

Sura ya 4

Siku ya birthday yake, Ben aliamshwa na taarifa za kifo cha baba yake mkubwa Mercy. "Pole sana bibi." "Nilijua asingekaa baba, hali yake ilishakuwa mbaya sana. Alioza wakati yupo hai. Alichelewa mwenyewe kutuambia kuwa alikuwa na majeraha makubwa sana ya sehemu zake za siri. Alikuwa akiingiliwa kinyume cha maumbile alipokuwa akilewa hajitambui. Alisema alishindwa kurudi nyumbani sababu ya aibu ya kituko cha kuzaa na Pendo. Pombe zimemuuwa mwanangu Ben." "Pole sana Bibi. Nitamtaarifu na Mercy." Ben alibaki na zile taarifa asijue ni jinsi gani atamuarifu Mercy. Alitoka chumbani na kumkuta Mercy jikoni. "Mbona leo asubuhi mapema, Mercy?" "Leo ni siku yako maalumu Ben, mimi ndio nakupikia." Ben akacheka. "Umetayarisha nini?" "Chai ya kisambaa." "Ndio chai gani?" "Ya viungo na iliyopikwa vizuri sio chai zenu za kupasha maji moto!" "Nyumba nzima inanukia, kweli leo mtoto wa kisambaa umeniamulia!" Wote walikuwa kwenye wakati mzuri sana. "Happy Birthday Ben." "Happy belated birthday Mercy!" "Ahsante sana." Walikumbatiana kwa muda mrefu sana. Ilibidi Ben kushinda hisia zake kumuachia Mercy. "Unajua Mercy, birthday hii Mungu amenipa zawadi kubwa sana katika maisha yangu." "Zawadi gani Ben?" "Si wewe!" Mercy alianza kucheka. "Kweli Mercy. Wewe ni zawadi kubwa sana kutoka mbinguni katika maisha yangu. Hakuna kitu Mungu angenizawadia na kunifaa ila wewe." "Ahsante Ben. Umefurahia chai yangu?" "Sana. Nimependa kila kitu." Walipata muda mzuri sana asubuhi hiyo. "Tuwahi hospitalini ili tukirudi tupate muda mzuri wa maongezi." "Ila kuna barua yako hapo juu Ben, unaweza kusoma tukirudi." Ben alichukua ile barua na kuweka mfukoni. Japokuwa Mercy hakuwahi kupata majibu ya barua zake kutoka kwa Ben, hakuchoka kumwandikia kila wakati alipotaka kumwambia kitu maalumu hasa kueleza hisia zake za mapenzi juu yake.

Walikwenda moja kwa moja mpaka hospitali kuu ya muhimbili. Ambapo walikuta watu wengine wakisubiri, na kila mmoja alionekana kuwa na mawazo mengi. Mercy na Ben nao walikaa kusubiria zamu yao huku na wao kila mmoja akiwaza lake. Ben alitafuta wakati muafaka wa kumwambia Mercy juu ya kifo cha baba yake mkubwa, akihofia endapo angejua mapema ingeharibu siku yao nzima hasa mpango wao wakupima UKIMWI. "Ben! Kwa nini wewe usipime tu leo, halafu mimi nitapima wakati mwingine?" "Usiogope Mercy, tumeshafika hapa, naomba tupime wote." Baada ya muda walisikia majina yao yakitajwa na kuelekezwa kwenye chumba ambacho walimkuta mama mtu mzima kidogo akiwasubiri. Alianza kwa kuwauliza maswali mengi yaliyowafanya watake kuondoka. "Nyinyi ni wapenzi?" "Hapana." Mercy alijibu baada ya kumuona Ben akiwa kimya sana. "Mna mahusiano gani?" Hapo ndipo penye utatanishi, hakuna ajuaye. Wote walibaki kimya. "Kwa nini mmekuja kupima?" "Nilikuwa na mahusiano ya kimapenzi na mwanamke aliyekuwa na wanaume wengi. Kwa hiyo nataka kujua afya yangu." "Ni mda gani sasa tangu mlipoacha kujamiiana?" "Zaidi ya miaka miwili sasa." "Baada ya hapo ulikuwa na mahusiano mengine?" "Hapana!" Ben alijibu kwa hasira huku akimwangalia yule mama. "Na wewe?" Mercy alibaki amepigwa na butwaa, asiamini masikio yake. 'Kumbe ndio maana Ben hataki kumuongelea Bety!! Maskini Ben.' Mercy alimuonea huruma Ben hata kushindwa kusikia swali lake. "Pole Ben." Mercy alinyoosha mkono wake na kushika mkono wa Ben. "Pole sana." "Ahsante." Yule Mama alibaki akiwatizama.

"Mercy!" "Bee." "Na wewe kwa nini unataka kupima?" Alimuuliza huku akisoma jina lake kwenye karatasi. Mercy alibaki kimya huku ameinamisha kichwa chake chini, akijutia uamuzi wa kwenda kupima. Hakutaka kumwambia mtu yeyote kilichompata isipokuwa Ben. "Usiogope Mercy, hapa tupo salama unaweza kumwambia tu." "Nilibakwa na mtu aliyeathirika." Mercy alijibu kwa kifupi bila kumwangalia yule mama. "Mmefanya vizuri kupima, ili mjue afya zenu. Kuwa na vijidudu vya UKIMWI siyo kifo. Zipo dawa nzuri tu za kusaidia endapo mtapatikana na vijidudu hivyo. Kwa hiyo msiwe na wasiwasi." Yule mama aliendelea kuwafariji. Kwa kweli alishachelewa, kwani wote walijawa na hofu kupita kiasi. Mercy alikumbuka madonda aliyoyapata baada ya kubakwa mpaka kunuka na hali aliyomuona nayo baba yake mkubwa! Hapakuwa na jinsi ya kupona. Huku Ben naye akiendelea kukumbuka vitimbwi vya Bety alivyomfanyia. Wote walijua siku hiyo ndio mwisho wa mahusiano yao. 'Mercy atanikimbia.' 'Ben hawezi kuendelea kukaa na mimi kama akijua nimeathirika.' Walikwenda kutoa damu huku wamejawa na hofu. "Ben mimi naona tuondoke tu." Mercy alinyanyuka baada ya kutoa damu. "Hapana Mercy, maadamu tumeshatoa damu ni heri tungojee majibu yetu." "Naogopa sana Ben." "Hata mimi, lakini hakuna jinsi nyingine ya kuishi na amani bila kujua afya zetu. Hatuwezi kukaa na mashaka kila siku. Naamini kila kitu kitaenda sawa tu." Majina yao yalitajwa tena na kupewa majibu ambayo hawakutegemea. Ben alimkumbatia Mercy kwa nguvu, na wote walianza kulia kwa furaha. "Turudi nyumbani kwetu Mercy. Ona Mungu alivyotupendelea. Kuna kitu nataka nikakwambie." Ben alimshika mkono Mercy na kuingia kwenye gari.

"Pole sana Ben kwa matatizo yaliyokupata ukiwa na Bety. Sikujua kama ulipitia wakati mgumu hivyo." "Nashukuru Mungu bwana, ilikuwa tunakaribia ndoa kabisa na vikao vya harusi vilikua vimesha anza, tena hivi hata mama bado sijamwambia kama tumevunja uchumba." "Kwa nini?" "Mama shauku yake kubwa ni kuniona nimeoa na kuwa na watoto. Na wakati ule pia hakuwa na afya nzuri, alikuwa mgonjwa sana. Kwa hiyo sikutaka kumwambia habari nyingine mbaya." "Sasa mama anajua nini?" "Nilimwambia tumeona Bety arudi shule kwanza halafu akimaliza shule ndipo tufunge ndoa." "Ulifanya vizuri Ben, labda mpaka akimaliza mtakuwa mmesuluhisha." "Na nani?" "Wewe na Bety! Kila mtu anastahili kusamehewa Ben, tena kama ni mtu uliyempenda, sio mbaya kumsamehe. Wewe mwenyewe umenifundisha kusamehe." "Sio Bety. Unajua wasichana wachafu? Basi Bety ni mmoja wao. Haridhiki na pesa wala wanaume. Ni ngumu kujua anataka nini duniani. Kwa kuwa nilimuahidi kumsomesha wakati wa mahusiano yetu, nataka amalize shule yake niachane naye kabisa. Atoke katika maisha yangu." "Inawezekana amejifunza kutokana na makosa Ben! Labda ungempa nafasi nyingine akimaliza shule umuangalie." "Sina sababu ya kufanya hivyo Mercy. Simuhitaji Bety hata kidogo katika maisha yangu. Alininyanyasa na kunitesa sana." "Pole Ben." Ben alifikiria kidogo. "Unajua Bety, alilelewa na baba wa kambo. Alikuja kwangu siku moja akiwa analia, akanidanganya baba yake wa kambo amekataa kuendelea kumsomesha kwa kuwa alimkataa kimapenzi. Wakati huo alikuwa kidato cha tano. Alihama kwao akaenda kuishi na dada yake aliyeolewa, nikaanza kumsomesha. Baada ya kumaliza kidato cha sita, aliniomba nimpeleke kusoma India. Akarudi likizo akitokea kwao Mwanza akasema hawezi kuendelea kukaa na dada yake huko Mwanza kwa kuwa dada yake anamnyanyasa sana, anaomba ahamie kwangu. Nilimruhusu kukaa na mimi, ndipo baada ya muda tukaanza mahusiano. Kumbe alikuwa amehamia Dar kwa kuwa alipata mwanaume mwengine anayeishi huku Dar. Wakati mwingine ananidanganya anarudi shule India, kumbe yupo hapa hapa mjini.

Au anarudi anakaa huko kwa huyo mwanaume mpaka hela zangu zikiwaishia ndipo anarudi nyumbani kwangu. Matumizi ya hela yalikuwa juu sana, kwa kuwa alikuwa ananidanganya kila wakati ada zimepanda au ameibiwa pesa zote na hapo nilikuwa namsomesha na mdogo wangu pia." "Pole sana Ben. Sasa ulijuaje?" "Siku moja nilipomshusha uwanja wa ndege akiwa anasema anaelekea Mwanza, Mike alinipigia simu na kuniambia mmoja wa rafiki zake ambaye alituona naye uwanja wa ndege, alimuona akiondoka na mwanaume mwingine mara tu nilipoondoka hakupanda ndege. Sikuamini. Niliamua kukaa mpaka kesho yake na kuwapigia simu nyumbani kwao baada ya yeye kunipigia simu usiku ule ule na kuniambia alifika salama. Nilipompigia mama yake, aliniambia hajamuona pale tangia amfukuze, baada ya kuwa na mahusiano na baba yake wa kambo na huo ulikuwa mwaka wa tatu, labda nimuulize dada yake. Majibu ya dada yake ndio yalinikatisha tamaa kabisa. Aliniambia hataki hata kumsikia kwa kuwa alimvunjia ndoa yake, na hajamuona muda mrefu sana. Nilichanganyikiwa Mercy, sikujua chakufanya. Sikujua kama naishi na shetani katika maisha yangu. Na hapo alishanipeleka kwa wazazi wa bandia kulipa mahari. Na ilikuwa imebaki muda mchache amalize shahada yake ya kwanza tufunge ndoa. Fikiria mtu anayeweza kulala na baba yake na shemeji yake, anataka nini huyo katika maisha?" Mercy alibaki haamini masikio yake.

"Nilijua nikimuuliza atanidanganya tena. Nilitaka kumkamata mwenyewe. Kama kawaida yake alirudi na kuniambia ametoka Mwanza na amepitiliza muda wa shuleni hatakaa sana anataka aanze kununua vitu vya kuondoka navyo, kwa hiyo nimpe pesa. Na uombaji wake wa pesa Mercy, utashindwa kumuelewa anaomba au anataka pesa zake alizokukopesha. Jeuri na hakuwahi kunishukuru hata mara moja, wakati wote ni malalamiko hata nilipojitahidi zaidi ya uwezo wangu. "Pole sana Ben." "Ahsante. Lakini safari hii aliporudi alikuwa amebadilika sana, alionekana ana tatizo. Kumbe alikuwa mjamzito anataka hela ya kwenda kutoa mimba kabla ya kurudi shule na kwa kuwa alijua nitajua tu kuwa ile mimba sio yangu, aliogopa kuniambia. Kwani kipindi chote alichokuwa amerudi aliniambia hatuwezi kufanya naye mapenzi anaumwa. Nilimpa hela ili nijue kitu gani anachotaka kufanya. Siku moja aliondoka hapa asubuhi kwenda kutoa mimba. Lakini aliniaga anakwenda kununua vitu vyake vya kusafiria na kwa kuwa hakujua nimeshamgundua, nilimfuata kirahisi tu mpaka hapo walipokubaliana na mtu wake wa kumsaidia kutoa hiyo mimba. Alipokuwa akisafishwa baada ya muda niliingia na kumkuta yupo humo ndani akiwa anashugulikiwa. Sikusema kitu nilimwacha palepale." "Ben!" Mercy alikuwa haamini masikio yake. Alitamani sana kumuona mwanamke aliyemudu kumtesa Ben kwa kiasi hicho.

"Siku ya tatu yake alirudi akiwa amepigwa na anaumwa sana anaomba nimsaidie. Kwa kuwa hali yake ilikuwa mbaya sana, nilimkimbiza hospitali, alikaa huko mpaka alipopona ndipo alirudi nyumbani kwangu tena. Alinisihi sana nimsamehe, nanimsaidie amalize tu shule. Huku nikiwa nahangaika na matibabu ya mama aliyekuwa hoi kwa matatizo ya moyo na bado alikuwa anajua Bety ni mkwe wake, kwa hiyo mara nyingi walikuwa wakiwasiliana na Bety kama kuna mambo fulani fulani mama anataka kwangu. Sikutaka kumwambia mama mapema. Kosa nililofanya ni pale nilipomsihi asimwambie mama wala dada yangu kitu chochote mpaka mama atakapopona kabisa." "Alifanya nini tena?" "Alipomalizia tu shahada yake ya kwanza alinifuata akaniambia amepata mwanaume mwingine anataka kuolewa, kwa hiyo anataka aende akamwambie mama ili tuachane kwa amani au nimrudishe tena shule. Na hapo mama ndio alikuwa ametoka kufanyiwa upasuaji wa moyo." "Jamani Ben, pole sana." "Ilibidi kukubali kumsomesha tena kwa kuwa kwa upande wa shule kwa kweli ni mzuri sana na anajitahidi sana kwenye masomo. Ndio nimemaliza kifungo changu Mercy, nataka niwe huru. Hivi nasubiri aje atoe mizigo yake kwangu na kunikabidhi funguo zangu, niachane naye moja kwa moja" "Pole sana Ben kwa matatizo. Anamaliza lini shule yake?" "Atakuwa labda ameshamaliza mitihani yake. Alikuwa ananipigia simu wakati tupo Lushoto lakini sikupokea. Sasa hivi sijali tena hana anachonidai wala sina ninachomdai. Hata akimwambia mama najua mama ataelewa tu. Natamani kupendwa Mercy. Natamani mapenzi ya kweli na mimi nipumzike. Aliniumiza sana Bety, kwa kuwa ndiye alikuwa msichana wangu wa kwanza, nilijua kwa kumpa kila kitu labda angetulia lakini nimekuja kugundua ni wale wasichana wasiojua nini wanataka maishani. Alinifanya mtumwa wa mapenzi, alikaa na mimi kama yeye ndiye ananisaidia! Alininyanyasa kadiri awezavyo. Alinitesa sana, huwezi kuamini." "Pole sana Ben. Sasa anaendeleaje na mchumba mpya?" "Fujo tu, mara akija aombe kukaa hapa siku mbili au anaenda kwa mama. Na nilishamkataza kukaa kwa mama kwa kuwa hajiheshimu. Mara amdanganye mama anatoka na mimi na anarudi usiku sana, inabidi mama akeshe akimsubiri. Ni fujo tupu, haeleweki." "Pole sana Ben!

Naamini Mungu atakulipa kwa njia nyingine." "Ahsante Mercy."

Ben alimweleza msiba wa baba yake mkubwa. Lakini Mercy alinyamaza kimya kabisa. "Unataka twende msibani?" "Hapana Ben. Sitakwenda." "Kweli Mercy?" "Siwezi Ben, na kwenda kujitonesha kidonda tu. Nitawasiliana na bibi kama anataka msaada kidogo kwa ajili ya mazishi, ninazo pesa kidogo nitamtumia." "Nilishaongea naye akanipa gharama za mazishi nimemwambia nitamtumia. Kwa hiyo huna haja ya wewe kutuma, labda upige simu kutoa pole tu. Unataka mimi niende nikakuwakilishe?" "Hapana Ben, naomba tubaki wote." "Basi mpigie bibi simu angalau umpe pole." Baada ya mazungumzo ya muda mrefu ya Mercy na bibi yake, Mercy alikata simu na kubaki mwenye mawazo. "Vipi Mercy?" "Bibi anatia huruma. Unajua alikuwa na watoto watatu tu. Wawili wamekufa amebaki mama yake Pendo ambaye hana msaada wowote kwa bibi hata Pendo mwenyewe alikuwa anatunzwa na bibi. Lakini amefurahi nimepima na sikukutwa na maambukizi. Ila ana wasiwasi sana na Pendo aliyepotea na mtoto wake ni mgonjwa sana. Lakini Ben! Naomba tuache hayo mambo, leo ni siku yako ya kuzaliwa naomba tusherehekee hilo na kumshukuru Mungu tumejua afya zetu na wote tupo salama." " Pole sana Mercy." "Ahsante" "Unakumbuka nilikwambia ninataka kukwambia kitu?" "Nakumbuka Ben." "Sasa twende nyumbani ukapumzike kidogo, halafu tutoke tukaongee mahali. Sawa?" "Ni kitu gani?" "Usiwe na haraka Mercy, leo nimekwambia nitakwambia kitu, lakini ujue ni kitu kizuri." "Sawa, lakini ujue nimefurahi leo nimepata baadhi ya majibu ya maswali yaliyokuwa yakinisumbua kwa muda mrefu sana. Nimefurahi kwa kuniamini na kuniambia habari zako na Bety." "Ulifikiri sikuamini Mercy?" "Kuna kipindi nilifikiria hivyo Ben." "Nakuamini sana. Lakini niliona wakati bado na tulikuwa na mambo mengi ya kutatua, sikutaka kukuongezea matatizo mengine." Wote walikaa kimya kwa muda.

"Nikuulize swali Mercy?" "Hamna shida." "Ningekutwa nimethirika ungenikimbia?" "Niende wapi Ben jamani?" "Sijui." "Siwezi kukukimbia Ben, wewe unajua ninavyokupenda. Halafu nani angekuuguza sasa wakati unaumwa kama mimi nisingekuwepo? Nisingeweza kukufanyia hivyo, kipindi hicho najua ndio ungekuwa ukinihitaji zaidi." "Kwani kipindi gani sikuhitaji zaidi?" Mercy alicheka. "Ulisoma barua yangu ile niliyokupa njiani wakati tunatoka Lushoto?" "Zaidi ya mara kumi." Wote walicheka. "Nilikwambia katika shida na raha. Unakumbuka?" "Sana tu, lakini wakati mwingine maji yanazidi unga." "Ndio nini?" "Unalemewa unaamua kukimbia." "Mbona wewe hukuwahi kunikimbia wakati nina shida? Nakupenda Ben, siwezi kukuacha hata iweje. Nakuahidi nitakuwa na wewe wakati wote utakaponihitaji." "Ahsante Mercy." Ben alitamani asimamishe gari na kumvuta Mercy karibu yake na kumpiga mabusu mengi mfululizo na kumwambia kiasi gani anampenda na kumuhitaji. Lakini alijifariji kuendelea kusubiri mpaka usiku huo maalumu aliokuwa ameuandaa kwa ajili yake. 'Hata hivyo yamebaki masaa machache tu, nitamwambia Mercy kila kitu. Nanitapata muda naye wakutosha nisifanye papara nikaharibu kila kitu. Kwani kuanzia leo Mercy ni wangu. Nitakuwa huru kufanya chochote ninachotaka kwake.' Ben aliendelea kuwaza wakati akikaribia nyumbani kwao.

Ben alikunja uso mara alipofungua mlango wa kuingia ndani kwake. Nyumba nzima ilikuwa ikinukia vyakula. Mercy alibaki anamuuliza Ben, "Nani anapika?" Lakini Ben alibaki kimya. "Unafanya nini Bety?" "Leo ni birthday yako Ben, nilitaka ukirudi ukute chakula chako kizuri unachokipenda." "Kwa nini umekuja bila taarifa?" "Ulikuwa hupokei simu zangu mpenzi. Happy birthday hon! Pole na mizunguko." Ben hakumjibu kitu alibaki kimya. Mercy aliyekuwa amesimama nyuma ya Ben alibaki kuwashangaa wapenzi hao wawili. Walipendezana sana. Wote walikuwa na urefu unakaribiana kasoro Ben alimzidi Bety kidogo. "Bila shaka wewe ndio Mercy?" Mercy alitingisha kichwa akiwa bado anamshangaa Bety. "Habari zako zinavuma mpaka zimevuka mipaka! Karibu sana, nyumbani kwetu!" "Nyumbani kwetu?" Ben alimuuliza tena Bety aliyejifanya hakusikia na kuendelea kumuongelesha Mercy aliyebaki akimshangaa binti huyo alivyo mrembo kuliko alivyodhani. "Waooo! You are so beautiful!" Mercy alijikuta anatamka bila kujijua. "Ahsante." Bety alijibu kwa kiburi kidogo. "Mercy, unakumbuka tunatoka? Nenda ukaoge tutoke." Ben alimtoa Mercy kwenye mshangao kwani alijua udhaifu wa Mercy. Alimjua ni msichana mwenye moyo mzuri wa shukurani na upendo. Ilikuwa ngumu kwake kuona kitu kizuri asisifie lakini alikosa macho yakujiangalia yeye mwenyewe. Hakuwai kuona uzuri wake hata kidogo. Hakika Bety alikuwa anavutia sana, nywele alizoweka kichwani zilimkaa vizuri, na alijua kujipamba vizuri sana, umbile lake lilionekana bayana kwa kuwa alivaa kigauni cha kubana kidogo, kilichoonyesha umbile lake lisilo la unene. Kila kitu mwilini mwake kilikuwa cha kiasi. Alionekana ni msichana wa kisasa na aliyejua kujitengeneza na kupendeza. Mrefu mwenye sifa zote za kupata taji la Miss

Tanzania. Weusi wake uling'aa vizuri sana. Ilikuwa ngumu kuficha sifa zake labda uwe na roho mbaya.

Mercy alipoingia tu chumbani Bety alimfuata. "Unapaonaje nyumbani kwetu?" "Ni pazuri sana. Hongereni." "Unajua Mercy! Nampenda sana mpenzi wangu Ben na sitakubali mtu yoyote atutenganishe. Mimi ni binadamu nilikosea, na Ben alikuwa tayari kunisamehe mpaka wewe ulipokuja kwenye maisha yake, na kumsababisha abaki na kigugumizi kwangu." Mercy alishtuka kidogo na kukunja uso. "Ben ananipenda mimi kuliko mwanamke yoyote duniani. Kwa kuwa alikukuta una shida ndio maana anakusaidia, usije ukadhani ana mawazo yoyote ya kimapenzi kwako. Ben ana roho ya kusaidia watu na wala wewe sio wa kwanza. Kwa hiyo naomba uelewe uwepo wako hapa unamfanya Ben ashindwe kufikia maamuzi ya muhimu juu ya maisha yetu." Maneno yale yalimfanya Mercy ajisikie vibaya sana. "Nampenda na kumuheshimu sana Ben, Bety! Ni mtu mzuri sana na ni mwaminifu sana kwako. Kwa muda wote nimekaa naye hajawahi hata kunitamkia jambo lolote la kimapenzi kwa hiyo usiwe na wasiwasi na mimi. Ben hawezi kukuacha kwa ajili yangu." "Najua Ben anajiheshimu sana ingekuwa mwanaume mwengine asingeshindwa kulala na mwanamke changudoa kama wewe." "Umeniitaje Bety?" "Unafikiri Ben mpenzi wangu ananificha kitu? Tunaambiana kila kitu. Na kwa taarifa yako kila mtu anakujua tabia yako ya umalaya." Bety aliondoka na kumwacha Mercy amechanganyikiwa.

Ben alioga harakaharaka na kumfuata Mercy chumbani baada ya kumuona hatoki. "Vipi Mercy? Mbona bado hujajitayarisha tutoke?" Mercy alinyamaza kimya na kushindwa hata kumuangalia Ben usoni na kugeukia dirishani. "Bety alikuja huku kwako?" Mercy alibaki kimya akiwa bado anaangalia nje ya dirisha, akiwa na mawazo mengi ya kudhalilishwa na Ben. Hakujua kama siri zake kwa Ben hazikuwa salama, kwani alimuamini Ben kuliko mtu yeyote aliyewahi kumfahamu. Mwili mzima ulikuwa ukimtetemeka kwa hasira. "Napenda nikiongea na wewe Mercy, uwe unaniangalia sio kunipa mgongo." "Samahani Ben." Mercy aligeuka akiwa amejawa machozi. "Kwa nini unalia?" Ben alimsogelea. "Kuna nini Mercy?" "Mimi sitatoka tena." "Kwa nini hutaki kutoka wakati mimi nimekuomba tutoke? Bety amekwambia nini?" Mercy alibaki kimya. "Sijamwambia kitu chochote kibaya." Bety alidakia, kumbe muda wote alikuwa akiwasikiliza nje ya mlango wa chumba cha Mercy. "Hivi wewe Bety, unataka nini kwangu? Shida yako nini?" Ben alimgeukia Bety aliyekuwa nyuma yake. "Mimi nimekuja kwenye birthday yako mpenzi na mama anataka twende kwake leo wote na Mercy." "Mercy?" Ben alishtuka sana, kwani hakuwahi hata kumtaja Mercy akiwa nyumbani kwao. "Ndiyo. Nilisha mwambia unaishi na Mercy." "Unajua umechanganyikiwa wewe Bety!? Kwa nini unanifuatilia maisha yangu hivyo?" "Nakupenda Ben." "Umeanza lini kunipenda? Au furaha yako ni kuniona nataseka?" Mercy aliendelea kutokwa na machozi kimyakimya. "Nakupenda sana Ben, na mama anasema anakupigia simu hakupati. Anataka umpigie na wageni wameshaanza kufika nyumbani tunasubiriwa sisi watatu." Ben aliwasha simu yake aliyokuwa amezima ili kupata muda mzuri na Mercy na mara simu ya mama yake iliingia. Kwa muda mrefu Ben alikuwa amenyamaza akimsikiliza mama yake, na kujibu kwa kifupi tu, *"tunakuja mama."*

Mercy aliendelea kuwaza maneno ya Bety na kuzidi kuumia. "Mama anataka kukuona Mercy." "Naomba iwe siku nyingine Ben sio leo." "Ameniambia anakusubiri, nakuomba twende tafadhali." Mercy alitoka akiwa mnyonge sana, walimkuta Bety tayari yupo kwenye gari tena amekaa kiti cha mbele. Mercy aliingia mlango wa nyuma ya kiti cha Ben na kukaa kimya. "Haya ni maua yako na kadi yako mpenzi." "Kwa nini unafanya hivyo Bety? Kwa nini unapenda kunitesa bila sababu?" "Nini Ben? Kwani kosa langu mimi ni nini mpenzi? Nimekuja leo kwenye birthday yako nimekupikia na ninakupa zawadi. Nimekosea wapi?" "Umemwambia nini Mercy?" "Kwa nini usimuulize mwenyewe?" Walifika nyumbani kwa mama yake Ben, wakakuta magari mengi. Mercy alikuwa kimya sana huku akiangalia chini wakati wote. Bety alishuka na kuwaacha kwenye gari. "Vipi Mercy mbona huna raha? Naomba uniambie nini kimekuudhi." "Nipo sawa tu." Mercy alijibu kwa tabasamu la kinyonge. "Nafikiri nimechoka tu. Tukitoka hapa nitaenda kupumzika, nafikiri kila kitu kitakuwa sawa." "Umeanza lini kunidanganya Mercy?" "Tunakusubiri Mkuu!" Mike aliwafuata kwenye gari na kuwakatisha maongezi yao. Walipoingia ndani Mercy aliweza kutambua baadhi ya sura za rafiki zake Ben, wengi wao ni wale waliokuwa wamekwenda Tanga kuwatembelea. Aliweza kumuona Mika na kumsogelea wakati Ben anaongea na Mike na mkewe. "Za siku nyingi Mercy?" "Nzuri Mika, na wewe?" Waliendelea kuongea taratibu. "Vipi leo mbona kama huna raha? Jamaa ameanza kukupiga nini?" Mercy alitabasamu. "Ben hawezi kunipiga. Nahisi ni kuchoka tu. Unaendeleaje na wewe?" "Nipo tu nahangaika na jua la Bongo."

"Bado una mpango wa kurudi Dallas mwishoni mwa mwaka?" Mercy aliuliza. "Ndiyo. Umebadili mawazo, unataka twende wote?" Mercy alibaki kimya kama anayetafakari kitu.

Bety aliomba kila mtu anyamaze ili wamsikilize yeye. "Nashukuru kwa kufika kwenu hapa, japokuwa nilitoa taarifa ya muda mfupi lakini mmejitokeza. Kwanza nichukue nafasi hii kumshukuru Mungu na Ben kwa kuniwezesha kumaliza shule. Bila Ben nisingekuwa hapa." Bety alitoa sifa za Ben kwa muda mrefu sana. Wakati wote huo, wageni walibaki kumsikiliza wasijue anataka kuishia wapi. "Na leo ni siku yake maalumu sana naomba mbele yenu nikiri ujinga ninaojutia katika maisha yangu. Mimi kama binadamu nilimkosea Ben, wengi wenu kama mnavyojua kuwa Ben ni mchumba wangu. Nimehangaika na nimejua wazi sitaweza kumpata mwanaume kama Ben. Kwa hiyo mbele ya mama na rafiki zetu naomba niombe msamaha wa dhati kwa Ben." Bety alipiga magoti mbele ya watu wote na kuanza kulia akitubu mbele za Mungu na Ben, na kukiri kutorudia tena. Wakati wote Ben alikuwa ametulia akimwangalia Bety kama mtu anayetazama mazingaombwe. Watu wote walimgeukia Ben kujua atasema nini mbele ya waremba hao wawili. Mercy aliyekuwa bado hajatamkiwa kitu chochote na Ben, na Bety ambaye alishalipiwa mpaka mahari, nani kipenzi cha mama yake Ben tokea akiwa anamtunza mtoto wake Joyce shuleni. Ben alitabasamu kwa dharau sana. "Acha kunitania Bety. Unajua muda wote nakulipia mamilioni ya pesa nikijua unasomea IT, kumbe ulishabadili fani nakuingia kwenye usanii. Ni heri nisingepoteza pesa zangu kukupeleka India wakati kuna chuo cha usanii hapo Bagamoyo!" Ben aliwageukia wageni wake. "Jamani nashukuru sana kwa kuja japokuwa nilikuwa sifahamu kama kuna kitu kama hiki, na kwa kuwa naona kunanukia naomba wote tuongozane mezani tukale." Ben alimalizia kuongea nakuanza kuelekeza watu wote mezani kana kwamba hakuna kilichotokea na kumuacha Bety bado amepiga magoti.

Meza ilikuwa kubwa sana kwa urefu na upana kama ya karamu. Iliweza kutoshea watu wengi na wengine walivuta viti vya pembeni. Na wote walionekana kumzoea mama yake Ben vizuri sana. Wengi walimtania na kumuuliza maswali mawili matatu. "Mama mimi uliniahidi zawadi yangu Joyce akimaliza shule." "Acha masihara Charles, mama mbona aliniambia mimi ndio mkwewe?" "Una utani na mimi Martin! Mimi mwenyewe sijaoa mpaka leo, kwa kuwa mama aliniambia nimsubirie Joy." "Sasa mama unatuchanganya yupi ni yupi?" "Mbona na nyinyi hamna siri? Mnataka Ben awachinje nini? Mwenyewe anataka mdogo wake akimaliza tu shule, ampeleka kusomea usista kwa Papa kabisa huko huko Roma sio hapa." Mama yake Ben alijibu kwa utani na wote walianguka kicheko.

"Jamani wageni karibuni. Hapa wote wenyeji isipokuwa Mika na Mercy. Tunaomba tuwafahamu, si ndio mama eeh?" Bety alinyamazisha vicheko vilivyokuwa vikiendelea isipokuwa kwa Ben aliyekuwa akimwangalia Mercy muda wote, kwani alikuwa hali chakula chake alibaki akikigeuza geuza wakati wote. Ben alijua wazi kuna kitu kimemkera Mercy. "Ni vizuri kufahamiana, hapa ni kwenu na mimi ndio mama yenu." Bety alimgeukia Mika kumuashiria yeye ndio aanze. "Jamani mimi sio mgeni, mbona kama wote mnanifahamu? Lakini kwa kifupi, naitwa Mika na ni ndugu yake Michael au Mike, tulikuwa darasa moja na Ben. Nilihama nilipomaliza tu kidato cha nne na sasa nimerudi nione maisha yanaendaje na huku upande wa pili." "Zamu yako Mercy." Bety alidakia kabla hata Mika hajavuta pumzi vizuri. Mercy aliyekuwa ameinamia sahani yake ya chakula alishtuka ghafla baada ya kusikia jina lake limetajwa na Bety. "Tunataka kukufahamu vizuri." Bety alirudia. "Naitwa Mercy kama mlivyosikia na ninajiandaa kwenda kusomea sheria?" Mercy alijitambulisha kwa unyonge sana, wazi alionekana hana furaha. "Oooh! Hongera mama kusoma ni muhimu, binti mzuri kama wewe lazima uwe msomi ndipo wanaume na wao watakuheshimu zaidi au unasemaje mwanangu Michael?" "Kweli kabisa, shule muhimu mama." "Sasa Mercy kabla ya hapo ulikuwa unafanya kazi gani? Yaani kabla ya kujihusisha na biashara yako ya uchangudoa? Namaanisha kule alipokukuta Ben unajiuza. Tunataka kujua ulikuwa wapi na unafanya nini?" Ghafla chumba kizima kikawa kimya kabisa. Hapakusikika mlio wowote ule hata wa kijiko. Ni kama watu wote waliacha kupumua kwa muda. Mercy aliinama chini na kunywea kama aliyemwagiwa maji ya baridi. Watu wote walimgeukia Bety kama kumshangaa. "Una matatizo gani wewe? Una nini na mimi? Huwa najiuliza ni nini kibaya nilichowahi kukutendea mpaka unanilipa mabaya hivi!? Lakini sijawahi kujua." Ben alimuuliza Bety kwa uchungu sana. "Jamani kwani ni siri kuwa Mercy ni changudoa? Kwa taarifa yako kila mtu anajua kama Mercy ni changu na anakaa na wewe sababu ya pesa zako tu." Bety alianza kuropoka kama aliyechanganyikiwa na kuacha kila mtu kimya akimtazama.

"Jamani sisi tunatangulia naona mke wangu hajisikii vizuri, ngoja akapumzike. Mama ahsante kwa chakula, Ben baadaye basi." Mike aliaga, lakini hakuna aliyejibu kitu, wote walibaki kimya huku Mercy ameinamisha kichwa chake chini. "Na mimi naenda kupumzisha mgongo wangu." Na mama yake Ben aliaga bila kuchangia kitu chochote. "Jamani wageni karibuni nyumbani sio lazima Ben akiwepo ndio mnakuja. Wakati wote mpite kunisalimia. Unasikia Mercy?" "Ahsante mama." "Vipi mgongo?" Ben alimuuliza mama yake huku akimvutia kiti. "Jioni hii nimesikia maumivu kidogo naona nimeutonesha." "Nilikwambia upumzike mama." "Nitaweza wapi baba na shuguli za humu ndani?" "Una shuguli gani wakati mtu wa kukusaidia yupo? Pumzika bwana mama, ili mshono wa operesheni upone kabisa." Ben na mama yake waliendelea kuongea huku wakipotelea vyumbani. Walianza kuondoka mmoja baada ya mwingine bila kuaga ndipo Mercy naye alipopata upenyo wa kutoka nje bila kumuaga mtu yeyote akiendelea kushika njia wala asijue aendapo. Aliendelea kutembea mpaka alipotokea Mlimani City na kutafuta kona ya peke yake na kuanza kumuwaza Ben jinsi alivyomsaliti kwa mara nyingine tena. 'Amenitangazia kwa kila mtu kuwa ameniokota nikiwa nafanya uchangu! Bety yupo sahihi, Ben anapenda tu kusaidia kila mtu, nilijua mimi nipo tofauti.' Mercy alianza kufuta taratibu mambo yote aliyokuwa ameyaamini kutoka kwa Ben. Alikumbuka alivyomuweka jela, na kuja kumuomba msamaha na kumsaidia tena. 'Inawezekana alikuwa akiponya dhamira yake tu kwa kuniweka jela, hakuwa na nia ya kunisaidia kwa dhati.' Mercy alikaa pale zaidi ya masaa, akiwaza hili na kufuta lile huku akijilaumu sana kumuamini Ben katika maisha yake. 'Lini nitapata mwanadamu wa kweli maishani mwangu atakayenipenda na kunithamini?' Mercy aliinama na kuanza kulia kwa kwikwi kubwa.

~~~~~~~~~~~~~~~~~~~~~~~~~~~

Baada ya kumpa mama yake dawa Ben alitoka na kuanza kumuulizia Mercy kwa kila aliyekuwepo hapo nyumbani kwao na majirani. Hakuna aliyejua alipo. Alianza kumsaka kila mahali kwa miguu na gari huku akijaribu kupiga simu yake aliyokuwa ameiacha nyumbani. Alirudi nyumbani kwa mama yake akiwa kwenye hali ya kuchanganyikiwa na kumkuta Bety amekaa kwenye kochi bila wasiwasi huku akiangalia TV. "Ona ulichofanya Bety! Umemfanya Mercy wangu apotee." "Changu hapotei wewe Ben, acha kuchanganyikiwa." Bety alimjibu Ben kwa jeuri kama sio yeye aliyekuwa amepiga magoti na kumuomba Ben msamaha. Ben alimrukia, akamnyanyua juu na kumpiga vibao huku amemkaba koo. "Yaani Ben unaniua sababu ya malaya huyo!?" "Sita kusamehe kwa kunitenganisha na Mercy." Ben aliendelea kumkaba Bety bila ya huruma. "Kuna nini?" Mama yake alitoka na kumkuta Ben bado amemshikilia Bety kwa nguvu sana. "Nini Ben?" "Mercy amepotea mama. Nitafanya nini? Na yeye ni mgeni hapa mjini. Hapajui kabisa hapa na sasa hivi ni usiku vibaka wakimkamata?" "Usiogope Ben atakuwa salama." "Nampenda sana Mercy, mama. Siwezi kuishi bila yeye. Mercy sio changu wala hamjui mwanaume yeyote. Ananipenda sana na kunijali kuliko mtu yoyote hapa duniani. Tena yeye ndio wakati mwingine ananipa pesa mama, Mercy hanipendei pesa kama Bety." "Usilie Ben, atakuwa salama tu." "Ataenda wapi? Mercy hana ndugu ni mimi tu ndiye niliyebaki kwenye maisha yake. Mercy atajiua mama yangu! Nitafanya nini?" Ben alijikuta akilia kama mtoto mdogo kitu kilichomshangaza mama yake aliyekuwa akimuona Ben ni jasiri wakati wote. Hata kipindi cha matatizo ya familia yao, Ben alikuwa ndio nguzo imara kuhakikisha maisha yanaendelea pale nyumbani kwao.

"Siwezi kukusamehe Bety hata kidogo kwa unyama uliomfanyia Mercy leo. Heri ungenifanyia mimi chochote sio Mercy. Ondoka sitaki kukuona tena hapa wala kwangu. Nipe funguo zangu zote. Sitaki kukuona wala kukusikia katika maisha yangu tena. Unasikia mama? Bety asiwahi kukaribishwa tena hapa. Uliyonitendea yametosha." "Bety haukufanya vizuri kabisa mwanangu! Mbona mimi nilishajua habari zako muda mrefu sana, Joyce aliniambia tabia zako zote na wanaume unaoishi nao huko India. Lakini sikutaka kuwaingilia wewe na Ben? Hukupaswa kumuadhibu Mercy kwa wewe mwenyewe kushindwana na Ben. Umemdhalilisha sana Mercy, asingeweza kuendelea kubaki hapa." Ben alimvuta Bety nje bila huruma na kumtupa nje ya geti usiku huo huo. "Nitaenda wapi Ben usiku huu?" "Hainihusu tena." "Nipe basi mizigo yangu." "Yote ni pesa zangu, nitavichoma moto vyote, mabwana zako watakununulia vingine." Ben aligeuka kuwa mkatili kuliko mnyama waporini. Alifunga geti kwa hasira na kumpa mlinzi onyo kali la kutokuwahi kumfungulia Bety mlango hata siku moja. "Akiingia huyu humu ndani, wewe unatoka. Kazi basi."

~~~~~~~~~~~~~~~~~~~~~~~~~~~~~

Polisi aliyekuwa akilinda benki moja ya pale Mlimani City alimkuta Mercy akilia gizani peke yake. "Vipi Binti?" Mercy alijieleza kwa kifupi tu kuwa yeye ni mgeni pale mjini hana sehemu ya kwenda na mtu aliyeshukia kwake, mke wake amemfukuza. Alimuonea huruma sana na kumuhifadhi mpaka asubuhi ambapo aliondoka naye mpaka nyumbani kwake. Akiwa bado anatafakari cha kufanya, Mercy aliamua kurudi kwa Ben kuchukua baadhi ya vitu vyake vya muhimu. Alishukuru Mungu kumkuta mlinzi tu na kuamwambiwa Ben amesema akirudi apigiwe simu. Haraka haraka Mercy aliingia ndani akachukua vitu vyake muhimu kama kadi yake ya benki, hati yake ya kusafiria ambayo hakuwahi kuicha popote aendapo. Akaacha kila kitu ambacho Ben aliwahi kumnunulia ikiwepo simu ya mkononi, kisha akamuandikia ujumbe mfupi kwenye karatasi na kuicha juu ya kitanda alichokuwa akilalia nyumbani kwa Ben.

"Ben, nakushukuru sana kwa ukarimu ulionitendea. Ahsante kwa kunifikisha hapa nilipo. Nimeamua kuondoka kuanza maisha yangu, naona sitakuwa na akili ya maendeleo nikiendelea kukaa hapa na wewe. Naahidi kuja kukutembelea nikipata nafasi. Nakuombea kila la kheri, Mungu akubariki."

Mercy B.

Mercy aliondoka kurudi nyumbani kwa yule polisi na mke wake ambao alikuja kugundua ni wacha Mungu sana kwa maneno ya faraja waliyokuwa wakimpa. Kwa kuwa alikuwa na pesa walimsaidia kutafuta chumba Kinondoni Mkwajuni na kuanza maisha ya kujitegemea huku akiwaza jinsi ya kuongeza kipato. Alimtafuta Neema baada ya kujiweka sawa. Neema alimlalamikia kuwa maisha yamekuwa magumu sana Tanga, kwani ameshindwa kuendeleza biashara. Mercy alimkaribisha aje kuishi naye Dar kwenye chumba chake na mikakati ya kutafuta kazi ikaanza. Walianzisha tena biashara ya chipsi kwa hela chache alizokuwa nazo Mercy na ilipochanganya walitafuta kijana wakumsaidia Neema wakati Mercy akijiandaa kurudi shuleni ambapo ilimbidi ajiandikishe madarasa ya jioni ili aweze kufanya kazi mchana. Kutokana na unyenyekevu na akili nzuri darasani katika chuo hicho cha Tumaini alikokuwa akisomea sheria, kila mtu alimpenda Mercy. Alianza kujenga kundi la watu wa kusoma naye ambao wengi walimtegemea yeye kama kiongozi katika masomo kwa kuwa ni kweli aliweza kuyamudu masomo bila shida. Alipowashirikisha wenzake aliokuwa akisoma naye uhitaji wake wa kazi, mmoja wao alimtafutia kazi ya usekretari kwenye kampuni ya shemeji yake ya Clearing and Forwading. Angalau

Mercy aliweza kuendelea kujisomesha vizuri na kumsaidia Neema na watoto nyumbani.

Japokuwa alikuwa na vitu muhimu ambavyo alihitaji katika maisha yake, Mercy hakuwa na furaha hata kidogo. Alionekana na mawazo na mnyonge hata kula yake ilikuwa shida. Wakati wote alikuwa akijificha kulia ili Neema asimuone. "Vipi Mercy mbona huna raha wakati mambo yetu sasa hivi siyo mabaya? Unamkumbuka Ben?" "Hapana Ney, Ben anamaisha yake na mke wake. Mimi namkumbuka mama yangu wa Tanga." Ney alijua wazi Mercy anamdanganya kwa jinsi Mercy na Ben walivyokuwa wakipendana, ingekuwa ngumu Mercy kuishi kwa furaha tena bila Ben. "Pole sana shoga yangu." "Sijamsikia mama muda mrefu Ney, sijui anaendeleaje?" "Kwa nini usimpigie?" "Hakuwa akipokea simu zangu." "Kwa nini usijaribu kumpigia tena?" "Ngoja nimalize mitihani kwanza ndipo nimtafute." "Bosi wako Vipi?" "Bado msumbufu Ney, lakini nitafanyaje? Siwezi kuacha kazi nategemea mshahara wangu kwa kila kitu." "Lakini ni kijana mdogo, mzuri na anakupenda. Kwa nini usimkubali tu? Tena anasema anataka kukuoa sio kukuchezea na ameahidi kuacha pombe kwa ajili yako. Mkubali Mercy na sisi maisha yatunyookee zaidi. Tuondoke huku uswahilini tukakae uzunguni ndugu yangu!" "Siwezi kuolewa sasa hivi Ney, sipo tayari. Halafu simpendi kama mume wangu, mkali sana sio kama Ben." Mercy hakujua alichokuwa akisema, kwani aliendelea kutoa tofauti kati ya bosi wake na Ben. "Unacheka nini sasa Ney?" "Nilijua unazunguka tu. Sababu zote ulizotoa ni za uongo, ila Ben ndio sababu kubwa. Mercy, lazima uendelee na maisha yako huwezi kuendelea kumng'ang'ania Ben mume wa mtu." Machozi yalianza kumtoka Mercy. "Naelewa Ney, lakini kila mwanaume ninayemuangalia hafanani na Ben." "Kwa kuwa sio Ben, Mercy! Lazima uelewe. Ila ukifungua moyo wako kwa mwengine utashangaa utakavyokuwa na furaha. John anakupenda sana, jaribu kumpa nafasi uone." "Simtaki John Ney, nampenda sana Ben. Kila nikijaribu kumsahau nashindwa." "Pole, lakini ujue unapoteza muda na bahati?" Mercy aliendelea kulia tu bila kumjibu kitu kingine Neema.

~~~~~~~~~~~~~~~~~~~~~~~~~~~~~~~~~~

Maisha ya Ben yalibadilika sana. "Kweli hakuna jasiri kwenye mapenzi!" Rafiki zake Ben waliendelea kusema. "Jamaa alivyokuwa mambo yake safi halafu ukimlinganisha na sasa hivi utamuonea huruma." "Mpaka kazi zimemshinda sababu ya mwanamke!" "Kweli mapenzi sumu." "Halafu kumbe hata mtoto mwenyewe hajawahi kumtamkia bwana!" "Acha masihara!" "Kweli. Mike kaniambia. Si unajua anaongea kila kitu na Mike?" "Jamaa alijisahau nini? Basi aandike maumivu, na mtoto mwenyewe alivyo vile, mjini hapa! Lazima wajanja wampore." Kila mtu alisema lake juu ya Ben na Mercy aliyetoweka katikati yao wasijue alipo. Ben aliugua, asijulikane ana ugonjwa gani. Ilibidi kurudi kuishi nyumbani kwa mama yake kwa kushindwa kuishi nyumbani kwake. Kazi zote alihamishia nyumbani tena alifanya kwa shida sana tena ikimlazimu. Wakati wote alikuwa akirudia barua za Mercy huku machozi yakimtoka. "Mercy aliniahidi kunipenda daima mama, kwa nini aliondoka?" "Angejuaje kama unampenda na kumuhitaji Ben? Na unasema hujawahi kumwambia kitu chochote. Hebu ona Ben mwanangu, barua zote hizo alizokuwa akikuandikia halafu hazikuwahi kupata jibu hata moja! Unafikiri angefanyaje? Hujui kwa muda mfupi uliomuacha na Bety alimwambia nini. Na lazima atakuwa akikulaumu kusikia mambo yake yanatamkwa hadharani wakati yeye alikuamini wewe. Usimlaumu Mercy hata kidogo Ben. Wewe ulijisahau sana mwanangu." "Nilitamani arudi shule kwanza mama. Nilihofia tunaweza kulemea kwenye mapenzi akashindwa shule. Lakini nilipoona siwezi kuvumilia zaidi na kujirisha kuwa ni mwanake atakaye nifaa maishani, nilitaka nipime kwanza, sikutaka kuja kumuua Mercy kwa UKIMWI. Bety alikuwa muhuni sana. Nilimshuhudia akiwa anatoa mimba. Niliogopa sana, nilijua hafanyi mapenzi yaliyo salama na wanaume wengine." Ben alimsimulia mama yake kila kitu kuhusu Bety. "Kwa nini hukuniambia mambo yote hayo Ben? Sikuwa mgonjwa wa kushindwa kukabiliana na taarifa za kuvunjika kwa uchumba wako na Bety! Kwa nini uliendelea kuteseka peke yako? Ungeniambia tu mimi ningeelewa. Joyce aliponiambia alikuwa akimuona na wanaume huko India, nilimwambia asikwambie akuache mwenyewe uje uamue na kumbe wewe unazidi kuteseka. Sikujua kama ni msichana mchafu wa kiasi hicho. Pole sana Ben." "Najuta mama yangu. Kila wakati nilitamani kumwambia Mercy ninavyojisikia juu yake, lakini nilijua itatufikisha kwenye mapenzi ambayo ningeweza kumsababishia yeye maradhi. Bety amenikatili sana, siku ile ndio nilipanga kumwambia Mercy ukweli." "Lazima umuamini Mungu katika hili pia. Kumbuka mambo magumu mangapi umepitia na umeshinda?" "Sio Mercy mama yangu. Mercy ndio mwanamke pekee ninayemuhitaji katika maisha yangu. Maisha yanakosa ladha bila Mercy. Simpendei uzuri peke yake mama, Mercy ananifanya nijisikie mwanaume kweli kweli. Ananiheshimu sana. Ananitii kwa kila jambo. Ananifanya niwe na furaha wakati wote." "Sasa mwambie Mungu. Kama ni wako atarudi kama sio wako basi." "Mercy ni wangu mama." "Basi ujue atarudi. Kukaa nyumbani na kuomboleza usiku na mchana haitakusaidia lazima urudi kufanya kazi kabla hujarudia umaskini wa zamani." "Kama amekufa, utajiri utanisaidia nini? Utajiri wote huo haukuwahi kuleta maana kwangu mpaka alipokuja Mercy kwenye maisha yangu mama. Sikuwahi kufurahia maisha kama nilivyokuwa na Mercy wala sio hizi pesa. Wewe wala Joyce hamnihitaji tena." "Unafikiri tulikuwa tunakuhitaji kwa sababu ya pesa peke yake? Ben wewe ni mwanangu, nakuhitaji sana tu." "Sina maisha bila Mercy, mama." "Jaribu kumpigia bibi yake simu utajua kama yupo hai au la! Na mwambie akupe namba yake ya simu." Walipompigia bibi yake Mercy aliwaambia ni mzima lakini hajui alipo na hakuwa anajua namba yake kwani yeye ameanza kupoteza kuona na simu anashinda nayo mama anayemsaidia kazi.

Mwaka uliisha bila ya Ben, wala marafiki wa Ben kukutana na Mercy. Ila Mika alimwambia Ben mazungumzo ya mwisho aliyokuwa nayo na Mercy. "Alionekana, anafikiria kurudi Marekani. Huenda alishaondoka. Maana kama kweli angekuwepo hapa mjini tungeshamuona." Ben alikata tamaa kabisa ya kuja kumuona tena Mercy, lakini alifurahi kusikia yupo hai. Alijua ametunza ahadi aliyokuwa amemuahidi yakutokujiua tena. "Nakuomba sana Mika akikutafuta tu, unijulishe tafadhali." "Hamna shida Mkuu!"

Sura ya 5

Baada ya mitihani kuisha na kufunga shule, Mercy aliamua kujaribu tena kumpigia simu mama yake bila mafanikio, ndipo alipoamua kumpigia simu mama mwenye nyumba wao wa zamani walipokuwa wakiishi na mama yake ambaye hakumpa habari njema hata kidogo juu ya mama yake. "Vipi Mercy?" Mercy alipooza sana baada ya kukata simu. "Mama anaumwa sana na hana mtu wa kumuuguza. Nataka niende kesho nikamuone." "Alivyokufanyia vyote hivyo bado unamfuata?" "Hujui aliyonifanyia Ney. Umetukuta naye wakati anaanza maisha mapya ndio mana alikuwa vile." "Ana roho mbaya bwana huyo mama yako, achana naye. Malipo ni hapa hapa duniani, mwache ateseke na yeye kama alivyokutesa wewe." "Usiseme hivyo Ney. Alikuwa ananipenda sana." Mercy alimueleza mambo mazuri matupu ya yule mama. Kama kawaida ya Mercy kuongea wakati wote mazuri ya mtu siyo mabaya. "Mmmh jamani! kweli inabidi uende." Mwishowe Neema alikubaliana naye.

Usiku uleule Mercy alimpigia bosi wake simu na kumuomba ruhusa. Kwa kuwa ilikuwa ni mara yake ya kwanza na hakuwahi kuchukua likizo ilibidi bosi wake amruhusu kwa shingo upande na kupewa masharti ya Mercy kumpigia simu John, bosi wake mara kwa mara. "John unajua naenda kuuguza mgonjwa sio matembezini? Siwezi kuwa nakupigia simu mara kwa mara." "Basi mimi nitakuwa nakupigia." "Kwa nini usisubiri mpaka nitakaporudi?" "Unaenda kwa wanaume tu Mercy, halafu unanidanganya!" "Siwezi kukudanganya, ni kweli mama yangu ni mgonjwa!" John alikuwa ni bosi wa Mercy, aliyempenda Mercy karibu kuchanganyikiwa. Alikuwa na wivu wa wazi wazi kwa Mercy kitu kilichomfanya kutaniwa na wafanyakazi wenzake pale ofisini. Wakati wafanyakazi wengine hawakuwa wakifanya kazi siku za Jumamosi na Jumapili, Mercy alilazimishwa kwenda ofisini ilimradi awe naye ofisini kwa kuwa Mercy alikataa kwenda naye baa. Wakati wote Mercy asipokuwa kazini alimpigia simu kuhakikisha hayupo na mwanaume mwingine. Japokuwa Mercy alishamkataa waziwazi, lakini hapana ya Mercy kwake yeye aliifanya ni ndiyo wakati wote.

Aliondoka na basi la asubuhi sana kuelekea mjini Tanga. Alifika kwenye nyumba waliyokuwa wakiishi zamani, ambako alijua kila mtu angekuwa bado na hasira naye kinyume chake alipokelewa na maneno mengi kama shujaa. Mwingine alisema, "kumbe bwana Mercy ulijua! Tatizo Mama Samaki aliingia kwenye ndoa kwa pupa!" "Mama Samaki hakuwahi kupata bwana tajiri, akapagawa!" Kila mtu alisema lake, huku Mercy akiendelea kuwashangaa jinsi walivyomgeuka rafiki yao na kumsema vibaya. "Mnajua jamani huyu mnayemsema hivyo ni mama yangu? Kwani kuna nini?" "Yupo hoi mahututi hospitalini Bombo, hata wewe kumkuta ni bahati." "Nani anamuuguza?" "Atauguzwa na nani, gonjwa alilonalo la hatari? Nani anataka kufa mapema na ngoma? Raha ale yeye kufa tufe wote. Aku babu wewe! Anahangaika na gonjwa lake mwenyewe." Mama James kipenzi mkubwa wa Mama Samaki aliongea kwa lafudhi ya kitanga bila aibu. "Mume wake yuko wapi?" "Anadunda mtaani kama kawaida, watu wanasema ni keria. Yeye anaambukiza watu tu ndio kazi yake na anatumia dawa lakini hakumpa mwenziwe. Tena alikuwa akimpiga kama ngoma na matunzo hampi. Mimi nilipoenda kumtazama mara ya mwisho alikuwa hawezi hata kugeuka kwa sababu ya kuvunjwa mbavu na mumewe." Roho ilimuuma sana Mercy. "Usiseme hivyo Mama James. Mama anahitaji msaada wetu sasa hivi kuliko mwanzoni."

Mercy alipika uji haraka haraka na kukimbilia hospitalini na kuwaacha wakimuonya asimguse kwani na yeye ataambukizwa. Ilikuwa ngumu kwa Mercy kumtambua mama yake, aliyekuwa na umbile la ufupi na mnene, lakini alibadilika sana. Alijawa majeraha na upele kila mahali. Alidhoofu sana ilikuwa ni ngumu kujua kama amelala mtu kitandani. Alifurahi sana kumuona Mercy. "Nilijua utakuja tu Mercy mwanangu." "Pole mama." Mercy alimkumbatia mama yake kwa muda mrefu sana. "Ahsante." "Nilikuwa na hamu na wewe mama. Unajisikiaje?" "Maumivu makali kweli." "Wanakupa dawa?" "Wamenikatia tamaa. Wanajua sitapona na hivi nipo peke yangu! Hakuna anayenijali. Walitaka nirudishwe nyumbani, lakini nani atanitoa hapa?" Machozi yalianza kumtoka Mama Samaki. "Utapona mama yangu." "Siwezi Mercy, wameniambia nimeshachelewa dawa. Nisamehe mwanangu najua ningekusikiliza yasingenipata haya yote." "Nipo na wewe mama, wala sitaondoka mpaka upone. Najua Mungu atakuponya, usikate tamaa."

Waliruhusiwa kurudi nyumbani, huku Mercy akiwa amepewa

maelekezo ya kutosha jinsi ya kumuuguza mama yake bila maambukizi yoyote. Mercy alimlea mama yake kwa upendo sana bila kinyaa. Alimuosha na kumbadili mara kwa mara. Hakuwa na hamu ya kula hata kidogo na kila alipokuwa akila aliharisha. Bado walilala chumba kimoja kama zamani lakini Mercy alilala kwenye kiti pembeni yake kuhofia kumtonesha maumivu makali aliyokuwa nayo. Alijigesha karibu naye usiku kucha ili kumsikia vizuri akitaka kitu kwani aliongea kwa shida sana kwa sababu ya vidonda vya mdomoni. Baba Jimmy ambaye alikuwa na yeye ni nesi, alikuwa akiwasaidia mara kwa mara kumuwekea dripu za maji za kumsaidia kupata nguvu akiwa pale pale nyumbani.

"Wazazi nyumbani wanajua kama unaumwa?" Mercy alianza kuhoji siku moja akiwa na mama yake aliyekuwa ameamka siku hiyo na nafuu. "Alibaki mama tu, naye alifariki nilishindwa hata kwenda kwenye msiba. Ndugu wote wamenisusa wakidhani niliwasusa wakati nina mume tajiri." "Kwani nini kilitokea mama?" "Bwana yule muhuni sana Mercy, tena mkorofi. Alikuwa ananipiga mchana na usiku mbele za watoto kitu kilichosababisha kuharibika kwa mimba yangu ya miezi mitatu na wala hakunipeleka hospitalini, ndipo nikaanza kuumwa tumbo sijawahi kupona mpaka leo na nje nilikuwa siruhusiwi kutoka. Alipoona hali mbaya alienda kuniacha hapo hospitali, sijamuona tena." "Pole mama. Sio kosa lako, ungejuaje?" "Nilifanya haraka Mercy, angalau ningemchunguza kwanza yule bwana. Ni mkatili hujawahi kuona maishani mwako. Najuta Mercy mwanangu. Maisha yangu yote hapa duniani yameishia hapa." "Huu sio wakati wa kujuta mama. Mimi nakupongeza. Angalau ndoto zako zimetimia kwenye maisha sio kama mimi. Ulitamani kuolewa, uliolewa tena na mwanaume tajiri japokuwa mambo hayakwenda kama ulivyotarajia hilo halikuwa kosa lako. Haya ulitamani mtoto, ulipata ujauzito mpaka Mungu alipomchukua mtoto. Hebu fikiria mama, ungefanyaje sasa hivi na mtoto kwa hali uliyonayo? Huoni kama mdogo wangu angeteseka kama mimi? Huoni Mungu anavyokupendelea? Wewe kwangu ni shujaa mama. Umehakikisha umepata kila ulichotamani katika maisha, hukusitasita. Basi hata kama unaona huna sababu ya kujivunia hapa duniani, basi hebu niangalie mimi mwanao. Mimi ni matunda ya upendo wako. Kama isingekuwa wewe unajua ningekuwa nimeshakufa?" Mercy alijaribu kumfariji mama yake sana. Angalau kwa mara ya kwanza Mama Samaki alipata maneno ya kumfariji tangu apatwe na matatizo na kuona maisha yake duniani hayakuwa ya bure. Wengi walimlaumu sana na kumsusa.

Isipokuwa Mercy aliyemuonyesha upendo wa hali ya juu na kumthamini.

"Ben yuko wapi?" Mercy alinyamaza kimya. "We Mercy?" "Sijui mama, labda na yeye ameshaoa." "Umemtafuta?" "Hapana mama, niliondoka nyumbani kwake." "Kwa nini?" "Ben alikuwa na mchumba wake mama. Aliporudi aliniomba niondoke akidai namfanya Ben asimuoe." "Kweli Mercy, na wewe ukaondoka?" "Ndiyo mama, na mambo mengi ya siri niliyokuwa nimemwamini na kumwambia Ben, alikuwa akimwambia mpenzi wake. Mpaka mambo ya uchangudoa alimwambia. Mbaya zaidi yule dada alinitangazia mbele ya watu wote wanaomuhusu Ben mpaka kwa mama yake Ben. Nisingeweza kukaa na jamii kama ile ya wasomi na pesa nyingi huku mimi wananihesabu kama changudoa. Wewe peke yako na Ben ndio mlinikubali nilivyo." "Sasa kama unajua Ben alikukubali, kwa nini uliondoka Mercy?" "Atanisaidia mpaka lini? Nina kwangu sasa hivi, nasoma sheria na nina kazi nzuri. Hivi ukipata tu nafuu tunaondoka wote tutaenda kuishi pamoja. Simuhitaji tena Ben katika maisha yangu." "Kweli Mercy humuhitaji Ben au unajidanganya mwenyewe? Ona ulivyokonda! Najua huli vizuri kwa sababu ya kumuwaza Ben." Mercy alianza kulia. "Una nini wewe Mercy?" "Nitafanyaje mama, Ben hakuwa ananipenda alikuwa akinisaidia tu. Hawezi kuwa na mtu kama mimi. Mchumba wake ni msomi na mzuri sana wa sura na umbile, huwezi kumlinganisha na mimi hata kidogo." "Umeingiliwa na nini Mercy? Hebu fikiria jinsi yule kaka alivyokuwa akikuhangaikia mchana na usiku, kweli unasema Ben hakupendi? Ulitaka afanyaje? Kwani wakati anakaa macho kukufariji na kukuuguza hukuwa unajua kama ana mchumba? Umesahau kila kitu mwanangu na kumkimbia Ben? Umesahau safari zote zile za mchana na usiku alizokuwa akizifanya kuja kukufuata hapa Tanga? Umesahau maisha aliyokupa Ben baada ya ulimwengu kukupa kisogo? Watu wasikudanganye Mercy. Ben ndiye mwanaume pekee anayekupenda na kukujali. Hata kama hakuwahi kukwambia basi kumbuka matendo yake. Ona mimi nilipo kwa sababu ya marafiki walionishauri vibaya na hata nilipokuwa nakosea hakuna aliyenikosoa ila wewe peke yako. Nimejifunza Mercy, hatuhitaji vitu katika maisha tunahitaji watu wa uhakika kama Ben. Hata uwe mwanasheria na pesa kiasi gani, kama huna mtu wa uhakika vyote havina maana. Jiangalie hivyo ulivyo na sheria unayosoma na hela ulizo nazo, zinakusaidia nini? Unaonekana kabisa huna raha yoyote. Unataka kuishia kama mimi? Mimi sikupata bahati kama yako, wewe umepata mwanaume anayekupenda na kukujali. Kweli unakimbia kwa sababu ya mchumba uliyekuwa unamfahamu yupo tangu zamani? Acha ujinga Mercy, usipige teke bahati ambazo wenzio wanazililia." Mama Samaki aliendelea kumgombeza Mercy aliyekuwa akilia muda wote.

Hali ya mama yake Mercy iliendelea kuwa mbaya siku hadi siku, mwezi mzima Mercy alikaa na mama yake bila kujilaza na bila kutoka pembeni yake. Wakati wote alimshikilia mama yake mkono na kumwambia jinsi anavyompenda. Hawakuacha kuomba kila wakati. John aliendelea kumpigia simu mchana na usiku hata wakati mama yake Mercy akiwa amelala, kitu kilichomfanya Mercy kuzima simu yake kabisa ili atulize mawazo na kumuuguza mama yake na kuepuka maswali ya John ya kila wakati, upo wapi? Unafanya nini? Upo na nani? Mbona nasikia sauti ya mwanaume pembeni yako? Uchovu wa kuuguza na simu za John vilimfanya Mercy kuchukia simu yake iliyokuwa na tatizo la sauti kubwa. Wapangaji wote walikuwa wakimshangaa kwa moyo wake wa ukarimu na upendo. Wakati wote alimfanya mama yake kuwa msafi japokuwa alibaki mifupa mitupu.

Siku moja asubuhi wakati Mercy anamsafisha mama yake baada ya kujisaidia, hali ya mama yake ilibadilika ghafla. Alianza kujitupatupa kitu kilichomshtua Mercy na kuita watu wamsadie kumkimbiza hospitali bila msaada wowote. Ndipo alipokimbia mwenyewe kwenda kuita teksi na kumkimbiza hospitalini. Mercy alifika mapokezi akiwa amechanganyikiwa. "Naombeni mumsaidie mama yangu jamani, atakufa kama msipomuwahi." Watu wote walimgeukia Mercy aliyekuwa akilia huku akipiga kelele. "Mercy! Mercy! Vipi?" "Naomba nisaidie Niko kama unafahamiana na mtu yeyote hapa wamsaidie mama yangu." "Yuko wapi?" "Kwenye teksi." Niko aliongozana na Mercy mpaka kwenye teksi na kumbeba mgonjwa mpaka mapokezi na kumvuta muuguzi pembeni na kumpa pesa kidogo ndipo mama yake Mercy alipoanza kushugulikiwa. Hapakuwa na kitu cha kufanya juu ya afya yake zaidi ya kumuwekea chupa ya maji. Na baada ya muda alitulia kidogo. "Ahsante sana Niko, Mungu akubariki. Umeokoa maisha ya mama yangu naona angalau sasa hivi ametulia." "Usijali Mercy ni mama yetu wote, ila naomba nikuache, na mimi nina mgonjwa wangu ila yule dada pale nesi nimempa pesa kidogo atakusaidia." "Hakuna shida Niko. Hapa uliponisaidia panatosha."

Mercy alibaki pale wodini mpaka walipomtaka aondoke amwache

155

apumzike, kwa kuwa hakuna ambacho angeweza kufanya tena. "Nimletee chakula gani?" "Huyu hawezi kula dada yangu, wewe kapumzike unaonekana umechoka. Nipe namba yako chochote kikitokea nitakupigia." "Siwezi kuondoka na kumuacha mama yangu peke yake. Nitakaa hapo nje. Usiache kuja kunipa maendeleo yake tafadhali." Yule nesi alitingisha kichwa kumuhurumia Mercy aliyeonekana bado ana matumaini na mgonjwa wake. "Kwani huyu ni mama yako kabisa?" "Ndiyo, ni mama yangu." "Basi tutakuita chochote kikitokea." "Ahsante sana kwa msaada wako." Mercy alishukuru na kutoka nje akiwa mnyonge na kukaa nje ya wodi mpaka jioni watu walipokuwa wakiingia kuona wagonjwa wao na yeye alielekea moja kwa moja kwenye kitanda cha mama yake na kupiga magoti pembeni yake huku amemshika mkono. "Upone mama yangu, turudi wote Dar. Tutakaa wote mama yangu, nitakutunza mpaka uzeeke." Alibaki amemshika mkono mama yake bila kumuachia. "Nakupenda sana mama yangu, usiniache peke yangu. Upone tuishi wote kama zamani." Mercy aliendelea kuongea na mama yake aliyekuwa amenyamaza kimya kama aliyelala.

"Poleni!" Mercy hakugeuka aliendelea kumuangalia mama yake kwa mapenzi makubwa, akijua ni mtu aliyekuja kumtembelea mgonjwa wa jirani yake kwani alijua wazi mama yake hakuwa na msaada mwingine ila yeye peke yake. "Poleni sana." Salamu ile ilirudia tena. "Ahsante." Mercy alijibu bila ya kugeuka. Taratibu harufu ya marashi aliyoizoea kuisikia kwa mtu mmoja tu tangu afike Tanzania ilianza kuenea pale. "Mama anaendeleaje?" Mercy aligeuka haraka baada ya kutambua sauti nyingine ya Ben. "Ben!" Mercy alishtuka sana na kujikuta akiita jina la Ben kwa nguvu na kufanya watu wote wodini wageuke kumwangalia. Aliruka alipokuwa amepiga magoti kwa haraka kama amkumbatie, lakini alirudisha mikono yake chini taratibu na kurudi nyuma kama aliyekumbuka kitu. Ben alikuwa amesimama na Mike na Mika wakati wote wakimwangalia Mercy aliyekuwa amemshikilia mgonjwa wake na kuongea naye bila kujibiwa kitu. "Pole Mercy kwa kuuguza." "Ahsante. Mnafanya nini hapa? Au mmekuja kumuona mgonjwa wa Niko?" "Niko ametuambia mama mgonjwa na upo peke yako." Ben alimjibu Mercy huku akimsogelea mama yake. Machozi yalianza kumtoka tena Mercy. "Mama mgonjwa Ben!" "Anaendeleaje sasa?" "Hali yake imebadilika ghafla leo asubuhi wakati tupo nyumbani ndio nikamleta hapa haraka. Namshukuru sana Niko kwa kunisaidia, wote wamemkatia tamaa Ben. Lakini sasa hivi anaendelea vizuri. Wakiendelea kumpa maji hata siku moja tu mfululizo atapona, na tutarudi nyumbani." Mercy aliongea kwa matumaini makubwa yasiyolingana na ukweli hata kidogo. Wazi alionekana amechoka na kulemewa na uuguzaji. "Umekula Mercy?" Kama kawaida yake Ben alianza majukumu yake ya kumlea Mercy. Mercy alijaribu kufikiria mara ya mwisho kuweka chakula mdomoni bila kupata kumbukumbu vizuri. "Nitakula baadaye. Siwezi kumuacha mama peke yake Ben." "Naomba maji." Mama Samaki kama aliyezinduka usingizini. "Mercy! Naomba ukaniletee maji mwanangu." "Siunaona Ben! Maji waliyomuwekea yamemsaidia, ona sasa hivi anaongea!" Kwa Mercy ilikuwa kama kusikia sauti ya Mungu baada ya mama yake kuomba maji. Alifurahi sana. "Unajisikiaje mama?" "Naomba maji Mercy." "Ngoja nikanunue nje. Ben naomba uniangalizie mama mara moja tu, nitarudi sasa hivi sitachelewa." "Nitamsindikiza Mercy!" Mika aliyekuwa kimya pamoja na Mike wakati wote wakimshangaa Mercy na mgonjwa wake alidakia haraka haraka na kutoka nje na Mercy. Hofu ilikuwa imemkamata Mika asielewe Mercy anawezaje hata kumshika mkono mgonjwa mwenye hali kama ile. Alishukuru Mungu kupata nafasi ya kutoka nje angalau kupumua.

"Ben! Ben!" "Naam mama." "Naomba usimuache Mercy peke yake." "Hamna shida mama. Unaendeleaje?" "Nimechoka sana, nataka nipumzike sasa." "Wewe pumzika tu, Mercy akirudi na maji nitakumsha unywe." "Ahsante." Mama Samaki aligeuka upande wa pili akanyamaza kimya. "Daah! Ujue mama ndio ashakwenda Ben." Mike aliyekuwa amenyamaza kimya muda wote, alimwambia Ben aliyekuwa haelewi kitu. "Kwenda! Wapi tena?" "Ndio ameshakufa." "Haiwezekani Mike! Mercy atachanganyikiwa. Tutafanyaje?" "Sasa ndio ushukuru Ben tuko hapa. Angemfia peke yake!" "Daah! Kweli bwana. Hebu mwite nesi." Wakati wanamfunika vizuri huku wamezungusha mapazia ya kijani, Mercy aliingia na maji. "Tumechelewa maji yote yalikuwa moto sana, imebidi kuyafuata haya ya baridi mbali kidogo. Vipi mama?" Wote walinyamaza kimya. "Hawa manesi humo ndani wanafanya nini? Au amejisaidia tena? Maana tangu juzi anaharisha sana." Hakuna mtu aliyekuwa akimjibu Mercy aliyekuwa akiendelea kutoa ripoti ya mama yake. "Najua anapitia kipindi hiki kigumu tu, atapona. Tulikuwa tukiomba naye kila siku ili Mungu amponye. Najua atapona na atasahau mateso yote." Mercy aliendelea kutoa maneno ya matumaini bila kujua linaloendelea. "Watu wakiondoka tutakuja kumtoa." Mmoja wa manesi aliyekuwa akimshugulikia mama yake Mercy alitoka kwenye lile pazia na kuelekea ofisini.

"Wamekwambia wanampeleka wapi mama yangu?" "Kwani hamjamwambia?" Yule nesi alimigeuka Ben. Wote walibaki kimya na kumgeukia Ben na wao, kama kumtaka yeye ndio aongee na Mercy aliyekuwa amejawa na matumaini makubwa juu ya mgonjwa wake . "Pole Mercy mama amefariki muda mfupi tu uliopita." "Hapana Ben, haiwezekani. Nimetoka kuongea naye sasa hivi amenituma maji. Au nyinyi hamkumsikia?" Ben alimsogelea karibu. "Pole sana Mercy." "Haiwezekani jamani." Baada ya sekunde kadhaa Mercy alianza kutokwa jasho huku akitafuta pumzi, alianguka chini akazimia. Alijikuta yuko nje, Ben akiwa amemshikilia huku wakimpepea. "Kuna nini Ben?" "Ulizimia Mercy, pole sana."

Wakati wengine wakisema afadhali Mercy apumzike, kwa Mercy ilikuwa tofauti. Kwa mwezi huo mzima aliokuwa amekaa na mama yake alijua angepona tu na kurudi naye Dar. Alikuwa akilia bila kunyamaza. Kwake yeye ulikuwa msiba mkubwa sana. Wengi waliendelea kumwaga sifa zake huku wakimsema vibaya mama yake, kitu kilichomuumiza sana Mercy. "Na angemsikiliza huyu mtoto yasingempata hayo yote." Siku inayofuata marafiki zake Ben wote walifika Tanga kwenye mazishi, huku Ben akiwa mstari wa mbele kulipia gharama zote za mazishi akisaidiana na rafiki zake. Wakati wote huo Mercy alikuwa hoi kwa kulia. "Kazikwa kwa heshima kweli, tena na magari kibao, watu wamekula mpaka wamebeba." Kila mtu alisema lake mara tu baada ya mazishi wakiwa makaburini. Huzuni iliwaingia wote mara baada ya Mercy kusimama kama ndugu pekee wa marehemu kuongea chochote.

"Napenda kutoa shukurani zangu za dhati kwanza kwa Mungu kwa kumpumzisha mama yangu aliyekuwa kwenye mateso makali kabla ya kifo chake. Kila nikitafakari kifo chake nakumbuka maombi ya uponyaji tuliyokuwa tukiomba naye. Mungu ametujibu kwa kumpa mama uponyaji mkamilifu. Hataugua tena wala kupata mateso. Sasa hivi ana uzima mkamilifu." Mercy alitulia kidogo. "Na pili kwa Ben na kila mtu aliyeshiriki mazishi haya. Si kwa sababu ni desturi ya mtu yeyote kusema neno la shukurani. Hapana. Kwangu mimi ni tofauti. Wengi mnaelewa nilikuwa mimi tu na mama kipindi chote alichokuwa akiugua. Kwa hiyo ni kweli nisingeweza kumsindikiza mama yangu kwenye safari yake ya mwisho bila ya nyinyi kukubali kunisaidia. Ahsanteni sana na Mungu awabariki kwa msaada mkubwa mlio nipa." Machozi yalianza kumtoka tena. "Nimesikia wengi wakisema afadhali amekufa nitapumzika. Kwangu ni tofauti. Nimepoteza mtu muhimu sana kwenye maisha yangu. Nimempoteza mama, rafiki, mshauri aliyekuwa hanionei haya kunikemea waziwazi pale nilipokuwa nikikosea na kuhakikisha nimerudi kwenye mstari ulio sahihi kama mtoto wake wa kumzaa mwenyewe. Naona mama ametuachia kazi kubwa sana hapa duniani. Wengi wenu nafikiri mnajua historia ya maisha yangu na jinsi mama alivyokuwa akionekana kwa macho ya kibinadamu kama mtu duni sana kuliko wengi wenu hapa. Lakini Mungu alijaza utajiri mkubwa sana ndani yake. Alinifungulia milango ya nyumbani kwake akiwa hanifahamu kabisa na nikiwa katika hali ya kufa. Alinitunza na kunilea vizuri sana. Wakati wote nilikuwa nikielea katika utajiri wa mapenzi makubwa sana kutoka kwa mama yangu. Hazina ya hekima na busara iliyokuwa imefichwa ndani yake, imenifundisha mambo mengi ambayo yatazidi kuwa msaada katika maisha yangu daima." Mercy alieleza uzuri mtupu wa mama yake na mambo muhimu aliyojifunza kutoka kwake ikiwepo kusamehe, kupenda na kuwa jasiri kutimiza ndoto katika maisha. Mercy alimaliza na kurudi kukaa chini kabisa pembeni ya kaburi la mama yake alionekana wazi amechoka.

Ben alimsogelea, "Pole sana Mercy." "Ahsante. Nashukuru sana kwa kuja, na kunisaidia." "Usijali. Nimefurahi kukuona Mercy." "Ahsante." Walirudi wote mpaka nyumbani. "Safari njema wakati mnarudi Dar." "Si tunaondoka wote Mercy?" "Hapana Ben, mimi nitaondoka na basi la kesho asubuhi nyinyi tangulieni tu." "Si unajua siwezi kukuacha hapa? Lazima niondoke na wewe Mercy." "Maisha yamebadilika Ben, mimi sasa hivi nina maisha yangu, sihitaji msaada wako tena. Nina kwangu na ninaendelea vizuri tu. Wewe endelea na maisha yako tu, usiwe na wasiwasi na mimi." "Kama wewe hunihitaji sasa hivi kwa kuwa ulikuwa ukiishi na mimi kwa sababu ulikuwa una shida, basi mimi nakuhitaji sana Mercy." "Sio kweli Ben, hunihitaji mimi hata kidogo. Unaweza kuishi kwa amani tu bila mimi." "Na wewe unaweza kuishi kwa amani bila mimi?" Mercy alibaki kimya. "Unajua sikujua, ahadi ulizoniahidi na maneno uliyokuwa ukiandika kwenye barua zako hayakuwa ya kweli, bali ulikuwa ukinidanganya kwa kuwa ulikuwa una shida!? Ulinifanya nikuamini Mercy." "Hapana Ben, sikuwa nakudanganya hata kidogo. Kila ahadi niliyokuahidi na kila kitu nilichokuwa nimekuandikia ni kweli." "Kwa hiyo umesahau Mercy?" Mercy alianza kulia. "Labda nikukumbushe baadhi. Uliniahidi hutaniacha kwenye shida na raha utakuwa na mimi, uliniahidi kunipenda daima. Unakumbuka siku tunatoka hospitalini kupima Ukimwi? Uliniahidi utakuwa na mimi wakati wote nitakao kuhitaji. Mbona unafanya kinyume na maneno yako Mercy? Kwa nini umeondoka bila kuaga na kwa nini hukurudi kunitafuta hata kujua ninaendeleaje, kama ulivyo ahidi kwenye barua yako ya mwisho?" "Nisamehe Ben, sikujua kama ungetaka kuniona tena." "Kitu gani kilikufanya ufikirie hivyo? Nimekutafuta sana, mpaka Niko aliponiambia amekuona Tanga. Nimekuwa kama nimechanganyikiwa kwa ajili yako Mercy." "Pole Ben, sikukusudia kukutesa. Nilitaka kukupa nafasi ya kujijenga upya na Bety." "Naomba tukaongelee haya mambo nyumbani sio hapa. Tafadhali Mercy. Watu wanatusubiri tuondoke." Ni kweli marafiki zake Ben waliokuwa wamefika siku hiyo asubuhi kwa ajili ya msiba wa mama yake Mercy, waliamua kurudi Dar mara tu baada ya mazishi. Na wote walikuwa ndani ya magari yao wakimsubiri Ben na Mercy waondoke. "Naomba utangulie Ben. Nakuahidi nitakutafuta nikirudi Dar. Kuna mambo ya kuweka sawa kabla sijaondoka." "Hakuna atakayeondoka hapa Tanga kwenda Dar bila wewe Mercy. Maliza mambo yako yote tutakusubiri." Mercy alijua Ben amekusudia kutokuondoka bila yeye. Aliingia ndani huku Ben akimfuata nyuma. Alimwita mama mwenye nyumba na kumkabidhi kila kitu cha mama yake. "Hivyo vitu vyote ni vyako Mercy." "Hapana mama, mimi sitahitaji kitu chochote. Kama ndugu zake hawatakuja kuvichukua basi mgawe kwa yoyote atakayehitaji." Walimshukuru Mercy na Ben, ndipo safari ya kurudi Dar ikaanza.

Magari yalikuwa mengi lakini Ben na Mercy walikaa nyuma kwenye gari la Ben alilokuwa akiendesha Mike na Mika alikaa mbele na Mike. "Samahanini kwa kuwachelewesha kuna mambo ilibidi kuweka sawa kabla sijaondoka na ahsanteni sana kwa kila kitu." "Usijali Mercy." Wote walimjibu na kuanza safari. "Kichwa kinaniuma sana Ben." "Ni kuchoka, njaa na una usingizi. Ngoja tusimame ule kidogo ndipo unywe dawa halafu ulale." Walisimama na kumnunulia Mercy chakula, akala kidogo, Ben akampa dawa, Mercy alibaki amejiegemeza kwenye kiti chake akiwa bado ana mawazo yaliyomfanya ashindwe kulala kila alipojaribu kufunga macho. Walisimama tena Segera kwenye nyama choma kila mtu alienda kula na kunywa kasoro Mercy na Ben walibaki kwenye gari.

"Pole sana Mercy." "Ahsante. Nashukuru Mungu ulikuwepo. Nafikiria ningefanyaje peke yangu, sipati jibu." "Na mimi nimefurahi nimeweza kufika kwa wakati. Unataka kupumzika?" "Nimechoka sana, lakini sipati usingizi. Nafikiri nitapumzika vizuri nikifika nyumbani." "Njoo ulale miguuni kwangu." "Hapana Ben, hapa panatosha ahsante." Mercy alijivuta mbali zaidi alipokuwa amekaa Ben akageukia dirishani. "Uliniambia unapata usingizi na faraja mikononi kwangu. Nini kimebadilika Mercy?" Mercy alibaki kimya huku machozi yakimtoka. Alitoa simu yake aliyokuwa ameizima karibu mwezi mzima na kuanza kuchezea huku akipangusa machozi. "Eti Mercy?" "Nilikuwa najidanganya Ben." "Kweli Mercy? Umekubali maneno ya Bety uliyekutana naye kwa muda mfupi sana, yafute kumbukumbu zote nzuri tulizokuwa nazo mimi na wewe!?" Mercy alikumbuka maneno kama yale aliyohusiwa na marehemu mama yake, na kujiona kweli ni mjinga. Bila kumjibu kitu, Mercy alijivuta taratibu mpaka miguuni mwa Ben na kufunikwa na koti vizuri, huku akipenyeza mkono wake kuutafuta mkono wa Ben ambao wakati wote ulimpa usingizi alipokuwa kwenye mawazo mengi. Ben aliupokea mkono wa Mercy, akakutanisha viganja vyao hata dakika moja haikupita tayari Mercy alishapotelea usingizini bila kugeuka.

"Unajua Ben, sisi wote tulikuwa tunakuona kama chizi! Lakini sasa hivi kila mtu anakuelewa Mzee. Haki yako kuchanganyikiwa. Huyu mtoto wa ajabu. Nimezunguka na nishakuwa na wanawake lakini sijawahi kuona mwanamke kama Mercy! Roho yake ya tofauti sana. Heshima yako Mkuu. Hapo umepata mwanamke." Mika aliongea kwa kumaanisha kutoka moyoni pale tu waliporudi kwenye gari na kumkuta Mercy amelala. "Ahsante sana Mika, nawashukuruni sana kwa kunivumilia muda wote huo wa matatizo." "Usijali Mkuu!"

Mercy alishtuliwa na simu yake aliyokuwa ameikalia baada ya kuita bila kukata. Hakutaka kuongea na John mbele ya Ben, kwani alijua mazungumzo yao hayataishia pazuri na simu yake ilishaharibiwa na mtoto wa Neema kwa hiyo sauti ilikuwa juu sana kama radio call. Mike alizima kabisa redio ili kumpa Mercy nafasi ya kuongea. Ilibidi Mercy akae vizuri ili aongee. "Vipi John?" "Safi. Nimekuamsha nini?" "Hamna shida." "Kwa nini ulinizimia simu?" "Mama alikuwa mgonjwa sana John, nisingeweza kuwa na wewe Tanga na hali yake ilinihitaji kuwepo karibu naye wakati wote." "Unanidanganya Mercy, ulikuwa na mwanaume mwingine hukutaka na mimi niwepo. Unajua nilikuja mpaka Tanga kukutafuta?" "Pole John, sikujua kama ungekuja baada ya kukukataza." "Unarudi lini?" "Nipo njiani, narudi." "Vipi mgonjwa?" Mercy alinyamaza kidogo. "Alifariki jana." "Pole sana Mercy." "Ahsante." "Unataka nikusaidie nini mpenzi wangu?" "Najua likizo yangu imeisha John, naomba nianze kazi Jumatatu ili angalau nipumzike kidogo." "Nakuhitaji sana Jumamosi Mercy. Ule mzigo ndio umeingia. Na wewe ndio unajua vizuri mambo yote ya hapa. Sitakuweka sana utawahi kutoka." Mercy alijua ni usumbufu tu wa John. Na kwa kuwa kila mtu alikuwa akiwasikiliza mazungumzo yao, aliamua kukubali, angalau akate simu. "Ungezima simu Mercy ulale kidogo." Kabla Ben hajamalizia kuongea, simu ya Neema akiwa ana mlalamikia Mercy iliingia tena. "Mbona ulikuwa umenizimia simu? Hutaki kujua hali yangu wala ya watoto. Mama yako ndiye unaona wa muhimu kuliko mimi? John ananisumbua kila siku yupo hapa kukuulizia." Ney aliendelea kulalamika na kila mtu alikuwa akiwasikiliza. "Samahani Ney, sikuwa nimekuzimia wewe simu. Nilizima kwa sababu ya John. Alikuwa akipiga simu usiku na mchana huku aking'ang'ania kuja Tanga na hali ya mama haikuwa nzuri. Watoto wanaendeleaje lakini?" "Luka anaumwa sana, tangu jana sijalala Mercy. Anatapika na homa ipo juu. Hapa nina usingizi kweli." "Pole Ney, nakuja kukusaidia nipo njiani. Umempeleka hospitali lakini?" "Wamemwandikia dawa lakini sijanunua sina hela, sijafungua biashara tangia aanze kuumwa na kijana wa kunisaidia ameacha kuja kazini tangia ulipoondoka." "Nitumie jina la hizo dawa kwenye simu. Nitanunua nikishuka pale kituoni. Muda sio mrefu nitakuwa nimefika. Mpe pole Luka." Mercy alikata simu. "Samahanini sana kwa usumbufu jamani, ngoja nizime kabisa simu." "Haina shida kabisa. Sisi tuko sawa tu." Mike aliyekuwa kimya kabisa tokea watoke Tanga, alimjibia kila mtu. Ben alionekana kukerwa zaidi.

"John ni nani?" Mercy alijua kumeshakucha tena baada ya Ben kuanza maswali. Wakati wote Mercy alimuona John hana tofauti sana na Ben kwa swala la wivu. "Mercy?" Ben alimshtua Mercy aliyekuwa hajui aanzie wapi kumuelezea John. "John ni bosi wangu." "Unafanya kazi?" "Ndiyo, nafanya kazi." Ben alinyamaza kwa muda kama anayewaza kitu. "Nani mgonjwa?" "Luka mdogo wake Neema, yule mdogo kabisa amekutwa na Malaria." "Ameandikiwa dawa gani?" "Nimemuomba Ney anitumie." "Tutasimama Ubungo tununue." "Nisiwasumbue Ben, najua na nyinyi mmechoka. Mi naomba mnishushe hapo Ubungo nitachukua daladala mpaka pale Kinondoni Mkwajuni karibu na kwangu kuna duka la dawa, nitanunua wakati naelekea nyumbani." "Unaishi Mkwajuni?" "Ndiyo. Nilipata chumba pale." "Baada ya kunitoroka?" Mercy alibaki kimya. Kila alivyojaribu kumsihi Ben ashushwe Ubungo na angemtafuta siku inayofuata, Ben aling'ang'ania awaelekeze mpaka nyumbani kwake ili na wao wakapafahamu. Ben alishapatwa na wivu juu ya John. Alijua Mercy ameshaanza mahusiano na John. "Naona ni usumbufu kwako na rafiki zako Ben. Kwa nini msinishushe tu Ubungo nitakutafuta kesho?" "Labda kama kuna mtu hutaki atuone!" Ben aliongea kwa hasira kidogo. "Hakuna mtu yoyote ninayewaficha Ben, ila sikutaka kuwasumbua zaidi. Ni ndanindani kidogo na barabara ya kuingilia mpaka kwangu sio nzuri." "Wewe usijali, sisi ndio tunataka kwenda." "Sawa Ben." Ilibidi Mercy amkubalie kwani Ben alikuwa ameshakasirika na marafiki zake walikuwa wakiwasikiliza muda wote wakibishana.Walipofika Ubungo walipigiana simu na kuagana na marafiki zao, huku Ben akiwashukuru sana kwa kujitokeza na kuwaambia wao wanaelekea Kinondoni wataongea wakati mwingine. Walinunua dawa na maji wakaelekea nyumbani kwa Mercy.

Ney alifurahi sana kumuona Ben. Alianza kucheka mfululizo. "Nini Ney?" "Mimi nimefurahi sana kukuona Ben, maana leo usiku tutalala vizuri. Nyumba hii bwana, ilijaa vilio. Watu walikuwa hawali na wala sio wagonjwa!" Wote walianza kucheka. Mike alidakia, "Mimi nilijua mambo mabaya ni huko kwetu tu kumbe mpaka pande hizi mikesha ilikuwa inaendelea! Basi hakuna cha ajabu!" "Karibuni sana jamani, lakini zaidi muheshimiwa Ben. Mwanaume pekee duniani. Hakuna mwanaume kama Ben, dunia nzima." "Ney usiseme hivyo bwana!" "Kumbe uongo Mercy?" Wote walikuwa wakicheka. "Bwana Ben, amekuja kaka hapa! Anaitwa John, ana pesa sio mchezo, mzuri kweli kweli. Kijana ametangaza mpaka ndoa, gari amempa. Sio gari la ahadi! Hapana. John alikuja kuliacha hapa nyumbani kwetu uswahilini, tena jipyaa. Mimi nimepelekwa mpaka kwenye nyumba ambayo tungepelekwa kama Mercy angemkubali. Nyumba ya uhakika yenye zile sakavu za kuteleza. Lakini Mercy amekataa katakata." "Ney jamani kwani lazima useme kila kitu?" "Hataa! acha niseme Mercy nilikuwa nimekereka sana. Acha nibembeleze huyu binti wa kizungu. Kubali Mercy tuhame uswahilini na sisi tuwe na maisha mazuri. 'Hapana Ney siwezi.' Si unamjua Mercy na sauti yake? Kama anakubembeleza ulale." Wote waliendelea kucheka. Angalau Ben moyo ulianza kutulia. "Nikimuuliza kwa nini humtaki John? Anasema 'Hana tabia kama za Ben. Nampenda sana Ben.'" "Ney wewe jamani!" Mercy alitamani kumfunga mdomo Neema, lakini alimjua Ney alivyokuwa muongeaji, hawezi kunyamaza mpaka aamue yeye mwenyewe. "Basi bwana, nikaanza kumshawishi kwa busara zangu zote za kisambaa. Namwambia Mercy, kwa kuwa yeye sio Ben ni John. Mama huyu haelewi bwana! Anakazana kuniambia huku analia. 'Nampenda Ben, Ney. Siwezi kukaa na mwanaume mwingine. Kila nikijitahidi kumsahau Ben siwezi.' Nilipata mtihani hapa sio mchezo. Mercy hamtaki John na John hakauki hapa nyumbani na simu za kila mara haziishi. Heri umekuja Ben mwenyewe." Kila mtu alikuwa akicheka. "Mwacheni Mercy wangu jamani." Ben alimsogelea Mercy aliyekuwa amekaa chini huku ameinamisha kichwa chake magotini na kumshikashika mgongoni.

"Vipi mama jamani?" Muda wote huo Ney hakuwa anajua kinachoendelea. Wote walinyamaza kimya. "Vipi?" Neema aliuliza tena kwa msisitizo zaidi huku akimwangalia Mercy aliyekuwa bado amejiinamisha kichwa chake magotini muda wote. Mercy ni kweli alikuwa amechoka. "Jamani Mercy pole. Mbona hukuniambia? Ndio maana huna raha? Pole sana shoga yangu." "Mercy amechoka sana. Walikuwa wanasema tangu aende Tanga hakuwa analala mchana wala usiku, muda wote alikuwa na mgonjwa. Naomba niondoke naye akapumzike." "Hamna shida Ben." Ney aliitikia kwa unyonge sana baada ya kuona Mercy aliyemtegemea kwa usiku huo ili na yeye alale kidogo, alikuwa anaondoka tena bila yeye wala watoto. "Ukiwa na shida yoyote, chukua namba ya Mike utampigia wakati wowote. Naamini mtoto atapona, tumemletea dawa. Chukua na hizi pesa kidogo zitakusaidia kipindi hiki unapouguza." "Ahsante sana Ben." Mercy alikuwa akisinzia, hakujibu kitu chochote wala kubisha tena. Ukweli alihitaji kupumzika. Mike alikubali haraka haraka kwani alishachanganyikiwa na umbile la Neema. "Hakuna shida kabisa Neema. Piga wakati wowote."

Ben alizima simu ya Mercy na kumsaidia kupanda kitandani kwake, mara tu walipofika nyumbani kwa Ben. "Nitakuwa hapa pembeni yako, ukitaka kitu chochote naomba uniambie." Mercy alitingisha kichwa na kuzimika usingizini huku akiwa ameshikilia mkono wa Ben kama kawaida yake. Mercy alishtukashtuka usiku kucha bado akiwa na mawazo ya mama yake. Kulipo pambambazuka Ben alimletea chakula na kurudi tena kulala. Aliamka jioni akiwa na nguvu mpya baada ya uchovu wa kuuguza kuisha, na kuanza kuangaza kwenye chumba alichokua amekikimbia siku ya birthday ya Ben. Alikuta kila kitu kipo kama alivyokuwa ameacha. Kitu kilichoamsha maswali mengi kwa Mercy. Aliingia kuoga na kushuka chini kumtafuta Ben aliyekuwa chumbani kwake.

"Ben!" Mercy alianza kuita. "Ingia tu ndani." Mercy alisita kidogo mlangoni, hakuwahi kuingia chumbani kwa Ben hata mara moja. "Usiogope ingia tu." Bado Mercy alisita mlangoni. "Acha woga Mercy. Ingia." Kilikuwa chumba kikubwa kizuri sana. Kila sehemu zilitundikwa picha za Mercy, nyingine tangia alipokuwa Tanga na nyingine siku aliyokuwa anaogelea. Ziliwekwa kwenye fremu nzuri sana. Macho yalizidi kumtoka Mercy. "Umepata wapi picha zote hizi, Ben?" Ben alianza kucheka "Nilikupiga na simu na nyingine nilitumia kopyuta." "Mbona hukuwa ukiniambia jamani? Ningekaa vizuri labda zingetoka vizuri zaidi." Mercy alianza kucheka. "Umeziweka lini?" "Muda mrefu sana, nyingine huoni ni zakutokea ulipokuwa Tanga? Nilikuwa naweka moja moja, kila nikikupiga." Mercy alibaki na mshangao.

"Vipi uchovu?" "Najisikia vizuri. Nashukuru nimekuja hapa nimepata muda mtulivu wa kulala. Mama mwenye nyumba wangu yuko wapi?" "Nani?" "Si Bety!" "Acha kuniumiza roho Mercy." "Kwa nini?" "Sitaki hata kumsikia yule msichana. Nilimfukuza usiku uleule ulipoondoka na kubadilisha vitasa vyote asije wahi hata kukanyaga tena hapa." "Unajua Ben, niliumia sana kusikia mambo yangu yanajulikana na watu wengine. Sijawahi kumuamini mtu yeyote maishani mwangu kwa habari zangu ila wewe tu. Hata Rich mwenyewe hanifahamu vizuri kama wewe Ben. Ni kweli umeniumiza Ben, sikutegemea." "Samahani sana Mercy. Na mimi nilishangaa sana siku ile. Nilijiuliza hayo mambo Bety alikuwa ameyapata wapi!? Kwa kuwa ni kweli sikuwahi wala kukutaja kwa Bety. Kumbe Mike ndiye alimwambia. Aliomba msamaha sana. Alisema alimwambia Bety kumuumiza roho baada ya kuniumiza mimi." Mercy alikunja uso kidogo. "Mike aliambiwa na nani?" "Unajua Mercy, Mike ni rafiki yangu sana na huwa tunaongea naye karibu kila kitu. Yeye ndiye niliyemsimulia mambo mengi kuhusu wewe lakini sio yote. Hisia za mapenzi zilivyoanza juu yako ilinisumbua sana, lakini Mike alinishauri nikupe muda nikuchunguze tabia yako nisikimbilie kukwambia kwanza. Sikumwambia wewe ni changu Mercy, nilimwambia nilikukuta na machangudoa wakitaka kukuuza. Mike ndiye aliyesema mambo yote kwa Bety na Bety alisema vile mbele za watu akitaka kunikomoa kwa kutokumkubali tena katika maisha yangu na alijua hutakaa uniamini tena. Na alikusudia kukuharibia sifa kwa watu hasa kwa mama kwa kuwa alijua sasa hivi kila mtu anakupenda wewe sio yeye. Lakini nisamehe Mercy nimejifunza, mambo yetu sitamwambia mtu tena." Bado Ben alikuwa amemchanganya Mercy.

"Sijaelewa Ben. Umesema unanipenda?" "Nakupenda sana Mercy." Mercy alikunja uso kama asiyeamini. Machozi yalianza kumtoka taratibu. "Usinidanganye Ben, ili kunifurahisha." "Mungu ni shahidi Mercy, sisemi uongo. Ni kweli nakupenda." "Hapana Ben. Tumekaa wote hapa na Tanga, mpaka tunalala kitanda kimoja, tena mara nyingi tu. Lakini…, au hata kwa nini…." Mercy alianza kulia. "Nimekuwa nikikwambia na kukuandikia barua mara nyingi kuwa nakupenda Ben. Hukuwahi hata kunionyesha hisia zozote za mapenzi zaidi….. Naomba usinidanganye Ben, tafadhali." "Niamini Mercy, haikuwa rahisi hata kidogo kuishi na wewe bila kukwambia. Hujui ni kiasi gani nilivyokuwa nikiteseka." "Kwa nini hukuniambia wakati ule unaniambia sasa hivi?" Mercy alitaka kutoka nje. "Naomba unisikilize Mercy tafadhali usiondoke. Niamini nakupenda. Siku ile uliyotoroka ndiyo siku nilitaka kukwambia, baada ya kupima na kujua afya yangu. Mwanzoni kabisa nilisita kukwambia mapema kwa sababu nilitaka urudi shule. Sikutaka kuanzisha mapenzi nikihofia utashindwa masoma Mercy. Kadiri tulivyozidi kukaa pamoja nililemewa, nikaona siwezi kusubiri tena. Nilitaka tupime kwanza nisije kukuua na UKIMWI. Unakumbuka nilikwambia nina kitu nataka kukwambia siku ile tuliyokuwa tunatoka hospitalini?" Mercy alitingisha kichwa huku akifuta machozi. "Basi ni siku maalumu niyokuwa nimeiandaa kwa ajili yako Mercy, ili nikwambie ni kiasi gani nakupenda." "Kweli Ben?" "Kweli Mercy, sikudanganyi. Unakumbuka asubuhi ya birthday yangu nilikwambia wewe ni zawadi yangu kubwa, Mungu amenipa?" Mercy alianza kutabasamu nakujisikia vizuri.

"Nisamehe Mercy! Nasikitika sana kuona mimi ndio nimekuwa mtu wa kukuumiza kila mara. Nisamehe" "Basi yaishe Ben. Lakini naomba jitahidi kutunza mambo yetu. Najua Mike ni rafiki yako sana, lakini ningependa mambo yetu yasitoke nje tena." "Ahsante Mercy. Nakuahidi sitarudia tena." "Hamna neno. Nilikuwa na hamu na wewe Ben." "Mimi nilichanganyikiwa Mercy, sikujua kama nitakuona tena." Walikumbatiana kwa muda mrefu bila Ben kumuachia. Mercy akiwa bado mikononi mwa Ben. Ben alijikuta akiongea kana kwamba yupo mbele ya Mchungaji. *"Nakupenda sana Mercy, nataka uwe mpenzi wangu wa maisha yote nitakayokuwepo hapa duniani. Katika shida na raha. Hakuna mwanadamu wa kututenganisha tena."* Mercy alibaki akimsikiliza Ben, huku machozi yakimtoka. "Wewe unajua ninavyokupenda Ben." "Nilichanganyikiwa sana ulipoondoka, nilikata tamaa ya kila kitu. Nilikuwa namuuliza Mungu kwa nini amekutoa kwenye mikono yangu na kukupeleka kwenye mikono ya mwanaume mwingine. Nilikuwa najiona mwenye mkosi na balaa. Mara Bety halafu nikadhani Mungu amenifuta machozi kwa mabaya aliyonifanyia Bety bila kosa kwa kunipa wewe halafu na wewe tena ukaondoka. Nilianza kuugua sana mpaka nikahamia kwa mama. Huku Mike na mama wakinilaumu kwa nini sikukwambia, labda usingeondoka." "Kweli nisingeondoka Ben. Japokuwa najua unanijali sana lakini nilitamani sana nikusikie hata mara moja tu, ukiniambia unanipenda. Nilikuwa namuonea wivu Bety, mara nyingi nilikuwa namuomba Mungu anipe mwanaume kama wewe. Ndio maana nilimuamini Bety alivyosema unakaa na mimi kwa kuwa unanisaidia tu wala huna hisia zozote za kimapenzi kwangu. Na sio kweli nakaa na wewe kwa kuwa nina shida Ben, nakupenda wewe wala si pesa zako. Nilikupenda kabla sijajua kama una utajiri wa kiasi hiki." "Nakufahamu Mercy, najua unanipenda mimi sio mali zangu. Natamani ungekuwa unaujua moyo wangu uone nilivyokuwa natamani kukwambia lakini niliishia kukwambia ukiwa usingizini." Mercy alianza kucheka. "Lakini ungeniambia ukweli tungejua wote kitu cha kufanya." "Basi kuanzia leo nitakuwa nakwambia kila siku."

Ben alimvuta Mercy karibu sana na uso wake huku akipitisha mkono wake nyuma ya shingo, chini ya nywele zake. "Nakupenda sana Mercy." "Nakupenda sana Ben." "Nikuombe kitu Mercy?" Ben aliendelea kuongea kwa sauti ya chini huku Mercy akiendelea kutokwa machozi ya furaha. "Naomba usinikimbie tena. Niahidi hutanikimbia tena Mercy, katika maisha yetu yote hapa duniani na hapa ni nyumbani kwetu, hutaenda kwingine." "Nikimbie niende wapi Ben?" "Kwa John Je?" "Wewe unajua ninavyokupenda Ben, siwezi kuishi kwa furaha na mtu mwingine yoyote bila wewe kuwepo maishani mwangu. Wewe peke yako ndio mwanaume unayenifanya niwe na furaha wakati wote." "Ahsante Mercy." Ben alikiweka kichwa cha Mercy kifuani kwake huku bado amemkumbatia.

"Sasa tutafanyaje Ben? Mwenzio nilirudi shule. Naogopa tusije tukaanza mapenzi mapema nikashindwa shule." "Nakuelewa Mercy, lakini hujui ni kiasi gani nilivyokuwa nakutamani uwe mikononi mwangu, tangu nilipothibitisha kuwa unanipenda kwa dhati sio pesa. Nilitamani nikuoe wakati ule ule." Mercy alianza kucheka. "Wakati gani? Mbona mimi nilikuwa nakupenda wakati wote Ben?" "Naelewa Mercy. Na ninajua una upendo sana na kila mtu, kitu kilichonichanganya na mimi mwanzoni. Niliingiwa na wasiwasi nilipoona upendo wako kwa kila mtu upo sawa sawa nikahofia kujichanganya nikidhani mimi ni tofauti kumbe sio. Lakini nilianza kuona hisia zako zimebadilika na kuanza kuona kwangu ni tofauti." Mercy alinza kucheka tena kwa aibu. "Kitu gani kilikuthibitishia?" Ben alianza kama kufikiri kwa muda huku bado amemkumbatia Mercy na mkono wake mmoja ukiendelea kupita kichwani mwa Mercy taratibu, akichezea nywele zake. "Kwanza siku ile ya wapendanao, nilipokukuta unataka kutoka na Latifa. Unakumbuka niliporudi kukuchukua ukiwa unalia?" "Nakumbuka Ben. Si ulitaka kuniacha?" Ben alicheka. "Siku tegemea kama ungekuwa unanihitaji maishani mwako Mercy." "Ben!" "Kweli Mercy. Haya, unakumbuka nilitaka kukupa nauli urudi Marekani, ulikataa? Ulitaka kubaki na mimi. Akaja Dullah, ulimkataa. Nikadhani ni kwa sababu ya utofauti wa dini ndio maana ulimkataa. Lakini alipokuja Mika, tena nikiwa bado sijakutamkia lolote akataka urudi naye Dallas mkaishi naye na ahadi nyingi tu ikiwemo ya kukusomesha, pia ulimkataa. Ndipo nilipojua una mapenzi ya dhati kwangu. Achilia mbali mambo mengine mengi yaliyonivutia kwako." "Haa! Mpaka leo unakumbuka Ben jamani?" "Siwezi kusahau Mercy, ili badili maisha yangu kabisa. Kuona umenichagua mimi na sio mwanaume mwingine na kukataa kuwa mbali na mimi! Ilinigusa sana moyo wangu. Sijawahi kupata mtu anayenipenda kwa dhati kama wewe Mercy. Wengi wanapenda pesa zangu." "Kwa hiyo ulikuwa unanijaribu kunipa nauli ya kurudi Marekani?" "Hapana kabisa Mercy, Mungu shahidi. Wakati ule nilitaka kukufurahisha kabisaa bila hila. Lakini ulinishangaza ulipokataa, ndipo nilipoona tofauti yako na wasichana wengine kwangu, au Bety aliyekuwa akifurahia kutafuna pesa zangu akiwa mbali na mimi tena bila huruma" Mercy alifurahi sana. "Hivi baada ya yote hayo, unafikiri mama yako atanipenda tena?" "Utakuwa unaishi na mimi Mercy sio mama. Cha msingi ni kujali mimi na wewe tunaishije sio kujitaabisha na mambo ya watu wengine. Tukifanikiwa kuijenga nyumba yetu sisi wenyewe, kwa kupendana na kuelewana, hakuna atakayeweza kuibomoa nyumba yetu. Siahidi kuwa hatutakuwa na migongano, mimi ni binadamu na wewe ni binadamu, cha msingi ni kujuana tabia, haita tusumbua." "Nimeelewa Ben." Ben aliendelea kumpapasa Mercy taratibu.

"Nikuombe kitu Mercy?" "Unataka nini Ben?" "Naomba tufunge ndoa mapema." "Naomba tusubiri mpaka nimalize shule Ben." "Miaka miwili mingi Mercy siwezi kusubiri, nihurumie mwenzio. Kinachotuzuia nini?" "Naona tutakuwa tumepata muda wa kutosha wa kufikiria na kujiridhisha kwenye maamuzi yetu." "Hapana Mercy, labda kama huna uhakika na mapenzi yako kwangu."

"Natamani ufungue moyo wangu Ben, ili ujue ni kiasi gani nakupenda na ninavyotamani niwe wako daima." "Najua unanipenda Mercy. Nataka tukae kama mke na mume na baraka za Mungu juu yetu. Sio kama nilivyoishi na Bety. Kufanya mapenzi kabla ya ndoa" "Ndio tunafanyaje sasa?" "Hakuna mapenzi kabla ya ndoa. Wewe utaendelea kulala kwenye chumba chako na mimi kwenye chumba chetu mpaka siku ya harusi yetu." "Sawa, ni wazo zuri." Mkakati huo Ben anauweka wakati amemkumbatia Mercy kana kwamba anahofia asianguke kwenye gorofa refu sana. "Kwa hiyo umekubali kuolewa na mimi?" "Nimekubali Ben. Sina sababu nyingine inayonizuia kuolewa sasa hivi, tena nimekupata mwanaume unayenipenda heri nichangamke kabla hujabadili mawazo." Kwa mara ya kwanza Ben aliunyanyua uso wa Mercy taratibu na kumtazama machoni na kuanza kumbusu kwa muda mrefu sana bila kumuachia midomo yake huku amemkumbatia kwa nguvu sana. "Siwezi kubadilika Mercy nakuahidi." Machozi yalianza kumtoka tena Mercy. "Sikuwahi kutegemea hata kama ungethubutu kunibusu katika maisha yangu. Kwa hali uliyonikuta nayo! Nilijua utakuwa unanionea kinyaa." "Hata kidogo Mercy. Ungejua nilivyokuwa nateseka kila wakati nikikuangalia! Ungenionea huruma. Wakati wote nilikuwa nikitamani hata kukukubusu tu lakini niliamua kufa kiume na ndio maana nilikuwa naogopa kukukumbatia mara kwa mara au hata kukukubusu chavuni. Nilihofia kushindwa kujizuia. Hakuna neno linaloweza kuwakilisha hisia zangu kwako Mercy. Nakupenda na ninakuhitaji sana."

Wapenzi hao bila kujua kuwa ahadi zile za kusubiriana mpaka ndoa walikuwa wakiziweka kwenye eneo la hatari sana. Walijikuta wakiwasha na kuchochea moto mkali wa mapenzi kati yao na hakuna aliyekuwa na nguvu ya kuzima moto huo, au hata kumbushia ahadi yao kubwa waliyokubaliana kungojeana mpaka ndoa. "Nakuhitaji sana Ben." Kwa mara ya kwanza Mercy naye alipata ujasiri wa kumbusu Ben midomoni, huku Ben naye akiendelea kumpapasa taratibu. Walijikuta waking'ang'aniana usiku huo bila kupumzika. Wakiwa wamejawa furaha usiku ule Mercy akiwa kifuani kwa Ben, taratibu alianza kuamini na kuelewa usemi wa Ben ya kuwa yeye ni mtu muhimu sana kwake. Kwani Ben aliendelea kumsifia kwa kila jambo na kila kiungo mwilini mwake. Ben aliendelea kujisifia ni jinsi gani alivyobahatika kuwa mwanaume wa kwanza kuzawadiwa penzi la Mercy. Yote hayo Ben alifanya kwa makusudi tu, ili kumfuta Mercy machozi kwa kitendo cha ukatili alichokuwa amefanyiwa na baba yake mkubwa kwani wakati wote alitamani mumewe ndio awe mwanaume wa kwanza kufanya naye mapenzi. Alihakikisha Mercy anaamini yeye ndiye wa kwanza katika mwili wake kwa kuwa hata baba yake mkubwa hakupata mapenzi kama aliyofaidi Ben kwa usiku ule bali alijichukulia laana tu kutoka kwa Mercy. Wapenzi hao walilala usingizi wa furaha baada ya kujihalalishia ndoa yao wenyewe huku wakimshukuru Mungu kwa kuwapitisha kwenye magumu mengi. Wakiwa wamelala huku Mercy akiwa kifuani mwa Ben, Simu ya mama yake Ben ndiyo iliwatoa kwenye usingizi mzito. Ben aliweza kusikika akinong'ona taratibu ili asimuamshe Mercy aliyedhani amelala.

"Nipo salama mama na nimeweza kulala bila kunywa dawa. Tumelala nitakupigia baadaye." Ben akatulia tena kidogo kama akimsikiliza mama yake. Kisha akajibu. *"Usilete mama bwana, nimekwambia Mercy ndio dawa yangu, sihitaji dawa tena."* Mara Ben akaanza kucheka. *"Nakukatia simu mama. Sikupi, amelala bwana mama, nini? Amechoka, utampa pole baadaye."* Kabla ya kukata simu Ben akamuuita mama yake. *"Mama! Mama! Ahsante sana."* Kisha akakata simu.

"Mama anasemaje?" "Utamuweza mama, mchokozi tu anataka kukupa pole ya kufiwa. Lakini Mercy namshukuru sana mama yangu. Ulipoondoka alikuwa karibu sana na mimi, kuliko nilivyotegemea. Nilikaribia kurukwa na akili. Sikuweza kulala mchana wala usiku bila dawa, kwa sababu ya msongamano wa mawazo {depression}. Wakati wote alikuwa akinitia moyo na kuniambia Mungu hakukuleta kwenye maisha yangu ili anitese. Ipo sababu kubwa ya wewe kuja kwenye maisha yangu na alikuwa akiniambia yalikuwa ni majaribu yetu lazima kuyashinda na Mungu atatupigania. Ona sasa hivi tupo pamoja." "Kweli Ben ndio ulipata mateso hivyo?" "Sikutanii Mercy, nilikuwa na hali mbaya sana. Nilishtuka sana ulipoondoka." "Pole sana mpenzi wangu, sikuwahi hata kuwaza kama ungekuwa unanihitaji kwa kiasi hicho." "Nakuhitaji sana Mercy tena sana. Wewe pekee ndiyo furaha yangu. Kwa nini lakini siku ile hukuniambia aliyokwambia Bety?" "Nilipatwa na mshituko Ben, sikuwahi kujua kama unaongea habari zangu na mtu mwingine." "Nisamehe Mercy, lakini tujifunze kuwa na mawasiliano kati yetu. Kwa lolote lile naomba tuwe tunalizungumza, tusiache kitu kinatusumbua moyoni bila kuzungumza wakati wote." "Ni kweli." Ben na Mercy walishinda wamekumbatiana kitandani hapo, wakipanga mipango yao mbali mbali, hakuna aliyetaka kutoka kitandani. Wakati wote mikono ya Ben ilikuwa ikitembea mwilini mwa Mercy bila kuchoka.

Na hakuna aliyetosheka na mwenzake, kitu kilicho mfurahisha sana Ben kuona Mercy anafurahia mapenzi yake sio kama Bety aliyekuwa akimnyanyasia mapenzi. Wakati wote Bety alimuonyesha Ben waziwazi kutokumfurahia kwa chochote kitandani. Lakini Mercy alionekana ni kama amezawadiwa ulimwengu mzima kushikwa na Ben. Kila Ben alipomgusa, Mercy alitoa milio ya kumtaka Ben zaidi na zaidi. Na wakati wote aliweza kumfikisha kileleni, kitu ilichomfurahisha sana Ben.

"Nashukuru kwa kuendelea kumtunza bibi yangu kijijini. Ilinisaidia sana kutulia na masomo." "Nilishakwambia acha yangu na yako Mercy! Sio bibi yako ni bibi yetu." "Nivumilie Ben, nitazoea taratibu." "Unafurahia kazi unayofanya? Namshukuru Mungu inanisaidia kuishi na kulipa ada." "Kwa nini usiache kazi, ili utulize mawazo shuleni? Uwe unaingia asubuhi. Sitapenda mimi niwe narudi halafu na wewe uwe unatoka na kurudi usiku ukiwa umechoka." "Tutaangalia mambo yatakavyokwenda Ben, sitaki nikulemee sana." "Umeanza Mercy!" "Tukifanya wote kazi sio mbaya, itatuongezea kipato Ben." "Na mimi nataka kuwa na mke wangu nikitoka kazini, angalau niwe nakula chakula chako Mercy, sio maisha ya kupishana mlangoni wote tumechoka. Nani atamfariji mwenzake? Mwisho pesa inakosa maana kabisa." "Ni kweli Ben, lakini itakuwa ni kwa muda mfupi tu, nikimaliza shule nitakuwa nyumbani muda mwingi." "Lakini msingi wa ndoa yetu ni muhimu pia. Jinsi tunavyoanza vibaya itatusumbua mbeleni. Kipato ninachopata sasa hivi, kinaweza kutufanya tukaishi vizuri bila ya wewe kufanya kazi." Mercy aliwaza kidogo. "Vipi na wewe biashara zako zinaendeleaje?" "Ni biashara yetu wote." Mercy alicheka tena. "Sasa hivi zitaanza kuchangamka hivi wewe umerudi! Lazima mambo yaende sawa." "Kwani ili kuwaje?" "Unafikiri nikikwambia niliumwa nilikuwa nakutania? Nilichanganyikiwa kweli ulipoondoka Mercy. Kazi ili nishinda kabisa, hii nyumba ndio nilikuwa sitaki hata kuiona." "Jamani Ben!" "Kweli Mercy. Unajua nilipojiridhisha unanipenda kiukweli, nilianza kubadilisha hii nyumba kabisa. Ni kama nilianza kuijenga upya kwa ajili yako. Nilijenga hivi kwa ajili yetu na watoto wetu." "Ben! Ulikuwa unawaza mambo mengi ambayo wala sikuwahi kufikiria kama unaniwazia yote hayo." "Unafikiri kwa nini nilikuwa sikauki Tanga?" Mercy alicheka. "Nilikuwa nalinda kilicho changu!" "Unataka watoto wangapi Ben?" "Mungu atakaotujalia lakini natamani sana mtoto wa kike Mercy. Napenda sana watoto wa kike, hata tukiwa na wa kiume kumi natamani angalau Mungu atusaidie na wa kike japo mmoja tena akifanana na wewe ndio kabisaa." Mercy alizidi kucheka.

"Ulipoondoka niliona hakuna umuhimu tena wa hii nyumba, ilikuwa ikinikumbusha kila kitu kuhusu wewe hasa hiki chumba kilichokuwa kimejaa picha zako. Kila nilipokuwa nikilala nilikuwa nakusikia ukiimba chumbani kwako. Nilikuwa ninashinda kila wakati nakufuata chumbani kwako nikijua umerudi, kumbe ni sauti yako ilikuwa ikinisumbua akilini mwangu." "Pole Ben." "Unajua tulikaa muda mfupi, lakini tulishawekeana msingi ambao ingekuwa ngumu mimi kuishi tena humu ndani bila wewe Mercy! Niliona nihame nisije nikapelekwa MIREMBE buree!" "Kweli Ben? Ndio ulipata shida hivyo nilipoondoka!" "Kweli Mercy, nilikuwa nakusikia kila mahali kwenye hii nyumba, mchana na usiku. Mara unaimba au unatembea au unaniita. Na biashara zote nilimuachia Mike anisaidie. Hata kujua zinaendeleaje sijui?" "Ben jamani!" "Sasa ilikuwa haina maana. Kama ni mimi mwenyewe si nataka kula tu na kulala? Na kama naweza kula na kulala basi ilikuwa haina haja ya kuhangaika tena. Lakini sasa hivi lazima kuchangamka maana karibuni nakuwa mume wa Mercy na sitaki Mercy wangu apate shida yoyote duniani, halafu huwezi jua tukipata watoto je?" Mercy alishtuka sana na kukaa kitandani huku akivuta shuka kujifunika vizuri. "Mungu wangu Ben! Tumefanya nini?" "Nini Mercy?" "Unakumbuka uliniahidi hatutafanya mapenzi mpaka ndoa? Nitafanyaje nikipata mimba kabla ya kumaliza shule." "Samahani Mercy, nilishindwa kujizuia. Lakini nakuahidi, kama utapata ujauzito kabla hujamaliza shule, nitamlea mtoto mimi mwenyewe mpaka umalize shule." "Kweli Ben?" "Kweli, nakuahidi sitakuachia mzigo wa mtoto na shule." "Ahsante Ben." Busu la Mercy la shukurani kwa Ben, lilianzisha safari nyingine ya mapenzi mpaka simu ya Mike ilipowakatisha tena. *"Jamani mimi nawaangalia tu kama hamjambo!" "Sisi wazima." "Hamuamki leo?" "Acha hizo Mike." "Cathy anataka kumwandalia Mercy chakula cha usiku, siku ya Jumamosi kama kumkaribisha kwenye familia yetu na washikaji wote wamesema watakuwepo. Unasemaje?" "Anakusikiliza hapa."* Mercy alitingisha kichwa kuashiria kukataa. *"Amekubali."* Ben alijibu kinyume na matakwa ya Mery na kukata simu. "Ben! Sitaki kwenda bwana!" "Kwa nini?" "Naona aibu, wote wananifahamu sasa kwa sifa mbaya." "Hapana, Mike alishawaelezea wameelewa. Huoni wote walikuja kwenye msiba wa mama?" "Natamani kama mama angekuwepo siku ya harusi yetu!" "Hata mimi, lakini huko alipo atakuwa anatuona na kufurahia uamuzi wetu." "Ni kweli Ben." "Ila itabidi twende kwa bibi kabla ya harusi. Lazima nikalipe mahari kwa bibi." "Lini?" "Tutapanga na Mike."

Kwa Ben na Mercy siku zilikuwa zikikimbia bila kuwaonea huruma. Jumamosi asubuhi Mercy aliamka na kumuacha Ben kitandani ili kuwahi kazini. "Kwani lazima uende Mercy?" "Nilimuahidi John nitaenda, lazima niende Ben." Ben alianza kumlalamikia Mercy juu ya John jinsi anavyo changanya mapenzi na kazi. "Usiwe na wasiwasi Ben, hana shida." "Sipendi simu zake za mapenzi Mercy." "Nitaongea naye ili aache." "Anafahamu mahusiano yetu lakini?" Mercy alijua kazi atakuwa nayo kwa Ben na John. "Usiwe na wasiwasi Ben." "Hapana, lazima twende wote ukanitambulishe." Mercy alikuwa na wakati mgumu sana, alizungukwa na wanaume wenye wivu kupita kiasi. "Kwa nini tusifanye wakati mwingine Ben?" "Unanitia wasiwasi Mercy, kwa nini unanificha kwa John!" "Sikufichi Ben mpenzi wangu, lakini namfahamu John, siku nzima ya leo itakuwa mbaya kwa kila mtu pale kazini kama tukienda wote. Na kwa kuwa leo ni Jumamosi na ninataka kuwahi kutoka, naomba leo tuache. Twende wote wakati mwingine Ben." "Basi kama ni hivyo acha kazi." Yalikuwa ni malumbano ya muda mrefu, mpaka Mercy alipokubali Ben ampeleke kazini lakini asiingie ndani mpaka wakati mwingine atakapomtambulisha rasmi kwa John. Alimpeleka Mercy mpaka kazini kwake na kumfungulia Mercy mlango wa gari na kuanza mabusu ya muda mrefu kusudi tu John awaone. "Bosi wako alikuahidi hatakuchelewesha!" "Sijui Ben kazi zitakavyo kwenda." "Hapana Mercy na mimi nakuhitaji." "Nitakupigia basi simu, Ben." "Saa sita mwisho. Kama hutakuwa umenipigia nakufuata." Ben alirudi ofisini kwake kwa mara ya kwanza tangu Mercy amtoroke.

"Huyo aliyekuwa anakupiga mabusu hapo nje ni nani?" Hiyo ndio ilikuwa salamu ya John kwa Mercy. "Unakumbuka nilikwambia habari za Ben? Huyo ndiye Ben, mpenzi wangu." "Kwa hiyo umeamua kuja naye hapa hapa ofisini?" Siku hiyo ilikuwa mbaya sana kwa Mercy aliyejikuta wakiwa peke yao na John pale ofisini. Hapakuwa na mzigo wowote uliokuwa anaingia siku hiyo, bali John alitaka kuwa na Mercy pale ofisini kama kawaida yake ya kutumia siku za mwisho za juma kuwa na Mercy ofisini. Alipewa kazi mbali mbali ambazo John hakuridhika nazo hata kidogo, kwa kuwa alishakasirika kumuona Mercy na mwanaume mwingine. Na Mercy alijua endapo Ben angewakuta wawili tu pale ofisini, huo ndio ungekuwa mwisho wa kazi yake ambayo Mercy alitamani kuitunza. Mercy alijitahidi kadiri awezavyo kufanya kazi haraka haraka ili atoke na kumsubiri Ben nje ya ofisi yao, lakini John alimkosoa kwa kila jambo alilolifanya siku ile na kujikuta anaanza upya kazi zile zile alizozoea kuzifanya siku zote. "Uliniambia hutachelewa!" Mercy alishtukia Ben amemsimamia mbele ya meza yake. "Kazi zimekuwa nyingi Ben." "Kwa nini upo peke yako sasa kama kazi zipo nyingi?" "Wengine hawakufika." "Kwa nini?" "Sijui Ben, sijauliza." "Mbona kama huna raha." "Nipo sawa tu, ngoja nimalizie tutatoka muda sio mrefu." John alizidi kukasirika baada ya kumuona Ben. Alizidi kumgombeza Mercy na kumuongezea kazi na kumtishia lazima amalize zote siku hiyo hiyo la sivyo atamfukuza kazi. Ben alishindwa kujizuia na kujaribu kuongea naye kwanza kistaarabu. "Hivyo unavyofanya sio vizuri bwana!" "Hayakuhusu kwanza ondoka ofisini kwangu." John alimjibu Ben kwa jeuri. "Yana nihusu kwa kuwa Mercy ni mpenzi wangu na ninaweza kukushitaki kokote kwa yote unayomfanyia. Huwezi kumwita Mercy kazini tena peke yake kwa ajili ya kupanga mafaili tu! Unamtaka kimapenzi na unatumia kazi kama kigezo cha kuwa naye humu ofisini." Mercy alibaki kimya akiwatizama wanavyorushiana maneno kwa jeuri, asijue aseme nini kwa kuwa wote aliwafahamu walivyojawa wivu na ving'ang'anizi. Ben alikusanya mafaili yote Mercy aliyokuwa akiandika na kuyapanga, akamrushia John usoni. "Fanya lolote unalotaka kufanya sasa. Twende Mercy. Huna hela ya kumuweka Mercy mjini." Ben alifunga mlango kwa nguvu na kuingia kwenye gari lake. "Ben mpenzi wangu, usingefanya vile. Ungemuacha tu, John ana hasira tu ila ni mtu mzuri sana." "Wewe kila mtu ni mzuri kwako ndio maana wanakuchezea akili. Siwezi kuona mtu anakunyanyasa nikanyamaza Mercy, labda nisiwepo." Mercy alibaki kimya, akijua kabisa ule ndio mwisho wa kazi yake.

Jioni, Mercy na Ben walijiandaa kuelekea kwa Mike kama walivyoalikwa. "Mercy umependeza sana lakini naomba uondoe hizo rangi usoni." "Mbona Bety ulikuwa humkatazi, Ben?" "Usiwahi kujilinganisha na Bety hata siku moja. Nyinyi ni watu wawili tofauti kabisa. Nakupenda jinsi ulivyo sio na rangi usoni." Kimya kimya Mercy aliingia chooni kujifuta lipstiki na wanja aliokuwa amepaka kumridhisha Ben. "Ona ulivyopendeza mpenzi wangu. Huhitaji kuwa kama watu wengine." Ben alishindwa kujizuia tena, alimvuta Mercy na kuanza mapenzi kana kwamba ndio anamuona kwa mara ya kwanza. Miguno na sauti ya Mercy ya kimahaba vilimuashiria kuwa Mercy alifurahia kila anachomfanyia. Haikuishia pale pale chooni, Ben alimbeba Mercy mpaka chumbani na kuendelea tena na tena mpaka wenyeji wao walipoanza kukata tamaa ya kuwasubiri, wakawapigia simu.

Walifika nyumbani kwa Mike na Cathy na kukuta karibu kila mtu ameshakata tamaa ya kuendelea kuwasubiria na wanakaribia kuondoka. "Nilikwambia Ben, tutawachelewesha watu. Ona sasa!" Mercy alimnong'oneza Ben wakiwa wanaingia. "Usijali." Walianza kumtania Ben kama kawaida yao. "Jamani mmemuona Mkuu!" Wote walianza kucheka. "Kwanza amenyoa, ujasiri umeongezeka kama simba, halafu meno yote yako nje." "Mimi mwenzenu wiki hii angalau nimelala." Mika alidakia. "Zile simu za usiku na mchana za kuuliziwa Mercy, sizipati tena. *Mika tafadhali, kama Mercy amekutafuta naomba niambie. Mika umesikia chochote kutoka kwa Mercy?*' Basi mimi nikaona niondoe mzizi wa fitina. Nikaanza kujisalimisha kwa Mkuu mwe-nye-we. Nikiamka tu natuma ujumbe. *"Ben mpaka sasa sijasikia chochote kutoka kwa Mercy."* Kazi ikawa hiyo mchana na usiku." Watu wote walikuwa wakicheka na kufurahia kurudi kwa Mercy aliyekuwa akitafutwa na kila aliyekuwa akimfahamu, mpaka Niko alipookoa jahazi baada ya kukutana na Mercy, na kutuma ujumbe kwa kila mtu. *"Jamani, Alumasi ya Ben ipo Tanga."* Ndipo simu zilipoanza kupigwa kati ya kundi hilo lote kupeana taarifa ya kupatikana kwa Mercy mjini Tanga. "Hivi Mercy, kwa nini unamtesa jamaa hivi? Nusura tumkimbize Ben Mirembe." "Sio Ben peke yake aliyekuwa akiteseka Mercy! Wote tulikuwa tunateseka. Tulipewa amri na Mkuu kukusaha kama alumasi." "Poleni jamani. Sikukusudia kumtesa Ben. Mimi nilijua ndio namuondolea matatizo." Kila mtu alikuwa kwenye wakati mzuri. Vicheko vilitawala wakati wote na hakuna aliyekumbushia lile tukio la siku ile ya birthday ya Ben.

Baada ya chakula Ben aliomba kuongea. "Niliwaambia baada ya Bety kumaliza shule nitawapa muongozo. Sasa ni hivi, mahusiano yangu na Bety yalishavunjika muda mrefu sana, ila sikutaka kuwaambia wakati ule kwa sababu fulani fulani ndio maana tuliahirisha harusi na kumpeleka shule. Kwa hiyo sijawahi kumsaliti Bety kwa ajili ya Mercy, ila Mercy amenifuta machozi baada ya kusalitiwa na Bety na matatizo mengi sana niliyopitia tangu utoto, najua wote mnajua. Mungu amenipa Mercy kama faraja yangu baada ya machungu mengi katika maisha yangu. Kwa kusema hivyo nawaomba niwatambulishe kwenu mwanamke atakayekuwa mke wangu, Mercy!" "Mkuu ameamua kuoa kabisa ili Mercy asikimbie tena nini?" Kila mtu alisimama kumpongeza Mercy. "Mkono tu jamani! Hakuna kukumbatia." Ben aliongeza. Kila mtu aliendelea kucheka. "Tunaelewa Mkuu!" "Na mimi nimejifunza kutokana na makosa kaka!" Mika alimtania tena Ben.

"Tunaomba msaada wenu jamani kukamilisha hili jambo, najua hapa kamati imekamilika." "Unataka harusi lini?" Charles aliuliza.

"Nikirudi tu safari." Hapo ndipo furaha ya Mercy ilipobadilika na mandhari zima. "Tunaenda wapi Ben?" Ben alikumbuka hakuwa ameongea na Mercy chochote juu ya safari yake waliyoipanga yeye na Mike akiwa ofisini. "Tutaongea tukifika nyumbani." "Lakini tutaenda wapi?" Mercy alishabadilika sura, alijua safari za Ben zimeanza. "Nitasafiri mara moja Mercy. Lakini safari hii sitakaa sana, nitawahi kurudi." "Haiwezekani Ben. Uliniahidi utaacha kusafiri tutakaa wote." Kila mtu alibaki kuwatizama Ben na Mercy ambaye alishabadilika uso wake kabisa nafuraha ilipotea huku machozi yakimtoka. "Tutaongea na kupanga tukifika nyumbani, sawa Mercy?" Hamu ya kukaa pale ilikuwa imemwishia. "Mercy! Tunaweza tukakaa wote hapa kwa muda wakati Ben anasafiri, ili usiwe peke yako kwenye jumba lote lile kama unaogopa." Cathy alivunja ukimya. Mercy alibaki kimya bila kujibu kitu, huku picha ya Ben kukamatwa na majambazi akiwa safarini ikimjia. "Watamuua Ben, nitabaki na nani?" Mercy alianza kuwaza kwa sauti. "Kama ni hilo usijali Mercy. Hafi huyu ana roho ya paka!" Mmoja wa rafiki wa Ben alijaribu kumfariji Mercy aliyekuwa bado akitokwa na machozi. "Jamani mimi najitolea kumlinda na kumfariji Mercy, Ben akiwa safarini. Usiwe na wasiwasi Mkuu, ukiondoka tu nachukua likizo nahamia kwenu kuishi na Mercy." "Yaani Charles nikikusikia hata umekanyaga mguu wako nyumbani kwetu wakati sipo, nakuua! Mike tu ndiye anaruhusiwa!" "Jamani mimi nilikuwa najaribu kusaidia tu bwana Ben, kama hutaki basi." Kidogo watu walianza kucheka tena.

"Nitakuwa salama Mercy, huna haja ya kuogopa." Ben aliendelea kumbembeleza Mercy walipofika tu nyumbani na kujaribu kubadilisha mazungumzo. "Unataka baada ya harusi twende wapi?" "Nahofia unapokuwa huko ugenini Ben, tena wanakujua wewe ni mfanya biashara." "Ni lazima ni safiri Mercy. Mambo sio mazuri kazini." "Kwa nini basi usisafiri baada ya harusi yetu? Nakuomba Ben tubaki mpaka tukamilishe mambo yetu ya harusi." "Biashara imekwenda pabaya sana. Mike hakuwa ameniambia kuwa alikuwa na watu wengi wanaohitaji vifaa lakini hawakuwa na kitu boharini. Nitapoteza wateja wote Mercy. Si unajua sasa hivi wafanyabiashara ni wengi? Ila mimi nimedumu na wateja wangu kwa sababu ya kuwauzia vitu vizuri na kwa wakati wanao taka wao. Na vitu vizuri huwezi kutumiwa, ni lazima ufuate mwenyewe. Nataka baada ya harusi tukajifungie mahali hata mwezi." "Unaondoka lini?" "Ndio tupange mimi na wewe. Nikiondoka mapema itanisaidia kurudi mapema na kufanya mipango yetu ya harusi mapema. Usiogope Mercy, hakuna kibaya kitakachonipata bwana. Nitarudi salama na tutafunga ndoa. Chochote utakachotaka Mike atakusaidia na mlinzi yupo." "Nachukia safari Ben, ndizo zimemuua baba yangu. Sina mtu yeyote maishani mwangu ninayemtegemea ila wewe. Wakikuua huko, hii nyumba itanisaidia nini Ben? Nakutaka wewe sio hii nyumba." "Siwezi kudhurika, Mungu atanilinda. Na nitarudi kwako salama. Usiogope." Mercy alibaki kimya. "Ila kabla ya safari yangu nataka twende mahali hata siku tatu halafu tukirudi ndipo nisafiri." "Wapi Ben?" "Twende Zanzibar." "Nitafurahi sana. Kuna kipindi John....." Mercy alikumbuka anaongea na Ben. "John? Ulishakwenda naye?" "Hapana Ben. Ila alitaka twende, alisema ni pazuri. Lakini nilikataa." "Daah! Nusura nichanganyikiwe. Nilijua jamaa alishaniwahi." "Siwezi kuwa huru kutoka na mwanaume yoyote ila wewe Ben. Muda wote tulipoachana sikuwa natoka na mwanaume yoyote zaidi ya kwenda kazini na shuleni basi, nilikuwa nakaa ndani tu. Kwanza ulishanizoesha kunifungia." "Ndio maana nakupenda Mercy wangu." "Nakupenda Ben. Hakuna mwanaume atakayechukua nafasi yako kwangu." Sauti ya Mercy wakati wote iliamsha hisia za Ben. Bila kujibu kitu alijikuta anamng'ang'ania Mercy kwa furaha bila kumuachia kwa muda mrefu sana.

Ben alihakikisha ameacha mambo yote sawa kabla ya safari yao. Walienda kumnunulia Neema vyakula na kumpa pesa za kumtosha wakiwa safarini. "Kwani mnaenda wapi?" Ney alianza maswali kama kawaida yake. "Nataka twende tukajifungie mahali kidogo na Mercy angalau kusafisha mawazo. Hatutakaa sana." "Mtuletee zawadi na sisi." Neema aliongea kwa huzuni kama anayeona mwenziwe anazidi kumpita katika maisha. Waliporudi nyumbani kwao walimkuta Mike akiwasubiri. "Nimepata tiketi za kesho asubuhi." Mike alikuwa akiongea na Ben, huku akimkabidhi tiketi. Mercy alipita moja kwa moja ndani. "Nashukuru sana Mike." "Lakini nina habari sio nzuri sana kwa Mercy." "Nini tena?" "Tiketi ya wewe kwenda China, nimepata ya siku ile ile mnayorudi kutoka Zanzibar. Yaani utakuwa una mapumziko kama ya saa moja tu ndipo ndege yako ya China iondoke. Sasa sijui utamwambia nini Mercy!" "Siwezi kumuagia uwanja wa ndege Mike, wewe unajua. Atachanganyikiwa, ni heri ningerudi naye mpaka hapa tuagane hapa hapa nyumbani. Kwani hakuna ndege nyingine hata kama itabidi nisubiri kidogo?" "Nimechelewa Ben, si unajua miezi hii watu wengi wanasafiri kwenda China?" "Daah! hiyo kweli habari mbaya. Siwezi kumwambia sasa hivi, tutaharibu mapumziko yote. Utatupeleka uwanja wa ndege kesho?" "Haina shida kabisa.

Nyinyi mjiandae nitarudi asubuhi." Mike na Ben walitegemeana, kushirikiana na kuaminiana tangu wakiwa shule ya msingi.

Mike aliwashusha uwanja wa ndege, Mercy akiwa amejawa na furaha huku Ben akiwaza jinsi ya kuachana na mpenzi wake hapo uwanjani siku ya kurudi. Walifika Zanzibar ikiwa bado ni mapema tu! Walichukua teksi na kuanza kumdadisi dereva teksi. "Wapi ni sehemu nzuri iliyotulia ambapo hakuna kelele hapa Zanzibar?" "Kuna sehemu inaitwa Bwejuu. Pazuri sana, mtapapenda." "Unaweza kutupeleka mpaka huko Bwejuu?" Ben alimuuliza dereva teksi. "Haina shida kabisa." Hoteli za Bwejuu zilikuwa nzuri sana na nyingi zilikuwa kando kando ya bahari. Mchanga na maji vyote vilikuwa visafi sana kitu kilichomvutia na kumshangaza sana Mercy. Kwa yoyote anayependa utulivu pale ilikuwa ni sehemu sahihi. "Niliona tuje huku kwa sababu unapenda sana maji na tutapata muda wa utulivu peke yetu." "Ahsante sana Ben, kweli nimepapenda." Usiku wao wa kwanza kule kijijini Bwejuu, Zanzibar, Ben na Mercy waliutumia kuwekeana viapo vikubwa na kumuomba Mungu awe katikati ya maagano yao. Akiwa amemkumbatia Mercy aliyekuwa amelala pembeni yake huku wakiangaliana kwa mapenzi makubwa. Ben alianza kwa kuapa

"Nakuapia Mercy, mbele zako na Mungu sitamgusa mwanamke mwengine na wala sitaruhusu kitu chochote kiingie katikati yetu. Nitakulinda na kukupenda wewe tu mpaka nitakapokufa. Namuomba Mungu anisaidie."

Mercy aliyekuwa akitokwa na machozi muda wote wakati Ben akimwapia, aliamua naye kumuapia Ben. Ben alikuwa akimwangalia Mercy kama kitu cha thamani kubwa sana katika maisha yake.

"Nilipokuwa sifai na kutizamika, Ben ulinishika mkono na kunivalisha na kunipa furaha. Umenionyesha uthamani wangu na kunipenda kwa dhati. Wewe pekee ndiye utakuwa mpenzi wangu mpaka kifo kitakapo tutenganisha. Nitakuwa mwaminifu kwako milele, sitaruhusu mwanaume mwingine aniguse ila wewe peke yako Ben. Mungu anisaidie."

Viapo hivyo viliwapeleka kwenye mkesha mwingine uliodumu mpaka kulipopambazuka ndipo Ben alipomuachilia Mercy alale. Wote walilala kama watoto wachanga waliojawa furaha na matumaini ya kukamilisha ahadi zao mbele ya mashadidi wengi siku chache zijazo, kwani walishakamilisha mbele za Mungu. Siku zilizidi kukimbia. Ben akitafuta jinsi ya kumueleza Mercy aliyekuwa amejawa na furaha kwenye mikono yake, wala asitake hata kutoka nje. Ilikuwa ngumu kwa Ben kutoa mikono yake juu ya mwili wa Mercy, hakuna alichoacha kugusa na kubusu wakati wote walipokuwa pamoja. Mercy alizidi kujiona Malkia mikononi mwa ufalme wa Ben na alitumia ujuzi wote aliokuwa amefundishwa na kina Latifa kumridhisha Ben kwenye mapenzi.

"Natamani tusiondoke huku Ben, hakuna watu wa kututenganisha." "Ni kweli kabisa, lakini lazima tufanye kazi Mercy." "Naelewa, kwa nini tusitafute njia nyingine ya kufanya hiyo biashara kuliko wewe kuwa unasafiri kila mara?" "Ukitaka vitu bora ni heri kwenda mwenyewe. Unakumbuka nilikwambia nilipata watu wa kunitumia mzigo?" "Nakumbuka." "Lakini hawakuleta mzigo mzuri, wateja wengi walilalamika." "Pole Ben, basi kweli ni lazima uende ili usije kupoteza wateja. Lakini nakuomba jaribu kuwa makini, naogopa nisije kukupoteza na wewe." "Usiogope Mercy nitakuwa salama, kwani sehemu zote ninazokwenda nafahamiana nao vizuri na wanajua sitembei na pesa mfukoni. Wote tunalipana kwa hundi." "Kama ni hivyo ni afadhali." Hilo Ben angalau alifaulu, kidogo alitulia baada ya kupata baraka za Mercy. "Basi kabla ya kuondoka tukirudi tu Dar twende kwanza kwa bibi kabla ya safari yako. Bibi atafurahi kutuona wote. Unajua nilimwambia nakupenda tangia upo na Bety?" Ben alianza kucheka. "Nini sasa?" "Unajua siku ile nilikuwa dirishani nawasikiliza mazungumzo yenu." "Haiwezekani Ben!" "Sio kwamba niliwavizia, hapana. Nilimtoa baba mkubwa nje, ndipo tulipowasikia." "Kwa nini hata usikohoe tukajua mpo?" "Ningejuaje kama napendwa kwa dhati?" Wote walibaki kucheka. "Unajua Mercy, tiketi aliyonikatia Mike ni ya kuondoka siku hiyo hiyo tukifika Dar." "Kweli Ben? Hakuna jinsi ya kufanya? Nachukia kuachana uwanja wa ndege." "Hata mimi sipendi Mercy, lakini anasema amekosa nyingine." "Basi haina shida, najua utakuwa umechoka na safari ya huku lakini nakuombea Mungu akupe nguvu na akulinde, urudi salama tufunge ndoa yetu. Usisahau nakusubiri kwa hamu sana." "Siwezi kusahau Mercy." Ben alihisi yupo usingizini. Hakujua kama Mercy angechukulia safari yake vizuri kiasi kile. "Nitakuletea zawadi nzuri sana Mercy." "Zawadi gani?" "Sitakwambia, lakini najua utaipenda." "Unajua wewe ndio zawadi yangu kutoka kwa Mungu?" "Nafahamu sana. Lakini hiyo itakuwa kutoka kwa Ben." Mercy alicheka. "Haya bwana, nasubiri zawadi yangu kwa hamu sana."

~~~~~~~~~~~~~~~~~~~~~~~~~~~~~

Walifika uwanja wa ndege wa Dar mapema na kupata muda mzuri

wa kuagana. Walibaki pale wakisubiri muda wa Ben kuondoka na
Mike kuja kumchukua Mercy. "Unajua Ben muda wote tuko kule
Zanzibar hatukutoka nje kutembea hata mara moja zaidi ya ile
siku ya kwanza tulivyofika na wala sikupata muda wa kuogelea."
"Nilihitaji muda na wewe Mercy. Samahani. Lakini usijali, nikirudi
tunaweza kwenda tena." "Hamna shida Ben, lakini nitakumisi sana
Ben. Naomba usikawie kurudi na unipigie simu mara kwa mara."
"Usijali Mercy, wakati wote upo mawazoni mwangu." Wakiwa
wamezama kwenye mazungumzo yao, ghafla Mercy alisimama na
kuanza kutoa macho. "Vipi Mercy?" Kabla hajajibu kitu,
waliwasogelea watu ambao Ben alianza kuwatambua na kuanza
kukosa raha. Mercy alibaki ameshangaa kama mtu asiyeamini.
"Lilian! Rich! Mnafanya nini huku?" Mercy alianza kuuliza kwa
sauti iliyojaa mtetemeko kwa lugha ya kigeni. "Nimekutafuta
Mercy, kila mahali nilipoweza mpaka nikakata tamaa." Rich
alianza kujieleza kwa Mercy na kumsogelea, akamkumkumbatia.
"Nisamehe Mercy, nilikukatia tamaa na kuvunja ahadi yetu. Lakini
nimekupata sasa hivi mpenzi wangu. Turudi nyumbani, naamini
kila kitu kitakuwa sawa" Rich aliendelea kumkumbatia Mercy huku
akiendelea kumuongelesha, kitu kilicho sababisha Mercy
ashindwe kumuona Ben wakati anaondoka. Wakati wote Lilian
alibaki kimya akiwatazama. Mike aliyekuwa amesimama nyuma
yao, naye alibaki kama mtu asiyeamini na kuelewa. "Umenisaliti
Lilian. Ulijua ni kiasi gani nampenda Richard lakini uliamua
kuolewa naye wakati ulikuwa na wanaume wengine. Kwa nini?"
Lilian alibaki kimya huku akiendelea kumbembeleza mtoto wao
aliyeanza kulia gafla. Rich na familia yake walikuwa wamekuja
kutembea Tanzania, kwani ilikuwa ni shauku ya Rich, kufika nchini
Tanzania tangia akiwa na Mercy aliyekwisha kumpeleka
kumtambulisha kwa ndugu zake nchini Italy.

"Ben yuko wapi Mike?" "Alishaingia." "Haiwezekani. Kwa nini
hakuniaga?" "Alikuaga nafikiri hukusikia." Mercy alianza kukimbia
kule abiria walipokuwa wanaingilia kujaribu kumuona Ben bila
mafanikio. Mercy alianza kulia. "Sijaweza kumuaga Ben." "Usiwe
na wasiwasi atakupigia akifika. Twende nyumbani." Mike
alimpeleka Mercy kwenye gari huku akilia na kumwambia
amsubiri kidogo atarudi baada ya muda mfupi. Na kweli baada ya
kama dakika kumi Mike alirudi na kumrudisha Mercy nyumbani,
tayari ilishakuwa usiku. Akiwa na mawazo mengi, moja kwa moja
alipandisha juu kwenye chumba chake na kuvua nguo zote,
akaingia kwenye sinki la kuogea ambapo alikaa humo akiendelea
kulia mpaka alipohisi mtu ndani ya chumba chake. Mercy

alikurupuka na kukimbilia chumbani kwake akiwa uchi kabisa akijua ni Ben amerudi kumuaga. "Unafanya nini chumbani kwangu wewe? Tena uko uchi! Umechanganyikiwa? Naomba utoke haraka tafadhali." Mercy alianza kutetemeka baada ya kumkuta Mike kitandani kwake tena akiwa uchi. "Unachoshangaa nini Mercy? Hebu njoo tuongelee hapa kitandani." "Uko uchi Mike!" "Si na wewe uko uchi. Sasa kuna tatizo gani?" "Haiwezekani Mike naomba utoke, wewe ni rafiki mpenzi wa Ben, kwa nini unafanya hivyo na Ben anakuamini sana kuliko mtu yoyote hapa duniani." "Sasa mimi nina tofauti gani na wanaume uliokuwa unawafanyia biashara huko Tanga? Labda tofauti yetu mimi nina hela wao hawana. Na mimi nitakufanyia mapenzi mazuri, kwa heshima na kukulipa vizuri, kuliko wao." "Sijawahi kumvulia mwanaume yoyote nguo isipokuwa Ben." "Ndivyo unavyomdanganya Ben, bwege wako?"

Mercy alibaki ameshikilia matiti yake huku ametoa macho. "Njoo bwana acha kunizuga Mercy, Ben hawezi kujua." "Hata iweje siwezi kumsaliti Ben" "Najua sana umempendea Ben pesa zake, wala sio kitu kingine. Kama pesa na mimi ninazo tena mimi ndiye niliye msaidia Ben mpaka hapa alipo. Isingekuwa mimi asingekuwa hapa. Alikuwa masikini wakutupwa kama mbwa, hawana mbele wala nyuma, yeye na mama yake. Nimewasimamisha na mpaka sasa hivi huoni namsaidia biashara zake asije kurudi kuwa mzigo kwangu." Muda wote huo Mike, aliongea kwa utaratibu kana kwamba hana pakwenda na wakati ana mke na mtoto nyumbani. "Mercy wewe ni mzuri sana. Mwili kama umejiumba bwana! Kweli vijana wa Tanga walikuwa wakifaidi." Machozi yalikuwa yakimtoka Mercy kwa mshtuko. "Mungu wangu siamini, au ninaota?" "Acha usanii Mercy, tusipoteze muda. Njoo tuongelee kitandani." "Wewe haikusumbui au huoni hata kinyaa Mike? Nimetoka kulala na Ben, halafu mwili huu huu na wewe unautaka? Wewe ni mchafu kiasi gani?" "Mbona na wewe ndio kitu ulikuwa unafanya? Unachoshangaa kwangu nini? Wewe ndio mzoefu wa kulala na wanaume wengi kwa siku moja, unatushindwa nini sisi wawili tu? Usiogope Ben mjinga yule hawezi kujua." "Kwa nini unamsaliti Ben anayekupenda na kukuamini Mike?" Mike alianza kucheka. "Katika watu washenzi hapa duniani, Ben ni mmoja wapo. Hivi wewe humjui tu. Amepata pesa ndio amenigeuza mimi mtumwa wake ananituma atakavyo na kunichukulia wasichana wangu. Bety alikuwa mpenzi wangu mimi, kabla ya Ben kunipora. Nilipokuwa namsifia kwa Ben kuwa ni mrembo na anafaa kuoa, eti kwa kuwa alikuwa akimlipia ada nakumtunza akanigeuka akamchukua yeye." "Haiwezekani, unamsingizia Ben wangu." "Anaroho mbaya sana Ben, sio kama anavyoonekana. Alikwambia jinsi alivyomtosa Mika ndugu yangu alipomuomba afanye naye biashara?" Mercy alibaki kimya. "Anajifanya sasa hivi anakuonea wivu na kutaka kila mtu akae mbali na wewe, malaya tu wewe. Anajifanya amesahau alivyokuwa anamfaidi mwanamke wangu?" "Mungu wangu, nini kinanitokea sasa hivi? Mbona sielewi?" Mercy alizidi kuchanganyikiwa.

"Sasa kwa taarifa yako mimi sikuwahi kuachana na Bety! Jamaa alikuwa anakula na mimi nakula Bety huyo huyo ila tofauti yetu nilikuwa na mla Bety na pesa zake mpaka nilipogombana na Bety. Unafikiri duka la nguo la Cathy hela nimepata wapi? Hizo hizo pesa za Ben kupitia Bety. Usiogope mimi mtu mzima nafanya mambo yangu kiutuuzima, Ben wako mjinga yule hawezi kujua. Huoni hajui lolote kuhusu mimi na Bety mpaka leo? Hii itakuwa siri yetu.Tena hata Bety mwenyewe kwa kuwa aliniudhi tu, angekuwa na Ben mpaka sasa hivi. Wivu wake ulimponza, alikasirika sana nilipooa ndipo akaanza fujo ya wanaume wengine ili kunikomoa na kusahau kuwa mimi ndiye nashika akili za Ben. Tena nilimbembeleza sana atulie na Ben, mpaka atakapoolewa na tutaendelea kama kawaida, ona jeuri ilivyomponza alitupwa nje kama mbwa." "Hapana Mike, nahisi naota." Mercy alivuta shuka na kujifunga. "Naomba unyamaze Mike, sitaki kukusikia tena, ngoja mimi niondoke nikuachie hii nyumba." "Hukuna pa kwenda leo, mlango nimefunga na funguo zipo chini ya huu mto niliolalia. Halafu huku ni juu sana, hata mlinzi hawezi kukusikia. Kama unataka kuolewa na Ben, ni lazima mimi nikukubali, na ili mimi nikukubali lazima uniridhishe. La sivyo utaishia kuaibika mbele za watu kama Bety. Bety alishindwa kuendelea kuniridhisha nikamuharibia kwa Ben kwa kumkamatisha uwanja wa ndege." Mercy alikuwa akilia kama mtoto aliyekuwa amejikata kidole. "Mike naomba usiniambie tena. Tafadhali naomba unyamaze. Baki nazo tu habari zako moyoni." Mike aliendelea kucheka. "Ben wako bwege yule, anaakili za kushikiwa kila ninachomwambia ndicho anafanya. Hakuna mtu anayemuamini na kumuheshimu kama mimi. Njoo basi Mercy! Mimi ndio nimeshika mpini kwa Ben. Naweza kumwambia akuoe au asikuoe. Unafikiri kwa nini mpaka sasa hivi mpo naye? Kwa kuwa nakusafishia na mimi nikufaidi." "Nakuomba Mike, uniachie Ben. Niache niolewe na Ben tafadhali, nampenda sana Ben na unajua sina maisha mengine mbali na Ben. Ben ndiyo baba yangu, rafiki yangu na mpenzi wangu. Sina pa kwenda Mike, ila kwenye maisha ya Ben peke yake. Kama umeamua kumlipizia Ben kisasi kupitia mimi nifanyie kitu kingine chochote lakini sio mapenzi. Nakuahidi sitamwambia Ben kitu chochote kuhusu haya yaliyotokea leo. Naomba usinitenganishe na Ben. Tafadhali Mike." Wakati wote huo Mercy alikuwa akiomboleza huku amepiga magoti. "Kama kweli unamtaka Ben kwa kiasi hicho, njoo hapa. La sivyo nitakuharibia Mercy, hutakaa unisahau maishani mwako. Nakujua wewe na Ben ndani na nje. Sitapata shida hata kidogo kuwatenganisha." Mercy alizidi kulia. "Ni heri Ben aniache kwa kosa la kusingiziwa kuliko kulala na wewe Mike." Mike alisimama ili amshike Mercy kwa nguvu, lakini Mercy alikimbilia chooni nakufunga mlango kwa ndani huku akitetemeka kama mtu aliyepigwa na shoti ya umeme. 'Maskini Ben, anavyomuamini Mike. Hawezi kujua ukweli.' "Toka bwana, una wasiwasi gani? Ben hatajua, hata hii safari ni mimi nilimwambia aende na tiketi ya kuunganisha safari ya China, nilifanya makusudi ili tupate muda wa kutosha, maana hata mke wangu naye ameondoka leo asubuhi kwenda kusalimia kijijini kwao. Kwa hiyo tutapata muda mzuri sana mimi na wewe Mercy. Usiogope bwana."

Mercy alikaa bafuni usiku kucha akilia na kujiuliza ni mkosi gani alio nao kwenye maisha yake. 'Nimekukosea nini wewe Mungu jamani? Unachotaka kwangu ni nini? Kwa nini unaniadhibu kupita kiasi?' Huku Mike akiwa amekaa mlangoni akiendelea kumbembeleza Mercy atoke, Mercy naye aliendelea kulia bafuni bila kunyamaza. "Nakuapia Mike, nitalala na kila mwanaume humu duniani isipokuwa wewe. Hutakaa unishike hata unywele wangu." Mike alianza kucheka. "Nakuonea huruma Mercy, hii dunia utaiona chungu. Nitakuharibia kila unapopita watakuona unanuka. Hutanisahau mpaka kufa. Wewe si unajidai mjanja? Nakuahidi machungu. Nakupa nafasi ya mwisho Mercy, utoke au mimi nitoke." "Nimekwambia sitakuruhusu kamwe uniguse Mike." "Haya Mercy utakuja mwenyewe unipigie magoti." 'Mbona kila nikikaribia ukombozi wangu ndipo mambo mengine magumu yanatokea zaidi? Kila ninaposogelea mwanga kunageuka giza. Ndoto tena za kuolewa na Ben ndio basi tena. Najua Mike lazima atanilipiza kisasi kwa kumkataa. Hata nikimwambia Ben hawezi kuniamini na nitaonekana mchonganishi tu.' Mercy aliendelea kulia akiwa bafuni mpaka asubuhi aliposikia gari la Mike likiondoka. Kwa haraka sana aliokota simu yake iliyokuwa imetupwa chini bila kujua ilishabadilishwa laini. Namba iliyopo humo hakuna anayeijua ila Mike peke yake. Alivaa nguo zake na kuchukua baadhi ya vitu vyake muhimu na kukimbilia nyumbani kwake. Alimueleza kila kitu Neema, ambaye alishaanza kumuonea wivu Mercy. "Pole Mercy, lakini Ben anakupenda sana hawezi kumuamini." "Lazima nitamwambia Ben, hawezi kunigombanisha na Ben."

Mike alitulia kama siku mbili, akaanza kumtumia Mercy picha zake akiwa uchi. Mercy alichanganyikiwa hapo hapo alimuonyesha Neema. "Alizipata wapi?" "Sijui Neema, labda alitegesha kamera nikiwa bafuni." Hofu ilimuingia Mercy. Alituma na ujumbe mfupi, *"Ukitaka unaweza kuja kuniona."* Mercy hakumtafuta kabisa Mike. "Ila hizo picha hazina uthibitisho wowote kwanza atajichongea mwenyewe kwa Ben!" Ney alijaribu kumfariji Mercy kwa unafiki. Baada ya siku mbili tena alituma picha nyingine tena za kutisha. Mercy alionekana akiwa uchi na Rich kitandani kwake wakiwa wanafanya mapenzi. "Mungu wangu Ney, huyu kaka amefanyaje hizi picha? Ney huyu ni Rich na mimi, haina ubishi kabisa. Ney sijawahi kulala na Rich hata mara moja, naomba uniamini." Neema alitulia kidogo. "Hebu kumbuka vizuri Mercy labda ulijisahau, halafu mwenzio kakupiga picha." "Lini hiyo Ney jamani? Ben ameondoka na mimi nikaja hapa na usiku ule nililala bafuni na Mike alikuwa mlangoni na nilimuacha Rich na Lilian uwanja wa ndege. Ningempata wapi Rich nifanye naye mapenzi Ney?" "Mmmh!" Ney aliguna. Hofu ilianza kumwingia Mercy. 'Kama Ney aliyekuwepo hapa ameweza kuamini, Ben je? Hakuna neno ninaloweza kuongea tena mtu yoyote akaniamini.' "Mercy hebu angalia tena vizuri, huyu ni wewe mpaka nywele hizi zako kabisa!" Kabla ya Mercy kumaliza kuongea na kumuelewesha Ney, Mike alituma tena video fupi. Hiyo ya safari hii hata kama unamuamini Mercy kiasi gani ni lazima utakubaliana na Mike. Mercy alionekana akiwa na Rich wakifanya mapenzi.

"Mercy hata mimi unanidanganya? Kwa nini huniamini? Alichokunyima Ben ni nini mpaka unamsaliti? Kama hukuwa unamtaka Ben wa watu, ni afadhali ungemwambia kuliko kumzunguka? Tena huna aibu unafanyia mapenzi nyumbani kwake? Unataka Mungu atupe nini Mercy? Unaniambia mimi niache umalaya, wakati wewe unalala na kila mwanaume. Angalau sasa hivi maisha yanaeleweka, Ben anatuma misaada mpaka nyumbani. Unataka nini? Mwenzio nina majukumu ya watoto, Ben akituacha nitaenda wapi? Heri wewe unaweza kurudi kwenye biashara yako ya uchangu, mimi je?" Neema aliongea kwa ukali, hata hakutaka kumsikiliza tena Mercy. Alifungua mlango na kuondoka. Neema aliacha kuongea na Mercy kabisa. Wasiwasi ulizidi kumwingia pale alipoona Ben hampigii simu, bila kujua hata namba ya simu aliyonayo siyo anayoijua Ben. Na huku Ben naye alishapatwa na wasiwasi sana wa kutokumpata Mercy kwenye simu, aliamua kumpigia Mike simu kujua kinachoendelea. "Yupo salama kabisa, lakini kuna habari sio nzuri Mkuu!" "Nini tena?" "Mercy yupo na Rich tena amemkaribisha mpaka nyumbani kwako, labda ndio maana hapatikaniki." Hakuna safari iliyokuwa ngumu kwa Ben kama hiyo na Mike alimtumia baadhi ya picha za Mercy na Rich kama uthibitisho. "Nilijua ujio wa Rich utaharibu kila kitu!" Ben aliumia sana na mambo hayakwenda kama alivyotegemea kitu kilichomsababishia Ben kukaa muda mrefu China kuliko alivyokuwa amepanga.

Kwa kuwa Mike alikuwa na namba ya simu ya Neema alianza mawasiliano na Neema. Siku moja asubuhi alikuja na kumchukua Ney na kumrudisha akiwa amejaa furaha tele. Nguo mpya zake na watoto wake na chakula mkononi. Nyumba ilianza kukosa amani kwa sababu ya fujo za Neema na Mike. Aliingia anavyotaka na kutoka anavyotaka huku akiwa hatoi hata salamu kwa Mercy aliyemtoa kijijini. Mercy aliingoja kwa hamu siku ya kurudi Ben, akijua lazima Ben atamtafuta pindi atakaporudi, bila kujua linaloendelea. Upweke ulimuingia Mercy aliyekuwa ameachiwa chumba chake peke yake baada ya Mike kumuhamishia Neema na watoto kwenye nyumba yenye kila kitu ndani kama kumkomoa Mercy. Mike akijua wazi Neema ndiye ndugu wa karibu wa Mercy aliyebaki, alihakikisha anawakosanisha na wala Neema hawezi kumtafuta wala kumthamini tena Mercy.

Wakiwa njiani kutoka kumpokea Ben uwanja wa ndege, Mike aliendelea na uongo wake bila kumuhurumia Ben aliyeonekana kutingwa na mawazo. "Siku uliyomuacha Mercy hapa uwanja wa ndege na Rich, waliniomba niwapeleke kwako na kuniagiza nimpeleke Lilian hotelini na mtoto. Mercy amechanganyikiwa kabisa na penzi la Rich na kwa kifupi ameacha hii barua pale kwako na picha hizi ndizo walizokuwa wakipiga wakiwa kwako. Tumejaribu sana kumsihi mimi na Ney alitujibu vibaya na amesema wewe utaelewa tu, kwani alishakwambia ni jinsi gani anampenda Rich."

Baada ya muda wa kutosha kupita bila kusikia lolote kutoka kwa Ben, Mercy aliamua kwenda nyumbani kwa Ben. Alipofika alipokelewa getini na mlinzi, Mzee Jumaa akamwambia Ben alisharudi lakini hataki kumuona tena pale kwake na kama atarudi tena pale atampeleka polisi kama mtu anayetaka kufanya njama za kumuibia. Maisha yalianza kuwa magumu kwa Mercy, kwani hakuwa na pesa zozote, akiba ya pesa zake alikuwa akitumia na Ney. Alijaribu kumuomba John arudi kazini lakini John alimwambia alishapata mtu mwingine anayejituma vizuri kwa hiyo hana nafasi ya kazi lakini bado anatafuta mke, kama yupo tayari, John hana shida ya kumpokea kama mke sio mfanyakazi. Alishindwa kuendelea na shule kwa kushindwa kulipa ada na na alianza kuugua asijue ni nini kinamsumbua. Ilimbidi kuingia mtaani na kutafuta kazi bila mafanikio. Sehemu aliyokuwa akiishi alitakiwa aondoke kwani hakuwa na kodi ya kulipia ya mwaka mzima. Mercy alianza kuzunguka sehemu mbali mbali kutafuta kazi hasa za ndani, kwani alitafuta kazi ambayo angeweza kupata pa kukaa na kula bure huku akitunza pesa za kuja kurudi tena shuleni. Alijiapia kutokurudi tena kijijini kwa bibi yake na kuanza kuganga njaa. Akiwa Mlimani city, sehemu ya kuegeshea magari akiwinda kina mama wanaotoka kununua vitu ndani ili aombe kazi, hakuamini macho yake alipomuona Neema alivyopendeza akiwa anaelekea kwenye gari yake. Ney alivaa mavazi ya thamani na alijichubua kutoka kwenye rangi yake nyeusi na kuwa mweupe kuliko Mercy mwenyewe. Mercy alimkimbilia haraka haraka ili ajaribu kumsemesha. "Nisaidie Ney, sijala muda mrefu sana halafu nasikia kuumwa. Naomba nisaidie pesa hata kidogo tu na mimi nikale." Neema akiwa ameshika mifuko mingi ya nguo alianza kucheka. "Unakumbuka ulivyokuwa unaniacha pale kwenye chumba kimoja na watoto halafu unaenda kulala ghorofani bila kunikaribisha? Sasa Mercy, na wewe hii ni zamu yako. Ulidhani nitabaki chini daima?" Mara Mike na yeye alitokea. "Anasemaje huyu changu? Amekosa wanaume nini? Umeamini maneno yangu Mercy? Utapaona mjini pachungu kuliko shubiri." Walimcheka Mercy na kumuacha haamini macho yake.

Alihamia sokoni Kariakoo kule alipokuwa akimuona Ben akiegesha gari lake na vijana wanamkimbilia kusaidia kununua vitu. Alijua wazi ndipo matajiri wanapoenda wakiwa wanataka kununua vitu vyao. Alianza na yeye kukimbilia kina mama akiomba kazi za ndani. Alibahatisha kumpata mama mmoja aliyemwambia anahitaji msichana wa kazi lakini anaishi Tegeta. Mercy alifurahi na kumshukuru sana. "Upo tayari kuanza kazi lini?" "Hata Kesho mama yangu." Alimuelekeza sehemu ya kushuka akiwa amepanda daladala za Tegeta. Alirudi nyumbani kwake akiwa na furaha na kumshukuru Mungu kwa kumpa kazi na sehemu ya kuishi. Nyumba ilikuwa kubwa na aliambiwa sakafu ni ya kudeki kila siku. Alionyeshwa na ng'ombe wa kuwawekea majani na maji, wakati ambao kaka wa kuleta majani anapokuwa hayupo. Kwa sababu ya shida sana, Mercy aliona ni kama amepewa kazi ya kutunza pesa. Uzuri wa Mercy ulianza kuwa tishio kwa bosi wake. "Ni marufuku kuvaa magauni ya kubana na mafupi humu ndani. Chakula cha baba nitaweka mimi, wewe utaweka cha babu mlinzi tu na ni marufuku kukaa sebuleni hasa baba akiwepo." Mercy alipewa masharti mengi ambayo hayakumsumbua hata kidogo. Alipewa kitambaa cha kufunga kichwani na magauni makubwa sana kuficha umbile lake. Siku ya kwanza alipewa chakula na kuamshwa saa kumi na nusu asubuhi kuandaa vitu vya shule kwa ajili ya watoto na kunyoosha nguo za baba za kazini. Alipomaliza aliandaa chai ndipo alipo waamsha watoto. Aliambiwa ni ratiba ya kila siku, haikumshtua Mercy kwani alijua itambidi awahi kulala.

Alifanya kazi mpaka mchana bila kula wala kupumzika. "Njaa inauma mama." Mercy alimfuata tajiri wake aliyekuwa akiangalia runinga sebuleni, mara tu baada ya kuweka maji ya ng'ombe bandani. "Hee wewe! Utakulaje baba mwenye nyumba hajala?" "Lakini ulisema anarudi jioni na watoto. Sijala chakula cha mchana mama." "Hapa kula ni asubuhi na usiku dada, mshahara nitakao kulipa ni mkubwa sana, sitaweza kukulisha kila unapojisikia njaa." Mambo yakaanza kubadilika taratibu, kulala saa sita kuamka saa kumi na nusu alfajiri, tena kwa kupigwa mateke. Mercy alianza kuchoka na kuanza kutofanya kazi vizuri. Alianza kupatwa na kizunguzungua mara kwa mara. Alijua sababu ya njaa. Vipigo vya mara kwa mara kwa makosa yasiyo ya maana viliendelea. Babu mlinzi pekee ndiye aliyekuwa rafiki wa karibu naye. Kwa kuwa hakuwa akiruhusiwa kukaa sebuleni, alijikuta anapata muda mwingi wa kukaa nje na Babu Mlinzi nyakati za usiku na kuongea. Walikuwa marafiki sana na Mercy alimsimulia maisha yake yote.

"Napatwa na kizunguzungu sana babu." "Itakuwa ni hiyo hali yako." Mercy alishtuka kidogo. "Hali gani babu?" Babu alishamgundua Mercy kuwa ni mjamzito. Mercy alianza kulia kwa hofu. "Nitamuweka wapi huyu mtoto babu? Maisha yangu yenyewe ni ya shida." "Usiogope mjukuu wangu, Mungu atakusaidia." Aliomba mshahara wake apate nauli ya kurudi kwa bibi yake, lakini alizidi kuzungushwa. Mwezi wa kwanza aliambiwa alikatwa mshahara kwa sababu ya saa ya mkononi ya Baba mwenye nyumba iliyokuwa imepotea, mwezi wa pili alikatwa kwa sababu ya kuvunja vyombo. Alijitahidi sana kujificha ili asijulikane tumbo lake, akihofia kufukuzwa ghafla bila malipo yake. Kwa kuwa hakuwa anapewa chakula vizuri Babu Mlinzi alianza kumletea vitu vidogo vidogo vya kula kila anapokuwa akija kazini ili kupunguza njaa.

Siku moja aliamua kuwajulia hali kijijini kwao. "Naomba kuongea na bibi." "Bibi yako anaumwa sana yupo hospitali lakini hali ngumu sana tunaomba msaada." "Ben hajatuma pesa?" "Huu ni mwezi wa pili sasa hakuna matumizi yoyote." Mercy alijua mambo yamekwisha haribika na kwa bibi yake pia. Kwani bibi yake alikuwa akitegemea dawa na pesa kutoka kwa Ben. Alimbembeleza tajiri wake amlipe angalau nusu ya pesa anazomdai kwa sababu bibi yake ni mgonjwa lakini alijibiwa hali ya kifedha sio nzuri kwani ng'ombe wameugua sana mwezi huo, kwa hiyo avumilie mpaka mwezi ujao. Mercy aliamua kuuza simu yake kujaribu kutuma pesa nyumbani ambapo alipata pesa chache sana. Alibaki kumuombea bibi yake aishi ili angalau apate sehemu ya kwenda kujifungulia mtoto ambaye alijua wazi Ben asingeweza kumkubali kutokana na kashfa aliyozuliwa na Mike. Kwa bahati yake ilivyonzuri mimba iliendelea kukua lakini tumbo lilikuwa dogo na magauni makubwa aliyokuwa amepewa na tajiri wake, haikuwa rahisi kujulikana.

Japokuwa aliteswa sana lakini angalau alianza kula vizuri kwani kijana wa kukata majani alimfundisha jinsi ya kuiba chakula bila kujulikana na mchana alimpisha chumbani kwake alale kidogo endapo mama mwenye nyumba anapokuwa ametoka na pia alimruhusu kutumia simu yake kuwasiliana na bibi yake. Akiwa ameanza kulala siku hiyo usiku, alisikia hodi dirishani kwake kutoka kwa kijana mkata majani. "Vipi?" "Kuna habari sio nzuri Mercy." "Nini tena?" "Bibi kijijini amefariki." Taarifa ile ilikuwa ni kama kumtangazia rasmi Mercy kwamba ameishiwa ndugu hapa duniani na yupo peke yake, alilia usiku kucha.

Hakuna siku ambayo ilipita kwa Mercy asijutie siku aliyokubali kufanya mapenzi na Ben kabla ya ndoa. 'Kama nilikubali kulala naye kirahisi vile, Ben atajua kabisa nisingeshindwa kulala na Rich pia, wakati yupo safarini. Heri ningemkatalia Ben kufanya naye mapenzi, labda angeniamini ni msichana mwenye msimamo.' Mercy alibaki pale kazini, akizidi kunyanyasika sana na mimba ilizidi kuwa kubwa asijue kitu cha kufanya pindi utakapofika muda wa kujifungua. Kijijini hawezi kurudi kwani hakuna aliyebaki na alijua wazi kabisa kurudi kijijini nikujitangazia kifo yeye na mtoto wake. Asingeweza hata kuthubutu kurudi kwa

Ben, kwanza alikumbuka onyo kali alilopewa kwa kupitia mlinzi wake na alijua wazi asingeweza kumpokea tena akiwa na ujauzito usiojulikana ni wa nani. Miezi tisa ya Mercy ilifika lakini alikuwa amechoka sana na kwa kuwa alishakamatwa anakula chakula cha watoto kwa kujificha, alipigwa sana na kuonywa asirudie la sivyo angepelekwa polisi. Mercy alidhoofu sana, hakuwa na nguvu za kufanya kazi kama zamani. Na babu aliyekuwa akimletea vyakula alichukua likizo ya dharula bila kumuaga. Alibaki mpweke sana bila hata mtu wa kuongea naye.

Siku hiyo ya Jumamosi akiwa anadeki alianguka na kupoteza fahamu mbele ya mama mwenye nyumba wake na kushtuka akiwa hospitalini amewekewa maji bila mwenyeji wake yeyote. "Nani amenileta hapa?" Alimuuliza nesi aliyekuwa akimuhudumia baada ya kuzinduka akiwa wodini. "Kuna mama mmoja msamaria mwema alikuokota ndiye amekuleta hapa hospitalini Mwananyamala." Alijua wazi ni tajiri wake. Asubuhi yake babu alikuja na chupa ya uji kumtembelea Mercy. "Ulijuaje kama nipo hapa babu?" "Yule kijana wa kazi alinipigia simu akaniambia wamekuacha hapa peke yako." "Ulienda wapi babu?" "Nilipatwa msiba wa bibi yako." "Pole sana." "Nishapoa mama. Hivi hapa nilikuwa tu nyumbani, nilishatoka kijijini muda mrefu tu." "Nimefurahi umekuja kuniona." Mercy alijifungua salama na kuruhusiwa. Babu alimchukua mpaka kwake Mbagala Mwisho, kwenye chumba chake kisichokuwa na umeme wala maji. "Wewe na mtoto mtakuwa mnalala hapa kitandani mimi nitalala kwenye mkeka." Babu aliwakaribisha kwa upendo kama mjukuu wake wa damu. "Hapa najishikiza mjukuu wangu kwa ajili ya kutafuta pesa mjini. Nyumba tuliyojenga na bibi yako ipo shamba huko." "Ahsante sana babu."

Usiku babu alikuwa akienda kazini kama kawaida na kumuacha Mercy akiwa amelala. Alimsaidia Mercy kwa kadiri ya uwezo wake kitu kilichomfanya Mercy apate muda wa kutosha kupumzika. Hapakuwa na chakula kingi lakini babu alijitahidi kuhakikisha Mercy anakula kila mlo ili aweze kunyonyesha. Siku moja babu alirudi usiku kutoka kazini na si asubuhi kama kawaida yake. "Mbona leo mapema babu?" "Yule mama ametufukuza kazi mimi na yule kijana wa ng'ombe. Amesema amepata kijana anayeweza kulinda na kumsaidia kazi za ng'ombe. Kwa hiyo anapunguza gharama." "Pole babu." "Usiwe na wasiwasi mama, tutaishi tu." Alimpa Mercy khanga na baadhi ya nguo ambazo alisema ni za marehemu mke wake. Japokuwa hawakuwa na hela, Mercy alijawa furaha na kubaki akimwangalia mtoto wake kila wakati. Mtoto alikuwa mkimya sana hakuna aliyejua kama kuna mtoto ndani ya nyumba waliyokuwa wakiishi na wapangaji wengine. Wakati wote Mercy alikuwa akitabasamu kila anapoiona sura ya Ben kwa mtoto wake. Lakini rangi na nywele zilikuwa kama za mama yake Mercy. "Kwani baba yake huyu ni Mzungu?" "Hapana mnyamwezi." Babu alinyamaza akiwa na maswali yasiyo na majibu kwani hakuwahi kumuona Mercy kichwa wazi. "Utamwita nani?" Babu alimuuliza Mercy aliyeonekana kumfurahia mtoto wake kila wakati. Alimshika bila kumuweka chini. "Junior Boniphace. Nimempa jina la baba yangu.

Sura ya 6

Ben naye hakuonekana popote, kwa aibu ya kusalitiwa na mwanamke wa pili. Mbaya zaidi picha za Mercy akifanya mapenzi na Rich zilikuwa zimesambazwa na Mike kwa kila mtu aliyemfahamu. Alihisi rafiki zake lazima watajua yeye ndiye mwenye tatizo. Urafiki wake na Mike ulipungua sana, hakuna aliyemtafuta mwenzake. Mahusiano ya Mike na marafiki zake pia yalivurugika sana baada ya kumtelekeza mkewe na kuhamia kwa Neema na huku wakimlaumu sana kwa kumdhalilisha Ben baada ya kusambaza picha za mapenzi za Mercy. Mike alibaki kama amechanganyikiwa na penzi la Neema.

Baada ya muda kidogo kupita mama yake Ben alimtafutia Ben mwanamke wa kuoa. "Itachukua muda mama kumuamini mtu kwa upesi. Nahitaji muda wa kumchunguza vizuri." "Huna haraka mwanangu. Lakini huyu binti ni wa uhakika, ametoka kwenye familia bora, yeye mwenyewe msomi, anajiheshimu na ni mtu wa kanisani. Wazazi wake ninafahamiana nao vizuri." Ben alikubali na kuanza mahusiano na yule dada bila kumpeleka kwake kitu kilichomfanya yule dada kulalamika kukutana na Ben hotelini na ofisini badala ya nyumbani. Ilibidi Ben kumuelezea mkasa mzima wa maisha yake na jinsi alivyotokea kuamini wasichana na wasichana walivyomgeuka. "Sitarudia hilo kosa tena, nimejifunza kutokana na makosa. Nilijaribu kuheshimu watu ambao hawastahili heshima yangu. Mwanamke atakayeingia nyumbani kwangu tena, ni mke wangu sio msichana yoyote. Kama upo tayari kuendelea na mimi sawa kama unaona itakuwia ngumu, basi uamuzi ni wako."

Kweli safari hii Ben alipata mwanamke wa kueleweka sio mbabaishaji. Alikuwa na msimamo wa maisha, kazi nzuri inayomwingizia kipato bila kumtegemea Ben kwa lolote isipokuwa penzi. Martha mchumba wa Ben, alizaliwa kwenye familia ya wasomi akiwa ni binti wa pekee katika kaka wengi. Kwa kuwa kazi yake alikuwa mshauri kwenye makampuni mbali mbali, aliweza kumshauri Ben kwenye biashara zake kitu ambacho angalau Ben alimuheshimu na kukubali kumuweka karibu naye. Hata hivyo Ben alishaona umri unazidi kwenda na bado wanawake wanamsumbua. Alikubali kuoa sio kwa mapenzi tena kama alivyotamani zamani bali apate watoto wa kumridhisha mama yake aliyekuwa akilalamika atakufa bila kuona watoto wake. Muda mwingi alitumia ofisini kwake kuepuka watu na maswali ya harusi alizokuwa ameshazitangaza zaidi ya moja bila mafanikio yoyote.

~~~~~~~~~~~~~~~~~~~~~~~~~~~~~~~~

Chakula kilianza kuwa cha shida sana, Mercy aliyekuwa na hamu ya kumnyonyesha mtoto wake kwa muda mrefu alishindwa njiani mtoto akiwa na miezi minne tu. Biashara ya babu ya kuchoma mahindi ilikuwa haimpi pesa ya kutosha zaidi ya pesa ya kulipia pango tu. Kwa hiyo hawakuwa na pesa yoyote ya chakula wala ya kununulia mtoto maziwa.   Mercy alihangaika kutafuta kazi bila mafanikio. Mtoto alianza kulia usiku na mchana na kumfanya Mercy kuto kulala usiku na kumtoa nje ambapo alianza kung'atwa na mbu na kumsababishia kuugua malaria. Siku moja babu alirudi kutoka kwenye biashara zake na kumkuta Mercy akilia. "Mbona wote mnalia?" "Mtoto wangu anaumwa babu, nitafanyaje na sina hela hata kidogo?" "Tumpeleke hospitali tutajua huko huko." Baada ya vipimo aligundulika ana malaria akaandikiwa dawa ambazo walishindwa kuzinunua kwani hawakuwa na pesa kabisa. "Nitafanyaje babu? Homa yake ipo juu sana." "Kwa nini usirudi kwa baba yake uombe msaada Mercy?" "Siwezi babu. Unakumbuka nilivyokwambia jinsi nilivyoondoka? Ben hataki kuniona tena." "Ni lazima urudi Mercy, huyu mtoto atakufia. Kamuombe pesa kidogo angalau ya dawa." Hofu ilimuingia Mercy baada ya kutafakari maisha bila ya mtoto wake. Alishakumbwa na vifo vingi lakini siyo Junior. Alimsihi Mungu asiguse uhai wa mtoto wake. Alitoka asubuhi sana na kwenda ofisini mojawapo ya Ben iliyopo Posta Mpya. Aliambiwa Ben ametoka atarudi baadaye. Baada ya masaa kadhaa kupita bila Ben kurudi Mercy alikata tamaa akaamua kuondoka. "Naomba umwambie Ben, Mercy alikuja kukuona. Natoka kwenda kutembea kidogo baharini naweza kurudi tena baadaye au wakati mwingine."

Mercy alitoka taratibu kuelekea upande wa Ocean road. Jua lilikuwa kali lakini alijitahidi kupita chini ya miti ili kujisitiri na jua. Alipofika baharini sehemu ambayo alishazoea kwenda na Ben kila walipokuwa wakitoka kazini kwa Ben huku wakisubiria foleni ipungue ili warudi nyumbani kwao, kipindi kabla Bety hajamuabisha mbele ya watu, Mercy alivua kandambili alizokuwa amepewa na babu na kukaa mchangani kabisa huku ameinamisha kichwa chake katikati ya magoti yake yaliyokuwa kama kona ya meza kwa kukonda. Alianza kuwaza maisha yake yalivyobadilika na jinsi maneno ya Mike yalivyotimia katika maisha yake. Ni kweli dunia aliiona chungu. Mambo yote aliweza kuvumilia lakini sio kumpoteza mtoto wake. Taratibu alianza kumuomba Mungu amnusuru kwenye hali ile mbaya. *"Nimefika mwisho Mungu wangu, nisaidie. Sina tumaini jingine tena hapa duniani ila wewe."* Mercy aliendelea kulia akiwa peke yake mchangani asijue cha kufanya. Tumaini la kurudi ofisini kwa Ben liliisha, aliamua kurudi tu nyumbani na kusubiri muujiza wa Mungu.

Harufu ya chakula ilianza kumjia puani. Mercy alijua ni mawazo kwa sababu ya njaa kali iliyokuwa ikimuuma. Alibaki akiwa anachorachora chini ya mchanga na kujaribu kutulia baada ya kulia sana, ili arudi nyumbani. "Nilijua nitakukuta huku Mercy! Nimepata ujumbe wako. Nimekuletea chakula najua hujala." Mercy alishtushwa na sauti ya Ben. "Ahsante." Uso wa Mercy ulijaa machozi. Taratibu aliinama na kujipanguza uso wake, kwenye sketi kubwa aliyokuwa amevaa na kushikiliwa na pini. Bila kupoteza muda kama aliyemuona Mungu uso kwa uso, alianza mahitaji yake. "Naomba nisaidie kunitafutia kazi sehemu yoyote Ben. Nimetafuta kila mahali bila mafanikio." "Kula kwanza chakula." Mercy alikula kile chakula nusu na nusu alirudisha kwenye mfuko kwa ajili ya babu huku Ben akimshangaa asielewe kinachoendelea. Mercy aliyeambiwa ameondoka na Rich, alikuwa hoi kama mgonjwa anayekaribia kufa.

"Unafikiri unaweza kunisaidia kazi? Yoyote tu, sichagui. Au hata kazini kwako tafadhali. Na siyo lazima unilipe kipindi ninachojifunza Ben. Nikielewa na wewe ukiridhika kama nimeelewa ndipo unaweza kuanza kunilipa. Hata ukiniombea kwa mtu, nakuahidi nitajitahidi, sitakuabisha. Unakumbuka nilishawahi kufanya kazi kwenye ile kampuni ya Clearing and Forwading?" Ben alibaki amepigwa na butwaa kwani Mercy alikuwa anaongea bila kupumzika. "Yule bosi alikuwa akisifia sana kazi yangu. Nakuahidi naweza kujifunza kitu chochote kile. Sichagui." Baada ya kuona kimya kirefu kwa Ben alijua bado amemkasirikia na hawezi kumsaidia tena aliamua kumuaga. "Naomba niwahi kurudi nyumbani. Nitapita wakati mwingine kama kutakuwa na kazi." "Kuna ofisi nyingine na mimi nafungua ya Clearing and Fowarding siku chache zijazo, nipo kwenye kukamilisha mambo machache ya kuisajili ili nifungue, na kwa kuwa wewe una uzoefu kidogo unaweza kufaa. Unafikiri unaweza kunisaidia Mercy?" "Nitajitahidi kadiri ya uwezo wangu Ben." "Yupo mtu ana kampuni yake kama hiyo nitakupeleka kwake ukajifunze wakati tunasubiri kufungua ya kwetu." "Nashukuru sana Ben. Nakuahidi sitakuangusha." "Wewe upo tayari kuanza lini?" "Wakati wowote ule, hata ukiniambia kesho." "Kwani sasa hivi unaishi wapi Mercy?" "Kuna babu naishi naye Mbagala Mwisho." Machozi yalianza kujaa ndani ya macho ya Mercy.

"Unawasiliana na bibi?" "Bibi? Bibi yangu yule wa Lushoto?" "Ndiyo Mercy, kwani tuna bibi wangapi?" "Bibi alishafariki muda mrefu sana Ben." "Nini?" "Aliugua sana na kwa kuwa hatukuwa na pesa kabisa za matibabu, alifia tu nyumbani." "Haiwezekani Mercy!" "Ni kweli alishafariki." "Sikujua Mercy, pole sana. Basi mimi natuma pesa za matumizi mpaka leo. Hivi mwezi uliopita tu Neema alikuja tena kuchukua pesa." "Ney?" Mercy alishtuka sana kusikia jina la Neema. "Ndio, Neema. Ulipoondoka tu, alinifuata na kuniambia ulimwachia maagizo yeye ndio awe anatuma pesa kwa bibi kwa kuwa njia tuliyokuwa tukitumia zamani siyo salama tena, na yeye amegundua njia nyingine yakumfikishia bibi pesa. Kwa hiyo kila mwezi alikuwa akija kuchukua pesa. Tena kuna mwezi alishakuja mara mbili na kuniambia bibi mgonjwa anatakiwa kupelekwa KCMC. Nilimpa pesa nyingi tu na na nilimwambia wakodi gari ya kumpelekea mpaka KCMC asipande basi kwa kuwa mimi nilikuwa nasafiri. Niliporudi aliniambia anaendelea vizuri, na nilishajaribu kumpigia simu bibi mara kadhaa kumjulia hali bila mafanikio." Mercy alianza kulia kwa uchungu sana. Alianza kumfikiria vile bibi yake alivyoteseka bila dawa wala matibabu yoyote kwa sababu ya Neema aliyefanyia pesa zake starehe! "Pole sana Mercy sikujua. Ulienda lakini msibani?" "Nilishindwa Ben. Nilikuwa na kazi ambayo sikuwa nalipwa mshahara hata kidogo. Kwa hiyo hata pesa ya kuwasaidia hata mazishi nilikosa." Ben alihisi yupo usingizini, alibaki na maswali mengi yasiyo na majibu. "Daah! Pole sana Mercy." "Ahsante. Kwa hiyo nirudi tena lini?" Mercy aliendelea kumuuliza Ben maswali, huku Ben akionekana ana maswali mengi zaidi ya Mercy. "Unataka nianze lini kazi?" Mercy alirudia tena baada ya kuona Ben amezama kwenye mawazo. "Namaanisha hiyo kazi ya kujifunza." "Utakapokuwa tayari Mercy." "Mimi nipo tayari Ben, hata ukiniambia nirudi kesho, nitarudi." "Lakini Mercy, hiyo ofisi unayotakiwa kwenda kujifunza haiko hapa." "Iko wapi?" "Nairobi. Utakuwa tayari kwenda Nairobi? Kama ukiona umeshafahamu kila kitu ndipo unaweza kurudi huku. Ila nataka ujue haina haraka. Kama unahitaji muda wa kujifunza zaidi haina shida. Utakaa tu mpaka utakaporidhika na kuona upo tayari kuanza kazi ukiwa mwenyewe. Kama unavyojua mimi nimefungwa na hii biashara nyingine. Kwa hiyo nitakutegemea wewe kwa kila kitu kwenye hiyo kampuni ya usafirishaji." Mercy alinywea ghafla kitu kilichomshangaza Ben. "Vipi?" "Sidhani kama nitaweza kwenda Nairobi." "Kwa nini?" Mercy alimkumbuka mtoto wake. "Kwa nini hutaki kwenda Nairobi Mercy?" Ben aliendelea kuuliza huku akihisi labda Mercy anamdanganya, ameshaolewa kwa hiyo hataki kumuacha mumewe.

"Nashukuru Ben, lakini hiyo kazi naona haitanifaa, siwezi kwenda Nairobi. Nitajaribu kukupitia wakati mwingine kama utakuwa na kazi nyingine ya hapa hapa mjini." "Wewe umeniambia una shida na kazi na upo tayari kujifunza. Nakupa kazi, unakataa. Unataka nini Mercy? Mbona sikuelewi?" Ben aliongea kwa sauti ya hasira kidogo na iliyojaa wivu kama kawaida yake. "Sitaweza kwenda Nairobi Ben." "Ulishaniambia hilo. Swali ni kwa nini huwezi kwenda Nairobi?" "Nina mtoto mdogo. Siwezi kumuacha mwanangu. Kama ni hapa Dar ni afadhali, yupo yule babu anayetuhifadhi, anaweza kuwa anabaki naye nyumbani, nitakapokuwa kazini. Lakini huko Nairobi nani atakaa na mwanangu ninapokuwa naenda kazini?" Ben alishtuka na kushindwa kuongea kwa muda. "Nashukuru Ben nataka kumuwahi mtoto, nitakuja kukuangalia wakati mwingine kama kutatokea kazi ya hapa hapa mjini." "Mtoto anaitwa nani?" "Nimempa jina la baba yangu. Ila nimeanza na Junior. Namwita Junior." Alinyamaza tena. "Umesema unakaa wapi na nani?" "Huko nilipokuwa nafanya kazi za ndani, nilikutana na huyo babu mlinzi na kijana wa kufuga ng'ombe, ndio waliokuwa wakijua ni mjamzito hata nilipopata matatizo yeye ndiye alinisaidia na kunihifadhi kwake Mbagala Mwisho, mpaka sasa." "Ulikuwa unafanya kazi za ndani na sio….." Ben alikwama "Nilishindwa kuendelea na shule Ben. Nilishindwa kujilipia ada, nilikosa kazi." Ben alibaki kumwangalia Mercy kama haelewi. "Shule?!" "Ndiyo. Baada ya kuishiwa pesa kabisa, nilishindwa kulipa ada ya chuo na nikafukuzwa pale nilipokuwa naishi, kwa kuwa nilitafuta kazi bila mafanikio. Ndipo nilipopata kazi za ndani na kutunza ng'ombe ambayo kwa muda wote huo sikuwahi kulipwa hata mara moja zaidi ya mateso makali na kupigwa kila siku bila kupewa chakula." 'Nani anaweza kumpiga kiumbe kama Mercy!' Ben aliendelea kuwaza huku akiumia sana moyoni. "Na ulipata matatizo gani?" Ben aliendelea kuhoji taratibu huku akiomba Mungu mtoto wa Mercy awe ni wake. Mercy alimueleza Ben matatizo yote aliyopata kutoka kule alikokuwa akifanya kazi za ndani mpaka alipoishia mikononi mwa babu na kumuacha Ben akitamani kulia.

"Mtoto ana umri gani?" "Miezi minne sasa. Mi naomba niwahi kwa mtoto, nimemuachia babu tena mtoto mwenyewe ni mgonjwa." "Ulimpeleka hospitali Mercy?" "Tulimpeleka alipopimwa alikutwa na malaria. Lakini nimeshindwa kumnunulia dawa. Sina hela Ben." Machozi yalianza kumtoka tena Mercy. "Nimehangaika sana kutafuta kazi bila mafanikio Ben. Ndio maana imenibidi nirudi tena kwako kukuomba msaada tena." Mercy alianza kuondoka huku akilia. "Kwa nini hukuniambia Mercy?" Mercy alisimama. "Naweza kwenda nikamwone tuone kama tunaweza kumpeleka hospitali?" "Nitashukuru sana Ben." Mercy alihisi yupo ndotoni. Kupata msaada wa mtoto wake hata kama amekosa kazi, lakini ni heri Ben aokoe maisha ya mtoto wake.Walimkuta mtoto akilia sana, na homa ilikuwa kali. "Ahsante babu na pole. Anaendeleaje?" "Ameanza kulia muda sio mrefu, alikuwa amelala." "Nimekuletea chakula. Mlete ni mbebe na wewe upumzike." "Vipi umefanikiwa safari yako?" "Sijafanikiwa kupata kazi, lakini nimerudi na Ben anataka tumpeleke mtoto hospitali." "Ben? Ben yule yule Ben mwenyewe?" Ben aliingia baada ya kuvua viatu nje ya chumba chao na moja kwa moja macho yake yalitua juu ya mtoto na kuiona sura yake juu ya Junior. "Ndio Babu. Huyo ndiye Ben." "Ooh! Karibu baba." Babu alimkaribisha Ben kwa furaha sana akitamani amkumbatie. "Sasa nimeelewa." "Nini Babu?" "Huyu mtoto alinichanganya kweli jinsi alivyo, lakini nishaelewa. Karibu sana baba, nimekusikia muda mrefu sana lakini leo nimepata bahati ya kukuona. Karibu sana mwanangu. Jisikie uko nyumbani." Wakiwa kwenye gari Mercy alitoa kitambaa kichwani na kuchana nywele zake mlemle ndani ya gari ya Ben, kwani alikumbuka Ben hapendi kumuona akiwa amefunga kilemba, kwa hiyo waliporudi nyumbani kwa babu na babu kuwaona wote wawili Ben na Mercy ndipo alipoelewa muonekano wa Junior. "Ahsante sana babu. Nashukuru sana kwa kuwatunza hawa kipindi chote ambacho sikuwepo." "Ooh, nimewatunza wapi? Mimi mwenyewe sina kazi, tunashinda nao njaa tu hapa." "Poleni sana." Junior aliendelea kulia.

"Jaribu kumnyonyesha Mercy, labda atatulia." "Siwezi Ben, chuchu zimejaa vidonda maziwa hayatoki." "Basi mpe maziwa ya chupa itakuwa ni njaa." "Sina chakula." Ben alizidi kuumia huku akishindwa kuzuia machozi yake, asiamini wala kuelewa ni maisha gani waliyokuwa wakiishi muda wote. Nyumba yenyewe ilikuwa imechakaa, chumba kimoja kilichoonekana duni sana na kweli hapakuonekana na dalili ya chakula. Alimchukua mtoto mikononi mwa Mercy ajaribu kumbembeleza lakini alikuwa na joto kali sana. "Unayo dawa yoyote ya kushusha homa?" Mercy aliyekuwa akilia, alitingisha kichwa kuashiria hapana. "Babu ngoja tumuwahishe mtoto hospitalini naona ana joto kali sana. Naomba upokee hizi pesa zitakusaidia kwa matumizi yako. Nakushukuru sana kwa kumpokea Mercy." Babu aliona yupo ndotoni baada ya kupokea kitita cha pesa kutoka kwa Ben. "Ahsante sana baba, Mungu akuzidishie, ulipotoa pakaongezewe!" Ben aliendesha gari kwa kasi mpaka hospitali. Walipokelewa na kuanza kumpima mtoto haraka haraka. "Anahoma kali sana." Nesi aliyempokea na kumpima mtoto, alikuwa akimpa Ben majibu. Walimpa dawa ya kushusha homa na baadaye waliingizwa kwenye chumba cha daktari. "Huyu ndiye mama yake?" "Ndiyo." Ben alijibu. "Huoni aibu kijana? Umewatoa wapi hawa watu? Wote wanaonekana ni wagonjwa. Huwa nawaambia vijana watulie waangalie familia zao, lakini hamsikii. Mtazame mke wako na watoto walivyochoka! Huwezi kuwafananisha na wewe hata kidogo. Huoni aibu kusimama mbele za watu kumtambulisha mkeo aliyechoka hivi? Hiyo sura ya huyo mtoto haikusuti?" Daktari aliendelea kumgombeza Ben kama mtoto mdogo. "Tulieni jamani, kama bado mnaona mnataka kuhangaika basi acheni kuoa." Wakati wote Ben alinyamaza kimya bila kujibu kitu. "Mtoto anaonekana ana malaria na hana damu wala maji." Daktari aliendelea kusoma majibu ya mtoto kwenye faili alilokuwa ameletewa na nesi.

"Ananyonya?" Daktari alimgeukia Mercy. "Ndiyo." "Anapata maziwa ya kutosha? Maana kama angekuwa ananyonya vizuri asingekuwa hivi." "Hapana, wakati mwingine maziwa hayatoki." "Kwa afya yako hiyo huwezi kupata maziwa ya kumtosha mtoto. Kunyonyesha ni lazima, ni kinga kubwa sana kwa mtoto. Inamsaidia mtoto kumkinga na maradhi mengi. Kwanza asingeishiwa maji kama anavyoonekana hivi. Jitahidi kula vizuri na kunywa maji mengi, maziwa yatatoka tu. Umesikia kijana? Hakikisha mkeo anakula vizuri ili kumlinda mtoto wenu, acheni masihara jamani mnachezea watoto wakati wenzenu wanawatafuta mchana na usiku. Tunza mke wako kijana, acha kurukaruka." Ben alikuwa kimya kama mtu aliyekuwa bado kwenye mshtuko mkali. "Mtoto anahitajika damu. Kwa hiyo nenda maabara ukatoe damu. Na atalazwa kwa ajili ya matibabu maana anaonekana anahitaji matibabu ya haraka na uangalizi wa karibu." "Ahsante sana." Ben aliitikia bila hasira. Nesi aliwachukua mpaka kwenye chumba ambacho Ben aliomba mtoto wake alazwe chumba cha peke yake asichanganywe na mtu yeyote, akachukuliwa kwenda kutoa damu ya kumuongezea mtoto. Mercy alibaki pale ameshika shavu huku akimuombea mtoto wake apone.

Ben aliingia bila hata Mercy kujua. Akamtoa Mercy mkono shavuni. "Usiwe na wasiwasi atapona tu." "Vipi imepatikana damu ya kumtosha?" "Ndiyo. Wamesema itamtosha." "Ahsante sana." Ben alikuwa akimwangalia yule mtoto bila kupepesa macho. Alimshika taratibu mkono wake, kwa upendo sana. Taratibu uso wa Ben uliokuwa unaonekana kwa muda mrefu sana una hasira, ulianza kubadilika na kufunguka kama jua la asubuhi. Aliendelea kumshika mkono wa mtoto wake uliokuwa na sindano ya dripu ya maji. "Utapona Junior na utakuwa na furaha." Ben aliongea kwa sauti ya chini kama anamnong'oneza mtoto ambaye kwa muda wote ule alikuwa amelala. "Nitarudi baadaye kidogo Mercy." "Nashukuru sana Ben." Baada ya muda mfupi Ben alirudi na kumkuta Mercy ameegemeza kichwa chake pembeni ya mtoto wake na kupitiwa na usingizi. "Nimekuletea hii supu naamini utapenda, amka unywe." "Ahsante sana Ben." "Ungekaa vizuri ili unywe, wakati bado ya moto utajisikia vizuri. Unahitaji kula Mercy kwa ajili yako na maziwa ya mtoto. Kipindi hiki cha mwanzo kabla ya miezi sita sitaki mtoto aanze kunywa maziwa ya kopo, kama ukiweza kumnyonyesha ingekuwa vizuri kama daktari alivyotushauri." Mercy alianza kumshangaa Ben alivyojichukulia majukumu harakaharaka. "Nashindwa kunyonyesha Ben, chuchu zote zimejaa vidonda na zinauma sana. Sio kwamba sikutaka kumnyonyesha mtoto lakini maziwa hayatoki." "Kwa sababu ulikuwa huli chakula cha kutosha Mercy, ndio maana uliishiwa maziwa. Kitu kilichosababisha mtoto kukunyonya kwa nguvu kwa kuwa alikuwa hapati kitu, na ndio maana ulichubuka. Lakini ukikazana kula na maziwa yakitoka atapunguza kukunyonya kwa nguvu na chuchu zitapata sugu utazoea. Mwanzo mgumu, lakini utazoea tu usiogope." "Utaalamu wa mambo ya mama na mtoto umeyapata wapi Ben?" "Nilikuwa karibu sana na Cathy yule mke wa zamani wa Mike wakati amejifungua." "Mke wa zamani?" "Kwani hujui kuwa sasa hivi Mike anaishi na Neema?" "Hapana! Niliwaona zamani sana Mlimani City wakiwa pamoja wakati namuomba Ney msaada." "Ney? Mbona aliniambia hajawahi kukuona tena tangia uondoke na Rich?" "Neema alikwambia niliondoka na Rich?" "Ndiyo." Mercy aliguna na kukaa kimya bila kuendeleza yale maongezi.

Mercy alikula vizuri bila kupumzika. "Ahsante Ben, nilikuwa na njaa sana. Angalau sasa hivi nimeshiba." "Ukikazana kula hivyo, maziwa yataanza kutoka muda sio mrefu. Lala kidogo mpaka usiku nitakapoondoka, ili usipate shida nitakapokuacha na mtoto." Mercy alijitupa kwenye kochi la pembeni kama mfu. Aliamshwa na kilio cha mtoto wake, wakati anawekewa damu. "Pole Junior utapona mwanangu." Mercy aliomba wamwekee damu, akiwa amempakata. Ben alimwangalia Mercy kwa huruma sana. Alihisi kuna alipodanganywa. 'Lakini na nani? Au Rich alimtelekeza baada ya kugundua Mercy ni mjamzito?' Ben alibaki akimwangalia bila jibu. "Nitarudi kesho asubuhi Mercy. Ukiwa na shida yoyote unipigie simu." "Sina simu Ben." "Basi usiwe na wasiwasi kila kitu kitakuwa sawa. Nitaongea na nesi kama kuna mabadiliko yoyote anipigie. Nitawaona asubuhi, sitachelewa." "Ben!" Mercy alimwita Ben wakati anataka kutoka. "Kwa nini siku ile uliponiacha uwanja wa ndege, uliondoka bila kuniaga?" "Nilikuaga Mercy. Labda hukunisikia kwa kuwa Rich alikuwa amekukumbatia." "Nilikutafuta bila mafanikio, nilikuwa nakimbia huku na huku ili nikuone angalau nikuage, lakini sikukuona." Ben alibaki kimya kwa muda kama anayejaribu kuelewa kitu lakini alishindwa. "Pole Mercy, lakini nilikuaga. Si unajua nisingeweza kuondoka bila kukuaga?" Walibaki kimya kwa muda. "Ahsante sana Ben." "Kwa nini?" "Kuokoa maisha ya Junior." "Kwa nini hukunitafuta mapema Mercy?" "Ningefanyaje Ben ulikuwa hupokei simu zangu na nilipoona kimya niliamua kuja nyumbani kwako, lakini Mzee Jumaa alinifukuza na kunionya nisirudi tena pale, hutaki kuniona tena. Hivi leo nimerudi tena kuja kujaribu bahati yangu, sikujua kama ungenisaidia tena." "Haiwezekani! Sikuwahi kuona simu yako Mercy na nilikuwa nakupigia simu kama niliyechanganyikiwa bila mafanikio. Na wala Mzee Jumaa hakuwahi kuniambia kama ulifika nyumbani. Labda umemfananisha kwa kuwa amekuja mlinzi mwingine baada ya yeye kuacha kazi. Mzee Jumaa anafahamu jinsi nilivyo hangaika kuitengeneza ile nyumba kwa ajili yako Mercy. Asingethubutu kukufukuza hata kidogo. Na nilimwambia akuheshimu kama anavyoniheshimu mimi." Mercy alibaki kimya na kupotelea mawazoni. "Lakini nimefurahi umerudi tena kunitafuta Mercy na pole kwa kuteseka na mtoto peke yako." "Ahsante." "Nitawaona kesho. Mlaze mtoto ili na wewe ujaribu kupumzika."

Usiku ule ulikuwa mzuri sana kwa Mercy kwani alilala vizuri bila kumka, kwa kuwa mtoto wake alishaanza kuonekana na nafuu baada ya kupata chupa za maji za kutosha na yeye kushiba vizuri.

Na alijua wazi kwa kuwa Ben yupo, hakuna kitakacho haribika tena. Kwa Ben ni kama alikuwa ndotoni. Kurudi kwa Mercy, tena na mtoto wake! Ni kitu ambacho hakutegemea. Alipiga magoti na kumshukuru Mungu kwa machozi kwa kumpa mtoto, kwani nikitu alichokuwa akitamani kwa muda mrefu sana, hasa mtoto kutoka kwa Mercy. Hofu ilianza kumuingia pale alipomkumbuka mchumba aliyemchumbia mara tu ya Mercy kuondoka. Alijutia sana uamuzi wake. 'Mercy atafanyaje akijua nina mchumba? Itabidi kumficha kwanza mpaka mtoto apone na yeye arudie afya yake. Akijua sasa hivi anaweza kuchanganyikiwa.' Ben aliendelea kuwaza usiku huo bila usingizi.

"Mercy! Amka ukaoshe uso, ili uje kunywa uji." Ben alirudi tena alfajiri na mapema na chupa nyingi ambazo Mercy mwenyewe alibaki anamshangaa. "Mbona kama hukulala Ben? Umepika vitu vingi sana. Pole." "Sio vingi sana. Ni uji, supu na mtori tu. Vitakusaidia kurudisha afya yako na maziwa." "Nashukuru sana." "Amka basi ili ule." Mercy alimka pale alipokuwa amejilaza kwenye kochi, kuelekea bafuni angalau kuosha uso wake. Kumbe Ben alirudi na mchumba wake aliyekuwa amesimama karibu sana na mlango huku amekunja uso. Mercy alishtuka kidogo "Habari yako!" Kimya. "Samahani sikuwa nimekuona." Aliendelea kuwa kimya bila kumjibu kitu chochote, Mercy akaamua kwenda chooni. Wakati Mercy anaanza tu kula baada ya kutoka chooni, alianza kujitambulisha. "Naona kabla ya salamu tuanze kufahamiana kwanza. Na kwa kuwa Ben hataki iwe sasa hivi mpaka utoke hapa hospitali basi ni heri nitoe utambulisho mimi mwenyewe kwa kuwa mimi nakuona wewe ni mzima tu huna ugonjwa wowote, hata hivyo hakuna siri kwenye mapenzi." Wote walimgeukia Martha aliyeonekana amejawa na jazba. "Naitwa Martha, ni mchumba halali wa Ben." Kama aliyepigwa na shoti ya umeme. Mercy alianza kutetemeka mikono na midomo. Kila alipojaribu kutaka kuongea sauti ilikwama. Alijaribu kukohoa mara kadhaa ili kusafisha koo bila mafanikio, ndipo alipoamua kunywa maji. Akanyosha mkono ili kufikia glasi iliyokuwa na maji ili anywe kama kutoa kitu kilichokwama kooni lakini aliishia kuisukuma ikaanguka na kuvunjika, kijiko alichokuwa amekishika mkononi kilianguka kwa kutetemeka. Wote walibaki kumwangalia Mercy aliyeonekana ni kama mtu aliyekosa pumzi ghafla na kubaki akitapatapa.

"Samahani jamani." Mercy aliinama kuokota vipande vya glasi huku akiendelea kutetemeka. "Hongereni sana." Mercy aliendelea kujaribu kuongea akiwa bado sakafuni, kwa sauti iliyojaa mtetemeko na unyonge sana. Ben alibaki amesimama kama sanamu asijue cha kufanya. Hakutegemea kama Martha angefanya vile baada ya kumsihi sana amwache Mercy kwanza mpaka arudishe afya yake. Ben hakutaka kabisa kumpeleka Martha hapo hospitalini kwa Mercy, lakini Martha alimpigia simu Ben asubuhi hiyo akiwa anajiandaa kutoka kwenda hospitalini, ili amsaidie usafiri wa kuwahi kikao kazini kwake baada ya gari yake kukataa kuwaka asubuhi hiyo akiwa anataka kutoka. Ilimbidi Ben amuelezee Martha ujio wa Mercy wa ghafla akiwa na mtoto mgonjwa sana, na kumsihi awe mvumilivu atakuja kumtambulisha kwa Mercy wakati mwingine, lakini Martha alisema hakuna sababu ya kuendelea kusubiri. Lazima Mercy amjue na kumheshimu yeye kama mchumba wake. Kitendo cha kujua kama Ben alishaanza mahusiano na mwanamke mwingine, tena mchumba, Ben alijua wazi kitamsumbua sana Mercy.

Bakuli lililokuwa na uji lilimfuata pale pale sakafuni, na kumwagikia mapajani kwa sababu ya kuendelea kuhangaika. "Pole sana Mercy. Hujaungua?" "Hapana nipo tu sawa." Baada ya kushindwa kuokota kitu hata kimojawapo pale sakafuni, Mercy aliamua kusimama na kuingia chooni. 'Lazima nitulie sababu ya mtoto wangu.' Mercy alikuwa akijiambia wakati yupo chooni akiendelea kujisafisha. 'Siwezi kufa nikamuacha mtoto wangu analelewa na Martha.' Mercy alitoka akiwa ametulia kitu kilichomshangaza sana Ben na Martha alishaondoka. Alijimiminia tena uji na kuanza kunywa kama dawa bila kumsemesha Ben wala kumuuliza kitu chochote. "Inabidi ubadili hizo nguo Mercy." "Sina nyingine, hicho ni kibegi cha mtoto." "Nguo zote zile ulipeleka wapi?" "Niliziacha kwako. Sikuweza kuondoka nazo siku ile kwa kuwa niliondoka nikiwa na haraka." "Mbona Neema alikuja kuzifuata zote akidai umemtuma aje akuchukulie vitu vyako vyote ulivyoviacha kwangu?" "Sikuwahi kumtuma Neema kwako." "Mbona nazidi kuchanganyikiwa jamani? Nini kinaendelea?" "Hata nikikwambia haitasaidia tena Ben. Achana na maisha yangu yaliyojaa mikosi na balaa. Wewe sasa hivi una maisha yako yaliyojaa furaha, sitaki kukuharibia amani yako."

Japokuwa Ben alihangaika sana kumuhudumia Mercy akiwa hospitalini lakini Mercy bado alizidi kuwa mnyonge zaidi na zaidi. Mtoto alianza kuchangamka na wakati wote walikuwa wote hospitalini kumuuguza Junior lakini Mercy hakuwa akiongea kabisa mpaka siku waliyoruhusiwa kutoka hospitalini. "Nashukuru sana kwa kutuhudumia wakati wote tukiwa hapa, Mungu akubariki

Ben." "Amina Mercy." "Nafikiria kuanza kazi mapema kama nitapata." "Mtoto bado mdogo Mercy na anakuhitaji sana wewe, huwezi kuanza kumuacha nyumbani kwa ajili ya kazi. Nafikiria turudi wote nyumbani, hutahitaji kufanya kazi. Biashara tulizonazo zitatutosha." "Sio na mimi Ben. Ni heri kuendelea kuishi na babu kuliko kukaa na mume wa mtu." Yale maneno yalikuwa kama upanga moyoni mwa Ben, alibaki kimya kabisa. Akatoka bila kuaga.

Baada ya muda Martha na mama yake Ben waliingia na kumkuta Mercy akifungasha mizigo yao. "Shikamoo mama." "Huoni aibu Mercy? Unawezaje kurudi na uchafu ulioufanya? Nakuomba umuache Ben aendelee na maisha yake, kwanza anataka kuoa na tumeshamlipia Martha mahari." "Ben amemlipia Martha mahari?" Mercy aliuliza huku machozi yakimtoka. "Kwani hakukwambia?" Martha alimuuliza kwa kejeli. "Na pete ya uchumba hii hapa amenivalisha tena mbele ya familia zetu wote na marafiki. Wewe ushawahi kutambulishwa rasmi na Ben kama mchumba wake?" "Haiwezekani Martha! Ben hawezi kufanya hivyo. Unanidanganya. Mimi ndiye mpenzi wa Ben, hawezi kukuoa wewe hata iweje. Alikuwa na wewe kwa kuwa mimi sikuwepo. Ben ananipenda mimi." "Mpigie simu umuulize." Walianza kumpa uthibitisho wote mpaka picha walizopiga siku ya sherehe yao ya kuvalishana pete ya uchumba. Mercy alibaki akilia kwa kusalitiwa na Ben. "Naomba umuache Ben. Alivyokusaidia vinatosha. Kwanza wewe mwenyewe hueleweki kabisa. Umetokea tokea tu kwenye maisha ya mwanangu. Habari ulizonazo ni za misiba ya kwenu kila kukicha. Huna habari njema hata moja. Mtu gani huna mbele wala nyuma?" "Mama huyu msichana jini huyu." Martha alidakia. "Ben amehangaika sana kufika hapo alipo. Unataka kumrudisha nyuma kimaendeleo? Kila unaporudi kwenye maisha yake anashindwa hata kufanya kazi, mambo yake yote yanasimama anabakia kuwa na wewe tu kwenye matatizo yako. Naomba umuache mwanangu na uendelee na maisha yako tafadhali."

Ben aliingia na kumkuta Mercy amejikunyata chini sakafuni akiwa amefica uso wake magotini pembeni ya kitanda cha mtoto wake aliyekuwa amelala muda wote, akilia kama mtoto huku bado wakiendelea kumshambulia kwa maneno. "Unafanya nini mama?" "Nimekuja kumwambia Mercy ukweli." "Ukweli gani usioweza kusubiri mpaka umfuate hospitalini?" "Nilitaka ajue tulishalipa mahari nyumbani kwa kina Martha na umeshamvalisha pete ya uchumba na mnakaribia kuona. Kwa hiyo asikupotezee muda, wakati mchumba wako yupo." "Kweli mama?" "Ndiyo, nimemwambia na kwa kuwa alikuwa haamini, tumemuonyesha picha zote kama uthibitisho. Maana unaonekana wewe umeshindwa kumuondoa katika maisha yako Ben, labda kwa kumuonea huruma au hatujui! Ben mwanangu, mtoto sio kigezo cha Mercy kuendelea kukushikilia hapa na kukufanya mtumwa. Wangapi wamezaa na kuacha watoto wao? Kwanza hatujui hata kama mtoto mwenyewe ni wako kweli." "Kwa hiyo mama, vile alivyotufanyia baba, leo unasema ni sawa? Na mimi unataka nimuache mtoto wangu aje ahangaike kama mimi nilivyohangaika ili nimuoe Martha mwanamke unayempenda wewe? Au labda hujui shida nilizopitia baada ya baba kuondoka kwa kuwa nilikuwa na wewe wakati wote ulipokuwa una shida? Kumbuka jinsi nilivyo hangaika mama kwa ajili yako na Joyce. Nilikuwa natukanwa mtaani mimi ni shoga kwa kukataa mpaka wanawake waliokuwa tayari kunivulia nguo ili niwe na wewe. Mpaka leo nimekuwa upande wako, sijawahi kukuacha kwa lolote. Nilishindwa kusoma sana, kwa ajili ya kufanya kazi mchana na usiku ili kuwafanya wewe na Joyce muishi kwa furaha. Sijawahi kukutaka msaada wako tangu baba alipoondoka ila safari hii mama yangu. Nilikuomba unipe muda niweke mambo yangu sawa na Mercy kwa kuwa ndiye msichana pekee ninayempenda. Kwa nini unanikazania kumuoa Martha mwanamke nisiyempenda? Au kwa kuwa kwao wana pesa? Sikutegemea mama, kwa yote niliyopitia nilijua ungetamani na mimi mara moja tu katika maisha yangu niwe na furaha. Lakini bado naona unajiangalia wewe tu."

Wakati Ben akiendelea kuomboleza kwa mama yake, Mercy alimnyanyua mtoto wake na kutaka kuondoka, lakini Ben alimzuia mlangoni. "Usiondoke Mercy kabla hatujaongea." "Naomba nipishe Ben, hatuna cha kuongea tena mimi na wewe." Ben alimchukua mtoto kutoka kwa Mercy na kumuacha Mercy akiendelea kulia. Mama yake alitoka kimyakimya baada huku Martha na yeye akilia kudhalilishwa mbele ya watu. "Nakuahidi nitakulipizia kisasi Ben. Umeniharibia maisha yangu. Nani atanioa tena? Watu wote wanajua mimi ni mchumba wako. Ona sherehe kubwa tuliyofanya kwa ajili ya kunivalisha pete ya uchumba. Umefanya niwaite ndugu zangu wote na marafiki kutoka nchi mbali mbali kwa ajili ya uchumba wetu. Leo unanigeuka na kutangaza hunipendi kwa ajili ya malaya huyu?" "Naomba usiwahi kurudia tena, kumuita Mercy malaya." "Nitakulipizia siku moja Ben." "Nisamehe Martha, lakini ukweli ni kwamba nampenda

Mercy." Martha alitoka na kuwaacha Ben na Mercy.

"Umenidanganya Ben! Kweli ndani ya mwaka mmoja tu, umeshasahau kila kitu ulichowahi kuniahidi na kuniapia mbele za Mungu? Au ilikuwa ni njia ya kunipata kimapenzi ili kujifidia misaada uliyowahi kunipa?" "Haikuwa rahisi Mercy." "Usiniguse Ben na wala usithubutu kuja kunigusa tena katika maisha yako." Mercy alirudi nyuma kumkwepa Ben aliyetaka kumkumbatia. "Sijawahi kukudanganya Mercy hata siku moja na Mungu wangu ni shahidi. Ni kweli nakupenda." "Mungu ni shahidi katika lipi Ben? Uliniahidi hutamgusa mwanamke mwingine na utanilipia mimi mahari na kunioa lakini ahadi hizo hizo umezitimiza kwa Martha." "Nisamehe Mercy." "Nataka unijibu swali moja tu la mwisho Ben, labda itanisaidia. Ahadi ya kutokumgusa mwanamke mwingine uliitunza au na yenyewe ulishaivunja?" "Haitasaidia Mercy." "Hapana Ben, mimi itanisaidia sana. Natamani ujue ninavyojisikia, na hiyo pekee itaniponya nafsi yangu kujua kama angalau ulithamini ahadi hata moja uliyoniwekea au ahadi zote zilikuwa ni za uongo." Mercy alikuwa akitetemeka mwili mzima kwa hofu na hasira. "Naona ungetulia kwanza Mercy, tutaongea baadaye." "Unalala na Martha?" Ukweli kwa wakati ule Mercy alihitaji faraja, na faraja aliyoitaka ni angalau kujua mapenzi aliyowahi kupewa na Ben yalikuwa ni ya kweli na hakuwahi kumpa mwanamke mwingine kama alivyoahidi. "Unafanya naye mapenzi?" Mercy alirudia kwa ukali zaidi. "Nataka unijibu Ben, na sitaki unidanganye." "Ndiyo. Lakini hajawahi kufika nyumbani kwetu na wakati wote nililala naye na kondomu." Ben alijibu kwa hofu kubwa huku akijaribu kujitetea. Mercy alihisi hali ya kizunguzungu ghafla na kuanza kutapika.

Aliingia chooni na kuosha uso wake baada ya muda alitoka. "Namuomba mtoto wangu Ben nataka tuondoke." "Hapana Mercy, huwezi kuondoka." Ben alisimama tena mlangoni. "Kwa nini umeamua kuniadhibu Ben? Unataka nikae hapa niendelee kuteseka kila ninapokuona wewe na mchumba wako? Nataka niondoke na mwanangu na mimi nikaanze maisha yangu." "Hutaondoka na mtoto wangu hata iweje Mercy. Siwezi kukuacha ukamtese mtoto kwa ajili ya mambo tunayoweza kuongea na kuyamaliza. Nakupenda Mercy, na sijawahi kukudanganya." "Si hata Martha unamwambia hivyo hivyo? Usiendelee kunidanganya Ben. Namuomba mtoto wangu niondoke. Hujui jinsi nilivyoteseka na Junior hata kidogo. Huwezi kunipokonya mtoto wangu." "Siwezi kukuruhusu ukamtese mtoto kwa ajili ya ujinga nilio ufanya.

Nimefanya kosa, siwezi kuendelea kufanya kosa la kuruhusu mwanangu akaendelee kuteseka Mercy. Utanisamehe sana." Hasira na wivu vilimng'ang'ania Mercy nakushindwa kujizuia. Aliingia chooni nakujifungia huku akilia kama mtu aliyekuwa akichinjwa. Akili zake zilifanikiwa kutengeneza picha ya Ben akiwa anafanya mapenzi na Martha wakati yeye anateseka na ujauzito wa mtoto anayemzuia asimchukue. Alitamani kuondoka na asirudi tena, lakini asingethubutu kumuacha mtoto wake.

Wakiwa wanatoka baada ya kuruhusiwa Mercy alianza kuwaza maisha yake na mtoto. "Sijui babu tutamkuta nyumbani sasa hivi?" "Sikurudishi Mbagala Mercy. Hurudi tena kukaa kule na mtoto." "Nitaenda wapi Ben? Unajua sina pa kwenda zaidi ya yule babu aliyenipokea. Nimebaki peke yangu na Junior basi. Sina ndugu wala rafiki katika ulimwengu huu Mungu ambao ameamua kuniadhibu bila hatia." Ben aliendelea kuumia kimyakimya huku akijilaumu sana. Aliendesha gari mpaka maghorofa ya msajili wa nyumba Upanga. Aliegesha gari na kumpokea mtoto kutoka kwa Mercy aliyekuwa amembeba. "Twende juu." Ben aliongoza njia moja kwa moja mpaka ghorofa ya mwisho kabisa na kufungua mlango. "Karibuni." "Hapa ni kwa nani?" "Ndipo utakuwa unakaa hapa na mtoto kwa kuwa umekataa kurudi nyumbani." "Nyumbani wapi Ben? Sina nyumbani mimi. Mungu ameamua kunifanya mtu wa kutangatanga daima. Naogopa sana Ben. Sijui mwisho wangu ni nini. Ni kweli naogopa." Ben alibaki kimya asijue amfariji vipi Mercy aliyemuahidi kumpa makazi ya kudumu lakini alimgeuka punde tu, alipoondoka.

Ben aliweka mlinzi kuhakikisha Mercy hatoki na mtoto wake wala hakuna anayeingia humo ndani anapokuwa hayupo. Alijitahidi kukaa hapo na Mercy na kumuhudumia yeye na mtoto lakini Mercy hakuweza kuongea na Ben, wala kumuangalia machoni. Aliishia kujifungia chumbani akilia mchana na usiku na kila Ben alipomuomba wazungumze alisema haitasaidia tena. Alijitahidi kuvumilia ili alee mtoto wake mwenyewe lakini haikuwa rahisi hata kidogo. Chakula kilianza kumshinda. Ili asipate shida ya matumizi yake binafsi, kwa kuwa hakuwa akiongea na Ben kabisa, Ben aliamua kumfungulia akaunti na kumuwekea pesa za kumsaidia kununua kitu chochote ambacho Ben angesahau kumnunulia. Ben ndiye alipika, alifanya usafi, alichukua nguo zao na kwenda kufua na bado alibaki kulea mtoto wakati wote, lakini Mercy aliendelea kulia mchana na usiku. Mtoto alipotimiza miezi nane Mercy alishindwa kumnyonyesha kabisa kwa sababu ya kutokula na kulia kila mara na Ben alishamuanzishia chakula na maziwa mengine tangia alipofikisha miezi sita. Junior alikuwa vizuri bila matatizo yoyote.

Kwa kuwa Mercy alikuwa na pesa tena za kutosha na Ben alimpa gari ili kumridhisha, alianza kutoka peke yake bila kuaga. Alianza kwenda kumbi za sinema ili kujaribu kutulia angalau aweze kumlea mtoto wake, lakini alishindwa. Taratibu alianza kunywa pombe ambazo zilikuwa zikimsaidia kulala anaporudi nyumbani, kwa kuwa aliteseka sana na hofu ya kubaki peke yake kwenye maisha pindi Ben atakapooa. Hakuwa na ndugu wala rafiki aliyebaki naye ila Ben aliyekuwa akimtegemea, naye alishakuwa mchumba wa mtu, si wake tena na ni kweli hakujua maisha mengine bila Ben aliyemuokoa kwenye suluhu yake ya kujiua. Maisha aliyokuwa akiishi sasa baada ya akili yake kukubali kujiua ilikuwa ni Ben pekee. Hakuwa na sababu nyingine ya kuishi tena isipokuwa sasa ameongezeka mtoto anayemchanganya akili. Alitamani kama Junior asingekuwepo ajiue apumzike lakini aliogopa kumuacha mtoto wake bila mama. Alipozoea pombe, alijikuta hazimtoshi kupunguza mawazo kwani zilianza kuisha mapema sana, aliamua kuongeza na dawa za usingizi. "Mercy, unachelewa kurudi nyumbani na ukirudi unakuwa umelewa sana. Jana uliishia kwenye gari mpaka mlinzi alipokuleta juu. Junior bado ni mdogo na anakuhitaji. Naomba ujaribu kuwa unawahi." Mercy alijitahidi siku ya kwanza kurudi mapema, na kubeba pombe nyingine ambazo alianza kunywa na mchana. "Huwezi kuleta pombe humu ndani Mercy na huwezi kuendelea kuishi maisha ya kulewa mchana na usiku. Huna muda na mtoto hata kidogo. Kwa nini usikubali tukakaa chini angalau tuzungumze?" Mercy akiwa amelewa asubuhi hiyo alianza kucheka.

"Unajua Ben mimi na wewe tunatofautiana sana. Wewe ni mzuri sana wa maneno. Sijawahi kumuona mwanaume mwenye kujua kutunga maneno tena anayejua kuapa kama wewe Ben. Lakini huwezi kuishi maneno yako hata kidogo. Halafu mimi ni mtu wa matendo sio maneno mengi. Nilichojua kufanya tangu nakufahamu mpaka leo, ni kukupenda na kuwa mwaminifu kwako, basi. Kama sasa hivi hebu niambie kwa kifupi tu, nini unataka kunidanganya tena? Au unataka kuniapia nini Ben?" "Sijawahi kukudanganya Mercy." "Basi una tatizo la kusahau Ben!" Mercy alikaa chini kwa mara ya kwanza kuzungumza na Ben. "Naomba nikukumbushe. Unakumbuka tukiwa Tanga mwanzoni wakati tunafahamiana? Uliniambia nisiwe na wasiwasi mambo yote yatakuwa sawa? Unakumbuka ndani ya masaa machache tu, uliniita mwizi nikawekwa jela? Uliniomba msamaha yakaisha. Ukaahidi utakuwa na mimi hutaniacha. Kumbe tulikuwa kwenye mahusiano ya watu watatu na Mike katikati yetu bila mimi kujua. Ulikuwa ukitoa maneno kwangu na kumpelekea yeye. Nafikiri unakumbuka vizuri aibu uliyonisababishia mbele za watu wanaoniita malaya na changu mpaka leo, achilia mbali Mike anavyonitesa mpaka sasa kwa kuwa ananijua ndani na nje kwa kupitia wewe Ben." "Sikuelewi Mercy. Mike anakutesaje?" "Hata nikikwambia haitasaidia tena wewe ni mchumba wa mtu sasa. Mbaya zaidi unajua kuharibu, hujui kutengeneza hata kidogo. Pesa na uzuri ulio nao vinakusaidia kulala na kudanganya wanawake wenye shida kama zangu." "Mercy umelewa sana. Naomba tuongee baadaye." "Wewe si ulikuwa unataka tuongee? Kwa nini unakimbia ukweli." Ben hakuwahi kumuona Mercy katika hali ile, alibaki amenywea kwa ukweli aliokuwa akiusikia kutoka kwa Mercy.

"Unakumbuka viapo ulivyoniapia wakati tupo Zanzibar? *'Mimi na wewe mpaka kufa wala hutaruhusu mtu wala kitu kiingine katikati yetu.'* Ahadi hizohizo anazo Martha leo na amezipata kutoka kwako Ben, wala si kwa mtu mwingine. Mwanaume niliyekukabidhi maisha yangu na ukuamua kunitupilia mbali huku ukijua wazi sina mtu mwingine hapa duniani ila wewe Ben." Machozi yalikuwa yakimtoka Mercy. "Kinachoniuma zaidi ni kuona uthamani mkubwa uliouweka kwa Martha mwenzangu uliyemfanya mwanamke wako halali kuliko mimi niliyeishi na wewe kwa muda mrefu. Kwa kuwa mwenzangu umefanikiwa kulala naye na anatambulika kwenye jamii yote kihalali. Ulinidanganya kwa kuniahidi sitakuwa mkimbizi maishani mwangu tena Ben, nyumbani kwako ni kwangu. Hivi karibuni nyumba ileile itakuwa ya Martha, tena kihalali. Na yeye atakuzalia watoto ambao hutakubali wahangaike kama Junior. Niambie ukweli Ben, nafasi yangu itakuwa ni ipi kwenye maisha yako?" Ben alikuwa kama aliyeshonwa mdomo, asijue ajitetee vipi.

"Umekuwa mwiba mkali kwangu kuliko nilivyowahi kutegemea Ben na wala Bety hakukosea. Hukuwahi kunipenda hata kidogo, ulikuwa ukijifidia kwenye mwili wangu kwa misaada uliyowahi kunipa. Uchungu nilionao sasa hivi moyoni ni zaidi ya misiba yote ambayo ulishawahi kusikia nimeipata maishani. Ni zaidi ya maumivu niliyoyapata siku ninabakwa. Ni maumivu makali kuliko yale madonda uliyonikuta nikiishi nayo Ben. Ni zaidi ya maumivu niliyoyapata wakati namzaa Junior. Sijawahi kuumia hapa duniani kama hivi. Nimejawa hofu, maumivu na majuto makubwa ndani yangu." Mercy alikuwa akilalamika huku akilia sana. "Nashindwa nifanye nini Ben, kwa kuwa wewe pekee ndiye wakati wote umekuwa kimbilio langu na kwa bahati mbaya wewe ndio umenisababishia haya. Mwanaume ninayekupenda na kukuthamini maishani mwangu. Natamani angekuwa ni mtu mwingine aliyenikosea lakini sio wewe Ben wangu, ili nirudi kwako unifariji kama nilivyozoea. Lakini wakati wote umekuwa ukining'ata na kunipuliza. Ila safari hii, umeniua kabisa Ben. Sina jinsi ya kujisaidia tena na Junior ananihitaji. Mikono yako niliyodhani Mungu amenipa kunifariji, kumbe ni mikono ya kila mwanamke aliye tayari kukuvulia nguo na aliyewahi kupokea misaada yako. Najuta kukupenda na kukuamini Ben. Nailaani siku ile ya kwanza niliyokutana na wewe." Pombe zilimsaidia Mercy kutoa dukuduku lake vizuri na kumsaidia kulala pale pale kwenye kochi alipokuwa akiongea na Ben. Akamuacha Ben akitokwa na machozi kama mvua.

Mercy aliendelea na ulevi kupindukia na kushindwa kujitunza kabisa yeye mwenyewe. Nywele ambazo ndizo ilikuwa fahari ya Ben, alizikata zote na kuishia kuvaa suruali moja na tisheti aliyokuwa amevalishwa na Ben kwa nguvu baada ya kutembea na matapishi mwilini bila kuoga. Urembo aliokuwa nao ulibadilika na afya yake ilidhoofu kwa ulevi bila chakula. Usiku alikuwa haonekani tena nyumbani na anaporudi asubuhi ili kukaa na mtoto ili Ben aende kazini, anakuwa amelewa sana na kushindwa hata kumsogeza mtoto wake. Ben aliamua kumpokonya gari ili angalau atulie, lakini haikusaidia hata kidogo. Sifa mbaya za Mercy kulala kwenye mabaa na kwenye miziki ilienea. Rafiki zake Ben walikuja kumwambia fujo anazofanya kwenye mabaa bila kujali jinsia. Aligeuka kuwa kama simba kwa ukali. Alichukia wanawake kwa wanaume. Shule ya karete aliyokuwa akisomea wakati akiwa nchini Marekani aliweza kuitumia ipasavyo na kujilinda bila shida. Alipigana na kila mtu aliyemsogelea isipokuwa Ben tu, aliyekuwa akijitahidi kumbadilisha na kumsafisha pale anapoweza. Ben aliamua kumchukua mtoto na kuhamia naye nyumbani kwake kwa kuwa Mercy alianza kutokuonekana kabisa nyumbani. Siku moja Mercy aliporudi nyumbani alikuta vitu vyake tu, vya mtoto havikuwepo. Alijua Ben alimchukua mtoto wake kitu ambacho hakutegemea. Alitoka asubuhi hiyo akiwa amelewa sana na kumfuata Ben kazini ambapo alimkuta Ben kwenye kikao. Akaanza kufanya fujo akidai apewe mtoto wake aliyehangaika naye wakati Ben analala na wanawake wengine. Ben alimtuma dereva amrudishe nyumbani, na kumwambia Mercy kama anataka mtoto, aache ulevi na arudi kuishi naye nyumbani. Ilikuwa ngumu kwa Mercy kuacha kwani alishajiingiza kwenye madawa ya kulevya. Mercy alianza kuuza vitu vyake ili apate pesa za kununulia madawa baada ya Ben kumpokonya kadi ya benki.

Alianza kuleta marafiki zake walevi kwenye nyumba aliyopewa na Ben. Fujo na matusi, mziki na ngumi zilikera wapangaji wengine na kuanza kumlalamikia Ben. Siku moja Ben aliamshwa usiku sana na simu za majirani alipokuwa akiishi Mercy, wakimtaka Ben awahi kwani kuna kelele ndani ya nyumba ya Mercy. Walihofia kuna kitu kibaya kinaendelea. Ben alitoka na kumfungia mtoto ndani, akakimbilia nyumbani kwa Mercy. Alimkuta Mercy amelala chumbani akiwa hajitambui na rafiki zake wakipigana karibu ya kuuana. Ben aliita polisi baada ya kumfungia Mercy chumbani. Wote walichukuliwa na kupelekwa polisi isipokuwa Mercy alimkimbiza hospitalini na baada ya jitihada za muda mrefu aliweza kuzinduka. Ben aliondoka kumuwahi mtoto aliyekuwa amemfungia ili ampeleke kwa Martha na sio kwa mama yake kwani aliacha kuongea na mama yake tangu siku alipoenda kumfuata Mercy hospitalini. Martha alishajirudi na kuomba msamaha huku akiahidi kumsubiri Ben mpaka atakapo malizana na Mercy na wakati wote alikuwa akimsaidia mtoto pale Ben alipokuwa akihitaji kuwepo ofisini wakati Mercy amelewa. Martha alionekana kumpenda sana Junior kama mtoto wake wa kumzaa. Ben alirudi hospitalini kumuangalia Mercy ambaye wakati wote alijilaumu kuwa yeye na mama yake ndio walimsababishia Mercy kuwa vile. Aliporudi muuguzi alimwambia Mercy alitoroka na hawajui alipo. Ben alizunguka kila baa na sehemu zote alizowahi kujua wauza madawa ya kulevya wanapatikanika asimuone Mercy. Alibaki amechanganyikiwa asijue cha kufanya. Martha pekee ndiye alibaki kuwa faraja yake kwani alimsaidia sana mambo ya mtoto wakati Ben akiendelea kumsaka Mercy.

Alipozinduka hospitalini na kujikuta peke yake, nesi alimuelezea yote yaliyompata. Mercy alijuta sana na alijua mwisho wake utakuwa ni kifo cha aibu sana na kumuacha mtoto wake anahangaika kama yeye alivyoachwa akiwa bado mdogo na mama yake. Alikumbuka mara ya mwisho alipomuomba rafiki yake amchome sindano ya madawa ya kulevya ili na yeye ajaribu kwa mara ya kwanza ladha ya sindano, ndipo alipojua atakuwa alimzidishia madawa mwilini. Aliendelea kuwaza jinsi ya kujinasua kwenye hali ile ya kubwia unga huku akitetemeka kama mgonjwa aliyeshikwa na baridi kali asijue cha kufanya. Akijua kwa mabaya makubwa aliyomfanyia Ben na aibu aliyomtia, asingeweza kumsaidia tena. Aliamua kwenda kwenye ubalozi wa Marekani kujisalimisha na kuomba msaada kama raia wa Marekani. Kwa shida sana Mercy alitembea kutoka Agakhana hospitali mpaka ubalozi wa marekani ambapo aliomba kuonana na balozi wa Marekani nchini Tanzania na kujieleza kila kitu. Alitafutiwa mahali pakuishi kwa siku chache wakati anafanyiwa maandalizi ya kurudishwa nchini kwake kwa matibabu. Alikataa kurudi kabisa katika mji waliopo ndugu zake na kuomba apelekwe kokote isipokuwa Alabama. Na baada ya maandalizi kukamilika huku Mercy akiwa ameanza matibabu alirudishwa Marekani kwenye mji wa Chicago.

Baada ya wiki moja tangia Mercy kupotea, Ben akiwa anaingia ofisini kwake alikuta barua chini ya mlango wake. Ilimshtua kwani haikuwa na mwandiko wa Mercy.

Ben! Nimejawa hofu ya maisha na maumivu ambayo nilidhani ningeyatibu kwa ulevi lakini nimeshindwa. Hakuna kitu kinachoweza kuziba pengo lako moyoni mwangu. Nimeamua kuomba msaada, pengine nitatoka kwenye hii hali, lakini kwa sasa mimi sio salama si kwako tu bali hata kwa mtoto wangu. Nakusihi Ben, unitunzie mwanangu, Wewe mwenyewe kwa mkono wako. Usithubutu kumpa mtu mwingine kama vile baba yangu alivyonifanyia mimi. Na atakapokuwa mkubwa naomba uniombee msamaha. Natamani nisingekuwa kwenye hali hii labda ningeweza kurudi kumlea mtoto wangu nisimuache kama mama yangu alivyoniacha mimi, lakini siwezi Ben. Afya yangu imedhorota sana na sina nguvu hata kidogo. Mtu anayeniuguza ndiye niliyemuomba aniandikie hii barua. Nitahangaika mpaka nipone ili siku moja nije kumuona Junior. Inaweza ikachukua miaka mingi, lakini sitamuacha mtoto wangu bila mama katika maisha yake labda nife mapema. Nakutakia maisha yenye furaha na amani.

Mercy B.

Sura ya 7

Mercy alifikishwa nchini Marekani kwenye mji wa Chicago, Illinois kwenye moja ya kitengo kikubwa cha kusaidia watu waliobobea kwenye ulevi kiitwacho Drud & Alcohol Treatment Centers. Alianza kupatiwa matibabu lakini haikuwa rahisi kwa Mercy hata kidogo, kwani alishazoea kulala akiwa amelewa. Chuki ya kusalitiwa na Ben ilitawala moyoni mwake. Hakuna siku aliyoacha kumlilia mtoto wake aliyemtelekeza. 'Lakini kwa ajili ya Junior ni lazima niwe mzima. Sitaki kumuacha mtoto wangu akihangaika kama mimi, kwa kukosa wazazi.' Ni kiapo alichokuwa amejiwekea Mercy na kujikumbusha kila mara alipohisi kushindwa kuendelea na matibabu na kutaka kurudia ulevi.

Baada ya Mercy kutoka kitengo cha kusaidia walevi, aliomba kupelekwa shule. Na kwa kuwa alikuwa amefaulu vizuri sana alipomaliza high school, alijua wazi asingepata shida kupata chuo cha sheria. Moja kwa moja alipokelewa katika chuo kikuu cha YALE, katika mji wa Connecticut huko huko nchini Marekani. Akiwa kwenye chuo hicho akisomea sheria, Mercy ambaye kila mtu alivutiwa naye lakini bado alikuwa na pengo na maumivu ya kusalitiwa na Ben moyoni mwake, hakuwahi kujua kama atapenda tena. Kila kitu alikifanya kwa ajili ya mtoto wake. 'Nivumilie Junior mwanangu! Nikimaliza shule nitarudi nikuchukue tuishi wote.' Mercy alimtaja Junior asubuhi, mchana na usiku. Alikumbuka shida alizozipata akiwa Tanzania na kuhisi mtoto wake atateseka hivyo hivyo. Aliapa kutorudi Tanzania na kuwa ombaomba tena. Alitaka mpaka afanikiwe sana kifedha ndipo arudi kwa mtoto wake. Alimchukia sana Ben katika maisha yake kuliko mtu yoyote aliyewahi kumkosea. Alikuwa tayari kumsamehe Mike lakini sio kumsamehe Ben. 'Sitakuwa na mahusiano tena wala sitaolewe.' Ni maneno aliyokuwa akijiambia Mercy kila mwanaume anapomkaribia kumtaka kimapenzi.

Bila kujijua! Mercy alijikuta amenasa kwenye mtego wa kaka mmoja wa mwaka wa pili, aliyekuwa maarufu sana pale chuoni kwa kuwa alikuwa mtoto wa mama mmoja kiongozi mashuhuri pale nchini aliyekuwa Seneta wa jimbo la Califonia. Siku moja kijana huyo aliyejulikana kwa jina la familia yao kama Boxery, alimfuata Mercy akiwa anajisomea. Akamuomba watoke. Alishangaa kuona kijana tajiri na maarufu kama yeye kumuomba atoke naye kwa ajili ya chakula cha usiku. Alibaki akimtazama japo haikuwa mara yao ya kwanza kuongea, kwani Boxery alishajaribu kujipitishapitisha kwa Mercy na kusababisha viajali vya hapa na pale vya uongo ili kumvutia Mercy bila mafanikio yoyote ya kimapenzi ila tu waliishia kutaniana. Kwani kila mara Mercy alipomuona alimtania. "Leo usije kuniangukia Boxery." Kwani alishamgonga na kumuangushia vitabu vyake mara kadhaa akijidai ni bahati mbaya na mara nyingine kummwagia chakula chake Mercy akiwa anatafuta sehemu ya kukaa na mambo mengine mengi. "Leo nataka nikakulipe chakula nilichokumwagia siku ile." Boxery alimtania Mercy aliyekuwa amebaki akimwangalia kwani watoto wa vigogo hapo chuoni walikuwa wakiwa pamoja nyakati zote hasa sehemu za starehe. "Only dinner Boxery, no more!" Mercy alijibu kwa utani. "No Less." Boxery alimjibu huku akicheka. Jioni hiyo Boxery alimfuata Mercy alipokuwa akilala na kutoka naye mpaka kwenye hoteli moja kubwa ya kifahari iliyopo Temple street, New Haven ijulikanayo kama Omni New Hotel. Boxery alimwambia ndipo marafiki zake wengi wanapofikia hapo wanapokuja kumtembelea lakini alitokea kupenda chakula chake zaidi. Siku hiyo waliitumia kufahamiana kwa karibu na Mercy alianza kuvutiwa na Boxery japokuwa alimuona ana mambo mengi ya kujirekebisha ili kufikia viwango vya Ben. Boxery alimpenda sana Mercy na alishawaapia rafiki zake lazima angekuja kumuoa Mercy.

Waliendelea kutoka mara kwa mara. Boxery alikiri kuwa na furaha anapokuwa na Mercy kwani hahitaji kuwa kama mtoto wa Sineta bali anakuwa kama yeye mwenyewe Boxery, na yupo huru kufanya anachopenda. Boxery alikuwa mcheshi na utani mwingi uliomsaidia Mercy kuanza kusahau matatizo yake. Furaha ya Mercy ilianza kurejea taratibu baada ya Boxery kumganda mchana na usiku. Wakati mwingine walitoka kwenda miji tofauti tofauti kwa starehe. Kuishi na Ben kwa muda mrefu kulishamuathiri sana Mercy. Kila kitu alichomfanyiwa na Boxery alikiona kina mapungufu. Alianza kumkosoa Boxery kwa kila jambo na kumtamkia wazi wazi angependa awe kama Ben. Boxery aliendelea kuvumilia akijua ipo siku Mercy angemthamini na kumpenda jinsi alivyo.

~~~~~~~~~~~~~~~~~~~~~~~~~~~~~~~~~~~

Ben alibaki akirudia rudia ile barua siku nzima huku machozi yakimtoka. 'Kwa nini sikumtafuta Mercy nikakubali kumchumbia Martha? Nini kilimpata Mercy nilipomuacha na Mike? Wakati wote alikuwa akimtaja Mike. Bila shaka Mike anajua ukweli wote. Mike na Neema wako wapi? Mercy alikuwa sahihi haitasaidia tena hata nikijua ukweli, nimeharibu sana na sina uwezo wa kutengeneza tena. Nimepoteza mapenzi ya kweli hapa duniani, sitakaa nipendwe na kuheshimiwa kwa dhati mimi mwenyewe hapa duniani isipokuwa pesa zangu. Junior atanichukia sana akija kujua mambo niliyomfanyia mama yake. Hata nisamehe.' Ben alibaki akiomboleza mchana na usiku.

Katika kipindi chote hicho kigumu Martha ndiye alikuwa mstari wa mbele kumlea mtoto wa Ben kwa mapenzi makubwa sana. Mtoto alianza kumzoea Martha kuliko Ben aliyekuwa akionekana mnyonge kupita kiasi. Mama yake Ben alimshauri kumuoa Martha mwanamke anayempenda na kumjali mtoto wake kwa dhati. Ben hakukataa kwa kuwa alijua hata kama Mercy angerudi asingemsamehe tena na kurudi kuwa mpenzi wake. Kwani alishamfanyia makosa mengi tena mabaya kuliko mtu yeyote katika maisha yake. Hata hivyo Junior alishamzoea Martha kuliko hata yeye mwenyewe Ben. Njia mojawapo ya kujitetea kwa Mercy endapo angerudi ni kuwepo kwenye maisha ya Junior, ili aonekane na yeye anamlea mtoto wao. Usiku huo alipokwenda kumfuata mtoto wake nyumbani kwa Martha, Ben alimuomba Martha awe mke wake. Bila kuzungusha, Martha alimwambia Ben ni jinsi gani alivyokuwa akiisubiri siku ile kwa hamu, Ben atakapomtamkia swala la ndoa. Mipango ya harusi ilianza tena. Wazazi wa Martha na Ben walijawa na furaha ya kufanikisha ndoa ya watoto wao iliyokuwa imesimama kwa muda. Harusi ilianza kutangazwa na vikao vilikaliwa na wanakamati wote walikuwa ni rafiki zake Ben. Siku mbili kabla ya harusi ya Ben na Martha wakati marafiki zake wamemwandalia Ben tafrija ndogo ya kuacha ukapela wakiwa wanakula na kunywa na vicheko vimetawala huku Martha akicheza na mtoto wa Mercy nyumbani kwa Mika ambaye aligeuka kuwa rafiki wa karibu wa Ben kwa mambo ya biashara, Mike aliingia akiwa amechoka sana.

Kila mtu alibaki kimya kama waliyeona kitu cha ajabu. Mike aliomba chakula bila salamu. "Mi naona ukaoge kabisa Mike!" Mika nduguye alidakia. Mike alikuwa rafiki yao aliyepotea kwa muda mrefu sana. Baada ya kuoga na kula ndipo Mike alipoanza kuwaomba msamaha wote kwa kosa alilowafanyia wao kama marafiki na kutokuwasikiliza wakati wakimshauri asimuache mke wake na mtoto kwa ajili ya Neema ambaye alisema alimuingiza kwenye matatizo makubwa sana. Aliendelea kueleza jinsi Neema alivyomfilisi na kumsababisha afungwe jela kwa sababu ya kumsingizia kosa la wizi. Alisema baada ya kumtambulisha Neema kwa mfanyakazi mwenzake, Neema alianza naye mahusiano ya kimapenzi na kumshawishi huyo kijana kumzunguka Mike na kugushi hundi yenye mamilioni ya pesa kwa saini ya Mike ili wachukue wao na wafunge ndoa. Walipo fanikiwa kuiba, wakati Mike yupo jela Neema na huyo kijana walifunga ndoa ya harakaharaka mahakamani na kununua jumba la kifahari na Neema hakutokea tena kumtembelea Mike akiwa jela. Baada ya kumwandikia Cathy barua ya kumuomba msamaha na msaada wa kumtoa jela, Cathy ambaye hakuwahi kujibu barua zake wala kumtembelea, alimtafutia mwanasheria aliyemsaidia kutoka jela na kukamatwa kwa Neema na mume wake.

"Daah! pole sana Mike kwa matatizo yaliyokupata." "Sistahili pole kabisa. Najua ni malipo Mungu amenilipa kwa kosa nililomfanyia Ben." Watu wote walishangaa. "Ben huyu best yako?" Mike alisimama na kumfuata Ben na kupiga magoti mbele zake huku akitokwa na machozi. "Nisamehe Ben kwa unyama nilio kufanyia wewe na Mercy." Kila mtu alikuwa akimshangaa Mike. "Ulifanya nini Mike?" Ben aliuliza huku akijua wazi kabisa siku ile ndiyo ya kupata ukweli mzima. "Nimekutana na Mungu wakati nipo jela. Maisha yangu nimempa Yesu nimeamua kutubu kwa gharama yoyote na...." "Ulifanya nini Mike?" Ben alimkatiza Mike maongezi kwa hasira. "Uliponiacha na Mercy uwanja wa ndege siku ile, nilimuacha Mercy kwenye gari kwa kuwa alikuwa akilia sana ulipoondoka bila kukuaga. Nilirudi kwa Rich na kuweza kujua hoteli watakayoshukia. Nilimfuata Rich kesho yake baada ya kushindwa kumpata Mercy ili..." "Ngoja kwanza Mike, usinipeleke haraka. Kumpata Mercy?" Ben alitaka kujua kila kitu. Ndipo ilipombidi Mike kufunguka na kukiri mambo yote. Jinsi alivyoweza kutegesha kamera nyumbani kwa Ben na kuwakaribisha Rich na familia yake nyumbani kwa Ben. Na jinsi alivyo mchafulia Mercy jina kwa Rich kwa kumwambia Mercy aligeuka kuwa changudoa hapa Tanzania na ndio maana hataki kurudi nchini Marekani na hata lile jumba ni moja ya jumba la wanaume wa Mercy, na wakati ule Mercy aliondoka kwenda kwa mwanaume mwingine kwa kuwa Ben alisafiri, kitu kilichomuudhi sana Rich. "Haiwezekani Mike! Unanitania. Wewe huwezi kunifanyia hivyo bwana!" Ben alisimama. "Nisamehe Ben. Na mimi ndio nilikuwa nikimtuma

Neema kwako kuja kuchukua pesa za bibi yake Mercy kijijini baada ya kwenda kijijini na kubadili namba yake ya simu na mimi ndio nilimtuma Neema kuja kuchukua mizigo ya Mercy aliyoicha kwako. Na mimi ndio niliongea na Mzee Jumaa amdanganye Mercy hutaki kumuona tena pale nyumbani na ungempeleka polisi kama angerudi tena. Na kwa kuwa nilimpa Mzee Jumaa pesa nyingi, mwanzoni alikubali kitu alichokuja kusumbuka nacho sana baadaye akitaka kuja kukiri kwako kwa kumdanganya Mercy. Alisema wakati wote wewe ulikuwa mtu mzuri kwake asingeweza kuishi na ile dhambi moyoni, mpaka nilipomtishia sana, aliamua kuacha kazi na kusema asingeweza kuendelea kukuangalia machoni kwa kosa alilokufanyia. Usiku ulioondoka wakati Mercy amejifungia chooni ili nisimbake nilibadilisha kadi ya namba kwenye simu yake, ndio maana ulikuwa humpati wakati ukiwa safarini na yeye alikuwa hakupati wewe kwa kuwa simu zote zilikuwa zikija kwangu. Zile picha nilizowasambazia jamani, hakuwa Rich na Mercy, yule ni Rich na mkewe, nilibadilisha tu sehemu ya kichwa nikaweka cha Mercy." Mike aliendelea kukiri.

Ben na rafiki zake walibaki wakitokwa na machozi. Ben alikuwa akizunguka lile eneo lote huku ameweka mikono kichwani na machozi yakimtoka. "Nilikufanyia nini Mike mpaka ukaamua kumuadhibu Mercy wangu? Ulijua kabisa ni kiasi gani Mercy alivyokuwa akinihitaji maishani. Unajua maafa uliyoyasababisha lakini? Ulisababisha kifo cha shida sana cha bibi kijijini kwa kukosa pesa za matumizi na dawa nilizokuwa na mtumia za Pressure na za maumivu." "Nisamehe Ben, wivu ndio uliniponza." "Wivu gani Mike? Mbona wote tumefanikiwa tu?" "Hakuna aliyefanikiwa kati yetu kama wewe Ben! Tena wewe ndio ulikuwa na shida kuliko sisi wote hapa, lakini ona ulivyotuzidi mbali." "Kweli Pesa na mali ndizo zimekufanya unisaliti Mike?" Ben aliuliza kwa mshangao sana. "Hapana Mike, unanidanganya. Mbona wewe, ndiye ulikuwa ukishikilia mali zangu zote nilipougua wakati Mercy alipotoroka mwanzoni? Sikuwahi kukuficha kitu chochote wala kuzuia mkono wako usifike kwenye mali zangu hata mara moja. Nilikukabidhi kila kitu changu mpaka Mercy wangu, kwa kuwa nilikuamini kuliko mtu yoyote hapa duniani. Ulijua nina kiasi gani benki na ulikuwa na uwezo wa kuzichukua pesa zangu utakavyo kwa kuwa nilikuachia hundi nyingi tu nilizokuwa nimeshaweka saini yangu." "Bety na Mika pia walinisababisha." "Mimi?" Mika aliyekuwa na yeye akilia alisimama ghafla.

"Nilimpenda sana Bety." Watu wote walishtuka. "Unasemaje Mike?" Charles alikurupuka na swali. "Nilitaka Bety awe mke wangu. Kitendo cha Ben kunigeuka na kumchukua Bety wakati tukiwa kwenye mahusiano naye, kiliniuma sana." "Sio kweli Mike, hapo unanisingizia. Sikuwahi hata kuhisi kama una mahusiano na Bety." "Kweli Ben, nilikuwa na mahusiano naye." "Kwa nini hukuniambia Mike?" "Bety alisema tufanye kwa siri alikuwa akikuogopa, kwa kuwa alikuwa akikutegemea wakati ule kwa kila kitu." "Sasa kama mlifanya siri, mimi ningejuaje kama nyinyi mlikuwa wapenzi Mike? Wewe unanijua vizuri sana Mike, nisingeweza kukuchukulia mwanamke wako hata iweje. Hata hivyo Bety ndiye aliyeniomba mahusiano ya kimapenzi, wala sikuwahi kumfikiria kama mpenzi nilimchukulia Bety kama dada wakati wote. Baada ya Bety kunibembeleza sana akinitaka mimi kimapenzi na kunihakikishia haitamwathiri kimasomo kama tukiwa wapenzi ndipo nilikubali. Lakini kabla ya hapo nilimuuliza mara nyingi sana kama hakuwa na mahusiano mengine ya kimapenzi. Aliniapia kabisa hana mwanaume mwingine kwa wakati ule na alikuwa akinililia akiniambia ananipenda ndio maana nilimkubali. Sikujua ulipokuwa ukimsifia ni kwa sababu alikuwa mwanamke wako Mike! Kwanza katika watu walikuwa karibu yangu na kunifahamu kwa undani ni wewe. Unajua mwanamke wa kwanza kumpenda ni Mercy. Sikuwahi kumtamkia mwanamke yeyote juu ya mapenzi ila Mercy na wewe ni shahidi Mike." Ben aliendelea kuwaliza rafiki zake. Kina kaka hao waligeuka kama wasichana wa shule ya msingi kwa kutokwa na machozi kila walipomfikiria Mercy na unyama aliotendewa, walizidi kuumia.

"Hata ningekuwa mpumbavu kiasi gani Mike, nisingeweza kukusaliti. Nakumbuka vizuri tu jinsi ulivyotusaidia mimi na mama yangu wakati ule nina shida. Siwezi hata kuthubutu kukutendea ubaya wowote. Kweli Bety msichana aliyekuwa akilala na kila mwanaume mpaka baba yake na wewe ulikuwa ukifahamu hilo, ndiye alikusababisha umwadhibu Mercy asiyekuwa na hatia?" "Nisamehe Ben. Niwie radhi." "Umenikosea sana Mike, si kwa sababu ya Bety ila kwa ajili ya Mercy. Yule binti ulijua ni yatima, hana ndugu na hakuwa na popote pa kwenda ila kwenye maisha yangu. Bado ulimchagua yeye kumlipiza kisasi kwa kosa ambalo wala sikukutendea! Sitakusamehe Mike. Sitaki kukuona kwangu wala usinitafute tena. Leo iwe mwisho hata wa kunisemesha. Tutaonana hapa hapa kwa washikaji lakini sio sisi wenyewe. Umenipokonya kitu cha thamani sana maishani mwangu, Mike." Ben aliendelea kulia huku akikuna kichwa. "Kweli umenilipiza kisasi Mike, na kweli umeniweza. Umenipiga panapouma na siwezi kupona." "Nisamehe Ben."

"Mike!" Mika alimwita tena. "Sasa mimi nahusikaje tena katika maovu yako?" "Nilichukia sana Ben alivyokukatalia msifanye naye biashara." "Haaa! Huyu amechanganyikiwa nini?" Kila mtu alianza kusema lake. "Acha hizo Mike! Mbona mimi na Ben hatuna matatizo kabisa na ananisaidia sana kwenye biashara zangu? Kwa nini unazidi kutudanganya bwana? Umeharibu Mike, huna haja ya kuendelea kuwa unakuja hapa. Sisi wenyewe hatutaki kukuona. Wewe ni hatari, sio kwetu tu hata kwa wanawake zetu. Kama umeweza kumfanyia hivyo Ben, sisi tutaponaje? Wewe umerudi kwa kuwa umeishiwa unataka msaada basi. Lakini si kwa sababu unajutia unyama ulimfanyia Mercy na Ben. Wewe ni zaidi ya mnyama Mike, mwanadamu mwingine hawezi kufanya hivyo." "Kweli kabisa." "Mike wewe ni shetani mkamilifu" Kila mtu alisema lake. "Mercy yuko wapi nimuombe msamaha jamani?" "Hajulikani alipo." "Ilikuwaje?" Mike alipewa mkasa mzima wa Mercy na kuonyeshwa mtoto aliyemuacha. Mike alilia na yeye kama mtoto mdogo. Badala ya furaha paligeuka msiba. Kila aliyemjua Ben, Mercy na Mike walilia sana. "Nimekuharibia maisha Ben, nisamehe." "Si ndio lilikuwa kusudi lako Mike? Umelifanikisha vizuri sana, sasa kwa nini unanidanganya kwa kulia? Au umerudi kunimaliza kabisa? Na kama hujaelewa bado, hujaniharibia mimi peke yangu Mike. Umeharibu maisha ya watu wengi sana akiwemo huyu mtoto anayekuwa bila mama yake na Mercy asiyekuwa na hatia. Amegeuka kuwa teja kwa ajili yako Mike. Umemuadhibu Mercy bila kosa, nilimkuta akiishi na mwanangu bila chakula chochote. Yeye na Junior wote walikuwa wagonjwa wakisubiri kifo kwa kukosa msaada ambao Mercy angeamua kuutafuta kwa mwanaume yoyote angepata kwa uzuri alio nao. Lakini alikubali kufa kuliko kuruhusu mwanaume mwengine amguse. Ungenifanyia kitu chochote Mike maishani mwangu lakini siyo Mercy, uliyenisababisha mimi kuvunja uaminifu wangu kwake na kumfanya achanganyikiwe. Msichana aliyejawa heshima na upendo kwa kila mwanadamu. Uliwezaje Mike kufanya kitu kama hicho kwa mtu kama Mercy? Hujui mateso aliyoyapata ulipomtoa kwangu tena akiwa mjamzito. Alikuwa akifuga ng'ombe na kupigwa kama punda, huku ukijua wazi ni kiasi gani nilivyokuwa nikimuhangaikia Mercy ili aishi kwa furaha. Siwezi kukusamehe Mike kwa kumtoa Mercy kwenye maisha yangu. Inawezekana Mercy hakuwa bahati yangu Mike, nimepata mchumba mwingine kesho kutwa ninaoa. Ndoa zote nilizowahi kuzitangaza, umekuwa ukizivunja. Naomba hii ya safari hii uniachie na mimi nioe." Ben alimchukua Martha aliyekuwa kimya kabisa akiwasikiliza bila hata kutoa chozi na kuondoka pale.

"Hata hapa hapakufai Mike. Tunaomba uondoke kabisa." "Hatutaki kukuona tena kwenye maisha yetu." "Wewe ni hatari." "Hata na mimi kwangu usiwahi kukanyaga Mike." "Mimi ndio kabisa Mike, hata simu zako sizitaki. Yaani hapa leo iwe mwisho sitaki kukuona tena." "Tunaomba uondoke, tena sasa hivi tusije kukuumiza. Usithubutu kurudi na habari zako za ulokole za uongo hata siku moja." "Toka kabisa Mike" Mike alifukuzwa usiku ule ule na rafiki zake wote.

~~~~~~~~~~~~~~~~~~~~~~~~~~~~~~~~~~

Baada tu ya Mercy kumaliza shule, Boxery aliyekuwa ameanza kazi katika mji wa Califonia katika kampuni ya familia yao, karibu ukoo wao wote walikuwa wanasheria na wote walifanya kazi chini ya kampuni yao ya Boxery Law Firm. Boxery alirudi tena kwa Mercy, ili amuombe wasafiri naye kwenda kwenye visiwa vya Bahamas kama kupumzika. Lakini kusudi zima la Boxery lilikuwa ni kutaka kujaribu kuongea na Mercy kama angekubali wafunge ndoa na badala ya Mercy kurudi Chicago alipofikia baada ya kutoka nchini Tanzania, ahamie naye mjini Califonia. Ilikuwa furaha kubwa kwa Mercy kwani katika sehemu alizopendelea kuja kwenda siku moja ni visiwani humo. Akiwa kwenye ndege kuelekea visiwa vya Bahamas, Mercy alianza kumshukuru Mungu kwa kutimiza ndoto zake. Pesa nyingi na maisha ya kifahari kutoka kwa Boxery, shahada ya sheria aliyokuwa akitamani tokea mtoto, na alijua wazi angepata kazi nzuri tu kwani alitokea chuo maarufu sana duniani ambacho viongozi wengi wa Marekani walisomea hapo akiwemo mama Clinthon mke wa aliyewahi kuwa Rais wa Marekani. Na sasa mwanaume Boxery mzuri sana wa sura, anaye mtetemekea kupita kiasi na kumbembelezea mapenzi. Mercy alijiona kama yupo ndotoni.

Walipofika hotelini Boxery alimuomba kwa mara ya kwanza kama kwa usiku ule wangelala chumba kimoja kama wapenzi na sio marafiki wa kawaida tena. Mercy alifurahi sana, kwani aliamini sababu ya yeye pekee kuendelea kuhisi pengo kubwa moyoni na kumkumbuka Ben kila wakati japokuwa sasa ana kila kitu ambacho alishawahi kutamani, ni kwa kuwa Ben ndiye mwanaume pekee aliyewahi kumpa mapenzi yake. Alijua dawa pekee ya kuwa huru ni kufanya mapenzi na mtu mwingine.

Boxery alifurahi sana baada ya kukubaliwa mapenzi aliyoyapalilia kwa muda mrefu. Aliona kama ndoto, kwani katika chuo chote kile kilichokuwa kimejaa watoto wa matajiri na viongozi wa kubwa duniani yeye ndiye amefanikiwa kuibuka mshindi wa kuonja penzi la mrembo huyo. Lakini mambo yalibadilika mara tu Boxery alipoanza kumbusu Mercy. Mercy alishindwa kuendelea, alijitoa mikononi kwa Boxery na kuelekea bafuni. Akiwa bafuni, Mercy alianza kulia kwa uchungu sana. 'Mwanaume gani hajui hata kubusu jamani. Kwa nini anashindwa kuwa kama Ben?' Mercy aliendelea kulia huku amefungulia maji ili Boxery asijue kinachoendelea. 'Au mimi ndio mwenye tatizo?' Mercy alizidi kulia huku akiwaza. *Mungu naomba unisaidie nifungue moyo wangu ili niweze kumpokea Boxery.*

~~~~~~~~~~~~~~~~~~~~~~~~~~~~~~~

Ben aliamka akiwa amejiandaa kuwa mume wa Martha. Marafiki zake walikuja kumfuata na kumpeleka saluni, huku Junior na mizigo yake baadhi kuhamishiwa nyumbani kwa Charles ambako angekaa kwa muda wakati baba yake amekwenda kwenye fungate na Martha. "Hatimaye Mkuu leo unafanikisha." Moja wa marafiki zake walimtoa Ben kwenye mawazo wakati anavaa suti yake tayari kwenda kanisani. "Daah! Hata mimi siamini Mkuu. Maana swala hili la kuoa nimeanza nalo muda mrefu sana. Nilianza na Bety, akaja M e r ..." hapo Ben alikwama. "Lakini hatimaye leo Martha ndiye anaibuka mshindi Mkuu!" Rafiki yake mwingine alimalizia. "Ndiyo bwana!" Ben alijibu kwa unyonge sana, na kuachwa akiwaza. "Vipi Mkuu! Mbona hutoki? Dereva na washikaji wote wapo nje wanatungoja." "Naomba mnisubiri kidogo nakuja." Ben alibaki mle ndani akiwaza. 'Natamani kama leo ndio ingekuwa siku ninayoapa kwa Mungu na wanadamu rasmi kama nitamlinda na kumpenda Mercy mpaka kifo. *Mungu! Naomba nisaidie, angalau leo niandike ukurasa mpya na Martha nikiwa na furaha.* ' Bila kujua ni maombi hayo hayo Mercy naye alikuwa akiomba usiku huo nchini Marekani akiwa na Boxery.

Kwa kina Martha ilikuwa furaha sana. Kaka na ndugu zake Martha kutoka nchi mbalimbali walishafika kanisani. Martha na msimamizi wa harusi bado walikuwa saluni wakisubiria kupigiwa simu ya wao kufika kanisani mara baada ya Ben kutokea kanisani. Mama yake Martha alikuwa amejawa furaha kuona binti yake wa pekee kati ya watoto wake wakiume watano anaolewa baada ya kumaliza shule yake vizuri bila kumtia aibu ya kukatisha masomo, na tena alikuwa akiolewa na mwanaume wa maana, Ben.

"Ben! wameanza kupiga simu kutuulizia Mkuu." "Samahani sana nilipitiwa." Ben alitoka akiwa amependeza sana. Alipokuwa akiingia kanisani watu wote walimtazama jinsi alivyopendeza. Suti yake aliyokuwa amenunua kwa ajili ya harusi yake na Mercy ilimkaa vizuri sana. Akiwa amesimama madhabahuni akimsubiri mke wake mtarajiwa aletwe, Ben aliendelea kumuwaza Mercy mpaka aliposikia vigelegele na mara Junior alitokea na kapu la maua akimwaga maua ili Martha apite. Ben alisimama pale mbele akimuonea huruma Junior na kujilaumu kwa jinsi anavyomshirikisha katika kumsaliti mwanamke anayewapenda kwa dhati. Kwa Junior ilikuwa ni furaha kadiri watu walivyoendelea kumshangilia lakini sio Ben. Kanisa zima lilisimama wakati Martha anaingia na baba yake akiwa amemshika mkono. Martha alikuwa amependeza sana, kitu kilichoanza kufungua moyo wa Ben kila alipokuwa akimkaribia alianza kutabasamu huku akijiandaa kumpokea kutoka kwa baba yake. "Umependeza sana Martha." Ben alimnong'oneza. "Ahsante." Na wote walisimama mbele ya Mchungaji kupokea baraka za Mungu.

~~~~~~~~~~~~~~~~~~~~~~~~~~~~~~~~~~~

Baada ya muda kupita bila Mercy kutoka, Boxery alijua ni mojawapo ya ishara ya Mercy kumtaka ajiunge naye bafuni. Haraka haraka Boxery alivua nguo na kuelekea bafuni. Boxery alikuwa kama amechanganyikiwa baada ya kuona mwili wa mwanadada huyo mbele yake akiwa mtupu, alimrukia haraka bila kupoteza muda wala kuamsha hisia zozote kwa Mercy. Tayari alishakuwa amepotelea mwilini mwa Mercy huku akiendelea kutoa miguno ya furaha na kumuacha Mercy akiendelea kulia. Furaha aliyotegemea kuipata, hakuipata hata kidogo zaidi ya majuto matupu ndani yake.

~~~~~~~~~~~~~~~~~~~~~~~~~~~~~~~~~~~

Wakiwa wamesimama mbele ya Mchungaji kwa kiapo, Ben alisimama huku moyo ukidunda na kumuomba Mungu msamaha kwa kuvunja agano alilokuwa ameahidi mbele zake na Mercy akimuapia kwamba ni kifo pekee ndicho kitakachowatenganisha. "Ni wewe Ben." Mchungaji alimshtua Ben aliyekuwa akitokwa jasho, kutoa kiapo. Alilegeza tai yake na kujifuta jasho lililokuwa likimtoka. Huku watu wote wakimwangalia wasijue amepatwa na nini.

"Unahitaji maji ya kunywa?" Mchungaji alimuuliza tena Ben. "Hapana nipo tu sawa." "Upo tayari sasa kutoa kiapo chako?" "Nipo tayari." Ben alitulia tena kwa muda kitu kilichozua minong'ono pale kanisani. "Vipi Mkuu?" Mmoja wa rafiki zake ilibidi kumfuata na kumuuliza. "Nipo tayari sasa." Ben alirudia kile kiapo huku machozi yakimtoka. Watu walianza kupiga vigelegele wakijua ni hisia za mapenzi kwa Martha ndizo zinamliza Ben kumbe nitofauti kabisa. "Sasa ni zamu yako Martha." Mchungaji alimwangalia Martha aliyeanza kucheka kitu kilichowafanya watu wote waanze kushangaa. "Vipi Martha?" Ben aliuliza kwa sauti ya chini sana huku akifuta machozi. "Tungemaliza kwanza kufunga ndoa ndipo tukashangilie nje." "Na nani Ben?" Kila mtu alinyamaza kimya. "Hivi unafikiri mimi ni mjinga? Unataka mwanamke wa kukulelea mtoto tu sio kuwa unanipenda. Kumbuka ulipotamka wazi jinsi unavyompenda Mercy na sio mimi. Unafikiri sikuwa nakuona jinsi unavyomwangalia Mercy, hujawahi kuniangalia hivyo hata mara moja. Kadiri nilivyojitahidi kwako na kukulelea mtoto wako kwa upendo, bado umebaki ukimuwaza Mercy. Juzi Mike anakuomba msamaha ulikuwa unamlilia Mercy mbele yangu bila hata kujali nitajisikiaje, huku ukitamka waziwazi kuwa Mercy ndiye mwanamke pekee uliyewahi kumpenda tangu uzaliwe na Mike amekupokonya kitu cha thamani maishani mwako na huwezi kupona." Kanisa zima lilibaki kimya, hakuna aliyeamini kinachotokea.

"Kuwa mkweli Ben, mbele ya Mungu na mashahidi wote hapa. Kilichokuwa kikikufanya utokwe jasho na machozi hapa na kushindwa kurudia kiapo chako ni nini kama sio kuona unamsaliti Mercy? Nijibu Ben ukweli wala usinidanganye" Ben alibaki kimya asiamini kinachotokea maishani mwake. Martha ni kama mtu aliyekuwa akisoma akili za Ben. "Nisamehe Martha." "Nilijua tu. Unataka nikakae na wewe kama mtumwa wa mapenzi? Hapana Ben! Nina haki ya kupendwa na mimi na kuthaminiwa kama wewe unavyomthamini Mercy. Nimejitunza miaka yangu yote siwezi kuishia kwenye ndoa kama nipo kifungoni. Wote wanatushangilia sasa hivi, na baada ya muda mfupi tutabaki mimi na wewe. Fikiria Ben maisha yetu baada ya hii sherehe leo, tutabaki tunamdanganya nani?" Muda wote huo Ben alibaki kimya bila kujibu kitu. Martha alitoka nje huku ndugu zake wakimfuata na kumuacha Ben amekaa chini kabisa kwenye ngazi za madhabahuni haamini kinachomtokea. Rafiki zake wote walikuja kukaa naye pale bila kumsemesha kitu. Wakati marafiki zake wakimuonea huruma, Ben alikuwa akifurahia moyoni. Alijiona ni kama amepata msamaha wa kifo. Martha kwake hakuwa msaliti

221

hata kidogo, bali ni mwokozi aliyemuokoa kutoka kwenye kitanzi. Alitamani amkimbilie Martha, amkumbatie na kumshukuru, lakini alishatoka muda mrefu. *'Ahsante Mungu.'* Ben aliendelea kumshukuru Mungu kimyakimya. Ben alitoa koti lake na kulitupia begani huku tai yake ameweka mfukoni. Marafiki zake walidhani amechanganyikiwa lakini Ben aliwaambia yupo sawa tu. "Unaenda wapi sasa?" "Kumchukua mwanangu tukaanze maisha yetu ya ubachela." Ben alitabasamu na kuelekea alipokuwa amekaa Junior, mama na baba yake aliyekuwa amekuja siku ile kwenye harusi yake.

"Mama! namuomba Junior." "Mnaenda wapi?" "Nyumbani kwetu." "Kwa nini usimuache ni kakaa naye?" "Nataka kupata muda na mtoto wangu na Jumatatu anaanza shule. Nitakuwa nampeleka asubuhi wakati naenda kazini na kumchukua jioni wakati natoka." "Kwa nini tusiende wote basi nyumbani Ben, angalau leo ukapumzike nikusaidie mtoto?" "Sijachoka na wala sina tatizo lolote, usiwe na wasiwasi mama, Junior nitamlea mwenyewe." Ben alimbeba mtoto wake, taratibu na kuanza kutoka kanisani kana kwamba hakuna baya lililomtokea na kuacha watu wakimshangaa. Rafiki yake Martin alimrudisha nyumbani na kuomba majina ya wote walio changia kwenye harusi yake. "Unataka kampani niingie tukae wote?" "Hapana Martin! Nataka muda na mtoto wangu tu." Kila mtu alikuwa akisema lake, walioweza kwenda ukumbini kusherehekea walienda kula na kunywa bila maharusi hao. Jumatatu Ben alipotoka kumuandikisha shule Junior, alienda kuchapisha barua za shukurani kwa kila aliyechanga na kuwarudishia pesa zao.

~~~~~~~~~~~~~~~~~~~~~~~~~~~

Mercy alitoka bafuni na kujitupa moja kwa moja kitandani, akamwambia Boxery kichwa kinamuuma sana amuache apumzike. Kutokana na mabadiliko yale ya ghafla Mercy aliyoyaonyesha, Boxery alipiga simu kwenye hoteli aliyokuwa ameiandaa maalumu kwa ajili ya chakula cha usiku na kumvalisha Mercy pete ya uchumba endapo angekubali, na kuagiza chakula hicho kiletwe chumbani kwani mpenzi wake hajisikii vizuri. Muda wote Boxery alikaa pembeni ya Mercy akimbembeleza alale lakini kila alipojaribu kumshika nywele Mercy alizidi kukereka mpaka alipomuamsha tena asubuhi kwa mabusu kila mahali huku akijaribu kumpapasa kumwashiria kumtaka tena kimapenzi. Mercy alikuwa ameshatulia na alifurahia jitihada za Boxery. Alimgeukia

Boxery kwa furaha huku akijaribu kurudisha busu taratibu kumuonyesha yupo tayari kumpokea tena, kitu kilichomfurahisha Boxery na kuanza kumparamia tena Mercy kwa pupa bila kujali wala kuamsha hisia za Mercy tena. "Nimefurahi sana Mercy, nimejiona kuwa ni mwanaume mkamilifu. Mapenzi yako ni kitu nilichokuwa nikikitamani sana." Mercy alianza kulia tena na kushindwa kujizuia. "Samahani sana Boxery, siwezi kuendelea na huu uhusiano." Mercy akiwa amejawa majuto makubwa sana alitoka na kuondoka bila kuaga. Aliondoka akiwa haamini kama kweli Ben alishamuathiri kwa kiasi kile. 'Lakini sio kosa langu. Ben ni mzuri katika kila kitu, huwezi kumlinganisha na mwanaume yeyote hapa duniani.' Mercy alijifariji kila wakati alipokuwa akijilaumu juu ya Boxery.

Alirudi mjini Chicago na kufanikiwa kupata kazi nzuri sana aliyoingia mkataba wa miaka minne. Kwa kuwa alikuwa akilipwa pesa nzuri aliamua kujifuta machozi kwanza kwa kuishi maisha ya ndoto zake, wakati akikusanya pesa za kurudi kwa mtoto wake. 'Sitaki kurudi Tanzania na kuwa omba omba na kushindwa hata kupata nauli ya kurudi huku na mtoto wangu.' Alitafuta nyumba na gari zuri la kifahari. Maisha yake yalikuwa yamejawa na mafanikio tele lakini hakuwa na furaha hata kidogo. Wanaume mbalimbali walijaribu bahati zao bila mafanikio. Alipata marafiki wengi pale ofisini, waliompenda sana kwa ajili ya uchapaji kazi na nidhamu aliyoonyesha kwa kila mtu.

Mercy alianza kupata mabadiliko ya mwili yaliyomfanya aingiwe na wasiwasi na kuamua kwenda hospitalini. "Majibu yametoka Mercy." Daktari huyo alimshtua Mercy aliyekuwa amekaa kimya kabisa akisubiri majibu yake mara baada ya kufanyiwa vipimo kadhaa. "Umegundua nini kinanisumbua?" "Hongera sana, una ujauzito." Mercy alisimama huku ameshika tumbo lake. "Haiwezekani, lazima kuna tatizo. Sijalala na mwana...." Mercy alikumbuka mara ya mwisho alipokutana na Boxery. Alirudi kukaa chini taratibu. "Nitamwambia nini Ben nikirudi Tanzania?" Mercy alijikuta akimuuliza swali mama huyo daktari wa kimarekani, na kumuacha na maswali zaidi. "Ben ni nani?" Daktari aliuliza baada ya Mercy kuonyesha wasiwasi mkubwa juu ya Ben. "Samahani." Mercy alitulia na kurudi kukaa. Daktari alimshauri aanze kliniki mapema ili kumsaidia yeye na mtoto. Mercy alitoka akiwa amepigwa na butwaa asijue cha kufanya. Alijiona msaliti wa ahadi yake kwa Ben kitu kilichoanza kumnyima raha na kuanza kusogeza tarehe za kurudi Tanzania. 'Nitarudije na mtoto kwa Ben halafu nimuombe Junior? Hapana sitarudi tena.' Mercy aliahirisha kabisa safari yake ya Tanzania.

Baada ya miezi kadhaa kupita, Mercy aliamua kumpigia simu Boxery kujaribu kama angemkubali tena waoane na kutunza mtoto wao. Lakini Boxery alimwambia alishaoa na anafuraha sana kwani ndio wametoka hospitalini wamegundua mkewe ni mjamzito. "Hongera sana Boxery." Mercy alikata simu bila hata kumgusia Boxery chochote juu ya ujauzito wake. Alibaki akiwaza, mwishowe aliamua kumtunza mtoto wake bila kumwambia mtu yeyote juu ya baba wa yule mtoto na hiyo ndio ingekuwa zawadi yake.

Mmoja wa mfanyakazi mwenzake alimkaribisha Mercy nyumbani kwao kwa chakula cha jioni. Wakiwa katika mazungumzo waligundua Mercy haendi kanisani kabisa na alishaacha kumuamini Mungu. "Unawezaje kuishi bila Mungu Mercy?" Mume wa rafiki yake alimuuliza kwa mshangao. Mercy alicheka kidogo kama mtu aliyekuwa akitafakari kitu. "Naishi kwa furaha sana bila shida yoyote. Lakini nilishawahi kuamini mambo hayo ya Mungu wakati fulani lakini nilikuja kugundua sio ukweli kabisa. Ni imani tu kama mtu anavyoamua kuamini nafsi yako au ng'ombe. Lakini sio kweli kama yupo Mungu mbinguni kama watu wengi wanavyodhani." "Kwa nini Mercy na unaonekana wewe ni mtu mzuri sana?" Mercy aliwaelezea mkasa mzima wa maisha yake huku akijaribu kuwauliza, "Je katika haya yote, Mungu kama kweli yupo, hapo alikuwa wapi? Nimeacha kupoteza muda wangu kwa mambo ya Mungu hata siku za Jumapili siendi tena kanisani napumzika tu. Hata hivyo sasa hivi simuhitaji tena Mungu kwa kuwa nina kila kitu nilichowahi kukihitaji katika maisha yangu. Isipokuwa vitu viwili, mwanaume aliyeniokota nikiwa na shida sana nikampenda sana kimapenzi, lakini kwa bahati yangu mbaya haikuwa hivyo kwa upande wake yeye alikuwa akinisaidia tu wala hakuwa na hisia zozote za mapenzi kwangu na mtoto wangu ambaye nitaenda kumfuata nitakapopata pesa za kutosha." Ilikuwa ni kazi kubwa sana kwa familia ile ya McCay kumuelimisha Mercy na kujaribu kumuonyesha Mercy mkono wa Mungu katika kila shida aliyowahi kupitia. "Mercy hata hapo ulipo ni kwa sababu ya Mungu." Mercy alibaki kucheka tu na kuwajibu kwa kejeli tupu. "Kama ni Mungu mwenye uwezo wakukupokonya watu na vitu unavyovihitaji katika maisha, huyo Mungu mimi simtaki hata kuwa karibu naye." "Mambo mengine ni magumu sana kupata majibu kwa namna ya kibinadamu Mercy, lakini nakuhakikishia Mungu anajua kitu gani unahitaji tena kwa wakati gani. Sio kila kitu unachopenda wewe unapata kwa wakati wako wewe." Mercy bado hakuamini chochote ambacho Mzee McCay alijaribu kumuelimisha.

"Mbona kipindi chote nilipokuwa shule mpaka nimemaliza sikuwahi kwenda kanisani wala kujaribu kuomba hata siku moja na nimefanikiwa na tena ndiyo nimekuwa mwanafunzi bora bila Mungu. Na hata hii kazi sikumuomba Mungu, wala sikuwahi kuwaomba kazi ila kampuni yenyewe ndio ilinitafuta? Ona nina kila kitu kizuri nilichohitaji kwenye maisha yangu bila Mungu. Sasa umuhimu wa Mungu uko wapi?" "Haukuwepo Tanzania kwa bahati mbaya na wala ulevi sio uliokurudisha Marekani. Lipo kusudi kubwa sana la Mungu kukupitisha wewe huko kote na bado kubaki ulivyo. Ninavyokuona wewe, Mungu anataka kukutumia sana katika maisha yako." Mercy alicheka sana. "Kwa nini mimi na sio watu wanaomuheshimu na kumuelewa. Kwanza mimi wala simuhitaji huyo Mungu, kwa nini anataka kunitumia?" "Siku zote Mungu hutengeneza vyombo vya kutumia kwa kazi maalumu. Mimi siwezi kwenda kumtumikia Mungu Tanzania vizuri kama wewe akikutuma leo uende." Hapo ndipo hasira za Mercy zilionekana wazi wazi. "Mzee McCay! Sitakaa niishi Tanzania tena katika maisha yangu. Hakuna kitu hata kimoja kizuri kilishawahi kutokea katika maisha yangu nikiwa kule isipokuwa kumpata Junior. Wakati wote kwangu ilikuwa ni misiba na mateso makali sana. Sikuwahi kuacha kulia. Nitarudi kumchukua mtoto wangu tu." Mercy alishabadilika na kuwa mkali baada ya kumbukumbu ya maisha aliyokuwa akiishi Tanzania ilipomjia. "Naomba uje kanisani kwetu siku ya Jumapili." "Siwezi kukuahidi kitu." Mercy alijibu na kuaga.

Siku ya Jumapili asubuhi walimpitia Mercy kwenda naye kanisani. Alikubali tu kwa heshiima ya Mama McCay rafiki yake lakini sio mumewe aliyekwisha kumkera Mercy kwa habari za Mungu. Siku hiyo Mercy alikutana na mahubiri ya *Endless Love (Upendo usio kikomo)*. Kipindi kizima cha mahubiri Mercy alikuwa akilia jinsi Muhubiri alipokuwa akielezea kwa mifano tofauti tofauti juu ya upendo wa Mungu usiokuwa na kikomo kwa wanadamu. Muhubiri huyo alitoa mifano tofauti tofauti na majaribu waliyopitia manabii na mitume wa zamani na jinsi mwanzoni ilivyoonekana kama Mungu hakuwepo kwenye dhiki zao lakini baada ya kuvumilia mpaka mwisho Mungu aliwaheshimu sana. Aliwekea msisitizo juu ya Ayubu ambaye hakuwa na tofauti yoyote na Mercy. Mchungaji alisema katika kila shida aliyokuwa nayo Ayubu, Mungu hakuwahi kumuacha hata mara moja, aliona kila chozi na majipu ya Ayubu. "Na kwa kuwa Ayubu alivumilia na hakuwahi kumkufuru Mungu! Mungu alimuheshimu na kumrudishia vyote alivyopoteza mara dufu." Alimalizia kwa mfano wa mama na mtoto. "Kama vile mama au baba wanavyowapenda watoto wao na kuhangaika kuwapa mambo mazuri, Mungu ni zaidi ya wazazi. Mungu hakutuumba ili atutese duniani. Kusudi lake kamili ni sisi kutumika pamoja na yeye hapa duniani kujenga ufalme wake. Shida nyingi wanazozipata wanadamu ni aidha kwa kumkataa Mungu au Mungu huwatengeneza kwa sababu fulani fulani na wanapokubali na kumtii Mungu, Mungu huwainua zaidi na zaidi."

Baada ya mahubiri kuisha Mercy alijikuta mbele kabisa ya madhabahu akilia na kutubu kwa jinsi alivyomkufuru Mungu ambaye wakati wote alimtunza na kumlinda tangu kuzaliwa kwake mpaka siku hiyo. Alianza kuona mkono wa Mungu kupitia watu mbali mbali hasa Ben aliyekuwa akimwaga mapesa kumuhudumia na wakati wote Ben na Mama Samaki walikiri wazi kushangaa kipato chao kilivyoongezeka ghafla mara baada ya Mercy kuingia kwenye maisha yao, na watu wengine wengi waliosimama naye kila alipokuwa akimuita Mungu wakati alipokata tamaa kabisa. Mercy aliendelea kuona jinsi Mungu alivyozidi kumbariki hata alipomkana yeye mbele za watu. Alikumbuka safari yake ya kurudi nchini hapo akiwa hajitambui, jinsi alivyouguzwa akiwa mlevi, shule ya gharama sana aliyosoma bila ya kulipia kitu chochote bali kote alipendwa na kuheshimiwa sana. Aliongozwa sala ya toba na kujazwa nguvu za Mungu zilizomletea furaha ya ajabu siku hiyo. Alikiri kutokuwahi kuwa na furaha kama hiyo katika maisha yake yote hata alipokuwa na Ben. Alidumu kanisani na kujifunza neno. Alikuwa akijitolea kusaidia kazi mbali mbali pale kanisani katika muda wake wa ziada kama alivyomuona Mama Samaki akifanya wakati wakiishi naye, kitu kilichowashangaza wengi. Masomo aliyosomea Mercy ya sheria yalimsaidia sana katika kuhubiri imani ya kweli juu ya ufalme wa Mungu. Alikuwa na uwezo mkubwa sana wa kubadili msimamo wa mtu yeyote hata kama ni mgumu sana, utajua tu kama upo ukweli juu ya Mungu hata kama utakataa kubadilika. Alikuwa muombaji sana. Muda mwingi alitumia kwenye maombi. Aliwatafuta ndugu zake waliokuwa wakiishi mjini Alabama na kuwatangazia msamaha, zaidi ya hapo aliweza kunusuru ndoa ya Lilian na Rich waliokuwa wamefikia mwisho wa ndoa yao.

Aliomba Mungu ampe furaha na amani kwa mtoto aliyempata nje ya ndoa huku akitubia tendo la ndoa alilokuwa akifanya kabla ya ndoa. Aliendelea kumuombea Ben kwa kutubu kwa niaba yake. Alimsihi Mungu kumsamehe Ben na wakati wote alimkumbusha Mungu matendo mazuri ya Ben aliyomfanyia wakati yupo Tanzania na kumsihi asimsahau yeye na familia yake akiwepo Martha. Junior hakuwahi kutoka kwenye mawazo yake alimuombea kila wakati Mungu amtunze na kumlinda kama alivyomtunza yeye tangu kifo cha mama yake, kwa kipindi hicho alichokuwa mbali naye. Miezi tisa ilipotimia, alijifungua salama mtoto mwingine wa kiume, ila wa safari hii alikuwa wa kimarekani kweli kweli isipokuwa sura ya Mercy ndiyo ilionekana bayana kwa mtoto yule wa kiume aliyempa jina la Bennett. Alifurahi sana na kumshukuru Mungu kumpa mtoto mwingine baada ya Ben kumpokonya Junior. 'Kweli Mungu amenifuta machozi na anazidi kunibariki. Sina sababu ya kurudi kumdai tena Junior. Kwanza Ben anampenda sana. Hawezi kumuacha akateseka.' Mercy aliamua kubaki na kumsahau kabisa Junior. Lakini furaha yake ilianza kupungua siku hadi siku baada ya kuwa akimuota Junior akilia mara kwa mara huku akimuomba msaada. Mercy aliziamini sana ndoto zake kwani wakati wote zilikuwa zikitokea.

Japokuwa alikuwa na majukumu ya kuwa mama, tena asiye na mume akiteseka na malezi ya Bennet akiwa peke yake, huku akihukumiwa moyoni kumtelekeza Junior Tanzania, lakini Mercy hakuacha kumtumikia Mungu. Aliwavuta watu wengi karibu na Mungu kila alipohubiri ujumbe wake wa *Endless Love* ambao uligusa kila eneo la maisha ya mwanadamu. Mkataba wake wa miaka minne kazini uliisha huku wakimuahidi nafasi nyingine kama yupo tayari kuendelea na kazi. Na ahadi ya mshahara wa juu zaidi endapo atarudi kazini kwani hakuna kesi aliyowahi kuisimamia na kushindwa. Alianza kufahamika kama mwanadada mwanasheria machachari kitu kilichoongeza wateja wengi kwenye kampuni aliyokuwa akiwafanyia kazi. Mercy aliwaambia ana kitu cha muhimu cha kufanya Tanzania ambacho hakiwezi kuendelea kusubiri tena na atakaporudi angerudi kuwatafuta kuona kama bado nafasi yake ya kazi ipo.

Alikuwa amekusanya pesa za kumtosha kwa muda atakao kuwepo Tanzania. Lakini wasiwasi ulianza kumuingia tena kila alipomfikiria Junior kwa umri alionao sasa na jinsi alivyomuacha. 'Kweli atanikubali tena au atakuwa tayari ameshamzoea mke wa Ben na kutonitaka tena? Hapana haya ni mawazo tu, najidanganya Junior hanihitaji hata kidogo.' Mercy alimuacha Junior akiwa bado mdogo sana, hata hakuwa akitembea vizuri. Na hata Ben alipokuwa akimwambia ameanza kutambaa, kukaa, kusimama na mambo mengine mengi juu ya mtoto, Mercy hakuwa akijielewa kwa ulevi. Alizidi kukumbuka jinsi alivyokuwa akibwia madawa ya kulevya na picha zake za uchi zilizokuwa zimesambazwa na Mike, hofu na aibu ya kurudi Tanzania vilizidi kumtesa. 'Hapana, siwezi kurudi. Kwanza mtoto mwenyewe atakuwa hanifahamu hata kidogo. Atakuwa ana ndugu wengine na mama mwingine. Nitazidi kumchanganya mtoto wangu, kama nitarudi na Bennett mwenye asili ya kimarekani zaidi. Hata hivyo Ben hawezi kuniruhusu kumuona Junior endapo nitarudi na Bennett.' Mercy alizidi kuingiwa na hofu na kupata sababu nyingi za kumfanya asirudi tena, akaamua kubaki, wala asijaribu hata kuwaza tena juu ya kurudi Tanzania. Aliamua kurudi kazini mara baada tu ya likizo yake kuisha, lakini kadiri siku zilivyozidi kwenda ndivyo alivyokuwa akisikia kilio cha Junior si ndotoni tu bali hata anapokuwa amekaa. Kweli Mercy aliingiwa na hofu ya kurudi Tanzania lakini alimuonea huruma sana mtoto wake. Aliamua kupata muda wa siku tatu, kufunga na kumuomba Mungu juu ya safari yake. Alimuomba Mungu amsaidie kama sio wakati wa kwenda basi Mungu amjibu na afute kilio cha Junior masikioni mwake ili aishi kwa furaha. Siku zote tatu hapakuwa na ishara yoyote bali amani ya kurudi Tanzania kumfuata mtoto wake. Kwa mara ya kwanza hofu ilianza kutoweka na kukumbuka msamaha wa dhambi aliopewa na Mungu. 'Nimesamehewa na Mungu, hakuna mwanadamu wa kunihukumu tena.'

Sura ya 8

Mapigo ya moyo yalianza kwenda kasi kadiri ndege hiyo ya KLM ilivyokuwa ikizidi kutua uwanja wa ndege wa Dar-es-Salaam. Jiji lote lilionekana giza kwa kuwa ilishakuwa usiku wa saa tano. Picha ya mara ya mwisho alipokuwa akija Tanzania kumwangalia baba yake alipoambiwa mgonjwa na kurudi Marekani akiwa na dripu ya maji, tena baada ya mateso mengi nchini hapo, ilizidi kumtesa na kumuongezea hofu. Alikuja akiwa amejazwa tele na kurudi Marekani akiwa hata yeye mwenyewe hajitambui. *"Mungu wewe ndiye tegemeo langu sasa."* Mercy alivuta pumzi na kushusha taratibu huku amefunga macho na kuendelea kumuomba Mungu. Alifika hotelini akiwa amechoka sana, baada ya Bennett kumsumbua wakati wakisubiri kuunganisha ndege nyingine mjini Amstardam. Taratibu alimlaza Bennett na kuanza kukagua mizigo aliyokuwa amebeba kutoka Marekani ndipo alipogundua begi moja lililokuwa na vitu vya muhimu vya Bennett halipo. Ilimlazimu kuamka asubuhi kwenda Mlimani City kununua vitu hivyo muhimu kabla ya kwenda ofisini kwa Ben kama alivyokuwa amepanga.

Akiwa anatoka kwenye duka moja huku akimfuata mtoto wake aliyekuwa akichezea mpira na kukimbia kila mahali, Bennett alimpiga na mpira dada mmoja aliyekuwa kwenye mazungumzo. "Hey Bennett, stop! Stop Bennett!" Mercy alisikika akimwita mtoto wake. Ukweli mtoto huyo wa Mercy aliyekuwa tayari na miaka 3, alikuwa ni mtundu sana, tofauti na Junior au hata Mercy mwenyewe. "Samahani sana. Amekuumiza?" Mercy alimsogelea yule dada aliyekuwa amemshika mtoto huyo ili asiendelee kukimbia. "I told you to slow down baby! See what you have done! You got to listen sometimes." Mercy aliendelea kuongea na mtoto wake bila kumwangalia yule dada na mwenziwe. "Mercy! Ni wewe au naota?" Uso kwa uso na Ben. "Kumbe upo mjini, lakini unashindwa hata kuja kuniona?" "Hapana Ben, ndio nimefika jana usiku." "Habari za siku nyingi?" "Nzuri tu. Vipi na nyinyi?" "Tunashukuru Mungu kama unavyotuona tuna taabika na mji wetu, naona hutaki kutuona tena Mercy." "Hapana Ben, nilitaka kuja kukuona baada ya hapa. Nilipofika jana usiku, niligundua nimepoteza begi moja lenye vitu muhimu vya mtoto lakini nimefurahi nimevipata hapa karibu vyote." Yule dada aliaga na kutaka kuondoka. "Hapana nisiwakatishe mazungumzo Ben. Ngoja nikatafute teksi inipeleke hotelini halafu nitakufuata ofisini kama utakuwepo huko baadaye." "Haina shida dada yangu sisi tulishamalizana." Yule dada aliaga na kuwaacha Mercy na Ben wakishangaana. Ni kweli Mercy alibadilika sana. Alionekana wazi amekuwa mtu mzima sasa, ujasiri uliongezeka, hakuonekana na hofu tena kama zamani. Uzuri wake uliongezeka zaidi na wazi alionekana maisha yamemnyookea. Ben alibaki ameduwaa asijue cha kusema.

"Junior hajambo?" "Hajambo kabisa anaendelea vizuri." Mercy alipumua kwa nguvu kama mtu aliyepata ahueni baada ya kusikia Junior yupo, tena mzima. Macho ya Ben yalitua kwa Bennett kwa muda kama mtu anayetafakari kitu na kuibua hofu kwa Mercy. "Mmefikia hotelini?" "Ndiyo. Huyu ni mtoto wangu Ben, anaitwa Bennett." "Hongera. Naona baba yake anakutunza vizuri kweli Mercy, sio kama mimi." Mercy alimfahamu Ben vizuri sana na alijua lile tabasamu la hongera lilijawa wivu mkubwa sana ndani yake, lakini alijitahidi na yeye kurudisha tabasabu lililojaa hofu. "Nashukuru Mungu Ben." "Badala ya kupanda teksi, kwa nini nisiwarudishe hotelini? Au mzee mkali, hatafurahia kuona nimewarudisha?" "Hapana Ben, nitashukuru ukitupeleka. Utakuwa umenipunguzia usumbufu na mtoto." Ben alimsaidia Mercy kubeba vitu mpaka kwenye gari huku bado akimwangalia Mercy anavyosumbuana na mtoto wake. "Umekuja kufanya nini Mercy?" "Hivi unajua nusu ya uhai wangu nimekuachia wewe Ben. Nimekuja kumuona mtoto wangu. Hivi hata anajua kama ana mama mwingine?" Ben alitabasamu tu bila kumjibu kitu Mercy. "Unafikiri Junior, atafurahi kuniona? Alishawahi kuniulizia hata mara moja tangu niondoke? Pole Ben na majukumu ya mtoto niliyokuachia peke yako muda wote, hata nilipokuwa hapa Tanzania." "Usijali Mercy." "Unafikiri ni siku gani nzuri naweza kumuona?" Kila alipokumbuka maisha aliyokuwa akiishi kabla ya kuondoka Tanzania ya kutokumjali kabisa mtoto wake hata kushindwa kunyonyesha, alizidi kukosa ujasiri wa kumdai tena. "Utakapokuwa tayari Mercy." "Nimerudi Tanzania kwa ajili yake Ben, hakuna siku niliyowahi kumsahau Junior. Nimekuja kumuona mwanangu hilo ndilo limenirudisha." "Yeye tu ndiye amekurudisha Tanzania?" Mercy alinyamaza kimya. "Naweza kumleta hotelini jioni akitoka shule." "Nitashukuru sana Ben. Nitakuwa nikiwangoja kwa hamu sana." Ben aliendesha mpaka kwenye hoteli aliyofikia

Mercy.

"Kuna zawadi nimekuletea wewe, Martha na mama. Unaweza kuingia uchukue?" "Sitapigwa bastola lakini huko ndani?" Tayari wivu ulikuwa ukimtafuna Ben. Hakutegemea kumuona Mercy akiwa na mtoto asiye wake, tena akiwa amejawa furaha kiasi kile. Aliumia sana kumuona Mercy anaweza kufurahia mikononi kwa mwanaume mwingine sio yeye tena. "Hakuna mtu wa kukupiga Ben. Karibu." Ben alimsaidia mizigo na kuingiza kwenye chumba alichofikia. "Mfuko huu ni wa Martha naomba umshukuru kwa niaba yangu kwa kumlea mtoto wangu na hivi ni vitu vya mama, sijui atapenda?" "Kwa nini asipende zawadi za kutoka majuu?" Ben alimjibu Mercy huku akivuta mfuko wa vitu vya mama yake tu. "Na hili begi ni lako Ben, angalia ni zito kidogo." "Naona nimependelewa mimi zaidi." Ben alimtania Mercy wakati akisogeza begi lake. "Sio vitu vingi sana, ni viatu, nguo, pafyum na losheni zako za Calvin Klein. Nimeleta tu, sijui kama bado unatumia hizo hizo?" "Ahsante sana, kumbe bado unanikumbuka!?" "Siwezi kukusahau Ben, jamani." "Kwa nini usimpe Martha vitu vyake mwenyewe?" "Unafikiri atafurahi kuniona? Nahofia kumuudhi tena. Sitaki ujio wangu uje kukusababishia matatizo, kama mara ya mwisho niliporudi na Junior. Natamani kuwaacha na amani." "Hamna shida. Kwani unaondoka tena?" "Bado nina siku chache, tuna tiketi ya kurudi baada ya majuma mawili." "Kumbe mpaka na tiketi unayo!?" "Nilikata tiketi ya kuja na kurudi kabisa. Niliogopa nisije nikakwama kama mara ya mwisho!" Ben alitulia kama mtu aliyemwagiwa maji ya baridi na kumuacha Mercy na maswali kidogo. "Lakini inategemea nitakaaje na Junior. Naweza kuongeza siku nikiona kama ananihitaji. Nina hamu naye sana, lakini nina wasiwasi kama atanikubali. Najua ni ngumu kunipokea tena baada ya kumtelekeza. Nimekuja kujaribu bahati yangu. Nilikuwa siwezi kulala vizuri, kila wakati nilikuwa namsikia masikioni mwangu." Ben alikuwa akimsikiliza Mercy anayemtaja mtoto wao bila ya kumuonyesha kama anamjali yeye tena. Ben alizidi kuumia na kujilaumu kwa kumsaliti Mercy. Alishajua Mercy hawezi kumsamehe tena, lakini sio hata kushindwa kumfikiria. "Nitamleta jioni." "Ahsante sana Ben, kwa kila kitu." Ben alichukua vitu vyake na mama yake na kuondoka baada ya kucheza mpira kidogo na Bennett aliyeonekana kumpenda Ben bila shida.

Ilipofika jioni Ben aliingia na Junior akiwa nyuma yake. Cha kwanza alichoona ni mdogo wake. "Huyu ni mtoto wako?" Junior alimuuliza mama yake ambaye hakuwa amemsalimia bado wala kumuangalia usoni. "Ni mdogo wako, anaitwa Bennett." "Hey Ben!" Junior alimuita kwa kifupi, ndipo Mercy alipogundua amempa jina linalofanana na Ben. Moja kwa moja Junior alianza kucheza na mdogo wake bila kumjali mama yake hata kidogo kitu kilichomuumiza sana Mercy aliyekuwa akimshangaa mtoto wake ambaye hakuwahi kumuona hata akisimama mpaka sasa ni kaka mkubwa. Muda ulizidi kwenda pasipo Junior kumuongelesha wala kumsogelea mama yake. "Mpe muda Mercy atakuzoea, bado ana mshtuko wa kukuona." Ben alimnong'oneza Mercy aliyekuwa akimwangalia Junior kwa huruma. "Kwani ananifahamu Ben? Mbona hataki hata kuniangalia. Naomba unitambulishe." "Anakufahamu vizuri sana, na ameweka picha zako chumbani kwake kila mahali mpaka pembeni ya kitanda chake kuna picha zako. Mpe muda Mercy." "Amekuwa mkubwa sana tofauti na nilivyomuacha. Au amenikasirikia kwa kuwa nilimuacha?" "Mercy! Mpe muda. Unajua na yeye anakushangaa kama wewe unavyomshangaa? Sema Junior ni mkimya sana. Sio mzungumzaji hata kidogo. Kumbuka hajawahi kukuona akiwa na akili zake zaidi ya picha." Mercy alizidi kuwa mnyonge sana baada ya kuona muda unazidi kwenda bila hata Junior kumtazama hata kidogo.

"Tunakaribia kuondoka Junior, kusanya vitu vyako twende." Ben alimwita Junior aliyekuwa ametingwa na michezo. Alikuwa na tabia zote za ukimya kama Ben. "Junior! Sijawahi kukusahau, wakati wote nilikuwa nikikukumbuka." Mercy alijaribu kutupia neno kwa Junior, wakati akivaa viatu vyake tayari kuondoka. "Utarudi tena kesho kuja kutuona na Bennett?" Junior alibaki kimya. "Kesho hataenda shule ni sikukuu tutarudi kuja kuwaona." Ben alimjibia Junior aliyekuwa amenyamaza kimya kana kwamba hamsikii mama yake hata kidogo. "Nimekuletea zawadi Junior naomba uchukue." Mercy alizidi kumbembeleza Junior aliyeendelea kuwa kimya kabisa, kwa sauti iliyojaa mtetemeko kama mtu anayetaka kulia. "Mercy! Mpe muda, leo ndio mara ya kwanza kukuona katika maisha yake na umekuja na mtoto mwingine lazima yupo kwenye mshtuko na wivu, kesho atakuwa sawa." Waliondoka na kumuacha Mercy kwenye majonzi makubwa sana. 'Sijui kama Jr atanisamehe kwa kumuacha peke yake! Martha amemwambia nini mwanangu? Kwa nini hataki hata kunisogelea?' Mercy alikesha usiku kucha akiwaza na kukumbuka shida alizopata na Junior akiwa mjamzito mpaka alipojifungua, machozi yalizidi kumtoka. Alitamani kama Junior angemkumbatia kidogo tu, au hata kumtazama. *"Nisaidie Mungu, naomba Junior anikubali. Siwezi kukataliwa na Junior. Unajua yeye ndiye mtu wa pekee wa kudumu kwenye maisha yangu hapa duniani mbali na Bennett."* Mercy aliendelea kumsihi Mungu kila alipomuwaza mtoto wake.

Asubuhi Ben na Jr. walirudi tena na kumkuta Mercy ndio anapitiwa na usingizi. "Ulilala salama Junior?" "Ndiyo." Alimanusura Mercy, aruke baada ya kumsikia Junior akimjibu. "Unataka tufanye nini leo? Tunaweza kwenda popote utakapotaka, tutaenda wote na Bennett akiamka." Mercy aliendelea kujiongelesha. "Kwa nini uliondoka?" Junior alimrushia mama yake swali na kumfanya Mercy kushtuka sana, kwani hakutegemea. "Nilikuwa mgonjwa sana Junior, kwa hali ile nisingeweza kukaa na wewe. Nilihitaji msaada ambao waliniahidi Marekani wangenitibu, ndio maana ilinibidi kuondoka." "Kwa nini hukurudi kunifuata?" Mercy alibaki kimya. "Kwa hiyo unakaa na Bennett na dady wake tu?" Mercy alizidi kuduwaa asijue cha kumjibu Junior aliyeendelea kumbana na maswali na kubaki akimwangalia Ben aliyejifanya yupo busy na simu yake kana kwamba hasikilizi mazungumzo yao kabisa. "Dady wake Bennett yuko wapi?" "Yeye anaishi huko huko Marekani." Mercy alijibu kwa kifupi tu. "Mtaondoka tena kumfuata dady wake Bennett?" Lile swali lilimuumiza sana Mercy. "Au umekuja kukaa na sisi?" "Kwa nini tusiongee badaye Junior?" "Nataka kujua kama unaondoka au utakaa na sisi." "Sasa hivi nipo Junior, nimekuja kwa ajili yako." "Utatuacha tena?" "Sitakuacha tena Junior, tutamuomba dady kama atakubali twende wote." Ben alinyanyua kichwa na kumwangalia Mercy. "Siwezi kumuacha dady peke yake. Atabaki na nani?" Junior aliongea kama mtu mzima kitu kilichomshangaza sana Mercy. "Unampenda Bennett?" Junior alizidi kumbana mama yake kwa maswali. "Ndiyo nampenda na wewe nakupenda Junior, ndio maana nimerudi kukufuata." Mercy alianza kuishiwa nguvu. Alitamani msaada wa Ben kumnyamazisha Junior lakini bado Ben alionekana kutotaka kuwaingilia mazungumzo yao kabisa. "Peter huwa ananicheka anasema mimi sina mama. Mama yangu ametukimbia." Ben alishtuka sana na kubaki ameduwaa. "Hapana Junior, sikukimbia. Huoni nimerudi? Wakati ule nisingeweza kuwa mama mzuri kwako nilikuwa mgonjwa sana." Mercy alishaanza kutokwa na machozi. "Mungu anajua ni kiasi gani nakupenda Junior. Nakupenda sana mwanangu. Nisingeweza kukukimbia. Natamani ujue umuhimu wako kwangu. Naomba uniamini nakupenda. Kila wakati nilikuwa nakukumbuka na kukuombea." Hapo ndipo walipojua mtoto wao kumbe alikuwa na uchungu wa kuchekwa na marafiki zake.

"Naomba uniamini, nimerudi Tanzania kwa ajili yako tu Junior. Sina sababu nyingine ya mimi kuwepo hapa ila wewe. Wewe ni mtu muhimu sana kwenye maisha yangu. Unanielewa Junior?" Junior alibaki kama bado ana maswali. "Chagua kitu chochote unachotaka kufanya, tutafanya wote." Junior alibaki ameinamisha kichwa kama mtu anayetafakari. "Unapenda tufanye nini leo Junior?" Mercy aliendelea kuuliza bila kuchoka. "Bennett anapenda nini?" Junior aliuliza tena. "Anapenda sana kucheza mpira." "Kuna sehemu baharini dady huwa ananipelea kucheza, tutaenda wote kama mtapenda!" "Najua tutafurahia sana. Unajua mimi napenda sana kukaa kwenye maji kama samaki." "Dady aliniambia." Walikaa wote watatu na kunywa chai wakati wakimsubiri Bennett aamke. "Nimefurahi sana kukuona Junior, nilikuwa na hamu sana ya kukuona." "Umesema tutabaki wote, au unarudi tena kwa dady wake Junior?" "Sitakuacha tena Junior, lazima tutaishi wote." "Kweli mama?" Kwa mara ya kwanza Mercy kusikia anaitwa mama na Jr. ilimfungua sana moyo wake na kuona safari yake ya kuja Tanzania haikuwa bure. "Naahidi sitakuacha, tutaongea na dady najua tutakubaliana tu."

Wakiwa baharini wakati watoto wanacheza, Mercy alimgeukia Ben. "Huyu Peter ni nani Ben, aliyemsababishia mwanangu machungu hivi?" "Peter ni mtoto wa Charles, wanasoma nae shule moja. Watoto wa rafiki zangu wote tuliwapeleka shule moja, na ujue Mercy, watu wanaongea. Kama sio shuleni basi kanisani wenzake watakuwa wanamuuliza. Lakini hakuwahi kuniambia hata siku moja kama wenzake wanamcheka na mimi ndio nasikia pale kwa mara ya kwanza. Junior ni mkimya sana, ni ngumu sana kumjua anawaza nini." "Hana tofauti na wewe Ben." "Bwana Junior amezidi, mpaka rafiki zake wanamsema! Huwezi jua kama amekasirika au amefurahi." "Jamani mwanangu! Au ameathirika na kukua bila mimi?" Ben alibaki kimya, kama mtu aliyepitwa na mawazo ya ghafla.

"Najisikia vibaya Ben." "Nilikuona pale wakati unawekwa mahakamani." "Ben usicheke bwana, huyu mtoto amepata wapi hayo maswali kama mtu mzima!" "Lakini Junior ujue sio mtoto tena Mercy. Ana uwezo wa kufikiria mambo makubwa sana, mimi mwenyewe wakati mwingine ananishangaza na mara nyingine anaenda nyumbani kwa kina Charles kwa hiyo ana ufahamu mkubwa sana wa familia inatakiwa iweje." "Nitafanyaje Ben? Na kule nina kazi nzuri sana. Wananilipa hela nzuri. Nina nyumba na gari vyote natakiwa kulipia kila mwezi. Siwezi kuishi tena Tanzania hata iweje. Siwezi kuishi hapa na Bennett. Hapana, maisha yangu hayawezi yakawa Tanzania tena." Mercy aliendelea kuwaza kwa sauti. "Au utanipa niende naye? Nakuahidi nitakuwa namrudisha kila mwaka kwenye likizo." "Acha utani Mercy. Halafu wewe uwe na wawili mimi nibaki mwenyewe?" "Kwani hamkubahatika watoto na Martha?" "Martha?" "Namaanisha Martha mke wako." "Nani amekwambia mimi nimeoa?" "Niliondoka mpo kwenye maandalizi ya harusi." Ben alinyamaza kwa muda. "Kwani Vipi Ben?" "Hapana bwana Mercy, hatukufunga ndoa. Alinikana kanisani mbele ya watu." "Haiwezekani Ben!" Mercy alianza kucheka. "Unanicheka Mercy? Sawa bwana!" "Unanitania Ben?" "Sio utani, mbele ya kanisa alichomoa." "Pole. Kwa nini?" "Achana na hayo mambo." "Kwa hiyo hujaoa tena?" "Si nilikuwa nakusubiri wewe." Ben alimjibu huku akicheka. "Acha utani Ben bwana. Sasa mnakaa na nani?" "Nyumba yetu ya mabachela." "Hebu niambie nini kilimpata Martha, mwanamke aliyetaka kunitoa roho kwa ajili yako." Ben alimsimulia kila kitu Mercy. "Waooo! Pole sana Ben." "Nishapoa. Na wewe? Umeolewa Mercy?" "Wapi! Mimi nilipata zawadi ya huyu mtoto hata baba yake hajui kama ana mtoto na mimi." Ben alitamani asimame arukeruke kwa furaha. "Ilikuwaje?" "Mwenzio nilijua kama nikilala na mwanaume mwingine itanisaidia kukusahau Ben, lakini ndiyo ilizidi kuniongezea hukumu ya kukusaliti. Nikaamua niachane na wanaume kabisa, nibaki peke yangu tu. Kwa hiyo huyu Bennett ndio matokeo ya hayo mapenzi ya majaribio." Wote walibaki kimya kwa muda.

"Kwa nini hukumwambia baba yake?" Mercy alicheka. "Anipokonye kama ulivyonipokonya Junior?" "Sikukupokonya bwana, nilitaka urudi nyumbani. Nilijua nikimchukua mtoto na wewe ndio ungerudi nyumbani. Sikujua kumbe nilikuwa nakuadhibu zaidi." "Hapana Ben, ulikuwa sahihi. Hata ungeniachia mtoto wakati ule nisingeweza kumtunza vizuri kama wewe. Mimi mwenyewe nilikuwa sijiwezi kabisa, si kwa ulevi tu, wivu ulikuwa ukinitafuna nilikuwa siwezi hata kufikiria." "Pole Mercy." "Lakini nakupongeza Ben kwa malezi mazuri ya mtoto, nimemkuta ana hali nzuri sana. Nakushukuru" "Na ujue nimemlea mwenyewe, bila msaada wa mtu yeyote." Ben aliendelea kujisifia kwa Mercy. "Haya bwana hongera." Wote walikuwa kwenye wakati mzuri.

"Unafanya nini Marekani?" "Ni mwanasheria mwenzako. Nilirudi kusoma kile chuo nilichokuwa nimekwambia natamani kwenda. Chuo kikuu cha YALE. Nimekuwa mwanasheria wa kuaminika na kuheshimiwa na watu wa maana. Nasimamia kesi zile ngumu na sijawahi kushindwa kesi hata moja. Hapa nimeacha kama makampuni manne yananitaka tena kwa mishahara mikubwa sana. Hivi hapa nafikiria nikirudi niende wapi! Kwa kweli nina kazi nzuri sana Ben na maisha sasa hivi yanaeleweka sio ya kufuga ng'ombe bila malipo." Wote walicheka. "Ndio maana umebadilika sana Mercy. Kama sio wewe! Kweli mambo yamekunyookea. Nimekuona hata hoteli uliyoshukia sio mchezo." Wote walicheka. "Sio shule na pesa vilivyonibadilisha Ben, nimekutana na Yesu ndiye amenibadilisha." "Kweli Mercy!? Na wewe umeingia kwenye ulokole?" "Kweli Ben. Nilipomaliza shule, nilipata kila kitu ambacho nilikitamani kwenye maisha yangu. Kwa kweli maisha yangu yamebadilika, sijivunii ila nina pesa Ben. Lakini bado nilikuwa nikijisikia mpweke sana. Mpaka nilipoamua kuokoka. Mungu amenipa furaha na amani ya ajabu." "Ndio maana mpaka Martha umemletea zawadi?" Mercy alicheka. "Ukweli ulinishangaza." "Nilijua ndiye mke wako, na nilithamini sana kitendo cha yeye kumkubali mtoto wangu japo hakuwa ananipenda mimi, lakini alimpokea mwanangu Junior tangu nilipokuwa nipo hapa nateseka na ulevi." "Hongera Mercy." "Ahsante." Waliendelea kupeana habari za tangu walipoachana huku Mercy akimshuhudia Ben mambo mengi Mungu aliyoyamfanyia katika maisha yake mpaka ilipofika jioni.

"Naona Bennett amefurahi sana kucheza na wewe Junior na atakuwa yupo tayari kwenda kulala sasa." Junior alitabasamu kwa mara ya kwanza. "Naomba twende naye kwetu mama." Junior alimuomba mama yake pale tu walipoingia kwenye gari wakiwa wanawarudisha hotelini. "Atawasumbua usiku. Bennett ni mtundu sana, anapanda kwenye kila kitu atawaharibia nyumba yenu." "Dady alisema ile ni nyumba yetu wote. Aliniambia hata ile bwawa ya kuogelea ya pale nyumbani alikujengea wewe." Mercy alianza kukumbuka mapenzi ya Ben, jinsi alivyokuwa akimpenda na kumjali kwa kila kitu. "Hiyo ilikuwa zamani Junior kabla sijaondoka, sio sasa mwanangu. Mambo mengi yamebadilika." "Hakuna kilichobadilika Mercy." Ben aliingilia mazungumzo yao. "Wewe tuachie Ben wajina wangu, uone tutakavyomlea vizuri. Mwenzio nimekuwa mtaalamu wa kulea watoto, tangu Junior akiwa mtoto mpaka amekuwa kaka kabisa. Kwa hiyo hatatusumbua." Mercy alikaa kimya kwa muda, akifikiria maisha ya upweke tena. "Mama!" Junior alimuita tena. "Naomba iwe wakati mwingine Junior sio leo." "Kwa nini mama?" "Sitaweza kulala bila Bennett." Wote walinyamaza kimya, ndipo Mercy alipogundua ameropoka. "Junior! Sina mtu yeyote maishani mwangu isipokuwa wewe na Bennett. Nilikaa maisha ya upweke kwa muda mrefu sana baada ya kukuacha hapa na daddy. Nilikuwa nikiteseka sana kwa kuishi bila wewe. Na kwa kuwa sikuwa na uwezo wa kurudi, Mungu alimleta Bennett kama faraja yangu. Naogopa kubaki peke yangu kama daddy akiwachukua nyinyi wote wawili." "Pole mama." "Ahsante Junior, lakini ujue nakupenda sana na ndio maana nimekuja kukuona." Junior alirudi na kujilaza kwenye kiti chake kimya kimya bila kujibu kitu tena.

"Si ungerudi ulipomaliza shule Mercy?" "Kazi ningepata wapi Ben?" "Nani amekwambia Tanzania hawahitaji wanasheria?" "Sikuwa na pesa za kutosha kuja kuanza maisha huku Tanzania Ben. Hofu ya kurudi kuwa ombaomba tena iliniingia. Hata hivyo kuna kipindi nilitaka kurudi ndipo nikajigundua ni mjamzito wa Bennett. Niliogopa sana, sikujua ungesema nini ukiona nimerudi na mtoto. Wakati ule nisingeweza hata kukutazama machoni Ben na kukuomba msamaha wa kuvunja agano letu japokuwa mapenzi yalishakwisha kati yetu, lakini bado nilijilaumu sana. Niliingiwa na hofu na majuto ya kukusaliti. Sikuwahi kupenda kuwa na watoto wa baba tofauti tofauti katika maisha yangu. Wakati wote nilitamani kuwa mke wa mtu, na niwe na watoto kutoka kwa mwanaume huyo huyo. Lakini maisha yamenipeleka tofauti kabisa. Ilinichukua muda kukubaliana na hiyo hali Ben. Mpaka nilipoweza kujisamehe mimi mwenyewe kwanza, ndipo nilipojua naweza hata kurudi kwako nikajieleza labda utanielewa." Mercy alitulia kidogo, huku akijaribu kuzuia machozi yake.

"Nilikuwa kwenye hali mbaya Ben. Nilikuwa natapatapa rohoni nisijue cha kufanya baada ya kurudi na kukuta una mwanamke mwingine. Sikujua nianzie wapi maisha. Wewe pekee ndio ulibaki katika maisha yangu. Hata nilipotoka Rehab, nilijaribu kutafuta furaha kwa kila namna bila mafanikio, mpaka nilipokubali kusalimisha maisha yangu kwa Yesu ndipo moyo wangu ulipoanza kutulia. Ni kweli niliogopa kuishi maisha bila wewe Ben. Naomba unisamehe, nilivunja ahadi yangu kwako." Mercy alishajisahau tena, alianza kuhisi anawajibika kwa Ben aliyekuwa ameapa kuto kumsamehe lakini anajikuta yeye ndio mkosaji zaidi kwani angalau mwenzake alikumbuka hata kondomu lakini yeye alijisahau kabisa. "Nisamehe Ben, ni katika kuhangaika lakini sio kitu nilichokuwa nimekusudia." "Usijali Mercy wote tumepitia vipindi vigumu sana vya maisha. Mimi mwenyewe sikuwahi kufikiria hata siku moja ingekuwa kama ilivyo. Sikuwahi kujua kama maisha yanaweza kumbadilikia mtu kwa ghafla kwa kiasi hiki. Baada ya kukupata wewe, sikuwahi kujua kama naweza kuwa na mahusiano mengine ya kimapenzi" Mercy alibaki kimya kama aliyetoneshwa maumivu makali. Ni kweli Mercy hakuwahi hata kuhisi kama Ben angemgusa mwanamke mwingine maishani ila yeye peke yake.

"Unajua Mike alirudi kuomba msamaha?" "Kweli Ben?" "Tena kwa kulia sana." "Alikueleza kila kitu alichonifanyia?" "Alitueleza kila kitu. Tena tulikuwa na marafiki zetu wote. Walimlaumu sana Mike na kumfukuza." Ben alimuelezea Mercy kila kitu. "Pole sana Mercy kwa matatizo yote niliyokusababishia. Najua yote hiyo ni kwa sababu yangu, isingekuwa mimi kumuamini Mike, yote hayo yasingetokea." Mercy alibaki kimya kwa muda mrefu sana. Kama mtu aliyemchubua kovu la kidonda kilichokuwa kimepona kwa shida sana. Mercy alibaki kimya na kukumbuka ahadi zote walizowahi kuwekeana na Ben na baada ya muda mfupi tu Ben alivunja na kusahau hata kama Mercy anaishi. Machozi yalianza kumtoka tena Mercy. "Nilikukosea Mercy, naomba unisamehe." Muda wote huo walikuwa wamesimama mbele ya hoteli aliyokuwa amefikia Mercy na Bennett, na watoto wao wakiwa wamelala nyuma ya gari. "Unajua Ben, Mike hakuniumiza sana kama wewe. Sijawahi kuumia duniani kama ulivyoniumiza Ben. Nilijuta kukupenda. Huwa najiuliza wakati ulipokuwa ukiniapia, ulimaanisha kitu hata kimoja siku ile, au ulitaka tu ku....?" Mercy alishindwa kuendelea kwa kulia. "Mungu wangu ni shahidi Mercy, sijawahi kukudanganya hata siku moja ili nilale na wewe. Najua nilikuumiza sana kumchumbia Martha mara tu ulipoondoka." "Hapana Ben, sio tu kumchumbia Martha na kulala naye. Tena zaidi ya mara moja. Uliwezaje Ben kufanya mapenzi na mwanamke mwingine na kunisahau kabisa, tena ndani ya mwaka huo huo wa ahadi yetu tena bila..." Mercy aliendelea kulia tena na kushindwa kujizuia. "Nilikosea Mercy, nilifanya haraka, kwa kuwa nilimuamini sana Mike na Neema." "Kwa nini hukunitafuta Ben ukaamua kuoa?" "Waliniambia uliondoka na Rich. Ningefanyaje Mercy? Nisingeacha kukutafuta kwa gharama yoyote kama ningejua bado upo nchini. " Mercy aliendelea kulia huku akisononeka moyoni kana kwamba ndiyo yametokea jana.

"Lakini Mercy! Ulishakaa ukafikiria maumivu na mimi niliyoyapata nikiwa safarini naambiwa unaishi na Rich, niliyekuacha naye uwanja wa ndege tena akiwa amekukumbatia na hata nilipokuaga hukunisikia? Na wala hukufanikiwa kunitambulisha kwake? Ulishajiuliza ni maumivu kiasi gani niliyapata niliporudi nyumbani na kukutana na barua aliyokuwa ameitunga Mike tena ilikuwa na mwandiko unafanana kabisa na wako Mercy. Na ilikuwa imeandikwa umeamua kuondoka na kwenda kuishi na Rich, tena na picha zenu mkifanya mapenzi. Ulishanifikiria na mimi ni maumivu kiasi gani niliyapata?" Ghafla machozi ya Mercy yalikauka na kuanza kumfikiria Ben. "Huwezi jua ni kiasi gani niliumia Mercy. Nilikulaani sana. Nilijuta hata kwa nini nililala na wewe. Nilijutia muda na mapenzi yangu kwako. Hata mama aliponiletea Martha nilimkubali sio kwa sababu ya kumpenda! Nilitaka watoto tu kutoka kwake. Huwezi kujua maumivu na aibu iliyonipata Mercy. Picha zile za wewe na Rich, Mike alihakikisha anazisambaza kila mahali. Nilikuwa nashindwa hata kuwaangalia watu machoni." "Pole Ben, sikujua kama na wewe ulipitia kipindi kigumu kiasi hicho cha kuona nimekusaliti. Katika hili nakiri kuwa mbinafsi. Nilijiangalia mwenyewe bila kukufikiria. Lakini niliumia sana Ben, kuona Martha na yeye ameweza kupata kila kitu ulichokuwa unanipa mimi hasa mapenzi. Tena ndani ya mwaka huo huo nilipoondoka!" "Sio kweli Mercy. Martha hakuwahi kupata hata nusu ya mapenzi niliyowahi kukupa wewe, na yeye alilijua hilo ndio maana alinichukia sana. Hakuna na hatakuja kutokea mwanamke akachukua nafasi yako kwenye moyo wangu Mercy. Niamini nakupenda. Najua uliumia sana kurudi na kukuta nina mwanamke mwingine. Ndio maana ulipogeuka kuwa mlevi nilikuelewa nilijua ni maumivu makali kiasi gani uliyokuwa nayo, kwa kuwa hata mimi kuna kipindi ulipoondoka nilishawishika kutaka kunywa pombe nilishindwa kwa kukumbuka nina watu wengi sana nyuma yangu wanaonitegemea. Kila nilipokuwa nikikukumbuka ahadi tulizopeana na aibu niliyokuwa nimeingia kwa mara ya pili ya kuachwa na wanawake, tena kwa ajili ya mwanaume mwingine! Nilikuwa natamani nihame mji." Wote walibaki kimya kwa muda.

"Pole sana Ben. Mimi mwenyewe niliingiwa na hofu sana. Ukumbuke wakati ule karibu ndugu zangu wote walikuwa wamekufa. Sikuwa na mtu mwingine maishani mwangu ila wewe. Tuliwekeana misingi mibaya sana. Wewe pekee ndiye ulikuwa rafiki yangu, faraja yangu na mpenzi wangu Ben. Ndio maana nilichanganyikiwa sana." "Pole Mercy. Nilimlaumu sana Mike kwa ukatili aliotutendea lakini basi jamaa na yeye ameokoka kweli huwezi kuamini kama ni yeye." "Mike ameokoka?" "Acha kabisa, naona anakaribia kufungua kanisa." "Mungu anabadilisha watu, kama mpaka na Mike ameokoka? Kweli Mungu mkubwa." "Ameokoka bwana, jamaa analala kanisani kwa kuomba, mpaka tunahisi atachanganyikiwa." Mercy alijawa na furaha ghafla kitu kilichomshangaza Ben. "Huyo ndiye Mungu wa maajabu Ben. Haijalishi umefanya kosa gani, ukimrudia na kutubu kwa ukweli, wakati wote husamehe." Ben alibaki akimshangaa Mercy asimuelewe hata kidogo.

"Unajua Ben, nimejiapia kutokupenda tena. Sitaki mambo ya mapenzi tena maishani mwangu. Nimeishia kuumizwa kila nilipojaribu kujiingiza kwenye mapenzi. Sijawahi kupata mwanaume akathamini mapenzi yangu hata mara moja. Wote wamenithibitishia wanaweza kuishi bila ya mimi, kwani kila ninapoondoka tu hutafuta wanawake wengine na kunisahau kabisa hata kama nilishawahi kuwa kwenye maisha yao. Naogopa kuja kuwaacha watoto wangu yatima kwa sababu ya kuchanganyikiwa na mapenzi. Nataka na mimi niwe kama wewe Ben. Niishi na watoto wangu tu basi." Muda wote Ben alibaki kimya kabisa, akiumia rohoni. Alijua wazi Mercy anamuongelea yeye. Kwani Mercy hakuwahi kupenda kama alivyompenda yeye na kubakia kuwa mwaminifu kwake wakati wote. "Mimi sijaamua kuishi na Junior peke yetu, Mercy. Nimeamua kuishi kwa kiapo nilichokuapia wewe. Nilikuahidi mimi na wewe mpaka kifo, na kwa kuwa nilimaanisha siku ile, nimeamua kukusubiri wewe na kuishi kwa kiapo changu. Nilikuwa nakusubiri wewe miaka yote Mercy. Najua nilifanya kosa kubwa sana na nimekuwa nikikuumiza sana tangu tufahamiane. Natubu kwako, naomba unisamehe. Nisamehe Mercy. Nisamehe kwa kukupeleka jela, nisamehe kwa kutoa mambo yetu nje, nisamehe kwa kulala na Martha. Naomba nisamehe kwa kila kitu nilichowahi kukukosea." Mercy aliendelea kulia. "Naomba msamaha Mercy." "Yalisha isha hayo Ben!" "Hapana Mercy sio kweli kama yameisha. Nataka kukusikia kama kweli umenisamehe." Mercy aliendelea kulia bila kusema kitu na kumuacha Ben akiwa mnyonge sana. "Nimekosa Mercy, naomba unisamehe." Mercy aliingiwa na huruma tena. "Nimekusamehe Ben, japokuwa uliniumiza sana. Nilitamani mimi peke yangu ndio niwe mpenzi wako, sio kuchanganywa na wanawake wengine kirahisi hivyo! Nashindwa kuona uthamani wangu uko wapi." "Naelewa Mercy, na ninajilaumu sana mpaka leo. Naomba uniamini, sikujua kama ungerudi tena. Huwezi amini shida na mateso niliyokuwa nikipata kila nilipokuwa nikimgusa Martha.

Ilikuwa ni kama najiadhibu mwenyewe. Sikuwahi kufanya naye mapenzi eti kwa sababu ya starehe au kwa kuwa nilikuwa namtamani. Ilinibidi kumkubalia mapenzi baada ya kuanza kunilalamikia na kwa kuwa nilijua atakuwa mke wangu ilibidi kumkubalia tu." "Basi Ben. Yamepita hayo. Nimekusamehe."

Kama aliyetuwa mzigo mzito sana, Ben alivuta pumzi na kuzishusha taratibu. "Dah! Nakushukuru sana Mercy, nilijua hutanisamehe tena maishani mwako." "Hapana Ben, tulifanya kosa kubwa sana, lazima wote tukubali." "Kosa gani?" "Mambo mengi tulijihalalishia wenyewe bila baraka za Mungu. Tulianza mahusiano yetu tukiwa tumewakwa tamaa sana, na kusahau yupo Mungu aliyetukutanisha. Naamini tungemuheshimu na kumtanguliza Mungu katika mapenzi yetu tungekuwa salama tu mpaka leo. Labla tungekuwa bado wapenzi. Tulimfungulia mlango shetani sisi wenyewe, ona alivyotuchezea akili!" "Kwa hiyo hunipendi tena Mercy?" Mercy aliishindwa ajibu nini kwa Ben. Waliendelea kuwa kimya ndani ya gari kila mtu akiwaza lake.

"Unajua birthday ya Junior ni Jumamosi hii?" "Nilisahau kabisa Ben! Si unakumbuka ile ya mwaka mmoja sikuwepo? Niliamkia mtaani huko, wala sijitambui kwa kulewa. Kuja kuuliza siku nikakuta siku mbili zilishapita. Nilichanganyikiwa bila kujua la kufanya. Wivu ulikuwa unanila kama ukoma, Ben. Nilikuwa siwezi kujisaidia. Nilipatwa na maumivu makali sana. Kule kulewa na kutokujitambua ndio ilikuwa ikinisaidia kuishi. Nilipokuwa nikiishiwa na pombe mwilini halafu nikikumbuka yuko mwanamke mwingine kwenye maisha yako! Nilikuwa nahisi nabanwa pumzi siwezi kuhema. Namshukuru Mungu kwa kumleta Junior kipindi kile. Hakika ningejiua." "Pole sana Mercy. Nilifanya kosa kubwa sana. Nilitamani tukae chini tuongee lakini niliona ulilemewa sana. Hakuna saa uliyokuwa hujalewa. Pole." "Ahsante, lakini yameisha hayo. Sasa nimnunulie zawadi gani?" "Mimi mwenyewe nilimuuliza swali hilo hilo asubuhi hii wakati tunakuja kwako akaniambia anakutaka wewe." "Kweli Ben?" "Kweli. Sasa sijui nakununua kwa kiasi gani mtoto wewe wa Kivenezuela na tena umeongezeka bei ya uanasheria sijui kama nitaweza tena." "Hakuna kilichobadilika Ben, bado ni Mercy yule yule uliyekuwa ukimfahamu lakini kilichobadilika nimeongeza mahusiano ya karibu na Mungu wangu hicho tu ndicho kimebadilika." Ben alibaki akimshangaa Mercy. "Sasa ulimjibuje?" "Ningemjibu nini mtoto mwenyewe ana maswali kama mama yake?" "Hapana Ben, huyu mtoto ana tabia kama zako bwana. Mtoto gani ana maswali ya kikubwa hivyo! Na umemuona alivyoking'ang'anizi kama wewe? Akitaka jambo lake lazima liwe." Wote walicheka.

"Hata hivyo Mercy, ningemwambia nini wakati wewe mwenyewe umefika tu na kunitangazia kuondoka?" "Nitafanyaje Ben? Siwezi kuishi Tanzania tena, kule nilishajijenga sana. Sasa hivi nina kwangu na mimi, kitu nilichokuwa nikikitamani tangu zamani. Nina nyumba ya kueleweka japo sio nzuri kama yako, lakini ni kwangu. Nina gari zuri." Mercy aliendelea kumtajia Ben mafanikio aliyoyapata Marekani na kumuacha Ben akimshangaa. "Kweli Mercy? Unawezaje kuweka thamani kwenye mapenzi ya kweli? Umewezaje kufuta kabisa kumbukumbu zangu maishani mwako? Kweli mambo yanabadilika. Unakumbuka ulikuwa huwezi kuishi bila mimi Mercy? Uliniahidi hutaniacha hata iweje. Uliniahidi katika shida na raha utakuwa na mimi. Mbona shida imekuja umeshindwa kukumbuka ahadi zako? Kweli mapenzi yako yameisha kabisa kwangu? Hukumbuki chochote! Nilifikiri uliposema hakuna kitu wala mtu atakayeziba pengo langu kwako, nilijua ni kweli, nikawa nikikusubiri kuchukua nafasi yangu kwako. Kumbe nilikuwa najidanganya tu. Sasa hivi imekuwa huwezi kuishi bila mali zako na umefuta kila kumbukumbu nzuri tuliyowahi kuwa nayo mimi na wewe." Mercy alibaki kimya huku machozi yakimtoka. "Nisamehe Ben. Na mimi ni binadamu naogopa kurudia maisha yale niliyokuwa nimeishi hapa Tanzania. Wewe ni shahidi yangu Ben, uliona nilivyoteseka nikiwa hapa. Nahofia kupata tena shida na nina Bennett ambaye hana baba ila mimi tu." Ukimya mwingine ulipita kila mtu akiwaza lake.

"Ukapumzike Mercy tutaongea kesho." "Kuna kitu chochote unataka nikusaidie wakati bado nipo hapa?" Ben alianza kufikiria. "Chochote tu cha mtoto hata kama kitahitaji pesa, naweza kukusaidia." "Labda unipe muda wakufikiri kesho nikitoka kumchukua Junior shule jioni tutakuja kuwaona kama nitakuwa nimepata hiko kitu cha mtoto nitakwambia." "Sawa, haina shida." "Mimi siruhusiwi kuleta mahitaji yangu?" Mercy alitabasamu kwa unyonge. "Samahani Ben sikumaanisha kuto kukujali. Hata wewe kama unahitaji lolote unaweza kuniambia. Nimekuja na pesa za kutosha najua zitatutosha." "Afadhali, maana nina mahitaji mengi sana nimeandika kwenye kitabu. Nitakupitishia kesho nikiwa nampeleka mtoto shule." "Acha utani Ben!" "Ni kweli Mercy. Nimekuandikia. Nilikuwa nakuandikia barua kila siku nilipokuwa nikipata nafasi." "Basi nakisubiri kukisoma kesho." "Nitakuona kesho Mercy." "Ahsante Ben." Usiku ule ulikuwa mrefu kwa Mercy na Ben, kwani walikumbushana vitu vingi sana ambavyo viliibua hisia za mapenzi ndani mwao.

Hodi iliyokuwa ikigongwa mlangoni ilimuamsha Mercy. "Pole nimekuamsha." "Hakuna shida." "Nimekupitishia kitabu chako, nitarudi jioni baada ya Junior kutoka shule." "Naomba nimsalimie." "Naomba iwe jioni tafadhali Mercy, atakataa kwenda shule na leo wana mitihani. Alikuwa akilia nimuombee afanye mitihani wakati mwingine, ili leo aje mkae naye siku nzima." "Jamani mwanangu! Mwambie nitakuwa namsubiri kwa hamu sana. Na ninampenda." Mercy alirudi kitandani na kuanza kusoma kitabu hicho huku machozi yakimtoka kama mtoto. Ben alimwandikia maendeleo ya mtoto wao kila anapobadili hatua. *"Sitaki upitwe na ukuaji wa mtoto uliyemuhangaikia Mercy."* Alimuelezea kila kitu juu ya harusi yake na Martha. Upweke aliokuwa akikumbana nao akiwa anamlea mtoto bila yeye. *"Natamani ungekuwepo Mercy, tumlee Junior pamoja."* Alirudia kuandika kiapo alichomuapia Mercy kwa herufi kubwa na nyekundu. *"Naahidi kutunza ahadi zangu kwako milele Mercy, mpaka kifo changu."* Alimuandikia jinsi anavyomsubiri arudi nyumbani waishi kama mke na mume tena. Jinsi ambavyo hatamkatia tamaa tena katika maisha yake! *"Hata kama itachukua miaka 20, ninakusubiri Mercy, mchana na usiku. Natamani kurudi nyumbani na kukuta mpenzi wangu. Wewe pekee ndio faraja yangu Mercy. Nakumbuka tabasamu na sauti yako ya upole iliyojaa matumaini hasa ninapokuwa nimechoka, mgonjwa na shida mbali mbali, natamani kukusikia ukiniambia 'Pole Ben, nakuombea mpenzi wangu kila kitu kitakuwa sawa.' Sina mtu wa kuongea naye Mercy, nimekuwa kama mti ulioota jangwani. Rudi nyumbani, maisha sio sawa bila wewe mpenzi."* Mercy aliendelea kusoma kile kitabu siku nzima huku akirudiarudia kwa machozi. 'Sikujua kama   Ben alikuwa akiteseka kipindi chote hichi akinisubiri.' Mercy alimuonea huruma sana Ben lakini asijue cha kufanya. Kazi nzuri na mali zake zilikuwa zikimsubiria Marekani huku Ben na Junior wakimuhitaji Tanzania.

Ben na Junior waliingia hotelini hapo, wote walionekana hawana furaha. "Vipi Ben? Ulikula mchana?" "Kazi zilikuwa nyingi, sikupata muda wa kula." "Pole, itabidi twende tukatafute chakula ule, na leo uwahi kulala." Ben alijitupia kwenye kochi, akionekana amechoka tena mwenye mawazo mengi. "Vipi Junior?" Junior alibaki kimya kwa muda. "Nani amekuudhi mwanangu au mitihani ilikuwa migumu?" "Hapana mama, natamani na mimi ningekuwa kama Bennett!" Junior alijibu kwa unyonge sana. "Kwa nini unasema hivyo Junior?" "Bennett anakaa na wewe wakati wote, na unalala naye. Jana ulisema huwezi kulala bila Bennett lakini sio mimi." Mercy alijua ile kauli aliyoropoka jana ingemuumiza sana mtoto wake. "Hapana Junior. Wewe una nafasi yako muhimu sana moyoni mwangu. Ndio maana nimeshindwa kuishi bila wewe, nimerudi kukuona. Nilikuwa nalala kwa shida sana kila nilipokuwa nikikukumbuka, ndio maana nimerudi mwanangu. Siwezi kuishi bila wewe." "Sasa mbona hatukai wote? Unakaa na Bennett peke yake kila mahali mpo na yeye tu, sio mimi? Mnakaa naye hapa na nyumbani kwenu." Mercy aliumia sana "Hiki chumba ni kidogo Junior. Ngoja nitaongea na daddy akikubali leo tulale wote. Nitaenda kubadilisha chumba tuchukue kikubwa cha kututosha wote. Sawa?" Junior alibaki kimya kidogo. "Lakini nyumbani kuna chumba kikubwa sana, daddy anasema ni chumba chako. Tukienda wote na Bennett tutatosha. Siwezi kumuacha daddy alale peke yake." "Ngoja basi tuongee na daddy kwanza Junior, halafu nitakujibu." "Kwani daddy hutaki mama arudi nyumbani?" "Napenda sana arudi nyumbani." "Si umeona mama, daddy hana neno labda kama wewe hautaki tukae wote." Mercy alibaki ameduwaa machozi yakimtoka, alibanwa kila mahali, asijue jinsi ya kujitoa. Junior hakuwa na tofauti na baba yake hata kidogo. Wote wawili walijua jinsi ya kumbana Mercy kwenye kona asiweze kujinasua, hata kama ameweka msimamo mkali kiasi gani, anaposema kitu Ben ndicho kitakachokuwa. "Naomba niongee na daddy kwanza Junior."

"Nitafanyaje Ben?" Mercy alianza maswali baada ya kusogea pembeni kidogo na Ben. "Uamuzi ni wako Mercy. Walimu wake walinipigia simu mchana alikuwa akilia shuleni. Ilibidi kwenda kuongea naye ili atulie na kufanya mitihani." "Analia nini?" "Ndio kama unavyosikia. Ana malalamiko mengi sana moyoni mwake. Sikuwahi kujua kama alikuwa na mambo mengi kiasi hicho. Angalau leo ndio nimekaa naye amejaribu kuwa muwazi. Zaidi ananilaumu mimi, anasema kwa nini sikuombi tukae wote nyumbani, labda utakubali. Lakini Mercy sitaki kukuingilia kwenye maamuzi yako kabisa. Hata kama ukikataa kurudi nyumbani nitaelewa tu. Nimekupitisha kwenye matatizo mengi sana tangu tunakutana mpaka mara ya mwisho tunaachana, najua ni ngumu kuja kuniamini tena." "Hapana Ben, wewe sio tatizo kabisa. Nimesamehe kila kitu na wala sitaki tuongelee tena makosa yetu. Mbona wewe umenisamehe niliporudi na Bennett? Sitaki uishi na mimi kama mkosaji. Nakuhakikishia Ben yote yameisha kwangu." "Sasa tatizo ni nini Mercy?" Mercy alisita kidogo. "Nahofia tusije kurudia kosa lile lile la mwanzo, endapo nitarudi kuishi na wewe." "Unaweza kuchukua muda wowote unaotaka lakini sio ukiwa hapa hotelini, Mercy. Rudi nyumbani utafanya maamuzi yako ukiwa nyumbani kwetu. Sitakutaka ufanye mapenzi na mimi kabla ya ndoa kama utanikubali tena. Siwezi kufanya hilo kosa tena nipo tayari kusubiri. Utakaa kwenye chumba chako na mimi nitakaa kwenye chumba chetu." "Kweli Ben?" "Kweli Mercy na nina kuahidi kuheshimu maamuzi yoyote utakayoamua." Mercy alinyamaza kidogo.

"Basi ngoja nikalipie hoteli kwa siku tulizokaa halafu tuondoke wote." "Kweli Mercy umekubali kurudi nyumbani?" "Kweli Ben. Uliniahidi pale patakuwa nyumbani kwangu siku zote. Nilihofia kufikia hapo nilijua utakuwa umeshaoa." "Ni kweli Mercy, pale ni kwetu wote. Ahsante kwa kukubali kurudi nyumbani. Ahsante sana. Nakushukuru sana Mercy." Ghafla Ben alianza kutokwa na machozi na yeye. Mercy alimshika mkono Ben, na kuanza kulia na yeye huku Junior akiwa ameinamisha kichwa chini akilia, alijua mama yake amekataa kwenda nao. "Ahsante sana Mercy, sijui niseme nini." "Mimi ndiyo nikushukuru kwa kunipokea Ben." Kwa Ben kumrudisha Mercy nyumbani ilikuwa ni kama wana wa Israeli kurudisha sanduku la agano hemani kwao baada ya kuibiwa. Ni kitu alichokuwa akikitamani katika maisha yake tangu amfahamu Mercy. Alijiapia kumpa Mercy makazi ya kudumu. *"Hutakuwa mkimbizi tena katika maisha yako Mercy, rudi nyumbani. Hapa ni kwako!"* Na hilo aliliandika kwenye kile kitabu pia.

Kilio cha Junior kiliwafanya wamsogelee na kumuuliza kulikoni. "Niliwaambia marafiki zangu, mama yangu atakuwepo nyumbani siku ya birthday yangu, ona sasa! Watanicheka tena, watajua mimi ni muongo." "Hapana Junior nitakuwepo, tena leo tunaondoka wote." "Kweli mama?" "Kweli Junior. Ngoja nikalipie chumba nakuja tuondoke." Kwa mara ya kwanza Junior alimkumbatia mama yake. "Ahsante sana mama." Mercy alijisikia vibaya kumpa adhabu mtoto wake asiyoistahili hata kidogo. "Nikushukuru wewe na Daddy, kwa kunikaribisha nyumbani." "Kwa nini wewe na Junior msianze kufungasha mizigo yenu, halafu mimi nikalipie hoteli nikirudi ndio tuondoke?" "Una uhakika Ben? Hapa ni pesa nyingi. Sitaki kukulemea, nina pesa za kulipia nilishajiandaa." "Hujawahi na wala hutakuwa mzigo kwenye maisha yangu Mercy!" "Ahsante Ben."

Nyumba ya Ben ilijawa na furaha sana. Walipofika tu walishikana mikono wote na kumuomba Mungu. Kila mmoja alijawa na shukurani mbele za Mungu kuwajibu maombi yao ya Mercy kurudi nyumbani na Mercy alimshukuru Mungu kwa kupokelewa vizuri. Wote waliingia jikoni na kuanza kupika chakula cha usiku pamoja. Wakiwa mezani wanakula Junior alimshukuru sana mama yake kwa kurudi. "Mama! Unajua rafiki zangu sasa hivi watakuwa wananiheshimu na mimi! Wote wanakaa na daddy zao na mama zao, isipokuwa mimi peke yangu. Kesho nitawaambia na sisi tunakaa na mama yetu wala hakutukimbia." Kwa mara ya kwanza Junior kuonekana na furaha na muongeaji sana. "Na mimi nimefurahi kuwakuta wewe na daddy mpo salama Junior. Sikuwahi kuwasahau, kila wakati nilikuwa nikiwaombea kwa Mungu awalinde." "Ahsante mama." "Ben! Naomba tuongee watoto wakisha lala." "Hamna shida." Mercy alimpeleka Bennett kulala na Junior chumba kimoja kitu alichomfurahisha sana Junior, kisha akatoka kwenda kuongea na Ben.

"Vipi Mercy?" "Naomba nikushukuru kwa dhati kunipokea kwenye maisha yako kwa mara nyingine, tena nikiwa na mtoto asiye wako. Ahsante sana kwa kuhakikisha ninapata mahali pa kudumu maishani mwangu mimi na Bennett. Kwa mara ya kwanza nina ujasiri na mimi wa kusema nina kwetu. Sijawahi kupata mtu ambaye hajanikatia tamaa ila wewe Ben, najua haikuwa rahisi kunivumilia miaka yote hiyo." Machozi yalikuwa yakimtoka Mercy. "Naomba uniamini ninathamini na nilikuwa natamani jambo hili tangu nilipohamishiwa Marekani baada ya kifo cha mama yangu. Lakini leo Mungu amenitimizia shauku yangu kupitia wewe Ben. Na mimi leo Mercy nina kwetu pa kudumu sio mkimbizi tena. Umenitoa kwenye kutangatanga duniani na kunipumzisha Ben. Ahsante sana." "Ahsante Mercy na karibu tena nyumbani."

Siku inayofuata ya Ijumaa asubuhi, Ben alimkuta Junior alishajitayarisha kwenda shule kabla ya kugongewa na kugombana na baba yake kwa ubishi wa kuamka na visingizio vya kuumwa ili asiende shule. Ben hakuwahi kumuona Junior akiwa na furaha vile. "Leo mbona mapema Junior?" "Nataka nikawaambie rafiki zangu kuwa mama yangu yupo nyumbani." "Si watakuja kesho watamuona?" "Unajua walimu wote wanajua mimi sina mama? Peter alitangaza shuleni, mama yangu alitukimbia. Wanajua tunakaa peke yetu. Nataka na wao nikawaambie." Ben alisikitika sana alijua ndio sababu iliyokuwa ikimfanya asipende kwenda shule. "Kwa nini hukuwa ukiniambia Junior?" Junior alikaa kimya. Ben alimshusha Junior shuleni akiwa amejawa na furaha sio kama siku zote alizomfahamu, kisha akarudi nyumbani. "Vipi

Ben mbona umewahi kurudi?" "Nataka tukae wote leo. Sitaki nikuache peke yako wakati umekuja jana tu." "Kweli Ben hujabadilika! Bado unanijali kama zamani." "Kwa kuwa sijawahi kuacha kukupenda Mercy. Bado nakupenda sana mpenzi wangu." "Ahsante Ben." Walishinda wakimuongelea zaidi Junior. "Unajua Mercy, sijawahi kumuona Junior akiwa na furaha hivyo. Tangu alipopata akili amekuwa mtoto mkimya kweli. Sikujua kama ni muongeaji hivyo." "Jamani mwanangu! Atakuwa alikuwa akiiumizwa na upweke na maneno ya watu wanaomwambia nilimkimbia. Sasa ulikuwa unamwambia nini?" "Huwezi amini Mercy, hajawahi kunilalamikia hata mara moja ila kuna kipindi alishaniuliza kama unamfahamu yeye, na kama ungekuja kurudi tena." "Jamani Junior wangu! Ulimjibuje?" "Nilimsimulia jinsi ulivyohangaika naye na jinsi ulivyokuwa tayari kufanya chochote kwa ajili yake. Nilimwambia unampenda sana na nilimuhakikishia lazima utarudi. Nilijua lazima utarudi Mercy." Mercy alianza kulia tena. "Huna haja ya kulia tena Mercy, inabidi tufurahi." "Ni kweli Ben, lakini najutia maamuzi mabaya niliyoyafanya na kushindwa kumlea mtoto tuliyemzaa kwenye mapenzi mazito vile, halafu nikaja kumuadhibu bila hatia. Ona ilivyomuathiri? Sipendi jinsi anavyonibembeleza mahusiano. Haamini kama ninampenda kama Bennett." "Bado tuna muda wa kurekebisha Mercy, usijutie. Kosa halikuwa lako. Mimi ndio nilikuwa mjinga na mzembe kwa kuruhusu watu wengine kutuendeshea maisha yetu." "Naomba tuache habari za huzuni Ben, tuongee mambo mengine. Hayo yameshapita." "Ni kweli Mercy."

"Maendeleo yake yakoje shuleni?" "Kwa kweli anajitahidi sana tu, kila mara anapewa zawadi ya kuwa mwanafunzi bora. Shida tuliyonayo mimi na yeye ugawaji wa vitu. Kila siku anagawa vitu shuleni na kanisani. Akiona mtu ana shida anachukua nguo, viatu vyake anapeleka. Kibaya zaidi haniombi, anagawa kimyakimya, siku ukimtaka avae hiyo nguo au kiatu ndio anakwambia nilimpa fulani alikuwa yeye hana au alipenda viatu vyangu. Huwa tunagombana kweli hapa ndani. Kila siku yeye hana kalamu anagawa, mpaka sasa hivi natembea na boksi la kalamu kwenye gari ili nikiwa namshusha shule niwe nampa yake na ya kugawa na kumsisitiza abaki na moja." Mercy alikuwa anakufa kucheka. "Unacheka kwa kuwa ndio tabia yako na wewe Mercy? Umeniharibia kweli mtoto. Huruma zake zimezidi kiasi." Mercy alizidi kucheka. "Tulikuwa tunagombana na yule mama wa Tanga hivyo hivyo. Ukiniletea nguo nikiona nyingi nataka kuwapa watu halafu yeye alikuwa akinikatalia, nilikuwa nachukia sana. Ila inabidi kumfundisha kuomba kwanza, lakini kusaidia sio vibaya bwana Ben." "Haya Mercy, utanikumbuka. Utaona hivyo vitu ulivyomletea, hata wiki haiishi. Atavigawa vyote." "Haiwezekani Ben! Nilivyo vinunua ghali!" "Ulifikiri vyangu nanunua rahisi?" Ben alianza kumcheka Mercy "We subiri utaona." "Itabidi kuongea naye haraka." "Kama wewe uliwahi kubadilika, basi na yeye atabadilika" Wote walizidi kucheka siku nzima.

Waliamka siku ya Jumamosi Mercy akiwa na hamu ya kuogelea. "Au kuna kitu unataka nikusaidie kwenye maandalizi ya birthday ya Junior?" "Hapana, wapo watu watafanya kila kitu mpaka kupika, huwa wananisaidia nikiwa na birthday zake huyu, wala hawahitaji msaada." Wote walishinda kwenye maji siku hiyo, mpaka Ben. "Umejifunza lini kuogelea Ben?" "Ulipoondoka ilibidi nijifunze. Nilitaka tuwe tunaogelea wote nisiwe nabaki mtizamaji tu kila siku." Wote walijawa na furaha sana. Mpaka ilipofika mchana Mercy aliomba akapumzike na Bennett aliyezoea kulala mchana. Baada ya kumlaza Bennett, Mercy alijitupa kitandani kwake mpaka alipomsikia Junior akilia pembeni yake. "Nini kimekuudhi Junior?" "Peter ananiita muongo kwa kuwa hawajakuona chini." "Pole Junior nilipitiwa na usingizi nitashuka sasa hivi, nipe muda nijitayarishe." Mercy alizidi kujutia sana kuondoka kwake na kumuacha mtoto wake, aliona jinsi ilivyomuathiri. "Junior nataka unielewe kitu kimoja! Nataka ujue nakupenda sana mwanangu, wala sijawahi kukusahau hata siku moja na hakuna mtu yoyote atakaye chukua nafasi yako moyoni mwangu hata kama nikipata watoto wengine. Nataka uelewe hivyo, ili usiambiwe vinginevyo ukaamini. Nakupenda sana, lakini wakati ule sikuwa na uwezo mzuri wa kukulea kama daddy. Niliugua sana, ndio maana niliondoka. Nisingeweza kuishi na nyinyi kwa hali niliyokuwa nayo. Umeelewa Junior? Nimerudi kwa ajili yako mwanangu. Kama isingekuwa wewe labda nisingekuwepo hapa. Nitafanya kila niwezavyo tuishi wote, sitakuacha tena." "Ahsante mama." "Leo ni siku yako na daddy amegharamia pesa nyingi sana, anataka akuone umefurahi. Sawa? Naomba usilie hata kidogo." Junior alimuacha mama yake akijitayarisha na kushuka chini akiwa amejawa furaha. Ben alishamsaidia Mercy kumuandaa Bennett aliyekuwa akicheza ndani. Baada ya muda mfupi Mercy alitoka nje ili kuwaona rafiki zake Junior.

"Mercy!" Watu wote walisimama kumshangaa Mercy, kitu kilichosababisha kukatiza safari yake ya kwenda kujitambulisha kwa rafiki zake Junior. "Haiwezekani!" "Huyo ndiye Mercy?"

"Jamani huyo ndiye huyo Mercy wa Ben?" Kila mtu alikuwa akinong'ona lake. "Kweli huyu msichana ni mzuri jamani, acheni Ben wa watu achanganyikiwe." Mke wa Charles aliyekuwa hamfahamu Mercy alijikuta akiropoka kwa nguvu na kuamsha kicheko kwa watu wote mpaka Mercy mwenyewe. "Mnisamehe jamani, nilipitiwa na usingizi. Ben! Kwa nini hukuniamsha?" "Nilijua umechoka Mercy, ulihitaji kupumzika. Lakini hakuna lililokupita." Marafiki wa Ben wote walikuwa wameoa na wote walikuwa na watoto. "Ndio maana Mkuu leo amebadilika kabisa!" "Tangu lini Mkuu tumeanza kufichana?" Walianza kumtania tena Ben kama kawaida yao. "Naona umemfungia kabisa Mercy, hutaki hata tumuone!" "Mambo mazuri hayataki haraka jamani." Ben aliwajibu huku akicheka. "Karibu sana Mercy." "Tumefurahi kukuona sana tena sana." Kila mtu alimfurahia Mercy. "Naona familia zimeongezeka jamani. Mpaka Charles ameoa? Kweli siku zinakimbia." Mercy alimtania Charles. "Na nina watoto wanne Mercy." Wote walianguka kicheko. "Charles halali Mercy." Mwingine alimtania Charles aliyekuwa na watoto wa nne ndani ya miaka saba ya ndoa yao. "Huo ndio uzazi salama. Bandika bandua. Kila mtu anatakiwa aige mfano wetu. Au unasemaje Mercy?" Charles aliendelea kumtania Mercy aliyekuwa bado akicheka. "Safi sana Charles, hiyo lazima kuiga." "Kama mpaka Mercy amenikubali, lazima tuongeze wa mwisho. Huwezi jua bwana, tunaweza pata Raisi wa Tanzania." Vicheko vilitawala kwenye nyumba ya Ben.

"Naomba niwasalimie kila mtu kwa kuwashika mkono jamani. Nilikuwa na hamu ya kuwaona sana." "Wewe si ulitukimbia Mercy?" "Hapana jamani, siwezi kumkimbia Ben. Si mnaona nimerudi?" "Unazidi kuiva Mercy, na Mkuu anazidi kuchanganyikiwa naona safari hii ameamua kukufungia kabisa hataki mtu akusogelee." "Hapana. Mimi ndio nilitaka nipate nao muda kwanza. Nilikuwa na hamu sana ya Ben na Junior, nilitaka nijifungie nao kwanza halafu ndipo niwatafute." Mercy alipita kumshika mkono kila mtu na mke wake huku akiwapa hongera za kuanzisha familia. Aliowafahamu aliwakumbatia na kuwaongelesha kidogo, wageni walio olewa aliwakaribisha kwenye familia yao ya marafiki. "Nawashukuru sana, kuzidi kudumu na Ben jamani. Najua bila nyinyi ingekuwa ngumu sana kwake na mtoto. Ahsanteni sana." Mercy aliendelea kupita na kuwashukuru. Mara ilifika zamu ya wazazi wake Ben ambao hakuwa amewaona muda wote. "Huyo ni baba Mercy, najua hamkuwahi kuonana." "Mmefanana sana na Ben. Nimefurahi kukuona Baba." "Sasa naelewa kwa nini Ben hataki kuoa." Wote walicheka. "Ben ni wangu baba, hawezi kumuoa mwanamke mwingine. Huoni nimerudi mwenyewe?" "Haya bwana, sisi tunawaombea heri." Macho yote yalikuwa yakimsindikiza Mercy kila mahali. Mercy hakutaka kuendelea kusimama kuongea na mama yake Ben kwa muda mrefu. Kwani alikumbuka vizuri sana onyo la mama huyo juu ya kumtaka amuache Ben. Taratibu Mercy alianza kuondoka. "Nimefurahi kukuona tena Mercy na ahsante sana kwa zawadi nzuri ulizoniletea. Nimefurahi kuona kumbe bado unanifikiria vizuri japo nilikuumiza sana mwanangu. Naomba unisamehe mama. Roho ya umama ndio ilinisumbua." "Hayo yamepita mama yangu. Nimefurahi kukuona tena." Mercy alirudi tena na kumkumbatia mama yake Ben.

Akiwa bado anazungukia meza, alikutana na Mike. Kila mtu alibaki kuwaangalia kama watu waliokuwa wakisubiria kwa hamu waone atakachofanya. Ben alimsogelea Mercy, na Mike alipiga magoti mbele za watu wote. "Nisamehe Mercy. Nilikufanyia unyama ambao hautamkiki." Mercy alianza kurudi taratibu kinyume nyume huku akitetemeka na kumgonga Ben. "Naomba unisamehe Mercy." "Nimekusamehe Mike." Mike alijaribu kuunyoosha mkono wake ili aguse mkono wa Mercy lakini Mercy alishindwa kufikia mkono wake kwa kutetemeka. Alirudisha mkono wake nyuma na kumgeukia Ben huku machozi yakimtoka kadiri alipozidi kukumbuka maafa aliyomsababishia kwenye maisha yake. "Pole Mercy." Ben alimkumbatia. "Ney yuko wapi?" Mercy alimuuliza Ben huku bado akilia kifuani mwake. "Yupo Jela." "Jela? Kwa nini Ben?" "Naomba tuongee baadaye Mercy, tafadhali."

"Muongo sio mama yako!" "Ni mama yangu yule." "Mbona yeye Mzungu wewe sio mzungu mweupe tu hata nywele huna?" "Daddy anazikata anasema zinasumbua kuchana, lakini kweli yule ni mama yangu." "Mbona hakai hapa sasa kama kweli mama yako?" "Muongo Junior, anapenda sifa tu kwa kuwa baba yake tajiri." Mabishano hayo yalibadilisha mazungumzo na kuwageukia rafiki zake Junior waliokuwa wakimshambulia kwa maneno. Junior alianza kulia tena. Haraka haraka Ben alimsogelea Junior na kumkumbatia. "Kwa nini hawaniamini daddy?" "Kwa kuwa hawajawahi kumuona mama, lakini leo tutawatambulisha vizuri." Mercy na yeye alimsogelea Junior huku machozi yakiendelea kumtoka. "Sikujua kama mwanangu unateseka hivi. Nisamehe Junior kwa kukuacha na daddy peke yako. Sijawahi kukusahau mwanangu hata mara moja. Na sitaondoka tena. Tutakaa wote mimi, wewe, daddy na Bennett. Umesikia Junior?" "Kweli mama?" "Nakuahidi Junior. Sitawaacha tena." Junior alimkumbatia mama yake wote walibaki wakilia huku Ben naye akibaki kuangalia chini huku machozi yakimtoka. Mercy alishahesabu mali zote zile alizoziacha Marekani na pesa si kitu kulinganisha na watu Mungu aliompa na wanaomuhitaji.

"Naomba tukate keki mimi na wewe mama." Wakati watu wote wakiwa wamezunguka meza iliyowekwa keki, kushuhudia mtoto wa Milionea Ben akikata keki hiyo ya kutimiza miaka kumi. Junior alimgeukia mama yake aliyekuwa nyuma yake. Mercy alimkumbatia Junior tena na kumbusu. "Unajua mama, kila mwaka kabla ya kukata keki kwenye birthday zangu nilikuwa naomba Mungu urudi, uje tukae wote na daddy aliniambia lazima utarudi. Ona leo upo mama yangu. Ahsante kwa kurudi mama." "Mimi ndio niwashukuru Junior, wewe na daddy kwa kunipokea vizuri." Ilikuwa furaha iliyochanganyikana na huzuni. Mercy alikuwa akilia muda wote. Hakujua kama mtoto wake alimuhitaji kwa kiasi hicho, alikumbuka ndoto alizokuwa akiota Junior akilia na kumtaka amsaidie. Bennett ndiye aliyebadilisha hali ya huzuni ya mahali pale, kwani hakuna aliyejua alipotokea ghafla alipanda kwenye meza iliyokuwa na keki na kuingiza mkono katikati ya keki hiyo na kuanza kula huku akipaka nyingine mezani. Watu wote walibaki kucheka huku Junior akimtangaza ni mdogo wake na wanalala chumba kimoja. Ilikuwa ni furaha kubwa kati ya watu hao watatu, Ben, Mercy na Junior. Kila mtu alimpongeza Mercy kwa kurudi. "Heri umerudi kuokoa jahazi Mercy, meli ilikuwa inatitia" Kila mtu alimtania Mercy na Ben. Junior alizidi kupata ujasiri wa kumsifia mama yake wa kizungu na huku akisema ni kama malaika, na kufanya kila mtu amshangae kwa uzungumzaji wa ghafla. "Mpaka Junior leo anaongea? Kweli ujio wako ni wa baraka Mercy." Marafiki hao waliongeza.

Walibaki Ben na Mercy wakiongea mambo mengi kuhusu Neema na jinsi Mike alivyobadilika. Mercy alizidi kumsikitikia Ney. "Ney ni kama ndugu yangu, tamaa ya maisha ndio ilimponza. Aliogopa kurudi tena kijijini na kuishi maisha ya dhiki. Nafikiri ndio maana alitafuta kila mbinu awe tajiri. Natamani kumsaidia." "Kweli wewe Mercy una roho ya tofauti sana. Kwa yote aliyokutendea bado unamtetea!" "Hakuna mtu aliyewahi kuingia kwenye mikono ya Mike akaishia pa zuri Ben. Sisi ni mashahidi." "Mimi ilichukua muda sana kumsamehe Mike, nafikiri hata mwaka haujaisha."

"Ben! Tangu wakati ule?" "Aliniudhi sana Mike. Tuyaache hayo. Lakini ni lazima kwanza tujue amebakiwa na muda gani jela ndipo tujue tutamsaidiaje." "Ni kweli Ben." "Watoto aliokuwa anawatunza wako wapi?" "Sijui Mercy. Hao watu nilishaachana nao tangu nilipojua Neema alikuwa akinidanganya na kula pesa za bibi! Nilimfukuza ofisini kwangu na nilimuonya asirudi tena." "Kwani alirudi?" "Huwezi amini Mercy. Alikuja kurudi tena na uongo uleule. Tena kabla hata ya wewe kuondoka." "Maskini Ney. Tamaa ilimponza." Mercy aliendelea kumsitikia Ney shoga yake. "Naomba tumkaribishe Mike kesho ili tuyamalize. Sikupenda tulivyoachana, hatukufikia muafaka mzuri na yeye. Japo ni kweli ninamuogopa, nilishindwa hata kumshika mkono." "Una uhakika Mercy? Sitaki ije kuibua matatizo tena." "Hapana Ben, tuna mambo mengi sana yanayo tukabili mbeleni. Tukishindwa kutatua hili hatutafika mbali." "Ni kweli Mercy." Ben alimtumia ujumbe Mike kumkaribisha nyumbani kwao. Mike alikubali kuwatembelea mara baada ya ibada kesho yake.

"Nimefurahi sana umeamua kubaki Mercy. Nakushukuru kwa kunirudishia heshima kwenye jamii." "Na mimi nimefurahi umenipokea Ben na kunisamehe. Ningerudi mapema kidogo, lakini niliogopa sana nilipogundua ni mjamzito wa Bennett. Nilijua hutanisamehe na kunipenda tena." "Huyu mtoto ni wetu wote Mercy. Nakujua jinsi ulivyo muaminifu kwangu. Isingekuwa mimi kuharibu tangu mwanzoni, najua usingekubali hata mwanaume mwingine akuguse. Mungu amenipa huyu mtoto kwa makusudi, kunikumbusha agano langu kwako." Mercy alishtuka baada ya kusikia hivyo alibaki kama yupo ndotoni. "Na jina naomba achukue langu kama Junior ili wasije kuona tofauti kati yao." "Kweli Ben?" "Ni mtoto wangu Mercy." Machozi ya furaha yalikuwa yakimtoka Mercy, asiamini kinachomtokea. "Ahsante sana Ben. Nashukuru sana kwa kutupokea. Nilikuwa namuhurumia sana na kujilaumu kumkuza bila baba." "Nimefurahi sana umerudi Mercy." Ben alibaki ameshika mkono wa Mercy na wote walipotelea mawazoni.

"Ben! tutafanyaje?" Mercy alivunja ukimya. "Itakusumbua Mercy kama ulivyoamua kubaki halafu ukakosa kazi? Sitaki uje kujilaumu baadaye." "Sitajali Ben ilimradi tupo pamoja, tutakula kitakachopatikana. Kwanza tayari nina kazi." "Kazi gani?" "Mke wa Ben na mama wa watoto wawili. Hiyo ni ajira yangu tosha. Kupika,kufua, kupeleka watoto shule na kumlea Ben wangu. Huoni nitakuwa busy?" "Ndiyo maana nilikuwa nakukumbuka sana

Mercy wangu, huwa hunipi presha wakati wote unanifanya nakuwa na furaha. Labda ukiwa unaondoka hapa nyumbani ndipo unaponiumiza roho na kunichanganya akili." "Nimefika Ben, nakuahidi sitaondoka tena labda...." Mercy alibaki kimya kama aliyepatwa na kigugumizi cha ghafla. "Nini tena Mercy?" "Kabla hatujatulia lazima nifanye safari mbili za muhimu sana." "Wapi tena?" "Nina vitu nimeacha Marekani, lazima nirudi nikaweke sawa na unakumbuka nilikwambia natamani kwenda kijijini angalau nikaone kaburi la bibi?" Ben alibaki kimya. "Lazima niende Ben, sina jinsi. Nyumba na gari bado nalipia kila mwezi. Lazima nirudi Marekani nikauze kila kitu, ndipo nirudi tutulie." Ben alikuwa kama mtu aliyepokonywa tonge mdomoni. Alinywea kabisa, asijue cha kujibu tena. "Mbona husemi kitu tena?" "Niseme nini Mercy?" "Chochote unachofikiria." "Nafikiria haya maisha ya kutengana. Yanaisha lini Mercy? Utamuagaje Junior?" "Nakuahidi sitachukua muda mrefu, nitarudi Ben." "Na harusi yetu?" "Nafikiri tungoje mpaka nitakaporudi nitakuwa nimetulia." "Kote huko? Siwezi kuendelea kusubiri Mercy. Mimi nataka tuoane mapema, sioni sababu ya kuendelea kusubiri tena." "Nakuahidi sitakawia kurudi Ben." "Hapana Mercy. Haiwezekani, siwezi tena kuishi mbali na wewe. Inatosha. Unajua nimekaa miaka mingapi nakusubiri?" "Si ulikuwa na Martha?" "Hapana Mercy, tangu siku ile ulipokuja ofisini kuomba kazi sijalala na mwanamke mpaka leo. Unakumbuka shida niliyokwambia niliyokuwa napata wakati nafanya mapenzi na Martha? Mara nyingi nilikuwa nashindwa kufanya naye mapenzi kabisa naambulia patupu. Mpaka alishauri twende tukamuone daktari kwa tatizo la kukosa nguvu za kiume. Lakini nilikataa kwa kuwa nilikuwa najua tatizo liko wapi." "Angekujua shuguli yako! Angekulaani kwa kumbania." "Jeuri hiyo ni kwako tu Mercy, sio kwa kila mwanamke. Nihurumie mwenzio. Nimevumilia vya kutosha, siwezi tena kuendelea kusubiria. Naomba tufunge ndoa kwanza ndipo tutajua safari ya huko Marekani. Hayo magari na nyumba vitasubiri lakini sisi hatuwezi kuendelea kusubiri." Mercy alikuwa amebanwa na Ben asijue cha kufanya. "Ulitaka tufunge ndoa lini?" "Hata kesho Mercy." "Acha utani bwana." "Sikutanii Mercy." "Si unajua kesho haiwezekani? Mpaka twende kanisani tuonane na Mchungaji tumuelezee historia yetu tuone atatushauri nini!" "Itachukua muda gani tena? Nimechoka kusubiri. Nataka na mimi niwe mume wako Mercy." "Mimi ni wako Ben, wala haina ubishi." "Kwa maneno tu?" Mercy alianza kucheka. "Tuwe wavumilivu Ben" "Hapana Mercy, naomba tukubaliane hutarudi

Marekani kabla hujakuwa mke wangu." Mercy alibaki akiwaza. Alishazoea kushinda kesi nyingi tena kubwa, lakini sio kwa Ben, mwanaume aliyempenda na kumtii kwa kila jambo.

~~~~~~

Mike alifika kesho yake nyumbani kwa kina Ben mara baada ya ibada na kupata chakula cha mchana kwa pamoja. "Mbona upo na mtoto tu, Cathy yuko wapi?" "Cathy amepata mwanaume mwingine na ana watoto wawili wa kiume mapacha. Nilikuwa nikimlaumu sana kwa tatizo la kizazi wakati tunatafuta watoto wengine, kumbe mimi ndio nilikuwa nina matatizo bwana. Nimebaki kwenda kumchukua mtoto siku za Ijumaa na kumrudisha Jumapili usiku kwa mama yake." "Pole sana Mike." Mercy alimuhurumia Mike aliyeonekana mpweke. "Lakini Mercy, acha Cathy apumzike. Nilimnyanyasa sana Cathy kwa uhuni na matusi. Nakumbuka kumkejeli mara kwa mara kuwa hawezi kwenda kama wakiitwa wanawake wazuri. Ila ukimuona Cathy sasa hivi hutaamini. Amependeza sana na anaonekana ana furaha sana." "Hata kama Mungu ametusamehe lakini unajua kuna madhara tuliyosababisha zamani, hatuwezi kuepuka gharama zake. Msamaha tutapata ndio, lakini hatuwezi kuepuka kulipa gharama ya makosa yetu." "Ni kweli kabisa Mercy. Najua nimesamehewa lakini ukweli, ninalipa gharama kubwa sana. Kila niliyewahi kumsogelea ninaona madonda niliyosababisha kwenye maisha yake." Wakati wote huo Ben alikuwa kimya kabisa akiwasikiliza bila hata kuchangia kitu. "Ona Ney! Ameishia jela, nimejaribu kumtoa nimeshindwa na imebaki miaka miwili. Ona Bety! Ameishia kuwa tasa kwa mimba nilizokuwa nikimtoa." "Hee! Bety mnawasiliana?" Mercy alishtuka sana. "Yupo Arusha na ana kazi nzuri sana, ila aliolewa akaachika kwa kutokuzaa." "Si ulisema una matatizo ya kuzaa? Bety alipata wapi mimba?" Mercy alihoji. Mike alinyamaza huku akimwangalia Ben. "Usiniambie Mike kama ulikuwa ukiua na watoto wangu!" Ben aliongea kwa mshtuko sana. "Nisamehe Ben." "Daah! kweli Mike ulinichukia. Mpaka watoto wangu mlikuwa mnawaua? Mara ngapi?" "Ben mpenzi wangu haina ulazima kwa sasa." "Hapana nataka kujua Mercy." Ben alishakasirika. "Wa kwako nilioshuhudia ni mara mbili." Ben alinyanyuka na kuondoka na kuwaacha Mercy na Mike. "Naomba namba ya simu ya Mchungaji wako Mike, nataka kwenda kumtafuta kwa ajili ya ndoa yetu." "Kwanza naomba unisamehe Mercy. Nilikukosea sana." "Nimekusamehe Mike. Naomba unipe muda, bado nina hofu sana na wewe ndio maana inaniwia ngumu hata kukushika mkono, lakini nimefurahi kuwa sasa hivi unatumika katika ufalme wa Mungu sio wa shetani tena." "Hakuna shida naelewa kabisa. Nakushukuru kwa kunisamehe, Mungu azidi kuwabariki. Nawaombea mfanikiwe wewe na Ben." "Nitaongea na Ben, lakini na yeye mpe muda. Hizi habari ulizompa najua ni nzito sana kwake. Naamini Mungu atampa amani siku moja." Waliomba pamoja na kuagana.

~~~~~~

Ben aliingia chumbani kwake na kujitupa kitandani. "Niingie Ben?" "Ingia tu." Mercy alikaa pembeni ya Ben na kuuvuta mkono wake na kuanza kuchezea taratibu. "Pole mpenzi wangu. Najua inauma na hasa ulivyokuwa ukitamani watoto! Pole Ben." "Ahsante. Najilaumu kuwa mjinga wa kupindukia Mercy. Unajua sikuwahi kuwahisi hata mara moja katika muda niliokuwa nao kama wana mahusiano! Najilaumu sana. Mike ametuadhibu bila kosa Mercy." "Usijilaumu Ben. Wewe ulikuwa na upendo wa dhati kwao. Ila shetani aliutumia huo mwanya kukutesa mpenzi wangu. Naomba usijilaumu hata kidogo." Kidogo Ben alitulia. "Unajua Ben, Mungu analipa? Unakumbuka mimi nilipoteza kila kitu katika maisha yangu nikabaki peke yangu nahangaika mchana na usiku nikiwa na njaa, mgonjwa, mpaka Mungu alipokutuma wewe kwenye maisha yangu?" Ben alikaza uso kidogo. "Sikukustahili Ben hata kidogo. Kwa uzuri na pesa ulizonazo najua ungepata msichana yoyote wa taifa lolote ukamuoa na ukawa na furaha tu, lakini kila nikijiuliza kwa nini mimi? Najua ni upendeleo wa Mungu juu yangu, wala si vile nilivyo hata kidogo. Wapo wazuri wangapi wameishia kutokuthaminiwa? Lakini Mungu amekuleta kwangu, umenipa makazi ya kudumu ambayo sikuwahi kupata tangu kifo cha mama yangu. Mungu amenirudishia kila kitu ambacho shetani alinipokonya." Machozi yalianza kumtoka Mercy. "Mungu analipa Ben. Ona na watoto Mungu aliotupa tena ametupa kwa upendo tu tukiwa tunatenda dhambi. Lazima tumshukuru Mungu kwa kila jambo mpenzi wangu. Mambo mengine ni magumu na hatujui kwa nini yalitupata katika maisha yetu. Hatuwezi kubaki tunasononeka kwa ajili ya maisha ya nyuma. Tutashindwa kupokea baraka mpya Ben." "Umeongea kweli Mercy. Nisamehe, niliondoka kwa hasira sana." "Sio kosa lako mpenzi wangu. Mike alikupa habari za kusikitisha na kushtua. Na wale ni watoto wako. Sitegemei ufurahie kwa kuwa sasa hivi una Junior! Hata kidogo. Najua inauma sana hata mimi nisingefurahia. Pole." Bado Mercy alikuwa ameshikilia mkono wa Ben. "Nina Junior na Bennett bwana, usisahau." "Haya na Bennett wako cha utundu na wengine wengi wanakuja mpaka useme basi." "Hakuna kusema basi, mpaka tumpate wa kike tena anayefanana na wewe." Angalau walianza kucheka.

"Unajua Mercy wewe ndio faraja yangu?" "Nashukuru Ben." "Nakupenda sana Mercy. Naomba uniamini nakupenda." "Nakupenda sana Ben." Ben aliyekuwa amelala kitandani muda wote akimwangalia Mercy, alikaa na kuanza kucheka. "Unacheka nini sasa?" "Kwa kweli leo furaha yangu imekamilika." "Kwa nini?" Ben alizidi kucheka. "Unajua ni miaka zaidi ya kumi sasa sijasikia ukiniambia unanipenda Mercy." Mercy alianza kucheka na yeye. "Uliniudhi je?" "Kwa hiyo upendo uliisha?" "Nilikuwa nakuadhibu na kukulipizia kisasi. Uliniudhi sana ulipolala na Martha. Na ulishazoea sana kila siku mimi nakwambia nakupenda halafu wewe unakaa kimya. Nilikuwa nakufanyia makusudi, na wewe ujisie nilivyokuwa najisikia. Lakini yameisha Ben." "Daah! Kweli umeniweza Mercy. Mpaka nilipatwa na wasiwasi jana ulivyobaki kimya kwenye swala la ndoa yetu. Nikawa najiambia labda Mercy anabaki kwa ajili ya Junior sio mimi." Mercy alizidi kucheka. "Hujui ni kiasi gani nilikuwa nakukumbuka Ben. Sikusifii tu, lakini kweli sijapata mwanaume anayeweza kuniridhisha hata nusu yako maishani mwangu. Niamini nikikwambia maisha hayana ladha bila wewe Ben. Nakupenda na ninakuhitaji sana kwenye maisha yangu." Ben alimkumbatia Mercy kwa mapenzi makubwa kwa mara ya kwanza tangu siku waliyoachana Zanzibar na kubaki wote wakitokwa na machozi.

"Nakupenda sana Mercy." "Unataka twende leo tukaongee na Mchungaji wa Mike juu ya harusi yetu?" "Kwa hiyo umekubali tufunge ndoa kwanza?" "Naona wazo lako ni zuri Ben, mimi mwenyewe naona sitaweza kukusubiri tena. Nina hamu sana na wewe mpenzi wangu. Sijafanya mapenzi nikaridhika tangu tulipokuwa Zanzibar." "Na Boxery je?" "Hajui hata kunishika kama wewe Ben. Kubusu ndio kichefuchefu kabisaa. Unafikiri nakupamba nilipokwambia hakuna mwanaume anayeweza kuniridhisha ila wewe? Boxery nilifanya naye mapenzi mara mbili tu, usiku huo tulipofika hotelini na kesho yake asubuhi tena nilimuacha hapo hapo kitandani. Aliishia kunikera tu na kuniacha na majuto ya kukusaliti. Nilijutia sana kufanya naye mapenzi. Nilibaki nakukumbuka kweli Ben wangu, huku nikilia nikidhani Martha anakufaidi." "Pole Mercy. Hata mimi niliteseka sana na mapenzi ya wizi. Kila nilipokuwa nikimgusa yule dada ilibidi kuhamisha mawazo yangu kwako ndio angalau niweze kumgusa." "Ahsante kwa kuendelea kunisubiri Ben." "Namshukuru Mungu kukurudisha kwenye mikono yangu tena Mercy." Baada ya kubaki wamekumbatiana kwa muda bila kutaka kuachiana walikumbuka mara ya mwisho walivyolemewa na kuishia kufanya mapenzi kitandani hapo. Walitoka chumbani hapo wakihofia historia kujirudia, wakampigia simu Mchungaji wake Mike na kukubaliana kuonana naye kesho yake.

"Unataka Bennett aanze shule na yeye?" "Kwa nini tusisubiri mpaka tukirudi safari ndipo aanze?" "Unaondoka na Bennett? Utamuagaje Junior, Mercy?" "Nikuombe kitu Ben?" "Niambie tu." "Mnisindikize baada ya harusi, wewe na watoto wote. Nikimaliza kuuza nyumba na kila kitu turudi wote." Ben alipumua kwa nguvu. "Nilijua unataka uniache peke yangu uchukue watoto wote." "Hapana Ben. Hakuna kutengana tena. Ningefurahi twende wote na watoto Marekani, angalau na wewe ukapafahamu nilipokulia." Ben alifurahi sana kukaribishwa na Mercy. "Halafu Bennett atakapoanza shule naahidi kukusaidia kumlipia ada. Si ulisema ni ghali sana?" "Usijali Mercy, hawa ni watoto wangu Mungu alionipa. Sitashindwa kuwasomesha. Usiwe na wasiwasi." Mercy hakuwa akiamini jinsi Ben alivyompokea Bennett kama mtoto aliyemzaa mwenyewe. "Ahsante Ben." "Lakini aanze shule Jumatatu, asikae tu hapa nyumbani." "Wazo zuri Ben."

~~~~~~

Baada ya kuwapeleka watoto shule siku hiyo ya Jumatatu, Ben alirudi nyumbani na kumkuta Mercy akiwa hana raha. "Vipi Mercy?" "Kuna ndoto nazipata Ben, zinanisumbua sana. Ni kama Mungu ananionyesha kitu natakiwa kufanya." "Wapi tena?" "Naanza kuamini Mungu alinileta Tanzania kwa kusudi maalumu." "Kwa nini?" "Naota watoto wa mtaani wanaoteseka kwa njaa na kubakwa bila msaada wowote. Wakati mwingine naota watu wanaosumbuliwa na ulevi kila wakitaka kuacha wanashindwa. Wakati mwingine naota watu waliopo jela bila hatia. Nimejaribu kupuuzia nikidhani ni kwa kuwa ni maisha niliyoyapitia mimi, lakini jana nimeonyeshwa kituo kikubwa chenye vitengo mbali mbali cha kusaidia watu kama hao. Naamini ndoto zangu Ben. Huwa zinatokea wakati wote ninapoota. Nitaanzia wapi kujenga kituo kikubwa hivyo?" "Kwanza unatakiwa ujue sasa hivi haupo peke yako tena Mercy. Chochote Mungu anachotaka kwetu, ujue wewe ni mlango tu wa kupitishia ujumbe wetu wote. Usiogope Mungu atatusaidia." Mercy alimkumbatia Ben kwa machozi huku akimshukuru Mungu kwa kumpa Ben maishani mwake. "Ahsante kwa kuniamini Ben. Naomba tuombe." Mercy na Ben walishikana mikono na kuomba pamoja, Mercy akiwa muombaji mkuu.

Simu ya mama yake Ben iliwatoa kwenye maombi. Ben akapokea. Akasikiliza kidogo, Mercy akamuona amebadilika sura. *"Unataka nini tena mama jamani!?"* Ben akasikiliza tena kidogo. Kisha akajibu tena kwa ukali. *"Hapana. Naomba wewe uongee na mimi, yeye muache."* Mama yake akaongea jambo, Ben akajibu tena. *"Hapana mama."* Ben alisikika akibishana kwenye simu na mama yake na kumuacha Mercy akishangaa. *"Nimesema hapana."* Ben alikata simu.

"Nini kimekuudhi?" Ben akabaki kimya. "Kuna nini mpenzi wangu? Niambie tu." "Mama anataka kuongea na wewe." "Kwa hiyo?" "Nimekataa." "Kwa nini hutaki mama aongee na mimi?" "Anataka nini kwako? Wanaanza hivi hivi mpaka wanatutenganisha. Nimechoshwa na michezo wanayotuchezea Mercy. Sitakubali chochote kitokee katikati yetu tena. Nataka watuache." "Ben mpenzi wangu hatuwezi kuishi kwa kujihami hivyo. Hawa watu wapo na tutakuwa nao katika maisha yetu yote. Huwezi kumzuia mama kuongea na mimi." "Anataka uende kwake!" "Kwa nini usinipeleke halafu utanifuata baadaye?" "Una uhakika Mercy?" "Kabisa Ben. Wala usiwe na wasiwasi, mimi nitakuwa salama na tukitoka hapo kabla ya kuwachukua watoto tutaenda kuongea na mchungaji kwa ajili ya harusi yetu." Ben alikubali kwa shingo upande.

Ben alimshusha Mercy nyumbani kwa mama yake, akiwa hana raha hata kidogo na kumtumia mama yake ujumbe mara tu Mercy alipoingia getini. *"Mama nakuomba ungalie chochote kibaya kisitokee. Mercy amenisamehe tena na amekubali nimuoe. Tafadhali sana mama yangu. Namwitaji sana Mercy katika maisha yangu."* "Ndio namaliza kusoma ujumbe wa Ben. Mwenzio ana wasiwasi kweli Mercy." "Lakini sio kosa lake mama, tumepitia vipingamizi vingi sana katika mahusiano yetu, ndio maana Ben ana wasiwasi." "Hakuna jambo baya nililokuitia." Mercy alikaa chini pembeni ya mama yake Ben. "Nianze kwa kukushukuru kumkubali tena Ben kwenye maisha yako na kukubali kufunga naye ndoa. Kweli Ben anakuhitaji. Natamani ungekuwa unamuona anavyoteseka ukiwa unaondoka, utamuhurumia." "Hata mimi namuhitaji sana Ben katika maisha yangu mama. Tunaomba mtuombee tukamilishe mipango yetu ya harusi salama." "Tupo nyuma yenu kuhakikisha mnafanikiwa. Lakini ninataka tuwe na mwanzo mzuri kabla ya ndoa yako mwanangu. Nilitaka tuwekane sawa tu. Naomba unisamehe na unichukulie kama mama yako. Sikuchukii ila tu nilitaka mke mzuri kwa Ben, na wewe ni mama utakuja kuona. Lakini nimekuja kugundua Ben hana furaha nyingine isipokuwa kuwa na wewe. Nisamehe kwa yote mabaya niliyokutendea mwanangu na karibu kwenye familia yetu." "Nimefurahi sana umenipokea mama." Walikumbatiana kwa furaha na Mercy alitaka kuondoka.

"Bado sijamalizia Mercy. Nataka kukukaribisha rasmi hapa nyumbani na nialike watu baadhi na Mchungaji, tufanye ibada maalumu ya kuwaombea kabla ya ndoa yenu." "Hilo ni jambo zuri mama." "Lakini kuna jambo naomba unisaidie kabla ya hiyo siku." Mercy alikaa sawa kwenye kochi ili kumsikiliza. "Tumeamua kusameheana na baba yake Ben na sisi tunataka siku hiyo hiyo kubariki ndoa yetu." "Hongereni mama, najua Ben atafurahi sana." "Hapana. Ben hamtaki baba yake arudi tena hapa. Anasema anarudi sasa hivi kwa kuwa amefilisika, lakini mimi nimeamua kusamehe yaishe. Naomba jitahidi kuongea naye ili siku hiyo na sisi tubariki ndoa yetu na Ben amkubalie baba yake arudi nyumbani. Anateseka kweli huko alipo." Mercy alikaa kimya akimlisikiliza. "Wote tumejaribu tumeshindwa na hivi sasa ndio kabisaa, Ben hatuongei vizuri tangu siku ile alipotukuta na Martha hospitalini tukiongea na wewe." "Kweli mama?" "Ben alinilaumu sana kwa wewe kuondoka na kugeuka kuwa mlevi. Alisema na mimi nilichangia kwa asilimia kubwa kukuchanganya akili. Hata hapa nyumbani siku hizi anakuja kwa shida sana na akija hakai. Na hataki hata mtoto wenu akae hapa. Akisafiri anaenda kumuacha kwa marafiki zake sio hapa nyumbani kwao." "Pole sana mama. Nitaongea na Ben, naamini yataisha. Naomba na wewe usijisikie vibaya kwa maamuzi mabaya niliyokuwa nimechua wakati ule. Hakuna jinsi ambayo mtu yoyote angeniambia Ben alikuwa na mwanamke mwingine nikaichukulia kwa namna ya tofauti hata kidogo. Nampenda sana Ben na sitaki kumchangia na mwanamke mwingine yeyote maishani mwangu. Ndio maana iliniumiza sana. Hata kama ingechukua miaka kumi halafu ningekuja kujua kama alipita mwanamke mwingine katikati yetu! Bado ingenisumbua tu. Kwa hiyo sio kosa lako mama yangu wala usijisikie vibaya." "Ahsante sana mwanangu, angalau umenituliza." Mama yake Ben alisikika kwa sauti iliyopata aghueni.

Ben aliingia na kuwakuta bado kwenye maongezi. "Muda wa kwenda kwa Mchungaji umefika Mercy." Ben aliongea kwa kifupi tu. Ni wazi alionekana mahusiano na mama yake hayakuwa mazuri. "Na sisi tumemaliza baba." "Twende Mercy." "Mama basi nitakupigia simu baadaye." Mercy aliaga. "Haya mwanangu."

~~~~~~

Walipata muda mzuri sana na mchungaji. Walimueleza historia yao bila kuficha kitu chochote na walimwambia mahusiano ya mapenzi ambayo walishakuwa nayo na kuwa wana mtoto wa miaka kumi sasa, na Bennett, aliyepatikana nje ya agano lao. "Kwanza nianze kwa kuwapongeza kuamua kurudi kanisani kwa ajili ya kufunga ndoa yenu na kwa Mercy aliyempa Yesu maisha. Ni kweli Mercy umesamehewa kabisa dhambi zako zote lakini Ben wewe unasemaje kuhusu kumpa Yesu maisha yako? Kwa kuniambia tu wewe unaomba na Mercy haitoshi. Inatakiwa wewe mwenyewe kuwa na mahusiano mazuri tena ya binafsi na Mungu kwanza, ndipo utafurahia mahusiano yako na Mercy kwa kuwa wote mtakuwa mmeweka msingi mmoja ambao ni Yesu. Itafika kipindi kwenye ndoa yenu mapenzi mliyonayo sasa yatapungua, ila kwa kuwa mtakuwa na Yesu yeye pekee ndiye atakuwa kiunganishi wenu."

Mchungaji aliendelea kuongea na Ben huku akimuelewesha umuhimu wa wokovu kwenye maisha yake binafsi sio kama mpenzi wa Mercy bali kama mwana wa Mungu. Aliendelea kumpa faida za kujenga ndoa yao kwenye msingi imara ambao ni Yesu peke yake, mpaka Ben alipoamua kumpa Yesu maisha na kujazwa nguvu za Mungu siku hiyo hiyo kitu kilichomfurahisha sana Mercy. Ben alikiri sasa kumuelewa Mercy anaposema anafuraha ya ajabu. "Ndoa yenu tutaitangaza kwa siku 21. Na baada ya hapo kama hakuna kipingamizi chochote basi mnaweza kufunga ndoa yenu siku yoyote kuanzia hapo. Lakini lazima kuhudhuria mafundisho ya ndoa ni muhimu sana, itawasaidia sana kukabiliana na changamoto za ndoa na Ben usiache kuja kanisani kwenye darasa la kukulia wokovu." Waliomba pamoja na Mchungaji baada ya kupanga tarehe ya harusi yao. Wote walijawa na furaha kupata tarehe ya harusi tena ya karibu, na kwa kuwa Mercy alimuona Ben ana furaha sana akajua huo ndio wakati muafaka wa kuzungumza naye.

~~~~~~

"Nimefurahi kupata muda mzuri na mama." "Kweli Mercy?" "Sana." "Nimefurahi kama hajakuudhi." "Unajua Ben, mama hajawahi kunikosea heshima hata mara moja! Hata Bety aliponiita changu mbele yake bado alinikaribisha kwake." "Mbona alikufuata hospitalini na kukutukana akiwa na Martha? Nikakukuta unalia. Au umesahau?" "Nakumbuka Ben. Lakini mama hakunitukana. Aliniambia ukweli ulioniumiza juu yako na Martha." "Daah! Kweli Mercy. Naomba unisamehe sana." "Usijali Ben, kwangu yameisha kabisa. Haya ni mazungumzo tu." "Nashukuru Mungu kwa kukupa moyo wa kusamehe Mercy." Mercy alicheka kidogo. "Tumetoka mbali sana na tumevumilia mengi mpenzi wangu. Msingi wa penzi letu ni ngumu mtu mwingine kuja kujenga juu yake na kufanikiwa. Najua haikuwa rahisi kunisubiri miaka yote hiyo ili tuje kufunga ndoa. Ahsante sana Ben kwa uvumilivu wako." "Ahsante na wewe kwa kuendelea kujitunza kwa ajili yangu Mercy. Wewe pekee ndiye mtu hapa duniani unayethamini kila kitu ninachokufanyia hata kama ni kidogo kwa kiasi gani." "Hakuna kitu kidogo ulichowahi kunifanyia Ben. Baba yangu mwenyewe alinishindwa na kuamua kunipeleka kwa watu. Hakuna mtu aliyewahi kuona uthamani wangu ila wewe, ona ulivyonisubiri bila kunikatia tamaa na kumpokea Bennett kama mtoto wako." "Nani amekwambia Bennett sio wangu?" Mercy alitabasamu na wote walibaki wakitafakari.

"Mama anataka kutuandalia tafrija fupi kunikaribisha kwenye familia?" "Lini?" "Jumamosi." "Hiyo safi sana. Unajua nilimkasirikia sana mama?" "Ameniambia." "Aliniudhi sana." "Lakini kwa kuwa yameisha, naomba umtafute uongee naye. Natamani watoto wetu wawe na familia ya kueleweka, sitaki wakue kama mimi. Kwa kuwa mimi sina wazazi nategemea wazazi wako Ben." "Ni kweli. Lakini sipendi wawe na ukaribu na baba yangu kabisa." "Kwa nini?" "Watajifunza nini kwa baba yangu Mercy? Mwanaume aliyetutelekeza na kuhamia nyumba ndogo." "Mbona wao wameshasameheana na wanataka kubariki ndoa." "Nini? Ndivyo mama alivyokwambia?" "Ndiyo." "Kwa hiyo na huko tena anamuacha mwanamke mwengine na kurudi kwetu tena sababu ya pesa?" "Anasema hata yule mwanamke hakukaa naye sana, sababu ya pombe. Kwa hiyo muda wote alikuwa akiishi peke yake tu, tena akifanya kazi za ulinzi." Ben alinyamaza kimya. "Nikuombe kitu mpenzi wangu?" "Niambie tu Mercy." "Naomba umsamehe baba. Natamani kuwa na wazazi Ben. Nimekuwa yatima kwa muda mrefu. Kama baba amejirudi. Naomba tumpokee." Ben alibaki kimya mpaka walipoingia shuleni kwa kina Junior. Junior alifurahi sana kumuona mama yake shuleni. Alimtambulisha kwa kila mwanafunzi aliyemfahamu na walimu wote na kupewa sifa nzuri sana za Junior. Walirudi nyumbani wote wakiwa na furaha isipokuwa Ben alionekana na mawazo kidogo.

Watoto walipolala alimuomba Mercy wazungumze. "Samahani nimeshindwa kukupa jibu la haraka juu ya baba. Inaniwia ngumu sana kumpokea tena kwenye maisha yangu Mercy. Aliniumiza sana. Lakini kwa ajili yako naona nimpe nafasi nyingine" Mercy alimkumbatia Ben kwa furaha. "Ahsante sana Ben kwa kunipa tena wazazi kwenye maisha yangu." Ben alibaki amemkumbatia Mercy bila kusema kitu. "Unafikiri ni sawa kama nikiandaa chakula kesho wakati watoto wapo shule ili mpate muda na baba kabla ya siku ya kubariki ndoa yao?" "Ni wazo zuri. Unajua sijapata muda naye kabisa tangu atuache. Nilikuwa nampenda sana baba yangu Mercy. Wakati wote nilitamani niwe kama yeye." "Huwezi kujua mipango ya Mungu Ben. Labda usingekuwa hapa ulipo kama yeye angekuwepo." "Lakini kweli! Inabidi kweli kushukuru kwa kila jambo." Walishikana mikono na kumshukuru Mungu na kumuombea baba yao na siku ya kesho atakapokuja. Mercy na Ben walibadilika sana. Walimtegemea Mungu kwa kila jambo. Hawakuacha kuombea kila kitu kilichopo mbele yao na Mercy aligeuka kuwa mwalimu wa neno la Mungu kwa Ben na watoto wake.

~~~~~~~~~~~~~~~~~~~~~~~~~~~~~~~~~~~~~~

Ilikuwa ni mara ya kwanza kwa baba yake Ben kuingia ndani ya nyumba ya Ben. Kwani hata siku ya birthday ya Junior aliishia nje tu na pia hiyo nayo ilikuwa ni mara yake ya kwanza. "Hongera sana Ben, kwa nyumba nzuri." "Ahsante baba. Niliibadilibadili sana baada ya kumpata Mercy." "Kwa kweli inamfanania." Wote walicheka. "Naomba niwaache niende chumbani." Mercy aliaga kama kuwapa nafasi. "Naomba ubaki Mercy. Ningependa uwepo." "Nilidhani mngependa faragha!" "Hapana bwana. Baba yupo hapa leo kwa ajili yako wewe uliyekuwa unamtaka. Sasa ndio muda wenyewe huu wa kuutumia vizuri." Mercy aliyekuwa amejawa furaha alikaa pembeni ya Ben, na Ben alikumshika mkono kama kumsogeza karibu naye. "Ahsante Ben. Tunaweza kuomba kwanza?" Mercy aliuliza. "Itakuwa vizuri tukianza na Mungu." Baba yake Ben alijibu. Baada ya maombi, baba yake Ben alimuelezea Ben kila kitu na kumuomba msamaha kwa kushindwa kumsomesha sababu ya ulevi wa kupindukia. Walipata muda mzuri sana wa maongezi na ndipo walipo gundua na yeye alikutana na Yesu akiwa amechoka na kulemewa na ulevi. Ben na Mercy walifurahi sana kwa Mungu kuendelea kufungua milango ya Neema ya wokovu nyumbani kwao. Ben aliamua kumpa kazi baba yake ofisini kwake. "Ahsante Mercy kwa maandalizi mazuri. Nimefurahi nimerejesha mahusiano na baba yangu. Nilikuwa nimebeba chuki ya kukataliwa kwa muda mrefu sana." "Nimefurahi kuona Mungu anazidi kukurejeshea furaha Ben."

~~~~~~~~~~~~~~~~~~~~~~~~~~~~~~~~~~~~

Ben na Mercy walianza mafundisho ya ndoa, muda ambao watoto wao wanapokuwa shuleni na siku za Jumatano Mercy na watoto walimsindikiza Ben kwenye darasa la kukulia wokovu kanisani kwa kina Mike ambapo alikutana na Mike na kumuelezea kila kitu. Mike alifurahi sana kuona Ben na yeye amempokea Yesu kama bwana na mokozi wa maisha yake. Kwa mara ya kwanza Ben alimkumbatia Mike na kumumtangazia msamaha wa kweli kutoka moyoni. "Kama mimi Mungu amenisamehe na kurejesha furaha ya kweli moyoni mwangu! Kwa nini na mimi nisisamehe? Mungu amenirudishia baba yangu na Mercy, tena amenilipa watoto wengine wawili kutoka kwa mwanamke ninayempenda. Sina sababu ya kuendelea kukuchukia Mike." Kasi ya imani ya Ben ilianza kumpita hata Mercy na Mike. Kwani hakuacha kuomba na kusoma neno la Mungu kila wakati. Alikiri kuwa na kiu ya kufahamu mambo ya Ufalme wa Mungu zaidi.

~~~~~~~~~~~~~~~~~~~~~~~~~~~~~~~~~~~~

Asubuhi ya Jumamosi Mercy aliwahi nyumbani kwa mama yake Ben ili kumsaidia maandalizi ya siku hiyo. "Karibu Mama!" "Mbona una furaha hivyo mama yangu?" "Nashukuru Mercy mwanangu. Uliyonifanyia siyo madogo. Kunirejeshea familia yangu! Sio jambo dogo. Ben amenitafuta nakuniomba msamaha na anasema anaheshimu maamuzi yangu kwa lolote nitakalo amua juu ya baba yao, yeye yupo nyuma yangu. Siamini Mercy mwanangu. Hivi na Joyce amekuja anatamani akubebe, maana baba yake ndiyo furaha yake." "Mimi ndio nina furaha kuliko nyinyi wote. Nimepata wazazi wazuri na watoto wangu wanafamilia inayoeleweka sasa. Nimeishi hivi kwa muda mrefu sana mama. Mungu anazidi kutukusanya." Joyce alimkumbatia Mercy kwa furaha sana kwa kuweza kumshawishi Ben kumkubali baba yao tena. Kwani wao walishashindwa. "Usimuite baba yenu bwana, na mimi ni baba yangu." Vilibaki vicheko kwa wanawake hao watatu huku wakimsifia Mercy juu ya uzuri wake wa ndani na nje Mungu aliompendelea. Kama kawaida yake, Mercy hakupoteza muda. Alianza injili yake ya *Endless Love*, iliyowapelekea wote wawili kuokoka. "Namshukuru Mungu kukuleta katika maisha yetu

Mercy. Nilikuwa ninakuona wewe ni mkosi na balaa, kumbe wewe ni baraka." Mercy alicheka. "Inawezekana hukukosea mama yangu. Labda wakati ule nilikuwa kweli nina mikosi na balaa, lakini Mungu amebadilisha na kunifanya mbarikiwa." Wote walijawa furaha sana. "Lakini kingine kilichonileta mama ni kukusaidia maandalizi ya sherehe ya jioni." "Ahsante Mercy mwanangu, nilikuwa sijui hata nianzie wapi." Watatu hao walikaa na kuanza kupanga mipango ya sherehe hiyo waliyoingoja kwa hamu na Mercy akiwa kiongozi wa mbele. Aliwapigia simu watu waliokuwa wakimsaidia Ben wakati wote kumwandalia tafrija zake na kwenda kuonana nao kwa ajili ya kupaandaa pale kwa mama yake Ben. "Kweli mwanangu amepata mke hata baba yenu anakusifia sana Mercy. Haya yote nilikuwa hata sifikirii." Wote walikuwa wakicheka. "Leo ni siku kubwa sana kwetu wote, lazima maandalizi yawe mazuri. Naomba sasa tukatafute nguo." Mercy alimtafutia mama yake Ben nguo za maana pamoja na Joyce, na kuwapeleka saluni.

"Mbona umechelewa kurudi hivyo?" "Samahani Ben." Ilibidi Mercy amuelezee Ben siku nzima ilivyoenda. Ben alizidi kumshukuru Mungu kwa kumleta Mercy kwenye maisha yake. "Kweli nimepata mwanamke." "Mimi ndio nimekuzidi Ben. Mungu amenipa mume mzuri, wazazi wengine, Joyce ambaye ananipenda kama dada yake, halafu haikuishia hapo Ben, na watoto juu." Ilikuwa furaha isiyokuwa na mwisho kati yao. "Nilijua kwenda kwako huko leo, lazima kutazaa matunda. Namshukuru Mungu kwa ajili yako Mercy, umekuwa kiunganishi mzuri sana kwetu sisi wenyewe na umetuunganisha na Mungu pia." "Tumshukuru Mungu kututenganisha kwa miaka hiyo karibu 9 Ben. Sisi tunaweza kudhani ilikuwa ni bahati mbaya kumbe watu walitumika kutimiza kusudi la Mungu katika maisha yetu. Ningebaki hapa huenda nisingejifunza maisha yalivyo na nisingemfahamu Mungu jinsi ninavyomfahamu sasa. Ilinibidi kutoka kwako kwanza nikatimize ndoto zangu zote ndipo nijue mali na elimu sio kitu, mpaka uwe na mahusiano binafsi na Mungu." "Kweli kabisa Mercy. Furaha tuliyonayo sasa hivi sio kama tuliyokuwanayo zamani. Na unajua nini Mercy?" "Nini?" "Itakamilika vizuri siku Mungu atakapokurudisha mikononi mwangu tena." "Sio siku nyingi Ben. Tumebakiza siku chache sana, furaha yetu itakamilika."

~~~~~~

Watu wote walikuwa wakishangaa pale Ben alipokuwa akiingia na familia yake. "Ngoja niangalie kama kuna cha kusaidia ndani."

Sherehe ilianza lakini bado Mercy alionekana yupo busy ndani. Mchungaji alifungua tafrija kwa maombi na kuomba familia nzima ifike mbele ili awaombee. Marafiki wa Ben na mama yake wote walikuwepo hata majirani zao walikuwepo kushuhudia muunganiko huo na kumuona mwanamke aliyefanikiwa kuuteka moyo wa Ben, kijana aliyejulikana kwa mafanikio makubwa ya harakaharaka na kubaki bila mwanamke kwa miaka mingi sana. "Kuna mtu muhimu sana anakosekana hapa. Yeye ndiye muunganishi wa familia hii. Hatuwezi kuendelea bila yeye." Baba yake Ben aliomba Mchungaji asubiri mpaka Mercy afike. Ilibidi Junior amfuate. "Samahani Ben, nimekuwa ndani muda wote, nilikuwa nashugulikia upangwaji wa chakula." Mercy aliongea kwa sauti ya chini pale tu alipofika. "Hakuna neno, ni maombi tu." Baba na mama yake Ben, Joyce, Bennett, Junior, Mercy na Ben walipiga magoti na kuombewa na ndipo baba yake Ben alipotoa neno la shukurani kwa Mungu kwa kumrejesha nyumbani kwake baada ya muda mrefu sana na kumsifia mkewe kwa moyo wa uvumilivu kumsubiri kipindi chote ambacho hakuwepo nyumbani. "Nakupenda sana mke wangu, na ninakushukuru kwa moyo wako wa uvumilivu kwangu." Mama yake Ben alikuwa amependeza sana na wakati wote alikuwa akitokwa na machozi ya furaha. Mchungaji aliwaombea na walivalishana pete upya na kurudia maagano yao. Na watu wote walikuwa wakishangilia muunganiko wa familia hiyo.

"Mama amependeza sana. Ahsante Mercy." "Ni wajibu wangu jamani Ben, asipopendeza mimi na Joy tutaonekana hatumjali." "Haya bwana. Usiondoke subiri kidogo." "Nina kazi ndani Ben." "Dakika moja." Ben na Mercy waliendelea kunong'onezana wakati watu wakiendelea kushangilia. Baada ya watu kutulia kidogo Ben na yeye aliomba kuongea. "Unakumbuka Mercy nilikuahidi zawadi siku ile wakati tupo Zanzibar?" "Nakumbuka Ben." Ben alitoa pete ya uchumba iliyokuwa ikiwaka sana na ilionekana kuwa ya thamani sana. Mercy alishtuka sana, na kubaki ameweka mikono mdomoni. "Hii pete niliitunza kwa muda mrefu sana, kabla hata ya Junior kuzaliwa. Niliinunua nilipokwenda safarini ili nije nimvishe Mercy ambaye sikumkuta. Niliitengeneza kwa pesa nyingi sana, nilitaka kila ninapoiona na kila atakayeiona atambue uthamani wa Mercy ambao mimi niliona siku ya kwanza kabisa nakutana naye. Naomba niwape historia fupi ya Mercy, ambayo sikuwahi kumwambia mtu yeyote hata Mercy mwenyewe hafahamu hili. Kusudi langu sio kumdhalilisha mpenzi wangu, ni kutaka kukuonyesha uthamani wa Mercy kwangu na kwa Mungu aliyenifunulia hilo tena kwa kunitega sana. Ni kweli huwa tunapita kwenye mambo magumu, lakini tusisahahu kuwa wakati wote Mungu yupo na sisi." Watu wote walibaki kimya kabisa kutaka kumsikiliza Ben.

Ukweli aliokuwa ameficha Ben tokea mara ya kwanza anamuona Mercy.

"Siku ya kwanza ninamuona Mercy alikuwa na wenzake walioonekana wa kisasa kuliko yeye aliyekuwa amechoka na kujifunga kitambaa cha kichwa kilichokuwa kimeficha nusu ya uso wake, kwenye hoteli niliyozoea kukaa kila ninapokuwa mjini Tanga. Niko ni shahidi." Ben alimgeukia Niko kutaka uthibitisho, Niko alitingisha kichwa. "Niliwaacha mezani na marafiki zangu akiwemo Niko, nikaenda kupumzika, kwa kuwa nilikuwa nimechoka na safari. Nakumbuka kushindwa kulala kabisa kila nilipokuwa nikimkumbuka Mercy. Nilipata hukumu ya ajabu moyoni, ni kama niliyeacha kitu kizuri chenye thamani kubwa, nilichopewa kwa heshima na Mungu na kuacha watu wengine wanakidharau au wakikikanyaga nje wakati mimi nimelala ndani. Nilijaribu kupuuza ili nilale lakini nilishindwa mpaka nilipotoka na kuanza kumsaka kila mahali baada ya kumkosa pale nilipowaacha. Sitasahau ile hali ya kuchanganyikiwa niliyoipata baada ya kumkosa. Wasiwasi wakumpoteza uliniingia ghafla kwa mtu nisiyemfahamu kabisa na kwa kweli Mercy alikuwa na hali mbaya kiafya. Nilianza kumtafuta kila mahali mpaka nilipomkuta akiwa gizani, chini ya mti, peke yake akilia sana akijaribu kujiua baada ya kuachwa na kila mtu kwenye maisha yake na hata pale mezani wale nilio muacha nao, pia walimuacha peke yake asijue pa kwenda na alikuwa mgeni si kwenye mji huo wa Tanga tu bali nchini Tanzania." Machozi yalianza kumtoka Ben na kumfanya anyamaze kidogo. "Sitasahau maumivu niliyoyapata siku ile nilipomkuta Mercy peke yake. Mimi mwenyewe nilikuwa najishangaa mzigo niliokuwanao kwa msichana nisiyemfahamu. Samahani kusema hivi, Mercy alikuwa mchafu sana, ananuka na hatizamiki. Lakini kwa wakati ule nilikuwa nikimuona ni jukumu langu kwa asilimia zote. Nilijiapia ndani yangu na mbele ya nyota tulizokuwa tukizihesabu mimi na yeye siku ile usiku." Ben alinyamaza kidogo "Mercy unakumbuka zile nyota tulizokuwa tukihesabu wakati tumbo lako likiunguruma kwa njaa?" Mercy aliyekuwa akilia wakati wote alitingisha kichwa. "Niliapa kumtunza Mercy, mimi mwenyewe na kumfanya awe na furaha wakati wote. Nilimuomba Mungu aniwezeshe kuufanya uso wa Mercy kuwaka kama zile nyota tulizokuwa tukizitizama mimi na yeye, kwa furaha sio kwa uzuri ambao tayari alikuwa nao na mimi sikuwa nimeuona mwanzoni mpaka baadaye sana nilipomkaribisha kwenye chumba changu na kuoga. Alitoka bafuni akiwa amejifunga taulo moja tu! Nilikaribia kukimbia nilijua nimetokewa na malaika na Mungu alikuwa akinijaribu muda wote ule kunipima imani yangu tangu mwanzoni kunikutanisha na kitu kichafu tena kinachonuka halafu baada ya kutii sauti yake na kumpokea, ndipo Mungu anamfunua kwangu kama malaika. Mercy ni shahidi kama anakumbuka mshtuko niliokuwa nao usiku ule. Sikuwahi kumwambia hata yeye mwenyewe Mercy. Alitoka anawaka kama malaika. Nilianza kuishi na Mercy kwa tahadhari sana nikijua Mungu ananitazama kwa kila ninachomfanyia na wakati wote nilikuwa nikimwambia. *Because you are Special.'* Sijui kama alishawahi kujua kwa nini nilikuwa nikimwambia hivyo, lakini ni kwa sababu hiyo. Mimi najijua nilivyo mzito kwenye swala la mahusiano hasa kwa wasichana, lakini kwa Mercy ilikuwa tofauti sana. Sijawahi kupenda kama ninavyompenda Mercy. Mercy ni wa tofauti jamani hata nyinyi wenyewe ni mashahidi. Hakuna aliyekaa karibu na Mercy asione moyo wake wa ukarimu, Mungu aliompendelea." Wote walitikia. "Kweli kabisa." "Wakati wote nimekuwa nikimshanga Mungu anavyomtunza Mercy. Alipokuja tu kwangu, maisha yangu kifedha yalibadilika sana. Ni kama mtu aliyekuwa amenipa nimtunzie mtoto wake na kunipa na pesa za matumizi. Biashara zangu ziliongezeka mara mbili yake. Hakuwahi kuwa mzigo kwangu hata mara moja. Baba yake wa mbinguni wakati wote amekuwa akimtunza Mercy. Nilikuwa siwezi kutulia kama yeye ana shida yoyote ile. Hata kama ni saa sita ya usiku nikimsikia tu hana raha nitaendesha gari kutoka Dar mpaka Tanga, nikamuone Mercy. Alikuwa mtu wa kwanza na wa mwisho kumsikia masikioni mwangu kila siku ndipo niweze kulala vizuri. Sikuwahi kupata furaha mbali na Mercy hata mara moja na nyinyi ni mashahidi." "Mkuu! sio kukosa furaha tu huwa unachanganyikiwa." Charles alidakia nakuamsha vicheko.

"Alishafuatwa na wanaume wengi sana, tena wenye uwezo wa kunizidi mimi na waliokuwa wakimuahidi mambo mengi makubwa, lakini Mercy alibaki kunipenda na kunivumilia kwa makosa mengi makubwa sana niliyowahi kumtendea. Sitasahau siku niliyomkuta Mercy na Junior wakiwa na hali mbaya sana kiafya, bila chakula wala dawa akiwa amejifungia kwa babu mmoja akisubiri muujiza wa Mungu sio mwanaume mwingine amsaidie ila mimi tu. Mercy huyu huyu aliyekubali kuacha leo maisha yake yaliyojaa mafanikio Marekani kama mwanasheria ili akae na mimi na Junior kama mama wa nyumbani tena bila ahadi yoyote ya kazi, nilimsaliti kwa kulala na kumchumbia mwanamke mwingine niliyefanikiwa mpaka kumfikisha kanisani lakini Mungu alihakikisha ananiadhibu mbele za watu kunikumbusha mimi ni mume wa Mercy. Na Mercy huyu huyu mnayemuona akiniheshimu kwa kila jambo na kuninyenyekea, alishafungwa jela kwa sababu nilimsingizia kosa la wizi." "Haaaaaa!" kila mtu alibaki akishangaa. "Haiwezekani Mkuu!" "Kama mnavyoshangaa sasa, ndivyo na mimi ninavyomshangaa jinsi alivyokubali kulipa gharama kubwa sana kwa ajili yangu tu. Safari yetu haikuwa rahisi kufika hapa tulipo hata kidogo mpaka Mungu alipotuhurumia na kuamua kuingilia kati. Ametuokoa mimi na Mercy, tumejazwa nguvu za Mungu na tunaishi leo kutumikia kusudi lake alilotukusudia hapa duniani. Mungu hakuwahi kunipa zawadi nyingine hapa duniani kubwa na ya thamani kama Mercy." Watu wote walikuwa kimya kama waliopigwa na butwaa.

Ben alipiga magoti mbele ya Mercy. "Mercy! Nakushukuru kwa kunipokea niwe mume wako. Naahidi kuwa wako daima." Mercy alimkumbatia Ben huku akilia sana. Kila mtu aliwaonea huruma Mercy na Ben. "Jamani safari yenu imekuwa ndefu, Mungu awasaidie mfike." Kila mtu aliwaombea baraka. "Nakupenda Ben! Nakupenda sana mpenzi wangu." Mercy alisikika akirudia tena na tena huku akimwangalia Ben aliyekuwa amemkumbatia baada ya kumvalisha pete ya uchumba. Watu walianza kushangilia tena. "Jamani mpenzi wangu amerudi na mimi sasa hivi naoa! Hatutafanya kikao chochote, tumepanga harusi yetu tutakuwa kama hivi mlivyo au kama tulivyokuwa kwenye birthday ya Junior basi." "Wapi Mkuu?" "Tutawaambia kila kitu kadiri siku zinavyokaribia ila mjue haitakuwa hapa Dar, muanze kujiandaa. Tutatoka nje kidogo ya Dar, kuna sehemu nilimuahidi Mercy kurudi naye lakini tulishindwa na huko ndipo tutafunga ndoa yetu na sisi tutagharamia kila kitu, pamoja na usafiri." Ben aliomba kuwashirikisha mzigo walio nao yeye na Mercy wakufungua kituo kikubwa kama alivyoota Mercy na Mike aliyekuwa amelipwa mamilioni ya pesa baada yakushinda kesi yake kazini kwa kufungwa kimakosa bila uchunguzi makini, aliomba kulipia kiwanja watakachopata na aliomba ashirikishwe kwa karibu sana kwani anaona nafasi ya yeye kutumika katika kituo hicho. Marafiki hao wote waliwapongeza Mercy na Ben kwa malengo makubwa waliyonayo na ndipo walipopata nafasi ya kusema mambo ya ufalme wa Mungu yaliyopelekea wengi wa marafiki hao kupokea neema ya wokovu siku hiyo.

Ben & Mercy

Wageni wote walio alikwa kwenye harusi ya Ben na Mercy, walitua uwanja wa ndege wa visiwani Zanzibar jioni ya siku ya Ijumaa tayari kwa harusi hiyo kesho yake. Wakiwa wanasubiri magari ya kuwapeleka Bwejuu, mke wa Charles alimsogelea Mercy. "Vipi gauni na mtu wa kukupamba? Maana kesho lazima utokee wa tofauti Mercy, ni siku kubwa sana kwako. Sasa huko kijijini utapata wapi saluni?" Mercy alicheka. "Vipi?" "Ben hapendi kabisa nipake vitu usoni, nitafunga nywele zangu mwenyewe na kuhusu gauni Ben alisema nisiwe na wasiwasi." "Mmmh! Kweli umemuachia yeye Ben? Kama hutalipenda gauni?" "Ilimradi linatoka kwa Ben, sitajali. Sijali nitaonekana vipi, natamani tu kesho ifike niwe mke wa Ben. Hilo ndilo la msingi kwangu sio nguo na vile nitakavyoonekana." Mercy alimjibu mke wa Charles na kumuacha amepigwa na butwaa.

"Jamani karibuni sana, hapa ndipo tulipoweka agano letu la kwanza mimi na Mercy mbele za Mungu na hapa ndipo ninapotaka na nyinyi mshuhudie nikiwa mume wake." Ben aliwakaribisha wageni wao hotelini hapo katika kijiji cha Bwejuu. Asubuhi walikuja kuwachukua watoto wa Mercy na kuwaacha wawili hao wakiomba huku wamejawa shukurani mbele za Mungu. "Naomba nikushukuru Ben na wewe, kwa kunivumilia kwa kipindi nilichokuwepo pale nyumbani bila kunitaka kimapenzi. Najua haikuwa rahisi lakini niliona ni sehemu ya ibada kubwa mbele za Mungu. Ilibidi kutoa hata miili yetu kama sadaka kwa Mungu." "Ni kweli Mercy. Lakini ujue haikuwa rahisi hata kidogo." Wote walicheka. "Tumesahau kitu Ben." "Nini?" "Nani atanishika mkono kunikabidhi kwako mbele ya Mchungaji na watu? Sina wazazi Ben. Natamani baba yangu angekuwepo, ili anikabidhi kwako. Sina hata ndugu mmoja atakayeshuhudia nikiolewa." "Pole Mercy, lakini mimi nipo na wazazi wetu wapo kutuunga mkono, tena naona wanakupenda wewe siku hizi kuliko hata mimi." Mercy alianza kucheka. "Umeanza wivu Ben." "Nataka nikumiliki mimi

mwenyewe bwana, sitaki watu wengine waanze kukuganda."
Mercy alizidi kucheka. "Nini sasa?" "Nimemkumbuka mama wa
Tanga, alikuwa anasema una wivu sana Ben. Alikuwa anatucheka
kweli jinsi ulivyokuwa unanifungia na kunipa masharti mapya kila
mara." "Kumbe mama alikuwa ananisanifu muda wote ule! Ilinibidi
kuwa makini Mercy, kumbuka nilikuwa sijakwambia kitu chochote
cha mapenzi, niliogopa usije ukaanza mahusiano ya mapenzi na
mtu mwingine halafu nikaambulia patupu." Mercy alizidi kumcheka
Ben. "Na kweli ulikaba Ben. Nilikuwa sipumui. Ulikuwa unatuma
ujumbe, nikichelewa kujibu hata dakika moja, ushapiga simu,
nisipopokea ushagonga mlango na ukifika tu unakaa na simu
yangu hata kama unakaa wiki nzima utakaa nayo mpaka
unaondoka, na kubadilisha namba kila kukicha." "Kumbe na wewe
ulikuwa unanichora tu!? Mbona ulikuwa husemi kitu?" Wote
walikuwa wakicheka na kutaniana. "Usiwe na wasiwasi Mercy.
Nilishapanga kila kitu. Jitayarishe tu yuko mtu atakuja
kukuchukua." "Ahsante Ben kwa kunifikiria."

"Kila mtu anawangojea Ben." Mike aliwashtua Mercy na Ben
waliokuwa wamejisahau chumbani kwao wakiongea na kucheka.
"Daah! Tumejisahau. Tunakuja sasa hivi." "Nakusubiri Mercy,
usichelewe." "Nitavaa nini Ben?" "Nitamtuma mtu akuletee nguo
na mimi naenda kuvalia chumbani kwa Mike." "Ben!" Ben aligeuka
kabla ya kufungua mlango. "Ahsante kwa kunichagua niwe mke
wako." Ben hakutegemea kusikia hivyo kutoka kwa Mercy, kwani
yeye alijua wazi ni Mercy ndiye aliyemchagua. Alisimama kimya
kwa muda kama mtu anayetafakari kitu. "Nakupenda sana Ben,
tena sana." Ben alirudi na kumkumbatia Mercy kwa nguvu na
kumbusu kwenye kipanda uso chake, na kutoka bila kusema kitu.

Mke wa Charles aliingia na begi alilokuwa amepewa na Ben.
Macho yaliwatoka walipofungua lile begi. Machozi yalianza
kumtoka Mercy. "Kumbe Ben alilinunua hili gauni! Nililiona siku
moja tena zamani sana kwenye kompyuta yake kabla hata
hatujakuwa wapenzi, nikamwambia kama ningebahatika kuolewa
ningependa kuvaa gauni kama hili siku ya harusi yangu. Sikujua
kama alikuwa amenitilia maanani kwani alinyamaza bila hata ya
kunijibu kitu." "Livae basi." Mercy alivaa haraka haraka na kubaki
ameduwaa kwenye kioo. "Leo Junior atazidi kuchanganyikiwa na
anavyojisifia wewe ni malaika! Umependeza sana Mercy na Ben
yupo sahihi. Unapendeza bila kujipaka vipodozi usoni." "Ahsante."
Wote walishtushwa na hodi mlangoni. "Mercy yupo mtu hapa nje
amesema amekuja kukuchukua." Mercy alianza kujiuliza ni nani

aliyekuja kumchukua kumkabidhi kwa Ben? Watu wa video na picha walishaingia kwenye chumba alichokuwepo Mercy. Bennett aliingia na maua aliyokuwa akimwaga. "Umependeza sana Bennett." Mercy alianza kucheka. "Naona haya maua yataishia humuhumu ndani kabla hata hatujatoka nje." Wote walicheka. Mercy alibaki ameduwaa baada ya kumkuta Junior aliyekuwa amempa jina la baba yake, ndiye aliyekuja kumchukua mama yake ili kumkabidhi kwa Ben. "Umependeza sana Junior." "Ahsante mama." Junior aliyekuwa amezoezwa kukatwa kipara wakati wote na baba yake, Mercy alimuomba Ben waziache nywele zake makusudi zikue ili angalau asione tofauti kubwa kati yake na Bennett pamoja na mama yake. Alikuwa amependeza sana. Sura na urefu wa Ben viliashiria kuwa kweli yeye ni mtoto wa Ben. Rangi na nywele zake ndizo zilizoweza kumtambulisha kama ni mtoto wa Mercy. Alivaa suti nzuri sana iliyofanana na baba yake na Bennett. "Na wewe umependeza sana mama. Daddy atafurahi sana kukuona." Junior alishajua udhaifu wa daddy yake ni Mercy. Kadiri walipokuwa wakisogea mahali walipokuwepo marafiki wa Ben, wazazi wao, Ben mwenyewe na mchungaji ndivyo Junior alionekana dhahiri ni tunda lililotokana na mapenzi mazito ya Ben na Mercy.

Ben alianza kutabasamu huku machozi yakimtoka kadiri Mercy alivyokuwa akimsogelea huku Junior akimshikilia mkono kwa makini sana. Watu wote walisimama kumpokea Mercy aliyekuwa ameshavua viatu kwa sababu ya wingi wa mchanga wa baharini na kuacha kila mtu akicheka. "Vinanichelewesha kufika kwa Ben." Mercy alisikika akisema wazi wazi huku akiongeza mwendo kumsogelea Ben aliyekuwa tayari amefungua mikono yote miwili kumpokea Mercy. "Nakupenda sana Mercy." "Nakupenda Ben." Harusi hiyo iliyofanyika baharini kama Ben alivyomuahidi Mercy kurudi hapo kwa kuwa mara ya mwisho walipokuwepo eneo hilo, walishindwa hata kutoka nje na kulemewa na mapenzi siku zote tatu na kuishia chumbani tu huku wakilalamika kutokutosheka kila mmoja na mwenzake na siku zilikuwa zikikimbia bila kuwahurumia. Ben alitafuta wapambaji wazuri sana waliotengeneza eneo hilo pembeni kidogo na maji na kupafanya paonekane vizuri sana. Wakiwa mbele ya mchungaji Mercy na Ben, wote walikuwa wakilia na kushindwa hata kutoa viapo vyao. Hakuna aliyejua historia ya wapenzi hao asiwahurumie. Kimya kilitanda kwa muda ili kuwapa nafasi Ben na Mercy ya kutulia. "Are you okay mom? Why are you crying" "Because am happy Bennett! I am so happy baby." Bennett aliyekuwa pembeni ya mama yake asijue kinachoendelea na kumuhurumia mama yake aliyekuwa akilia ndiye aliyesaidia harusi hiyo kufungwa. Alichukua pete zote alizokuwa amepewa na Ben na kumkabidhi mama yake. "Is gonna be fine Mummy!" Bennett alimkumbatia mama yake na Junior aliyekuwa kimya kabisa pembeni yao alimsogelea mama yake na kumkumbatia. "Nakupenda mama." "Nakupenda sana Junior mwanangu."

"Napenda kuwatambulisha kwenu bwana na bibi....." Kabla ya Mchungaji kumalizia, Ben alishamnyakuwa Mercy na kumbeba juu juu na kuanza kuondoka bila kumuaga au kusema kitu chochote kuelekea kwenye chumba maalumu alichokuwa amewekewa yeye na Mercy kwa ajili ya fungate na kuamsha vicheko kwa wageni wao. "Mkuu! Mkuu! Ratiba inaonyesha tunaanza na tafrija kwanza halafu fungate baadaye." "Wee! Haiwezekani Charles! Nimemngoja Mercy zaidi ya miaka kumi. Unataka niendelee kungoja? Sherehe ndiyo itaendelea usiku baada ya fungate." "Wote tumesikia Mkuu, hata baba na mama wamesikia." Ben alicheka na kutokomea vyumbani na kuacha watu wote wakiendelea kucheka.

"Nimefurahi tumetimiza ndoto yetu Ben." Mercy alijaribu kumtupia neno mumewe aliyekuwa busy akijaribu kumtenganisha na kila nguo iliyoonekana kumzuia kufikia alipotaka huku midomo yake ikimbusu Mercy aliyekuwa akitokwa na machozi wakati wote na kushindwa kujibu chochote. "Waoo! Mercy, unazidi kuwa mzuri mke wangu zaidi ya mara ya mwisho nilipokuwa na wewe! Mungu amenipendelea." Ben alizidi kuchanganyikiwa kadiri alipokuwa akimuangalia Mercy aliyekuwa amekwisha muweka kitandani. "Nakupenda sana Ben." "Hujui ni kiasi gani nilikuwa na hamu na wewe Mercy!" Tayari Ben alishafanikiwa kuanzisha safari yao ya mapenzi yaliyokuwa yakimfurahisha sana Mercy. Kwani wakati wote alijua jinsi ya kumsha hisia zake na kumfanya Mercy aridhike kila wakati Ben anapomshika.

Mungu alimtumia sana Ben na alizi dikwa mali nyingi kumbariki huku Mercy akibakia kuwa ndiye mpokea kujenga ufalme wake, ili .kupitia ndoto na maono ujumbe kutoka kwa MunguWawili haokike akiwemo wa ,watoto wengine wawili mapacha walijaliwa ambaye alikuwa kipenzikikubwa cha Ben. Kituo kile kilijengwa na kuwa msaada mkubwa sana si Tanzania tu, bali na nchi za jirani. Mercy ndiye aliyekuwa kiongozi mkuu mahali pale akisaidiana na Mike na Neema aliyemaliza muda wake jela na kugeuka kuwa muombaji sana kama Mike,walikuja hao nao

Mbali ya Mercy kuwa kusameheana na kufunga ndoa ya halali. ,mama wa watoto wannealiweza kumtumikia Mungu kwa bidii na hakuwahi kubadilika kamwe kwa mumewe. Alizidi kuwa mnyenyekevu na mtii na kumpa Ben nafasi ya kuwa kichwa cha familia yao wakati wote.

**************  ***********

DONDOO

Naomi Mwakanyamale alisomea katika chuo cha biashara {CBE}, akiwa kama mhasibu, lakini baadaye ndipo alipogundua kipaji kingine Mungu alichokuwa ameweka ndani yake. Kufikia jamii kwa njia ya hadithi. Naomi ameolewa na Suleman Ng'imba na ni mama wa watoto watatu, Trinity, Trinas na Trisun. Kwa sasa anaishi nchini Marekani.

Kwa hadithi zaidi na mambo mengine yanayogusa jamii unaweza kumpata katika Blog ya

"mtazamohalisi.com" "mtazamohalisi.org"

Barikiwa.

www.ingramcontent.com/pod-product-compliance
Lightning Source LLC
Chambersburg PA
CBHW060403180626
46817CB00007B/2498